ஏரோட்டம்

(திருவாரூர் மாவட்டச் சிறுகதைகள்
அன்றும் – இன்றும்)

தொகுப்பு:

மு. சிவகுருநாதன்

நன்னூல்
பதிப்பகம்

ஏரோட்டம்
(திருவாரூர் மாவட்டச் சிறுகதைகள் அன்றும் இன்றும்)
தொகுப்பாசிரியர்: மு. சிவகுருநாதன்

நன்னூல் பதிப்பகம் ©

முதல் பதிப்பு: ஜனவரி-2025
பக்கங்கள்: 442

வெளியீடு:
நன்னூல் பதிப்பகம்
தொடர்பு எண்: 99436 24956
மணலி, திருத்துறைப்பூண்டி - 610 203
nannoolpathippagam@gmail.com

விலை ரூ.500

AEROTTAM
Compiled by: **Mu.Sivagurunathan**
First Edition: January-2025
Pages: 442

ISBN 978-93-94414-61-7

Published by:
Nannool Pathippagam ©
Contact No. 99436 24956
Manali, Thiruthuraipoondi - 610203
nannoolpathippagam@gmail.com

Price ₹500

அட்டை & உள்பக்க வடிவமைப்பு: சு. கதிரவன்

Printed at : ASX Printers, Chennai - 5.

காவிரிக்கும்
வண்டலுக்கும்
அதன் மக்களுக்கும்...

நன்றி

பேரா. அ.மார்க்ஸ்
பேரா. இரா.காமராசு
பேரா. தெ.வெற்றிச்செல்வன்
பேரா. க.ஜவகர்
பேரா. தி.நடராஜன்
தோழர் ஜெ.ஜெயகாந்தன்
தோழர் மணலி அப்துல்காதர்
தோழர் ஜமாலன்
தோழர் நக்கீரன்
தோழர் இரா.மோகன்ராஜன்
தோழர் செ.சண்முகசுந்தரம்
தோழர் திருநல்லம் சாமிநாதன்
தோழர் தய்.கந்தசாமி
தோழர் ச.பாண்டியன்

முன்னுரை

வானவில்லின் வண்ணங்கள் விரவிய மருதநிலப் பெருவெளி

தமிழ்ச் சிறுகதையின் வரலாறு நூற்றாண்டைக் கடந்தது. இந்த நவீன வடிவம் இன்று தமிழில் உலகத்தரத்தில் உயர்ந்து நிற்கிறது. தமிழ்ச் சிறுகதைகளின் தொடக்கம் செல்வகேசவராய முதலியார் (1864-1921), அ.மாதவய்யா (1872-1925), வ.வே. சுப்பிரமணிய அய்யர் (1881-1925), பாரதியார் (1882-1921) போன்றாரால் நிகழ்ந்தது.

மணிக்கொடி இதழின் இரண்டு காலகட்டங்களிலும் புதுமைப்பித்தன், கு.ப.ராஜகோபாலன், ந.பிச்சமூர்த்தி, பி.எஸ்.ராமையா, மௌனி, கே.எஸ்.வேங்கடரமணி, பெ.கோ.சுந்தர்ராஜன் (சிட்டி), மு.சிதம்பர சுப்பிரமணியன், சி.சு. செல்லப்பா போன்றோர் சிறுகதைக்குப் பங்களித்தனர். புதுமைப்பித்தன், மௌனி இருவரும் இருவேறுபட்ட நிலப்பரப்புகளின் பிரதிநிதிகள் என்று ஜமாலன் மதிப்பிடுவார். இந்தப் போக்குகள் இன்றும் தொடர்கின்றன.

சி.என்.அண்ணாதுரை, டி.கே.சீனிவாசன், எஸ்.எஸ். தென்னரசு, ஏ.வி.பி.ஆசைத்தம்பி, கலைஞர் மு. கருணாநிதி, முரசொலி மாறன் போன்ற திராவிட இயக்க எழுத்தாளர்கள் குறிப்பிடத்தக்க சிறுகதைப் பங்களிப்பை அளித்துள்ளனர்.

கரிச்சான் குஞ்சு, தி.ஜானகிராமன், லா.ச.ராமாமிர்தம், எம்.வி.வெங்கட்ராம், விந்தன், கு.அழகிரிசாமி, நா.பார்த்த சாரதி, பிரமிள், நகுலன், ஜெயகாந்தன், சா.கந்தசாமி,

இந்திரா பார்த்தசாரதி, கி.ராஜநாராயணன், ந.முத்துசாமி, அசோகமித்திரன், சு.சமுத்திரம், நீல.பத்மநாபன், சுந்தர ராமசாமி, ஆ. மாதவன், மா. அரங்கநாதன், திலீப்குமார், தோப்பில் முகம்மது மீரான், வண்ணநிலவன், வண்ணதாசன், ஜி.நாகராஜன், பா.செயப்பிரகாசம், பிரபஞ்சன், சி.எம். முத்து, சோலை சுந்தரபெருமாள், வல்லிக்கண்ணன், கந்தர்வன் போன்ற பலரது படைப்புகளும் தமிழ்ச் சிறுகதையை வளப்படுத்தியுள்ளன.

நாஞ்சில்நாடன், சுப்ரபாரதிமணியன், ஜெயமோகன், விட்டல்ராவ், பாவண்ணன், எஸ். ராமகிருஷ்ணன், சோ.தர்மன், பூமணி, பெருமாள் முருகன், ம. இராசேந்திரன், விழி பா. இதயவேந்தன், கோணங்கி, சாரு நிவேதிதா, தமிழவன், பிரேம், ரமேஷ், கௌதம சித்தார்த்தன், தேவிபாரதி, சு.வேணுகோபால், எம்.ஜி.சுரேஷ், எம்.டி. முத்துக்குமாரசாமி, ச.தமிழ்ச்செல்வன், கண்மணி குண சேகரன், மு.ஹரிகிருஷ்ணன், மு.சுயம்புலிங்கம், உத்தம சோழன், அழகியபெரியவன், பொன்னீலன், ஆதவன் தீட்சண்யா, அன்பாதவன், யுவன் சந்திரசேகர், ஜீ.முருகன், சுரேஷ்குமார இந்திரஜித், ஜே.பி.சாணக்யா, யூமா.வாசுகி, குமாரசெல்வா, எஸ்.செந்தில்குமார், கே.என்.செந்தில், அழகிய பெரியவன், ஆதவன் தீட்சண்யா, ஸ்ரீதரகணேசன், அபிமானி, புதிய மாதவி, அன்பாதவன், பாப்லோ அறிவுக்குயில், என்.டி.ராஜ்குமார், பிரதிபா ஜெயச்சந்திரன், சுதாகர் கத்தக்... என்று பட்டியல் நீண்டுகொண்டே செல்லுமளவிற்கு தமிழ்ச் சிறுகதைப்பரப்பு மிகப் பெரியது.

வை.மு.கோதைநாயகி அம்மாள், ஆர்.சூடாமணி, ராஜம் கிருஷ்ணன், வாஸந்தி, அம்பை, சிவகாமி, திலகவதி, சிவ சங்கரி, பாமா, தமயந்தி, அ.வெண்ணிலா, சு.தமிழ்ச்செல்வி, கிருஷாங்கினி, பெருந்தேவி, சல்மா, உமா மகேஸ்வரி, தேன்மொழி, ஐ.கிருத்திகா போன்ற பெண் எழுத்தாளர்களின் பங்கு சிறுகதைகளில் புதிய வெளிச்சத்தைப் பரப்பியது.

ஈழ மற்றும் புலம் பெயர் இலக்கியம் தமிழின் சிறுகதையின் தனிப்பிரிவாகவும் புதிய திறப்புகளையும் ஏற்படுத்தித்

தந்துள்ளது. கே.டானியல், எஸ்.பொன்னுதுரை, செ.கணேச லிங்கன், டோமினிக் ஜீவா, மு.தளையசிங்கம், செங்கை ஆழியான், செ.யோகநாதன், மாத்தளை சோமு, தெளிவத்தை ஜோசப், தேவகாந்தன், அ.யேசுராசா, மு.பொன்னம்பலம், அ.முத்துலிங்கம், ஷோபா சக்தி, தமிழ்நதி, தாட்சாயணி... என நீளும் பட்டியல் உண்டு. (இங்கு போடப்படும் பட்டியல் முழுமையானது அல்ல.)

***

கி.ராஜநாராயணன் கரிசல் வட்டார வழக்கில் கதைகள் எழுதி புதிய வடிவத்தை அறிமுகப்படுத்தினார். கரிசல் எழுத்தாளர்களின் எண்ணிக்கை கூடியிற்று. இதைப்போன்று தஞ்சை பகுதி எழுத்தாளர்களான சி.எம்.முத்து, சோலை சுந்தரபெருமாள் போன்றவர்கள் தங்களது வட்டார வழக்கில் எழுத உத்வேகம் பெற்றனர்.

யதார்த்தவாத எழுத்து முறையில் சலிப்புற்ற சில எழுத்தாளர்கள் லத்தீன் அமெரிக்க எழுத்துகளின் தாக்கத்தால் மாயாஜால யதார்த்தவாதத்திற்கு மாறினர். தமிழவன், கோணங்கி, கௌதம சித்தார்த்தன் போன்றவர்கள் முக்கியமானவர்கள். இவர்களில் கோணங்கியின் எழுத்து மிகநுட்பமான தனித்த நடையாக உருக்கொண்டது.

ஒவ்வொரு காலகட்டத்திலும் எழுதவரும் எழுத்தாளர்களிடம் அவர்களது சமகாலப் பிரச்சினைகள் தாக்கம் செலுத்துகின்றன. சமகால சமூக, அரசியல், பொருளாதாரச் சூழல்கள் எழுத்தில் பிரதிபலிக்கின்றன. இவை இலக்கியமல்ல; இவற்றை எழுத்தில் கொண்டுவரத் தேவையில்லை என்கிற குரல்களும் எழத்தான் செய்கின்றன. இருப்பினும் விடுதலைக்குப் முன்னும் பின்னும் இத்தகைய அரசியல் போக்குகள் வளர்ச்சி கண்டன. காந்திய, மார்க்சிய, பெரியாரிய, அம்பேத்கரிய தாக்கங்களும் தலித்தியம், விளிம்புநிலை எழுத்துகள் என இலக்கிய உலகம் பல்வேறு சிந்தனை மாற்றங்களுக்கு உள்ளானது. இதன் விளைச்சல் தமிழ்ச் சிறுகதையின் முன்னோக்கிய பாய்ச்சலாக அமைந்தது.

இன்றைய நவதாராளவாதச் சூழலில் எழுதவரும் இளைஞர்களின் களம் வேறாக உள்ளது. அவர்களது கல்வி, வாழ்வியல், நவீன வசதிகள், சுயம் போன்றவை அரசியலற்ற தன்மைக்கு இட்டுச் செல்கிறது. நூறாண்டு கால மொழிநடையின் வளர்ச்சி இன்றைய சிறுகதை வளர்ச்சியுடன் இணைந்ததாக அமைகிறது. இன்னொரு புறம் அடித்தட்டு மக்களின் வாழ்வியல், மண், வட்டார மொழி சார்ந்த எழுத்துகளும் தொடர்கின்றன. வழக்கமான யதார்த்த பாணியில் எழுதுவோரும் புதுவகை எழுத்தின் பிரதிநிதிகளும் இருக்கவே செய்கிறார்கள். இவை எல்லாவற்றிற்குமான காலமும் வெளியும் தமிழ்ச் சூழலில் இருக்கின்றன.

***

இளம் எழுத்தாளர்களை இலக்கிய உலகில் அறிமுகம் செய்வதன் ஊடாகவும் அரசியல் தொழிற்படுகிறது. மூத்த எழுத்தாளர்களில் சிலர் மட்டுமே இப்பணிகளில் ஈடுபடுகின்றனர். சிலர் தங்களைக் குருவாகப் பாவித்துக் கொண்டு புதிதாக வருபவர்களைக் கொண்டு சீடர் பரம்பரையை உருவாக்குகின்றனர். தன்னை மிஞ்சி யாரும் சென்றுவிடக் கூடாது என்ற பதற்றம் இதனுள் இருக்கிறது.

சிலர் குழுவாக ஒரு வட்டத்தை உருவாக்கிக் கொள்கின் றனர். இவற்றைத் தாண்டி வாசிப்பதில் இவர்களுக்கு மனத்தடை உள்ளது. இந்தக்குழு படைப்பதுதான் இலக்கியம் என்கிற பெருமிதங்களிலேயே காலம் போய்விடுகிறது. யாரும் வாசிப்பதில்லை என்று வழக்கமான பல்லவி பாடுவோர் உண்டு. பிறர் படிக்கிறார்களோ இல்லையோ எழுதும், எழுத நினைப்போர் அவர்களது இயங்கு தளம் சார்ந்து நிறைய வாசிக்க வேண்டும். அதுவும் தமிழ்ச்சூழலில் குறைவாகவே உள்ளது.

அரசியல் இயக்கம், அமைப்பு சார்ந்து இயங்குவோர் எழுத்தின் தன்மை சார்ந்து அல்லாமல் தான் சார்ந்த அமைப்பில் இருப்பவரை மட்டும் கொண்டாடும் போக்கு உள்ளது. அரசியல் சாராது நடுநிலையாக இயங்குவதாகச் சொல்லும் சிலருக்குள் ஒளிந்திருக்கும் உள்ளார்ந்த அரசியல்

பல சமயங்களில் பூனைகுட்டிபோல் வெளியே வந்துவிடுகிறது. அரசியல் சாராத எழுத்தெல்லாம் இருக்கவியலாது என்பதே நடைமுறைகள் உணர்த்தும் உண்மை.

கீழத்தஞ்சையில் சோலை சுந்தரபெருமாளால் அடையாளம் காணப்பட்டவர் சிவகுமார் முத்தய்யா. உத்தமசோழனும் தமது இதழ் வாயிலாகப் பலரை அறிமுகம் செய்தார். தஞ்சைப் பகுதியைச் சேர்ந்த தமிழ்ப் பல்கலைக் கழக பேராசிரியர்கள் தெ.வெற்றிச்செல்வன், இரா.காமராசு போன்றவர்கள் எழுதவரும் இளைஞர்களை உற்சாகப்படுத்தி ஊக்குவிப்பதில் முதன்மைப் பங்காற்றுகின்றனர். தமிழகத்தில ஜெயமோகன், ச.தமிழ்ச்செல்வன் போன்ற ஒருசில எழுத்தாளர்கள் தொடர்ந்து இளைஞர்களின் படைப்புகளை அறிமுகம் செய்கின்றனர்.

***

திருவாரூருக்கு அடையாளமாக சொல்லப்படுவது மனுநீதிச் சோழனும் ஆழித்தேரும் மட்டுமே. முன்னது தொன்மம்; பின்னது கேளிக்கை சார்ந்த நிகழ்வு. தேரோட்டம் என்கிற கேளிக்கை நிகழ்வும் அடித்தட்டு மக்களை வருணத்தில் நிலைநிறுத்தச் செய்யப்படும் சனாதனச் சடங்கு ஏற்பாடாகும். தியாகராஜரின் மாற்றுருவமே தேருக்குக் கொண்டு வரப்படும். அதுவும் நிகழ்வுகள் முடிந்த பிறகு சுத்திச் சடங்குகள் செய்த பின்னே தியாகேசர் திரும்பவும் உள்ளே கொண்டு செல்லப்படுவார். இம்மாதிரி குற்ற உணர்ச்சியை ஏற்படுத்தி ஒதுக்கிவைத்து, தீண்டாமை கடைப்பிடிப்பதை சனாதனம் தொழிலாகக் கொண்டுள்ளது.

மனுநீதிச் சோழன் வரலாறு அல்ல; புராணம் என்பதை தமிழ்நாட்டில் பலர் உணருவதேயில்லை. உச்சநீதிமன்றத்தில் மனுவின் சிலை வைக்க கடும் எதிர்ப்பு எழுந்தது. ஆனால் சென்னை உயர்நீதிமன்றத்தில் மனுநீதிச் சோழன் சிலை வைப்பதற்கு பெரிய எதிர்ப்பில்லை. திருவரூரில் மனுநீதிச் சோழனுக்கும் திருத்துறைப்பூண்டியில் தோழர் தியாகி பி.எஸ்.ஆர்.க்கும் மணிமண்டபங்கள் இருக்கின்றன. இப்படித்தான் வரலாறும் தொன்மமும் நம்முடன் ஒரே

நேர்கோட்டில் இணைகின்றன. அண்ணல் அம்பேத்கர் மனுவை எதிர்த்து சமர் புரிந்தார்; பெரியார் கூடவே மனுநீதிச் சோழன்களிடமும் போராட வேண்டியிருந்தது.

இராமாயணத்தைத் தொன்மம் என்றும் நம்பும் தமிழ்ச் சமூகம் மனுநீதிச் சோழனை தொன்மம் என்று நம்ப மறுப்பது முரண்நகை. அதற்கு காரணம் உண்டு. வெறுமனே மனு அரசன் என்று சொல்லியிருந்தால் கடும் எதிர்ப்பு உண்டாகியிருக்கும். சோழன் என்ற பின்னொட்டு தமிழ்ச் சமூகத்தில் உணர்வு ரீதியான தாக்கத்தைச் செலுத்துகிறது. உணர்வு ரீதியான செயல்பாடுகள் அறிவைப் பின்னுக்கு இழுக்கின்றது. பசு - மனு - சோழன் என்ற இணைவில் இங்கு மத அரசியல் பெருமித உணர்வாகக் கட்டமைக்கப் பட்டுள்ளது. இப்படித்தான் அன்றும் இன்றும் திருவுருப் பிம்பங்கள் கட்டியெழுப்பப் படுகின்றன.

இப்போது கோமியம் குடிக்கும் தொழில்நுட்பமே நாட்டை இயக்குகிறது. பசுவின் சிறுநீரில் இருப்பதுதானே இதர தாவர உண்ணிகளான எருமை, வெள்ளாடு, செம்மறியாடு, குதிரை, கழுதை, யானை, மான், காண்டாமிருகம் போன்ற இதர விலங்குகளின் சிறுநீரிலும் இருக்கும்? அதைப்பற்றி யாரும் பேசுவதில்லை. அப்படி ஆய்வு செய்ய நேர்ந்தால் எல்லாவற்றையும் செய்யத்தான் வேண்டும். பசுக்கு அளிக்கும் நீதியை எருமைக்கு அளிப்பதில் என்ன தடை இருக்கமுடியும்? உண்மையில் அது மனு தர்மத்தின் தடையாகவே இருக்கும்.

திருவாரூக்கு வேறு என்னதான் அடையாளம் இருக்க முடியும்? காவிரியும் மருத நிலமும் பெரும் உழைக்கும் மக்கள் திரளுமே இதன் அடையாளம். அது வானுயர்ந்த கோபுரங்களில் இல்லை; இந்த மண்ணில்தான் இருக்கிறது. இத்தகைய குரல் தொல்குடி, விளிம்பு நிலை, அடித்தட்டு மக்களின் குரலாக ஒலித்துக் கொண்டேயிருக்கிறது.

***

ஒரு குறிப்பிட்ட வட்டாரம், மண் என்றெல்லாம் பேசும்போது சாதியம், பழமைவாதம் போன்ற பலவீனங்கள்

ஊடாடுவதைத் தவிர்க்க இயலாது. இவை எல்லாவற்றையும் உன்னதப்படுத்தியோ, ஒதுக்கியோ விடுவது நல்லதல்ல. கலைஞர் மு.கருணாநிதி முதல் தமிழ்நாடு மத்தியப் பல்கலைக்கழக மாணவர் தீசன் ஈறாக இந்தத் தொகுப்பில் இடம்பெறும் 34 கதைகளையும் அவர்களது பிற படைப்பு களையும் வாசிக்கும்போது வியப்பு மேலிடுவதை தவிர்க்க இயலவில்லை. ஒரு சிறிய அலகான மாவட்ட எல்லைக்குள் நவீனத் தமிழ்ச் சிறுகதைப் போக்குகளை பிரதிநிதித்துவப் படுத்தக்கூடிய பல்வேறு வகைமாதிரிகள் இருப்பது தமிழ் இலக்கியத்தின் மேலதிக வளர்ச்சியைச் சுட்டுவதாக அமை யும். வானவில்லின் வண்ணங்கள் விரவிய மருதநிலத்தின் பெருவெளியாக இத்தொகுப்பு காட்சியளிக்கிறது.

பாபர் மசூதி இடிப்புப் பின்னணியில் கலைஞர் எழுதிய 'அணில் குஞ்சு' சிறுகதை மதம் சார்ந்த மோதல்களை உருவாக்க நேரம் பார்த்துக் காத்திருக்கும் கும்பல்களை அம்பலப்படுத்துகிறது. வடக்கே மதமோதல்கள் நடக்கும் நிலையில் தனது பிள்ளைகளுடன் படிக்கும் அனைத்து மதக் குழந்தைகளை அழைத்துப் பெருநாள் விருந்தளித்து, தாம் உண்ணாமல் மகிழும் இஸ்லாமியத் தம்பதிகள் ஆரூர் புதியவனின் சிறுகதையில் அன்பால் நம்மை மூழ்கடிக் கிறார்கள். இவற்றில் உருவம், உள்ளடக்கம், கதையம்சம், அழகியல் இல்லை என்று கூறுவதற்கு ஒரு கூட்டம் காத்திருக்கிறது. இவை ஒன்றும் வேண்டாம்; மனிதம் இருக்கிறது, அது போதும் என்பதே நமது பதிலாக இருக்கிறது.

சிவகுமார் முத்தய்யா, அலையாத்தி செந்தில், கோ. அருணகிரி போன்றோர் வட்டார வாழ்வியலுக்கும் மொழிக்கும் அழுத்தம் தருகின்றன. நக்கீரன், இரா. மோகன்ராஜன் கதைகள் பயோ பிக் கதைகளாகும். ம.இராசேந்திரன், தேன்மொழி, ஆசை, சுரேஷ் பிரதீப், ஆர். காளிப்ரஸாத், லோகேஷ் ரகுராமன் போன்றோரின் கதை கள் புதிய வீச்சு, உத்திகளைக் கொண்டதாக இருக்கின்றன.

நேஹாவின் கதை திருநங்கையின் துயரையும் அம்மாவின் வாதைகளையும் பதிவு செய்கிறது. கம்மாளர் வாழ்க்கைப் பாடுகளை தேவிலிங்கத்தின் கதை பேசுகிறது. சு.தமிழ்ச்

செல்வி, ஐ.கிருத்திகா, மேரி சுரேஷ், அருணா சிற்றரசு கதைகள் பெண்மொழியாய் ஒலிக்கின்றன. இத்தொகுப்பில் இடம்பெறும் ஒவ்வொரு சிறுகதையும் மனிதர்களின் வலி, இழப்பு, ஏக்கம், அன்பு போன்றவற்றை வெளிப்படுத்துவதாக உள்ளன.

சோலை சுந்தரபெருமாள் முதல் தொகுப்பை விதைக் கோட்டை என்கிறார். இரண்டாம் தொகுதியைக் களஞ்சியம் என்கிறார். காரணம் களஞ்சியத்தினுள் பதர்களும் அரிசிக் கருக்காய்களும் இருக்கும் என்கிறார். இருப்பினும் விவசாயி களுக்கு இரண்டுக்குமான மெல்லிய இழை புரியும், அவற்றைப் பெரிய வேறுபாடாக கட்டமைப்பதில்லை என்கிறார்.

நாம் இத்தொகுப்பிலுள்ள கதைகளை நல்ல, சுமாரான, மோசமான கதைகள் என்றெல்லாம் தரம் பிரிக்கப் போவதில்லை. எல்லா கதைகளும் அதனதன் அளவில் சிறப்பு பெற்றுள்ளன. இந்த ஒரு கதையை வைத்து அந்த எழுத்தாளரின் எல்லாக் கதைகளும் இவ்வாறு இருக்குமென தீர்ப்பு எழுதிவிடக் கூடாது. இத்தொகுப்பை வாசிப்போர் எந்த ஒரு எழுத்தாளரின் பிற படைப்புகளைத் தேடி வாசிப்பதற்கு இது துண்டுதலாக அமையவேண்டும்.

***

மாவட்டந்தோறும் தமிழ்நாடு அரசு புத்தகக் கண்காட்சி களை நடத்தி வருகிறது. மேலும் காவிரித் திருவிழாவும் இரண்டாண்டாக நடைபெற்றுள்ளது. இவற்றில் எழுத்தாளர்கள் ஒரு சிலர் மட்டும் அடையாளம் காட்டப் படுகின்றனர். சிலர் இலக்கியப்புலத்தில் இருப்பதே பலருக்குத் தெரிவதில்லை. இளைஞர்கள் சிலர் புதிய உள்ளடக்கத்துடன் படைப்புகளை உருவாக்கி இலக்கியத்திற்கு அணி சேர்த்து வருகின்றனர். இவர்களைப் பற்றிய அறிமுகத்துடன் அவர்களது குறிப்பிடத் தகுந்த சிறுகதை ஒன்றை 'ஏரோட்டம் - திருவாரூர் சிறுகதைகள் - அன்றும் இன்றும்' என்ற பெயரில் தொகுக்கத் திட்டமிட்டேன்.

ஏற்கனவே எழுத்தாளர் சோலை சுந்தரபெருமாள் இரு தொகுதிகளாக தஞ்சை (வண்டல்) எழுத்தாளர்கள்

(சிறுகதைகள்) பலரை அறிமுகம் செய்துள்ளார். அவர் தொகுத்த முதல் சிறுகதைத் தொகுப்பான (1992, காவ்யா) 'தஞ்சை சிறுகதைகளில்' (கா.சி. வேங்கடரமணி முதல் யூமா. வாசுகி வரை) 33 படைப்பாளிகளின் சிறுகதைகள் இடம்பெற்றன. இரண்டாவது தொகுப்பான் (2000, சிவசக்தி-நாகை) தஞ்சை கதைக் களஞ்சியத்தில் (உ.வே.சாமினாதய்யர் முதல் சிவக்குமார் முத்தய்யா வரை) 53 கதைகள் உள்ளன. இத்தொகுப்புகள் ஒருங்கிணைந்த தஞ்சை மாவட்ட எழுத்தாளர்களின் தொகுப்பாக அமைந்தவை.

அதற்குப் பின்னால் தற்போது பல எழுத்தாளர்களது சிறுகதைகள் காணக் கிடைக்கின்றன. அவற்றில் தேர்ந்த சில எழுத்தாளர்களின் சிறந்த கதை ஒன்றைத் தொகுக்க முடிவு செய்தேன். திருவாரூர் மாவட்டத்தில் இயங்கும் திருத்துறைப்பூண்டி நன்னூல் பதிப்பக நண்பர் மணலி அப்துல்காதர் அவர்களிடம் சொன்னபோது உடன் ஏற்று தொகுப்பு நூலை வெளியிட இசைந்தார்.

தற்போதைய திருவாரூர் மாவட்ட எல்லைக்குள் பிறந்து வெளியூரில் வசிக்கும் அல்லது வெளியூரில் பிறந்து இங்கு வாழும் சில குறிப்பிடத்தகுந்த எழுத்தாளர்களின் சிறுகதைகள் என்கிற வரையறைக்குட்பட்டு இத் தொகுப்பு உருவாகி யிருக்கிறது. வழக்கமான தொகுப்புகளின் எல்லைகளை மீறி திருநங்கை ஒருவரின் கதையும் இதில் இடம்பெறுகிறது. இத்தொகுப்பில் சோலையின் தொகுப்பில் இடம்பெற்ற சுமார் 10 பேரும் (வரிசை எண்கள்: 1-10) புதிதாக எழுதிவரும் திருவாரூர் மாவட்டத்தைச் சேர்ந்த சுமார் 24 பேரும் (வரிசை எண்கள்: 11-34) இடம் பெறுகின்றனர். புதியவர் களுக்கு இடமளிக்க அன்று எழுதிய சிலரைத் தவிர்க்க வேண்டியதாயிற்று. யாரையும் வேண்டுமென்று தவிர்க்க வேண்டும் என்ற எண்ணமில்லை. இத்தொகுப்பில் இடம்பெறும் முதல் மூவர் காலமானவர்கள்; ஆனால் காலத்தால் அழியாத எழுத்துகளால் நிலைத்து நிற்பவர்கள்.

உதாரணமாக ஒன்றிரண்டு கதைகள் எழுதிய சிலரும் திருவாரூர் மாவட்டத்தில் உள்ளனர். த.பிரிட்டோ என்றொரு தீவிர வாசகர் திருத்துறைப்பூண்டியில் இருந்தார்.

அவர் எழுதிய கதையொன்று குமுதம் இதழில் பரிசு பெற்றது. அவரும் உயிருடன் இல்லை, அந்தக் கதையும் கிடைக்கவில்லை. அதே ஊரைச் சேர்ந்த வழக்கறிஞர் தய். கந்தசாமி கவிஞர், செயல்பாட்டாளர்; சுமார் 3 கதைகளை மட்டும் எழுதியுள்ளார். நிறப்பிரிகை இலக்கிய இணைப்பில் இடம்பெற்ற 'டன்டனக்கு... டனக்கு... டனக்கு' கதை சோலையின் தொகுப்பில் இடம்பெற்றது. அவரது கணையாழியில் வெளியான கதை ஒன்றைத் தேடி இணைக்க முயன்றோம், அக்கதை கிடைக்கவில்லை. எழுத்தாளர் சாரு நிவேதிதாவும் திருவாரூர் மாவட்டம் இடும்பாவனம் என்னும் ஊரில் பிறந்தவர். இளமையில் அவர் குடும்பம் நாகூருக்கு குடி பெயர்ந்தது. எனவே அவர் கதைகளில் நாகூர் பதிவு மட்டும் இருக்கும்.

பெரிய நூல்களுக்கு அதிக விற்பனை வாய்ப்புகள் இல்லை. விலை மற்றும் கையாள்வது குறித்த சிக்கல்கள் இருக்கவே செய்கின்றன. இவற்றைப் படிக்க இன்றைய பெரும்பாலான வாசக மனம் விரும்புவதில்லை. இரு தொகுப்புகளாக வெளியிட்டால் ஒன்று கவனிக்கப்படாமல் போகலாம். எனவே பல்வேறு தடைகளை மீறி ஒரே பெருந்தொகுப்பாக இந்த 34 கதைகளும் வெளியாகின்றன. துணிச்சலாக இந்நூலை வெளியிடும் நன்னூல் பதிப்பக நண்பர் மணலி அப்துல்காதர் அவர்களுக்கு நன்றிகளைத் தெரிவிக்கிறேன். நூல் மற்றும் அட்டையை வடிவமைத்த சு.கதிரவன் அவர்களுக்கும் அச்சிட்ட அச்சகத்தாருக்கும் நன்றிகள்.

கதையாசிரியர்கள் பற்றிய சிறு அறிமுகக் குறிப்பு இறுதியில் இடம் பெறுகிறது. இக்குறிப்புகள் முழுமையானவை அல்ல. புதிதாக இவர்களை வாசிப்போருக்குத் தேவையான சிறு அறிமுகமாக இவற்றை எடுத்துக் கொள்ள வேண்டும். மேலதிக வாசிப்பிற்கு அவர்களது நூல்கள் பற்றிய கூடுதல் தகவல்களை தர நினைத்தேன். நூலின் கனம் கூடியதால் அவற்றைத் தர இயலவில்லை. இன்றுள்ள இணையவசதிகளில் இவைகளுக்குப் பெறுவது எளிதான ஒன்றுதான்.

இந்தத் தொகுப்பிற்காக எழுத்தாளர்களை பெரும்பாலும் புலனம், குறுஞ்செய்தி, மின்னஞ்சல் மூலம் தொடர்புகொண்டு

ஒப்புதல் கேட்டபோது அனைவரும் உடனடியாக இசை வளித்தனர். சிலர் கதைகளையும் அனுப்பி வைத்தனர். குறிப்புக்கான சில விவரங்களையும் கேட்டுப் பெற வேண்டியதாயிற்று. கதையாசிரியர்கள் அனைவருக்கும் எனது வாழ்த்துகளையும் நன்றியையும் தெரிவிக்கிறேன். இந்நூலை விரும்பி வாசிக்கத் தொடங்கியிருக்கும் வாசகர்களாகிய உங்களுக்கும் எனது நன்றி.

தோழமையுடன்,

தஞ்சாவூர்
27/01/2025

மு. சிவகுருநாதன்
musivagurunathan@gmail.com

பொருளடக்கம்

முன்னுரை ... 5

01. அணில் குஞ்சு
– **கலைஞர் மு.கருணாநிதி** ... 19

02. நிதர்சனங்கள்
– **ராஜகுரு** ... 27

03. மீட்சி
– **சோலை சுந்தரபெருமாள்** ... 36

04. தீபம்
– **ம. இராசேந்திரன்** ... 47

05. மனிதத் தீவுகள்
– **உத்தம சோழன்** ... 56

06. தாத்தா தொலைந்துபோனார்
– **இரா.காமராசு** ... 65

07. உள்ளங்கையில் உலகம்
– **மானா பாஸ்கரன்** ... 72

08. பாஞ்சாலி
– **சு. தமிழ்ச்செல்வி** ... 80

09. கற்றாழை
– **ஐ. கிருத்திகா** ... 104

10. ஒடம்போக்கியாற்றங்கரை
– **சிவகுமார் முத்தய்யா** ... 117

11. எல்வினின் காதல்
 – நக்கீரன் ... 131

12. ரேடியோ முருகேசனும் கே.எஸ்.ராஜாவும்
 – இரா.மோகன்ராஜன் ... 146

13. கூனல் பிறை
 – தேன்மொழி ... 157

14. மாலா அத்தை
 – விஷ்ணுபுரம் சரவணன் ... 168

15. அம்மாவின் மன்னிப்பு
 – நேஹா ... 182

16. ஆட்டிசம்
 – துவாரகா சாமிநாதன் ... 198

17. மதுரையை மீட்ட சுந்தரபாண்டியன்
 – ஆசை ... 205

18. செங்குத்தாய்த் தொங்கும்
 மஞ்சள் சரக்கொன்றை
 – மீனாசுந்தர் ... 219

19. பெருநாள் விருந்து
 – ஆலூர் புதியவன் ... 234

20. தலைமுறை
 – த.ரெ. தமிழ்மணி ... 238

21. வதை
 – மகேஷ்வரன் ... 246

22. உடனிருப்பவன்
 – சுரேஷ் பிரதீப் ... 259

23. கோட்டவம்
    – அலையாத்தி செந்தில் ... 276

24. உறுமீன்
    – தேவிலிங்கம் ... 306

25. வெசக்கடி... சொம்பு... பாவாடை...
    – அருணகிரி ... 316

26. உதிரி
    – மேரி சுரேஷ் ... 316

27. நடப்பா
    – கலைபாரதி ... 328

28. நீர்க்கோழி
    – ஆர். காளிப்ரஸாத் ... 341

29. நரை விதை
    – லோகேஷ் ரகுராமன் ... 353

30. அச்சாணி
    – மணி கணேசன் ... 379

31. நிறையாத நாட்காட்டி
    – ம.செ. லோகநாதன் ... 387

32. உடற்றும் பிணி
    – அருணா சிற்றரசு ... 396

33. அதே சுமை
    – அஜய்சுந்தர் ... 407

34. வலிக்குது
    – தீசன் ... 417

கதையாசிரியர் அறிமுகக் குறிப்புகள் ... 425

1

அணில் குஞ்சு

கலைஞர் மு. கருணாநிதி

கல் ஒன்று வீசப்பட்டவுடன் புறாக் கூட்டம் சிதறிப் பறப்பது போல புனித மேரிப் பள்ளியின் தண்டவாள மணி. அடிக்கப்பட்டவுடன், இளம் பிள்ளைகள் தயாராகக் கட்டி வைத்திருந்த புத்தக மூட்டைகளைத் தோளில் தொங்கப் போட்டுக்கொண்டு வெளியே ஓடிவந்தனர். அவர்களைக் கேட்காமலே அவர்களின் கால்கள், அவர் களின் வீடுகளை நோக்கி ஓட்டமும் நடையுமாக விரைந்து கொண்டிருந்தன. புனித மேரிப் பள்ளியிலிருந்து சிறிது தொலைவில் கிளை கிளையாகப் பிரியும் தெருக்களில் அந்தப் பிள்ளைகளும் பிரிந்து சென்றனர். கூட்டமாகக் கிளம்பிய அந்தச் சிட்டுக்குருவிகள் சிறிது நேரத்தில் மூன்று நான்கு பேராகவும் பின்னும் கொஞ்ச நேரம் கழித்து ஒருவர் இருவராகவும் தங்களின் வீடு நோக்கிச் செல்லும் பாதைகளில் நடக்கத் தலைப்பட்டனர்.

அந்தப் பிள்ளைகளில் ஒருவன்தான் பரூக் - பத்து வயதிருக்கும். கட்டம் போட்ட கால்சட்டை - பச்சை நிறத்தில் மேல் சட்டை உச்சியை மட்டும் மூடிக்கொண்டு முழுத்தலையையும் மறைக்காத ஒரு வெள்ளைக் குல்லாய், பூ வேலைப்பாடுகளுடன்!

மணி அடித்தவுடன் உற்சாகம் பொங்க ஓடிவந்து, பின்னர் நடக்கத் தொடங்கி, அதற்குப் பிறகு அவன் மேகத்தைப் போல் தெருவில் நகர்ந்து கொண்டிருந்தான். கொஞ்ச நேரத்தில் அந்த நடையும்கூட தளர்ந்து, எதையோ கூர்மையாகக் காது கொடுத்துக் கவனித்தான்.

பக்கத்தில் யாரோ கூட்டத்தில் பேசுகிற ஒலிபெருக்கி சப்தம். பரூக் நின்றுவிட்டான். பேச்சு தெளிவாகக் காதில் விழுவதற்காக அந்தத் தெருவின் ஓரம் ஒதுங்கினான்.

'நானூறு ஆண்டுகால வரலாற்றுக்குச் சொந்தமான பாபர் மசூதியை இடித்தது பயங்கரமான மதவெறிக் கூத்தல்லவா? இத்தகைய மதவெறிக்கு நாம் துளியும் இடம் தரலாமா? யோசித்துப் பாருங்கள். கரசேவை என்ற பெயரால் மசூதியை இடித்தது எவ்வளவு வன்முறைக்கு இடம் கொடுத்து நாட்டையே ரத்தக்களரி ஆக்கிவிட்டிருக் கிறது. எனவே மதப் பூசலுக்கு நமது தமிழ் மண்ணில் அனுமதி கிடையாது என்பதில் அனைவரும் கைகோர்த்து நின்று அணிவகுப்போம்! அமைதிகாப்போம்!'

அந்த வேண்டுகோளை வரவேற்றுக் கையொலி எழுந்தது.

'இதுவரை முழக்கமிட்ட நமது தம்பித்துரை அவர்களுக்கு இந்த சால்வை அணிவிக்கப்படுகிறது'.

ஒலிபெருக்கியில் நன்றி கூறி சால்வை அணிவிக்கப் பட்டதைத் தொடர்ந்து பாடல்கள் ஒலிக்கத் தொடங்கின. பரூக், பாட்டைக் கேட்டவாறு மீண்டும் வீடு நோக்கி நடந்து கொண்டிருந்தான். அவன் மனத்தில் மட்டும் பாபர் மசூதி - கரசேவை என்ற அந்தச் சொற்கள் அலை மோதிக் கொண்டிருந்தன. மேலும் இரண்டு தெருக்களைக் கடந்திருப்பான், அப்போது அவன் கவனத்தை மற்றொரு ஒலிபெருக்கி திருப்பியதால் - அதையும் கேட்கும் ஆர்வத்தில் நின்று கொண்டான்.

'அயோத்தியில் ராமர் கோயில் இருந்த இடத்தில் தான் பாபர் மசூதி கட்டினார்கள் என்பதற்கு ஆதாரம் இருக் கிறது. அதனால் பாபர் மசூதியும் இருக்கட்டும், பக்கத்தில் ராமர் கோயிலும் கட்டிக்கொள்ளலாம் என்று வாதிட்டவர் களின் பேச்சை உண்மையான ராமபக்தர்கள் ஏற்கவில்லை. எனவே அந்த மசூதியை இடித்து அகற்றியதில் எந்தவித மான தவறும் இல்லை.

இவ்வாறு பேசிக் கொண்டிருக்கும் போதே ஒலி பெருக்கி முழக்கம் நின்றுவிட்டது. ஏன் பேச்சு நின்றுவிட்டது

என்பதற்கான காரணத்தை அறிந்து கொள்ளும் ஆவல் இல்லாமலே பரூக் அங்கிருந்து மெல்ல நடந்து கொண்டிருந்தான்.

பாபர் மசூதி - கரசேவை - மதவெறி - ராமர் கோயில் அயோத்தி இந்த வார்த்தைகளைச் சமீப காலமாக அவன் அடிக்கடி கேட்டிருக்கிறான் என்றாலும், அப்படிக் கேட்கும் போதும் அவற்றைப் பற்றி அவன் ஆழமாகச் சிந்தித்ததில்லை. இப்போது ஒலி பெருக்கிகளில் இரண்டு கூட்டங்களின் பேச்சுக்களைக் கேட்ட போதும் அதைப் பற்றி முழு விபரமும் தெரிந்து கொள்ள அவனொன்றும் விரும்பவு மில்லை.

இருந்த போதிலும் இப்போது அவன் மனத்தில் அலைமோதிய பாபர் மசூதி - கரசேவை என்ற அந்த இரண்டு வார்த்தைகளுடன், ராமர் கோயில் - அயோத்தி என்ற இரண்டு வார்த்தைகளும் சேர்ந்துகொண்டன.

மாலை நேரத்து மெல்லிய காற்று பரூக்கின் உடலைத் தழுவி உற்சாகமூட்டியபோதிலும், அந்த ஒலி பெருக்கி களில் இரண்டு விதமான கருத்துக்கள் வெளிவந்ததை நினைத்துக் கொண்டே குழம்பிப் போன நிலையில் ஆகா யத்தைச் சற்று அண்ணாந்து பார்த்தவாறு தன் வீட்டுக்குச் செல்ல இன்னும் இரண்டே தெருக்கள் இருக்கும்போது இடையில் மரங்கள் நிறைந்த ஒரு தெருவில் ஏதோ ஒரு சினிமாப் படம் பார்த்த நினைவில் மெதுவாகக் கைகால் களை அசைத்து நடனமாடிக் கொண்டு போனான்.

‘என்னப்பா பரூக், தெருவுன்னு நினைச்சியா டிராமா மேடைன்னு நினைச்சியா? டூயட் டான்சா? என்னையும் வேணும்னா சேத்துக்கிட்டு ஆடுறியா?’

காய்கறி விற்கிற கிழவி, வியாபாரம் முடிந்து வெறுங் கூடையுடன் எதிரே வந்தவள் இந்தக் கேலி நிரம்பிய கேள்வியைக் கேட்டவுடன், பரூக், படக் என்று பதில் சொன்னான்: ‘நீ என்னைத் தூக்கிக்கிட்டு ஆடேன் பாட்டி! முடியாதுன்னா வீட்டிலே பாட்டன் காத்துக் கிட்டிருப்பார். அங்கே போயி அவரோட டிஸ்கோ ஆடு பாட்டி!’

காய்கறிப் பாட்டிக்குச் சிரிப்பும் கோபமும் வந்து விட்டது. கணவனுடன் நடனமாடுவதைக் கனவில் கண்டு வெட்கமும் பிடுங்கித் தின்றது. பரூக்கின் கன்னத்தில் லேசாகத்தட்டி, 'டேய், இப்ராகிம் ராவுத்தர் மவனே! உனக்கு என்னா குறும்பு! என்று கூறிவிட்டு 'படிக்காத ராவுத்தருக்கு புள்ளையா பொறந்து எவ்வளவு துடிப்பா பேசுறே!' என்று ஆச்சரியம் பொங்க அவனை முத்தமிட்டுவிட்டு அவள் போய்விட்டாள் என்றாலும் பரூக்கிற்கு அந்தப் பாட்டியின் மீதுள்ள அன்பும் பரிவும் அங்கேயே அவன் நெஞ்சில் நிலைகொண்டு விட்டன. அந்தப் பாட்டி, பக்கத்தில் உள்ள காலனியில் வாழ்பவள் என்பதால் அந்தத் தெருவிலிருந்து குறுக்கே போகும் வரப்பு வழியாகப் போவதைப் பார்த்துக் கொண்டேயிருந்த பரூக்கின் அருகே, ஏதோ ஒன்று மரத்திலிருந்து 'பொத்' என்று விழுந்த சப்தம் கேட்டது. திடுக்கிட்டான். திரும்பி மரத்தடியில் பார்வையைச் செலுத்தினான்.

மரக்கிளையிலிருந்து ஓர் அணில்குஞ்சு எப்படியோ தவறியோ, தடம் மாறியோ தரையில் விழுந்து, விழுந்த அதிர்ச்சியில் அசைவற்றுக் கிடந்தது. பரூக்கிற்கு அந்த அணில்குஞ்சின் மீது அனுதாபம் பெருக்கெடுத்தது. உடனே ஓடி அதைக் கையிலெடுத்து ஆசுவாசப்படுத்தினான். அணில்குஞ்சு, மெலிந்த குரலில் 'கீச்சு கீச்சு' என்று முனகியது. இளம் விரல்களால் அதை அவன் இதமாகத் தடவிக் கொடுத்தான். அணில்குஞ்சு அவன் உள்ளங்கையில் புரண்டு, தனக்கு உயிர் இருப்பதை நிரூபித்துக் கொண்டது, மிக லாவகமாக அதைப் பிடித்துக்கொண்டு, ஒரு கையில் அணில்குஞ்சும், அதற்கு இன்னொரு கையின் அணைப்புமாக வீடு நோக்கி விரைந்தான்.

இந்த அணில்குஞ்சை வீட்டில் வைத்து வளர்க்க வேண்டும். அதற்கு பழரசம் கொடுக்க வேண்டும். பழரசமென்ன, ஒரு கரண்டியோ இரண்டு கரண்டியோ போதுமானது. பள்ளிக்கூடம் போகும்போதும் இதைப் பையில் வைத்து பத்திரமாக எடுத்துச் செல்ல வேண்டும். இப்படி மனக்கோட்டை கட்டிக்கொண்டு நடந்த பரூக்கின் நினைவுக்கு அணிலைப் பற்றிப் பள்ளி ஆசிரியர் சொன்ன கதையும் கூட வரத் தவறவில்லை. அந்த இனிய ஞாபகத்துடன் கையின் கதகதப்பில் அணில் குஞ்சை வைத்தவாறு பரூக்

வீட்டுக்குள் நுழைந்தான். 'அம்மா! இன்னம் வாப்பா வரலியா?' என்று ஆசையுடன் கேட்ட மகனிடம் 'வாப்பா கசாப்புக்கடை பாக்கியெல்லாம் வசூலிச்சுக்கிட்டு சாயந்திரம் வந்திடுறேன்னு சொன்னாரு. இப்ப வந்திடுவாரு!' என்று பதில் சொன்னாள் பரூக்கின் தாயார்.

அப்போது அவன் அப்பா கசாப்புக்கடை இப்ராகிம் ராவுத்தரும் தனது பெரிய மீசையைத் தடவிக்கொண்டு இடுப்பில் கட்டிய லுங்கிக்கு மேலே, பிடிப்பாகப் போட்டிருந்த பச்சை கேன்வாஸ் பெல்ட்டை மேலும் இழுத்து விட்டுக் கொண்டு, 'என்னடா, புள்ளையாண்டான் வந்துட்டியா? இன்னைக்கு உங்க ஸ்கூல்ல என்ன விசேஷம்?' என்று கேட்டுக்கொண்டே உள்ளே வந்தார்.

'வாப்பா! இதோ பாருங்க வாப்பா, அணில்குஞ்சு! மரத்தடியிலே கிடந்துச்சு! இதை நான் வளர்க்கப் போறேன்'.

பரூக்கின் தாயும் தந்தையும் இமைகொட்டாமல், அவன் கையிலிருந்த அணில்குஞ்சைப் பார்த்தனர். அவர்களும் அதன் மீது பரிவுடன் தடவிக் கொடுத்தனர்.

'வாப்பா, இந்த அணில்குஞ்சு ஒண்ணும் சாமான்யமில்லயாம். ராமாயணத்திலே ராமரும் அவரோட சேர்ந்து குரங்குகளும் இலங்கைக்கு பாலம் கட்டி ராவணன் மீது படையெடுத்தப்ப, அணில்கூட அந்தப் பாலம் கட்ட ராமருக்கு உதவி செஞ்சுதாம். அதுக்காக ராமர் அணில் முதுகிலே மூணு விரலாலே தடவிக் கொடுத்து பாராட்டினாராம். அதான் இது முதுகில மூணு கோடுகளாம் எங்க டீச்சர் போன வாரம் கிளாசிலே சொன்னாரு!'

பரூக் சொன்னதைக் கேட்டவுடன் இப்ராகிம் ராவுத்தருக்குக் கோபம் பொங்கியது. பெரிய மீசைகள் துடித்தன! ராமர் பெயர் - அவர் தடவிக் கொடுத்த அணில் இலங்கைப் பாலம் - அயோத்தி -பாபர் மசூதி இடிப்பு இத்தனையும் இணைத்துப் பார்த்துவிட்டார் போலும்! பரூக் சொன்ன கதையை இதுவரை அவர் கேள்விப்பட்டதில்லை.

'ஏய் பரூக்! இந்த அணில்குஞ்சு நம்ப வீட்ல ஒரு நிமிஷம்கூட இருக்கக்கூடாது! இது இங்கே இருந்தா, இது ராமபக்தன் அணிலோடட வீடுன்னு இதையும் இடிக்க வருவாங்க! மரியாதையா இப்பவே கொண்டு போய் இதை எங்க எடுத்தியோ அங்க கொண்டுபோயி விட்டு விட்டு வந்துடு! ம், போ!'

'இது வாயில்லா ஜீவன், இது என்ன வாப்பா செய்யும்? பாவம், போனாப் போகுது, நான் கவனமாக வளர்க்கிறேன் வாப்பா!'

'டேய், என் பேச்சையா தட்டிப் பேசுறே? இந்த அணில் ராமருக்கு உதவி செஞ்சதுன்னு நீயே சொல்லிட்டு, இது மேல இருக்கிற மூணு கோடும் ராமர் போட்ட கோடுன்னு சொல்லிட்டு அதுக்கப்புறமும் இதை இங்க வளர்க்கிறதா? முடியாது இப்பவே கொண்டு போய் விட்டுட்டு வா! போ!'

பரூக், கண்கலங்க நின்றான். அணில்குஞ்சை பரிதாப மாகப் பார்த்துக்கொண்டே தன் தாயாரையும் உருக்க மாகப் பார்த்தான். தாயார் இருவருக்கும் பொதுவாக ஒரு சமரச ஏற்பாடு செய்தாள்.

'போனாப் போகுதுங்க இனிமே இருட்டிலே கொண்டு, போயி இதை எங்க விட முடியும். பரூக் நல்லபிள்ளை, நம்ப பேச்சை நிச்சயம் கேட்பான். பொழுது விடிஞ்சோன்ன கொண்டு போயி விட்டுட்டு வந்திடுவான். ஏண்டா கண்ணு பரூக்? நான் சொல்றது சரிதானே, காலையில கொண்டு போயி விட்டுடணும்!'

'சரிம்மா!'

இரவு அணில்குஞ்சை காற்றோட்டமான ஒரு பிரம்புக் கூடை போட்டுக் கவிழ்த்து விட்டு, அதனருகிலேயே . ஒரு பாயைப் போட்டுப் பாதுகாப்பாக பரூக் படுத்துக்கொண்டான். இரவு முழுதும் அவன் தூங்கவே இல்லை. ஒரு சிறிய கரண்டியில் ஆரஞ்சுப் பழச்சாறு விட்டு, அதைக் கூடையின் இடுக்கு வழியாக உள்ளே நீட்டி, அதை அணில்குஞ்சு சுவைத்து அருந்துவதை அவன் ரசித்துப் பார்த்துக் களித்தான்.

தந்தையின் கட்டளைப்படி, அணில்குஞ்சை எடுத்துக் கொண்டு அதை எங்கே பத்திரமான இடத்தில் விடலா

மென்று யோசித்துக் கொண்டே அதைக் கண்டெடுத்த பழைய மரத்தடியின் பக்கமே பரூக் வந்தான்.

'என்னடா, காலங்காத்தால எங்கேடா போறே? நோக்கு இன்னைக்கு ஸ்கூல் இல்லியோ? படிக்காம எங்க வெட்டியிலே சுத்துறே?' என்று கேட்டுக்கொண்டே எதிரே வந்தவர், ஆராவமுத அய்யங்கார் - அந்த ஊரின் சனாதனப் புள்ளிகளில் ஒருவர். அவர் கேள்விக்கு பதில் சொல்லாமல் பரூக் நின்றான்.

'என்னடா கையிலே? என்ன வச்சிண்டு அழறே?'

'அணில் குஞ்சு! இதை வளர்க்கணும்னு எடுத்துக் கிட்டுப் போனேன்...'

பரூக், பேச்சை முடிப்பதற்குள் ஆராவமுத அய்யங்கார் பதறிப் போய், 'என்ன, அணிலை வளர்க்கிறதாவது - அதுவும் நீ வளர்க்கிறதாவது; அணில் ராமரோட கடாட்சம் பெற்ற ஜீவனாச்சே! அதை நீங்க தொடுறதே தப்பாச்சே!' என்று சீறினார்.

அப்போது இப்ராகிம் ராவுத்தரும் அங்கே வந்து விட்டார். 'என்ன பெரியவாள், ஏன் பையன்கிட்ட கோபிக்கிறீங்க? என்ன தப்பு செஞ்சான் என் மவன்?'

'இப்ராகிம்! உமக்கு விஷயம் தெரியாதோ? அணில் வளர்க்கிறானாம் இவன்? அது ராமரோட சிஷ்யப் பிராணி! அதை வளர்க்க உங்க மதத்திலே உள்ளவாளுக்கு என்ன உரிமை இருக்கு? மகா பாபமில்லையோ?'

ஆராவமுதரின் இந்த எரிச்சல் வார்த்தைகளைக் கேட்டதும் இப்ராகிம் ராவுத்தருக்கும் சினம் தலைக் கேறிவிட்டது. உரிமைக் குரல் கொடுக்க ஆரம்பித்து விட்டார்.

'ஏன், நாங்க வளர்த்தா என்ன? அயோத்தியிலே எங்க மசூதிதான் இருக்கக் கூடாதுன்னு இடிச்சீங்க. அணில் கூடவா வளர்க்கக் கூடாது? நல்ல நியாயம் இது...'

'என்னஙகாணும் ராவுத்தரே, என்கிட்ட நியாயம் பேச வந்துட்டீர்? அணில் குஞ்சுக்கும் அயோத்திக்கும் ஏன் முடிச்சு போடுறீர்?'

‘நீங்கதான் அணில்குஞ்சுக்கும் ராமருக்கும் முடிச்சு போடுறீங்க?’

‘நீதான் அயோத்தியைப் பத்தி பேசி எங்க இந்துக்கள் மனசைப் புண்படுத்துறே?’

‘மரியாதையா பேசணும். நீ நான்னு ஒருமையிலே பேசினா நானும் பேசுவேன்!’

வார்த்தைகள் இருவரிடையே தடிக்கத் தடிக்க மரத் தடியில் இந்துக்களும் முஸ்லிம்களும் இரு தரப்பிலும் நூற்றுக்கணக்கில் கூடிவிட்டனர். பெரிய கலவரத்துக்கான கைகலப்பு ஏற்படப் போகிறது என்று கேள்விப்பட்ட பரூக்கின் தாயாரும் தலைதெறிக்க அங்கு ஓடிவந்து விட்டாள். தனது முக்காட்டை மேலும் இழுத்து மூடிய வாறு, மரமொன்றின் பின்னால் மறைந்து கொண்டு,

‘ஏய், பரூக்! எல்லாம் உன்னால வந்த வினைதான்! அந்த அணில்குஞ்சை தூக்கிப் போட்டுவிட்டு வந்துடு! இல்லாவிட்டால் இந்த ஊர்ல பத்து கொலை விழுந்துடும்’.

அங்கு ஆவேசமாக நின்று கொண்டிருந்த இரு தரப் பினருமே குரல் வந்த திசையை நோக்கினர். பரூக்கும், ‘அம்மா!’ என்று கதறியபடி மரத்தடிக்குச் சென்று அம்மாவைக் கட்டிப்பிடித்துக் கொண்டு கண்ணீர் கொட்டக் கொட்ட அந்த அணில் குஞ்சை அந்த மரங்களுக்கு இடையே தரையில் மெல்ல வைத்தான்.

திடீரென ஒரு பருந்து... மரக்கிளையில் அமர்ந்திருந்தது - இறக்கைகளை வேகமாக அடித்துக்கொண்டு அந்த அணில்குஞ்சின் மீது பாய்ந்தது. அதே வேகத்தில் அந்த அற்ப ஜீவனுடன் ஆகாயத்தில் பறந்தது.

இருசாராரும் கலைந்து சென்றனர். அந்த ஊரின் அமைதியை அந்த அணில் குஞ்சு காத்தது, அதனால் முடிந்த தியாகத்தைச் செய்து!

எனினும் பரூக் மட்டும், பருந்து எடுத்துச் செல்லும் அணில்குஞ்சைப் பார்த்தவாறு கண்ணீர் சிந்தி நின்றான்.

2
நிதர்சனங்கள்

ராஜகுரு

அந்த பிளாட்பார வாழ்க்கை சில ஆண்டுகளாக அவளுக்குப் பழகிப் போனது தான். ஒருசில அலுமினியப் பாத்திரங்கள், ஒரு கந்தல் துணி மூட்டை, கூடவே துணைக்கு ஓர் ஆண் குழந்தை, ஒரு கோணத்துண்டை இரு கம்புகளில் முடிந்து விரிக்கப்பட்ட வெயிலுக்குச் சற்றே நிழல் தரும் தற்காலிகக் கூரை.

அதுவே சில வேளைகளில் கார்ப்பரேஷன் அதிகாரி களால் அப்புறப்படுத்தப்படும். மெல்ல மெல்ல சில நாட் களில் தொடங்கப்படும் நடைபாதைக் கடைகள் போல் அவளின் கோணிக்கூரையும் மீண்டும் விரிக்கப்படும்.

கடும் மழை வரும்போது மட்டும் சற்று தூரத்தில் இருக்கும் பள்ளிக் கூடத்தின் வராந்தாவுக்கு இடம் மாறுவாள். வெயிலும் மழையும், காற்றும், தூசியும், சாக்கடை மனமும், பெருநகரக் கொசுக்களின் இன்னிசை யும் இரவும் பகலும் போல அவளுக்கு பழகி விட்டன.

அவளைப் போலவே பல்வேறு குடும்பங்களின் கதம்ப மான... வெகு கலகலப்பான நகரத்து பாஷைப் பரிமாற்ற மும் சண்டையும் சச்சரவும், கூச்சலும் குதூகலமும் நிறைந்த... அதிகக் கடமைகளும் அதிக எதிர்பார்ப்புமற்ற ஏகாந்த வாழ்க்கை.

குறைந்தபட்ச வசதி கொண்ட வாழ்க்கைகூட அவளுள் இப்போதெல்லாம் மகிழ்ச்சியை தூவுகிறது. ஆம்

ஓராண்டாகத்தான் அந்தச் சுட்டிக் குழந்தையின் சிரிப்பே அவளுக்கு சொர்க்கமாகத்தெரிகிறது. நாளின் பெரும் பகுதி நேரம் அவனைச் சுமந்தபடியே அவனைக் காட்டியே பிச்சை எடுப்பது அவள் கடமையாகிவிட்டது.

அவனை எப்படியும் வளர்த்து ஆளாக்க வேண்டுமென்ற லட்சியமும், ஏதேதோ கனவுகளும் கூட அவளுள் முகிழ்ந்துவிட்டது. அவன் தகப்பன் யார்? அவளுக்குத் தெரியவில்லை. ஆனாலும் அவன் அவள் வயிற்றில் பிறந்த குழந்தை. இப்படி ஒரு குழந்தையை அவள் வேண்டினாளா இல்லை.

மனிதர்களின் விருப்பப்படியேவா நடக்கின்றன? இப்படி ஒரு வாழ்க்கையை அவள் விரும்பினாளா? இல்லையே! ஐந்து ஆண்டுகளுக்கு முன் ஓர் இளங்காலை நேரத்தில் எழும்பூர் ரயில் நிலையத்தில் ஒரு சூட்கேசோடு வந்திறங்கியபோது அவள் இளம் இதயம் சுமந்த கனவு சுமந்த கனவுகள் அடடா! அவளின் கண்களிலும் கனவுகள் மின்னின.

அந்தப் பதினேழு வயதில் வீட்டில் சொல்லிக் கொள்ளாமல் அணிந்திருந்த நகைகளோடும் ஆகாசக் கோட்டைகளோடும் தான் வந்திருந்தாள். சுவரில் தெரிந்த சுவரொட்டிகளில், கட் அவுட்களில் எல்லாம் கதா நாயகர்களுக்குப் பக்கத்திலும், அவர்களின் அணைப்பிலும் தன் உருவை அவள் விழிகள் பொருத்திப் பார்த்து மகிழ்ந்து கொண்டன. அன்றைய எதிர்பார்ப்பெல்லாம் அவள் ஓர் திரைப்படக் கதாநாயகியாக ஒளிவீச வேண்டும். விதம் விதமான வேடங்களில் நடிக்கும் முன்னணி நட்சத்திரமாகத் திகழ வேண்டும் என்பது மட்டும்தான்.

தனது கன்னிக் கனவுகளுக்கு ஆதாரமாக, தனது மின்னும் மேனி நிறத்தையும், பூரித்த அங்க அழகுகளையும் பெரிதாக நினைத்தாள். ஊரை மறந்தாள். உறவை மறந்தாள். தன்னை மறந்த உற்சாகத்தில் ரயில் நிலையத்தை விட்டு அவள் வெளியேறிய போது... அவள் விழிகள் சென்னையின் தோற்றத்தை ஆசை ஆசையாகப் பார்த்தன.

அப்போது...

ஆட்டோ ஒன்று அவசரமாக அவளை நெருங்கி நின்றது. ஏதோ ஓர் ஸ்டூடியோ பெயரை அவள் சொன்னாள். ஏறி அமர்ந்தாள். ஆட்டோ பறந்தது. அந்த நிமிடத்திலேயே அவள் நிம்மதியும் பறந்தது.

அந்த ஆட்டோ பல சந்து பொந்துகளில் ஓடியது. ஒதுக்குப்புறமான ஒரு பழைய வீட்டின் முன் நின்றது. தான் வேறங்கோ வந்திருப்பதை அவள் உணர்ந்து விழித்தாள்.

அன்றிரவே அவள் பம்பாய் கொண்டு போகப்பட்டு விற்பனை ஆனாள். முரண்டு பிடித்தாள். கண்டபடி அடி விழுந்தது. கட்டாயப் பசிக்கு ஆளாக்கப்பட்டாள். சில நாட்கள் தான் அந்தச் சின்னக்குயில் தாக்குப் பிடித்தது.

கடும் பசியும், அடி உதைகளும் அவளைப் பணிய வைத்தது. பம்பாய் சிவப்பு விளக்குப் பகுதியில் அவளும் ஒரு தேவதையாக சிலகாலம் கொண்டாடப்பட்டாள். அவள் நகைகள் சென்னையிலேயே பறி போயிருந்தன. சில ஆண்டுக்குப்பின் அவள் கனவுகள் கலைந்து போயிருந்ததை அவள் உணர்ந்தாள். கூடவே அவளின் இளமை அழகுகளும் குலைந்துபோயின.

நாளுக்கு நாள் அவளுக்கிருந்த மவுசும் குறைந்தது... அவள் உணர்ச்சிகளும் உடலும்கூட மரத்துப் போயின. அப்படியும் எப்போதாகிலும் சில வாடிக்கையாளர்கள் அவளிடம் வந்து போயினர்.

அப்படி ஒரு நாளில் அவள் வயிற்றில் சில மாதச் சிசு வளர்வது விடுதியின் சொந்தக்காரிக்கு தெரிந்தபோது... விடுதியை விட்டு வெளியே தள்ளப்பட்டாள், வீசி எறியப்படும் பழத்தோல் போல.

எப்படி எப்படியோ குற்றுயிரும் குலை உயிருமாக சென்னைக்கு மீண்டும் வந்து சேர்ந்தாள். சில ஆண்டு களுக்கு முன் சென்னை வந்தபோது அவள் இருந்த அழகென்ன? பம்பாய் வாழ்க்கைக்குப் பின் வயிற்றில் வளரும் குழந்தையோடு வந்து சேர்ந்திருக்கும் கதிஎன்ன?

அலைந்து திரிந்து சில வீடுகளில் வேலை செய்தாள். அந்த நிலையிலும் அவளின் மிச்சசொச்ச அழகுகள்

பகையாக இருந்ததால்... கந்தல் ஆடையும், கலைந்த தலையுமாய் சென்னைத் தெருக்களில் பிச்சைக்காரியாக மாற வேண்டியது காலத்தின் கட்டாயமாயிற்று.

பிச்சைக்காரியான ஆரம்ப நாட்களில் ஏச்சுக்கும் பேச்சுக்கும் ஆளாகி... ஒண்ட இடமின்றித் தவித்து அலை மோதி... கடைசியாக அந்தப் பிளாட்பாரத்தைத் தேர்ந் தெடுத்துத் தங்கினாள்.

பிரசவ நாள் நெருங்கியது.

சக பிளாட்பாரப் பிச்சைக்காரக் குடும்பம் ஒன்றின் துணையால் மருத்துவமனைக்கு கொண்டு போகப்பட்டு ஆண் குழந்தையை ஈன்றாள். அந்தக் குழந்தையோடும் இந்த வாழ்க்கையோடும் ஒன்றிப் போனாள்.

தொடர்ந்து சில மழை நாட்களில் குழந்தையோடு அலைந்து பிச்சை எடுத்ததின் பலன் குழந்தைக்குக் காய்ச்சல். மழைச்சாரலில் படுக்க வைத்து கந்தல் துணிகளால் என்னதான் போர்த்தி விட்டும் காய்ச்சல் அதிகமாயிற்றே தவிர சிறிதும் குறையவில்லை.

அவளறியாமல் அவள் இதயம் புலம்பியது. கடந்த கால வாழ்வு நாட்களின் வகைவகையான அனுபவங்களும் நினைவுகளும் அவளைக் கலங்க அடித்தன.

விடிந்ததும் மருத்துவமனைக்குக் குழந்தையைக் கொண்டு போக முடிவு செய்து கொண்டு உறக்கமின்றி அந்த இரவைக் கழித்தாள். மனம் திக்குத் திசை அறியாமல் அலை பாய்ந்தது. கலைந்துபோன கனவுகளைப் பற்றி அவள் கவலைப்பட வில்லை. பிச்சை எடுப்பதைப் பற்றி அவளுள் எந்தவித ஆதங்கமும் இல்லை.

ஒரே மாதிரியாக நகர்ந்து கொண்டிருந்த நாட்களில்... தனக்குப் பற்றுக் கோடாகக் கிடைத்த இந்த ஆண் குழந்தையையும் இழந்து விடுவோமா என்று அவள் திகிலுற்றாள். பெற்ற மனம் பித்துக் கொண்டது.

அன்றிரவு விடிவதற்கு நெடுநேரம் ஆவது போல் அவளுக்குத் தோன்றியது.

அப்போது...

காலடிச் சத்தம் கேட்டது. தொடர்ந்து "சரசு... சரசு" என்று ரகசியமாக அழைக்கும் ஆண் குரலும் கேட்டது.

யார் என்று அவளுக்குப் புரிந்தது. இப்போதெல்லாம் இவன்தான் அவளே மறந்து போயிருக்கும் பெயரை நினைவு படுத்துகிறான். எதிர் வரிசை நாயர் டீக் கடையின் சர்வர் கிருஷ்ணன்.

அலுப்போடு, "ஏன்யா? நீ வேற என் பாவத்தைக் கொட்டிக்க வந்திட்டியா?" என்றாள் சரசு.

"இன்னா சரசு கோவமாகிறீயா? இன்னா விஷயம்" என்றான் கிருஷ்ணன்.

"உன்மேல கோவப்பட்டு இன்னாய்யா ஆவப்போவுது!"

"நீ கடையாண்ட வருவேன்னு பாத்தேன் சரசு. நாலு இட்லியும் கொஞ்சம் வடகறியும் எனக்குன்னு எடுத்து வெச்சிருந்தேன். நீ தான் வரவேயில்லை", குற்றம் சாட்டும் குரலில் சொன்னான் கிருஷ்ணன்.

"எங்கய்யா இந்தப் பாழாப்போன மானந்தான் பொயுதுக்கும் ஒரே முட்டா அடைச்சிகுனு இருந்திச்சே! இந்தப் புள்ளைக்கு காச்சல் தூக்கித் தூக்கிப் போடுது. வவுத்துப் பாட்டுக்கும் எங்கேயும் போவமுடியல."

"இந்தாம்மே! இத துண்ணு மொதல்ல" என்ற கிருஷ்ணன், அவளருகே அமர்ந்து அவளிடம் கையில் கொண்டு வந்த இட்லி வடகறிப் பொட்டலத்தைக கொடுத்தான்.

அவனிடம் சற்றுமுன் அலுப்போடு பேசியதை அவள் நெஞ்சு நினைவூட்டியதும்...

"நீ ஒண்ணும் நெனைச்சிக்காதய்யா? என் தலையெயுத்து செரியில்ல."

"புள்ளைக்கு இன்னா ஒடம்புக்கு? யாராச்சும் டாக்டராண்ட காட்டுனியா?"

நிஜமாகவே பரிவோடு கேட்டாள் கிருஷ்ணன்.

“டாக்டராண்ட போல நான் மடில துட்டை முடிஞ்சா வெச்சிருக்கேன். பொயுது முச்சூடும் நான் கோத்த பல்லு கொலையாம கந்தத் துணியை இறுக்கிக் கட்டிக்கினுகிறேன். எம்புள்ளயும் ஒரு சாயாத் தண்ணிகூட குடிக்கல, இன்னாய்யா செய்வேன், என்னை கட்டுன புருஷங்காரனா இருக்கான். அதான் என் கோண எயுத்துவிதியை நெனச்சி கினுகீறேன்.”

“செரி. மொதல்ல இட்லியைத் துண்ணு சரசு.”

வயிற்றுப் பசி அவளை பரபரவென்று பொட்டலத்தைப் பிரித்து தின்னத் தூண்டவே சில நிமிடங்களில் அவள் பசி மறைந்தது. புதுத் தெம்பும் பிறந்தது. அலுமினியக் குவளையில் இருந்த நீரை அருந்தி கையைக் கழுவிக் கொண்டாள்.

அந்த பள்ளிக்கூரையின் அரையிருட்டிலும் அவள் விழிகள் நன்றி காட்டி மின்னின.

“இந்தா சரசு இத வெச்சிக்கினு கொழந்தைய டாக்டராண்ட காட்டு” என்ற கிருஷ்ணன் அவள் கையில் ஐந்து ரூபாய் நோட்டு ஒன்றை திணித்தான். அது எட்டாக மடிக்கப்பட்டிருந்தது. வாங்கி புடவை நுனியில் முடிந்து இடுப்பில் செருகிக் கொண்டாள் சரசு.

“செரி. நான் போறன் சரசு” என்று கிளம்பினான்.

“இருய்யா! இம்மாந்தூரம் வந்துட்டு.. ஏன் சொம்மா போறங்கிறே!”

“பரவால்ல சரசு...”

“சொம்மா வாய்யா! செத்த சந்தோசமா இருந்துட்டு போலாம் வா!” என்ற சரசு விறுக்கென்று எழுந்து அவன் கையைப் பற்றினாள்.

மறுநாள் விடிந்தது.

முதல் காரியமாக சரசு எழுந்ததும் எதிர் வரிசை நாயர் கடைக்குச் சென்று ஒரு சாயா வாங்கி சிறிது பருகிவிட்டு மீதியை வாயால் ஊதி குழந்தையின் வாயில் சிறிது ஊற்றினாள்.

இன்னமும் லேசான மழை தூறிக் கொண்டிருந்தது. ஒரு கந்தல் துணியால் குழந்தைக்குப் போர்த்திவிட்டு தோளில் சாய்த்துக் கொண்டு சற்று தொலைவிலிருந்த அரசாங்க மருத்துவமனைக்குச் சென்றாள்.

மருத்துவமனையில் பலபிரிவுகளிலும் அந்த அதிகாலை நேரத்திலேயே கூட்டம் சேரத் தொடங்கிவிட்டது.

ஓ.பி.யில் பெண்கள் வரிசையில் சென்று நின்றாள் சரசு. அங்கே பல நீண்ட வரிசைகள், ஓ.பி. டிக்கெட் கொடுக்கும் கவுண்டர், மாத வருமானம் பதியும் கவுண்ட்டர், விதம் விதமான வார்டுகள், எண்கள் பொறித்த போர்டுகள் தொங்க வெள்ளைச் சீருடைகள் அணிந்த செவிலியரும், வார்டு பாய்களும் ஸ்டெத்தை தோளில் போட்டவாறும், கையில் பற்றியவாறும் குறுக்கும் நெடுக்கும் நடந்த ஆண்களும் பெண்களுமான டாக்டர்கள்.

கூடவே மருந்து நெடி,

இன்னொருபுறம் டெட்டால் நனைத்த துணியால் மொசைக் தரையை துப்புரவு செய்யும் பணியாளர்கள் மருந்து கொடுக்கும் கவுண்ட்டர், காக்கிச் சீருடை அணிந்த உதவியாளர்கள்.

உள் நோயாளிகள் உள்ள பல்வேறு வார்டுகள் என்று ஒரு புதிய உலகத் தோற்றம் எல்லாம் கண்ட சரசு திகைத்த வாறு வரிசையில் நின்றிருந்தாள். வரிசை லேசில் நகர வில்லை.

சந்தைக்கடை இரைச்சல், நோயாளிகளின் முனகல்கள், சக்கர நாற்காலிகள், ஸ்டிரெச்சர்கள்... அடடா!

அப்போது

பலரையும் கூர்ந்து நோக்கியவாறு ஒரு பக்கத்திலிருந்து நாற்பது வயது மதிக்கத் தக்க ஒருவன் வரிசைகளின் ஓரமாக வந்தான். யார் அவன்? நாள்தோறும் அம்மருத்துவ மனையில் பல டாக்டர்களுக்கும் நோயாளிகள் பிடித்து அனுப்பும் புரோக்கர் பஞ்சநாதன் தான் அவன்.

அந்த மருத்துவமனையின் எல்லா பிரிவுகளுக்கும் எந்த நேரத்திலும் அவனால் செல்ல முடியும். டாக்டர்களிடமும் ஊழியர்களிடமும் அவனுக்கு நல்ல செல்வாக்கு.

இரண்டொரு நோயாளிகளிடம் பேச்சுக் கொடுத்த புரோக்கர் பஞ்சநாதன் பெண்கள் வரிசையில் நின்றிருந்த சரசுவை நெருங்கி.

"இன்னா கேசும்மே?" என்றான்.

"புள்ளக்கிக் காச்சல்!" என்றாள் சரசு.

"அதுக்கு இங்க நிக்கிறே, சில்ட்ரன்ஸ் வார்டுக்குள்ள போவணும், செரி இப்படி வாம்மே," என்றான்.

ஒரு மணி நேரமாக நின்றிருந்த வரிசையைப் பரிதாபமாகப் பார்த்துவிட்டு அவன் பின்னால் நடந்தாள் சரசு.

சற்று தொலைவு கடந்ததும் அதிக நடமாட்டம் இல்லாத இடம் வந்ததும்

"துட்டு எம்மா வெச்சிருக்கே புள்ள?" என்றான்.

அவன் முகம் பார்த்துப் பேசாமல் நின்றாள் சரசு.

"துட்டு இருந்தா தான் இங்கெல்லாம் சரியா வரும். இல்லன்னா இன்னிக்கி பூரா நீ நிக்க வேண்டியதுதான். ஒண்ணும் கதை ஆவாது, இன்னா சொல்றே?"

அவளுக்கு பயம் வந்து விட்டது. இன்றும் குழந்தைக்கு வைத்தியம் செய்ய முடியா விட்டால் என்ன செய்வது என்று திகைத்து அவசர அவசரமாக புடவை நுனியில் முடிந்திருந்த ஐந்து ரூபாயை எடுத்துஅவனிடம் நீட்டினாள் சரசு.

நோட்டைப் பிரித்துப் பார்த்து பாக்கெட்டில் செருகிக் கொண்ட புரோக்கர் "சரி வா..." என்றபடி நடையில் மிடுக்கைக் காட்டினான்.

ஒரு வார்டுக்குள் நுழைந்து அங்கிருந்த ஐந்துடாக்டர்களில் ஒருவரை அணுகி என்னவோ முணுமுணுத்தான். மளமள

வென தாளில் ஏதோ மாத்திரைகளை எழுதினார் அந்த டாக்டர். மீண்டும் மாத்திரை கொடுக்கும் கவுண்டரை நெருங்கி சீட்டை நீட்டினான். பல நிறங்களில் மாத்திரைகளை வாங்கி அவள் கையில் திணித்தான்.

"ரெண்டு நாளைக்கு மாத்திரை, வேளைக்கு மூணு குடு.. காச்சல் போயிடும், சரி நீ போகலாம்" என்ற புரோக்கர் காலைபோணியாக அவள் கொடுத்த பச்சை நோட்டின் நினைவு வேறொன்றை நினைவுபடுத்த விடுவிடுவென அந்த வராண்டாவை விட்டு வெளியேறினான்.

மருத்துவமனையை விட்டு நகர்ந்தபோது பக்கவாட்டில் திரும்பி தான் நின்றிருந்த வரிசையைப் பார்த்தாள் சரசு, அது முன்பைவிட நீளமாக இருந்தது. அவளுக்கு இப்போது பெருமை பிடிபடவில்லை. பின் இருக்காதா? குழந்தையை டாக்டரிடம் காட்டி மாத்திரைகள் வாங்கிக் கொண்டு இத்தனை விரைவில்... இத்தனை பெரிய மருத்துவமனை யிலிருந்து... தன் பிளாட்பாரம் நோக்கி நடக்க ஆரம்பித்தாள்.

வழியில் மலிவு விலை மதுக்கடைக்குள்ளிருந்து வெளியேறி வந்து கொண்டிருந்தான் அந்த புரோக்கர்.

சரசுவின் மனம் நிறைய சிந்தித்தது. ●

தாமரை – ஏப்ரல் 1991

3

மீட்சி

சோலை சுந்தரபெருமாள்

சங்கரலிங்கம் தன் வாழ்வில் இது நாள் வரையிலும் இழக்காதவற்றை இன்றைக்கு கைத் தவற விடப்போகி றோமோ? என்பது போல அவர் மனம் தவிப்படைந்தது. அதன் சுமையை உணர்ந்து ஆற்றாமையோடுதான் படுக்கையில் கிடக்கிறார்.

'சங்கரலிங்கத்துக்கு என்னா குறைச்சல்? அவரு பெத்த பொண்ணும், புள்ளையும் படிப்புல கெட்டிக்காரதுங்க. சிங்கப்பூர்ல கை நிறைய சம்பாத்தியம் பண்ணிக்கிட்டு அப்பாரைத் தாங்கிக்கிட்டு கிடக்குங்க. அதை அனுபவிக்கத் தெரியாத மனுசன். இந்த மீட்சி வெள்ளாமை வெளைஞ்சிப் போனாத்தான் அடுப்பெரியப் போவுதா? ஏன் இந்த வயசிலையும் இப்படி கால்ல சக்கரத்தைக் கட்டிக்கிட்டு ஒழைச்சிப் பறிச்சிக்கிட்டு கிடக்கிறார்? ஆசை யாரைத்தான் விட்டு இருக்கு?' என்ற பொருமல் இந்த ஊருக்குள் இல்லாமல் இல்லை.

சங்கரலிங்கத்திற்கு அறுபது வயதை கடந்திருந்தது. மனதில் ஒரு இளைஞனுக்கு உரிய நம்பிக்கையையும் உணர்ச்சியையும் என்றைக்கும் அவர் இழந்ததில்லை. போன வெள்ளாமையை வரையிலும் பசலை அமோகமாகத்தான் செய்தார்.

ஊருக்கு தெக்கால் உள்ள இருவது மா நஞ்சை, ஏழு மா என்ற பெயரோடு இருந்தது. ரெண்டு கட்டு ஓட்டு வில்லை

வேயப்பட்ட வீடு. அதை ஒட்டியது போல மூணு மாவில் மாவும் தென்னையும் அடங்கிய தோப்பு. இவை எல்லாம் அவர் அப்பார் ஜீவித உரிமையோடு வாழ்ந்து, சங்கரலிங்கத்திடம் மனம் ஒப்பி ஒப்பளித்துப் போயிருக்கிறார்.

அந்த இருவது மா நஞ்சை மண் அடைத்தாற் போல காட்டாற்றுக்கரையை ஒட்டியிருந்த ஊரில் இருந்து தள்ளுப்பட்டது போல இருக்கும். அந்த நஞ்சை ஊர்வாரி என்ற பெயரையும் தக்க வைத்துக் கொண்டு இருக்கிறது. வண்டல் படிந்து என்றைக்கும் தன் வளமையை இழந்து விட்டதில்லை. மண்ணுன்னா மண்ணு. எந்தப் பயிரை விளைவிச்சாலும், மகசூலை கொண்டு வந்து கொட்டிப் புடும்.

ஊரே வறட்சியில் தள்ளாடினாலும் வாய்க்காலில் ஊருணியாய் ஓடும் தண்ணீரைக் கொண்டே அப்பயிர் தன்னக்கட்டிக் கொள்ளும். அப்படியே ஒரு நேரம் நெற் பயிரே கை விட்டாலும் உளுந்தும் பயிறும் இழந்து போனதை தாங்கிப் பிடித்து விடும். அப்படியாப்பட்ட மண்ணு அது.

'அப்பா! உங்க விருப்பத்துக்கு நான் குறுக்க நிக்க மாட்டேன். ஆனா, இன்னிக்கு உள்ள நிலைமையில நீங்க முன்னைப்போல வெள்ளாமையை பாக்க முடியாம சிரம்படுறத நாங்க பாத்துக்கிட்டு இருக்க முடியாதுப்பா. ஏப்பா! உடம்பப் போட்டு தெண்டிச்சிக்கிறீங்க? இப்படி அல்லல் படுறீங்களே கூட்டிக்கழிச்சிப் பார்த்தா என்ன தான் மிச்சம் கண்டிருக்கீங்க? கையைக் கடிக்காம இருக் கிறதே அதிசயமா இருக்குங்றீங்க. முட்டி வீங்கி, அது கொடுக்கும் வலியைப் பொறுத்துக்கிட்டு, ஏன் நோவனும்? யாருக்குப்பா இப்படி ராபகன்னும் மழைவெயின்னும் நின்னு லோலுபடுறீங்க? இப்ப உங்களுக்கும் அம்மாவுக்கும் என்னாப்பா குறை வச்சிருக்கோம்?' என்று ஏதோ சந்தர்ப்பத்துக்கு அவரோ மகன் கேக்கலதான்.

மாசாமாசம் முதல் தேதியிலேயே வல்லிசா முப்பதா யிரத்தை அப்பாரோட வங்கிக் கணக்கிலே சேத்துக்கிட்டுதான் இருக்கான்.

'...உங்க விருப்பத்துக்கு வாழ்க்கையை அனுபவிச்சிக்கிட்டு, நேரத்தில் தின்னு உண்டு உடம்ப பாத்துக்குங்கப்பா. உங்க மன ஆறுதலுக்கு இருக்கவே இருக்கு தென்னந்தோப்பு. அதை சுத்தி வந்தா போதும்ப்பா. நீங்க நல்லாயிருந்து எனக்கும் தேவீக்கும் உங்கபேரன் கிஷோருக்கும் பக்கத் துணையா இருந்து வழிகாட்டுங்கப்பா. அம்மாவுக்கும், நீங்க இப்படி கிடந்து அல்லாடுறது பிடிக்கில. உங்க விருப்பத்துக்கு குறுக்க நிக்க வேண்டாம்ன்னு தான் நீங்க இழுக்கிற இழுப்புக்கெல்லாம் நின்னுக்கிட்டு இருக்காங்க. பேசாம நிலத்தை வித்து பேங்கில போடுங்கப்பா. அம்மாவை அழைச்சிக்கிட்டு வந்து எங்களோட சந்தோசமா இருங்கப்பா...

'...ஆமா மாமா. நாங்க ரெண்டு பேரும் சிங்கப்பூர்ல மாசம் ஆறு லட்சம் சம்பாதிச்சிக்கிட்டு இருக்கோம். காரும் பங்களாவோட வாழ்ந்தாலும் உங்களை இங்க விட்டுட்டு எங்களால நிம்மதியா இருக்க முடியில. எங்க மனசு, உங்களைச் சுத்திக்கிட்டே இருக்கு. கிஷோரும் நீங்க கிட்ட இல்லாததால் தாத்தா தாத்தான்னு வெம்பிப் போயிடு வானோங்கிற பயம் வேற எங்களை பிடிச்சிட்டு. இதுக்கு மேல நீங்களும் மாமியும் இங்க தனியா இருக்கிறத பாத்துக்கிட்டு இருக்க முடியில மாமா...

...பரம்பரையா உள்ள நிலம்ங்கிறதுக்காவ நீங்க இப்படி ஏன் சிரமப்படணும்? அப்படியே நீங்க அந்த நிலத்தை காவுந்து பண்ணி வச்சாலும் இனிமே அவங்க, இங்க வந்து நிலத்தை உங்களைப்போல... வெள்ளாமைப் பாக்கவாப் போறாங்க? யாருக்கிட்டாவது வெள்ளாமைக்குக் கொடுத்து திரும்ப அந்த நிலம் கைக்கு வரமா அல்லாடிக் கிடக்கனுமா? பேசாம வித்து பேங்கில போட்டுக்கிட்டு எங்களோடு வந்துடுங்க மாமா...' என்று தேவி சொல்லும் போது, இதுவும் நியாயம்தான்னு சங்கரலிங்கம் மனசு இளகிப்போய்தான் உக்காந்து இருந்தார்.

பேரன் கிஷோரும், 'தாத்தா தாத்தா!' ன்னு கூப்புட்டுகிட்டு அவரை ஒட்டிக்கிட்டு கிடக்கிறான். துடுக்குத்தனமாக அழகுகாட்டி மயக்கிப் போட்டு தான் வச்சிருக்கான். அவரும், அவன் பேச்சில் நாண்டு போய் கிடக்கிறார். ஊர்

வந்ததில் இருந்து அவன் ஒரு நாழி அவரை விட்டுப் பிரியாமல் தான் இருக்கான்.

....மாமா! நாங்க இப்ப கிஷோரா உங்ககிட்ட விட்டுட்டுத் தான் பொறப்படப் போறோம். அடுத்த தடவை வரும்போது நீங்க, எங்களோட சிங்கப்பூருக்கு கிளம்ப தயாரா இருக் கணும்...' என்று மருமவப் பொண்ணு கண்டிப்பாச் சொல்லி, கிஷோரையும் அவருக்கிட்ட விட்டு போய் ஒரு மாசம் ஆகப் போகிறது.

அதில் இருந்து அவரை அந்தண்ட இந்தண்ட நகர விடாம அவர் மனசை கட்டிப்போட்டு தான் வச்சிட்டான் கிஷோர். அவனிடம்தான் என்னா சுட்டித்தனம், சுறுசுறுப்பு? அவனுக்கு இன்னும் ஒன்னரை வயசு கூட முடியில. அவ னோட அபாரமான பேச்சில் சொக்கித்தான் கிடக்கிறார்.

அவனோட நிறமும் செக்கச்செவேள்ன்னு. உடம்புக்கு ஏத்தாப் போல் தலையில கொட்டுக் கூடையை கவுத்தது போல, கருகருத்தச் சுருட்டை முடி. கன்னங்கள் மொழு மொழுப்பா, கையும் காலும் கரணை கரணயா. அப்படியே அவரோட அப்பாரை உரிச்சிக்கிட்டு பொறந்திருக்கான். அந்தச் சந்தோசத்தில் பேரனை நக்கிட்டுதான் கிடக்கிறார்.

மவனும் மருமவளும் சொல்லிவிட்டுப் போனதை அவரால் தூக்கி எறிந்துவிட்டு சும்மா இருக்க முடிய வில்லை. அந்த ஏழுமா மண்ணை மனமுவந்து விற்றுவிடவும் துணிய முடியவில்லை. எக்கேடு கெட்டுப் போனாலும் பதினைஞ்சி மேனிக்கு குறைந்திடாம கண்டுமொதல் ஆயிடும். வரப்புகளில் போடும் துவரையும், உளுந்து பயிரும் மதாலிச்சி நிக்கும். தை மாசக் கடைசியில பாத்தா சாட்டை சாட்டையான நெற்றுகள், கொக்கு தலைகள் போல கொத்துக் கொத்தா தெரியும் விடியல் காத்தாலப் பனிப்பதத்தில் பார்க்கும்போது மனசு குதுகளிப்பா ஆயிடும். இந்த நொடிப்பிலும் அவர் அவற்றை நினைத்துப் பார்த்தால்கூட அந்த வாசம் அவர் மூக்கைத் துளைக்கிறது போலத்தான் இருக்கு.

ஒரு சமயம் நினைச்சா எல்லாத்தையும் உதறித்தள்ளிட்டுப் போயிடலாங்கிறது போலவும் இருக்கு. போன இரண்டு

வருச காலத்தில் வெள்ளாமை வேலைக்கு ஆள் கிடைக்காம அப்படி அல்லாடிப் போயிட்டார். அவருக்குப் பக்கத்துணையா நின்னு வேலையை முடிக்க அய்யாசாமி பட்டபாட்டை அவர் என்னிக்கும் மறக்க முடியாது.

'அய்யா! நான் அரை ஆள் சம்பளத்துக்கு உங்கக்கிட்ட வந்து சேந்தேன். இன்னிக்கு வரைக்கும் ஒங்க மனசு கோணமாத்தான் நடந்திருக்கேன். ஆனா இனிமே தாங்காது போலருக்குங்க. நீங்க என்மேல நோப்பாலப் பட்டுக்கிட்டு இருக்கீங்க. இனிமே அதெல்லாம் கதைக்கு ஆகாதுங்க.

...இன்னிக்கு வெள்ளாமை வேலைப் பாக்க எந்த ஆளும் விரும்பலங்க. கொறைஞ்சிப் போயிட்டு. இருக்கிற ஆளுங்களும் எந்த வேலையையும் அலண்டு பாக்கிற தெம்புல இல்லங்க. எல்லாங் கிழங்கட்டைங்க தான். இளம்புள்ளங்க எல்லாம் பஞ்சம் பொழைக்கன்னு திருப்பூர்ன்னும் கேரளான்னும் போய்க் கிடக்குங்க.

....ஒரு ஆளு செய்யிற வேலையை இப்ப இரண்டு ஆள் செய்ய வேண்டியிருக்கு. நாம போடுற இடுபொருளோட விலைவாசியும் மேலமேல கூடிக்கிட்டு போவுது. விளைஞ்ச மகசூலை வித்து நாம செஞ்ச செலவை ஈடுகட்ட முடியிலங்கறது பட்டவர்த்தனமா எல்லாருக்கும் தெரியுதுங்க. இப்படி இருக்கிறப்ப நீங்க.

...நம்ம சின்னய்யா நாலையும் யோசனை பண்ணிட்டுத் தான் நெலத்தை வித்துடச் சொல்லுறாங்க. நம்ம பங்குக்கு பக்கத்தில இருக்கிற உடையாரோட எட்டுமா நிலத்தையும் விலையாடிக்கிட்டு இருக்காங்க. குழி இரண்டாயிரம் வரைக்கும் போகுதாங்க. பேசாம நீங்க சின்னய்யாச் சொன்னது போல...

அய்யாச்சாமி சொன்னதைக் காதில் வாங்கினதும் சுந்தரலிங்கத்ததோட மனசு கொதிச்சிப் போயிட்டு. இருந்தாலும், இப்ப நடக்கிற நாட்டு நடப்ப சொல்லுறதுக்கு நாம கோவிச்சிக்க என்ன இருக்கு? என்று தான் தன்னைக் கட்டுப் படுத்திக் கொண்டார்.

‘என்னாங்க! நம்ம மருமவப்பொண்ணு நாலு மாசம் முழுவாம இருக்கு. நாமளும் பிரசவத்துக்கு ரெண்டு மாசம் முந்தி போய் கூடமாட இருந்தாத்தான் தேவலைங்க...

‘தன்னோட மனைவி சொன்னதைக் கேட்டதும் அவருக்கு சந்தோசம் தாங்க முடியல.

‘அப்படியா! மருமவப் பெண்ணோட முகத்தில பூரிப்பும் உடம்புல மினு மினுப்பும் கூடியிருக்கிறதைப் பாத்தப்பவே யோசிச்சேன். இப்ப பேத்திதான் பொறக்கப் போவுது. சோசியரும் கிஷோருக்கு தங்கச்சி உண்டுன்னு அடிச்சிச் சொல்லியிருக்காரு...

‘என்னா இருந்தாலும், உரியவங்க இல்லாட்டா ஒரு முழம் கட்ட’ தாங்க. இன்னும் மூணு வருசம் சிங்கப்பூர் வேலைப் பாக்கப் போவுதுங்க. திரும்ப சென்னைக்கே வந்துடப் போறாங்க... பேரப் புள்ளைங்க கொஞ்சம் வளர்ற வரைக்கும் நாம பக்கத்துணையா இருந்துட்டு வரலாங்க. காலம் முச்சூடும் நாம மவனோடேயா தங்கிடப் போறோம்? அதது சுதாரிச்சிடும். அப்பறம் நம்மோட கடைசி காலம் வரைக்கும் ஊருலதானேங்க இன்னும் ஏங்க நாம...

நானும் முடிவுக்க வந்துட்டேன்டி.... பேரப்புள்ளைங்களை விடவா எனக்கு சொத்துபத்து பெரிசு? பாரு, அடுத்த மாசம் நாம ரெண்டு பேரும் சிங்கப்பூர்ல இருப்போம். நீ கவலையை வுடு...’ என்று அவருக்கு சந்தோசம் திக்குமுக்காட சொல்லும் போது, அவர் மனைவிக்கும் அவரோட மகிழ்ச்சியின் முகரேகைகள் பின்னிக் கொண்டன.

அடுத்த நாழியே அவர் மனைவியோட சிங்கப்பூர் போவதற்கான வேலைகளை தொடங்கிட்டார்.

சங்கரலிங்கம் எதிர்பார்க்காத விலைக்கு ஏழுமா விலை போனது. விற்ற பணத்தை அப்படியே மவனோட வங்கிக் கணக்கில சேத்துட்டார். ஏழுமா மண்ணுல அவருக்கு இருந்த உரிமை பறிபோனதை நினைக்கும் போது அப்படியே நாண்டுதான் போறார். அடி மனசில அந்தச் சோகம் படிஞ்சிப் போனதை அவரால் வழித்தெறிய முடியவில்லை. அப்பப்ப அந்த சோகம் மேல வந்து அவரை வதக்கி எடுத்துக்கிட்டு தான் இருக்கும். பேரனோடு குறும்பும்,

'தாத்தோவூ... தாத்தோவூ...' என்று கூப்புட்டுக்கிட்டு அவரை நத்திக்கும் போதும் அந்த சோகம் பஞ்சா பறந்து போயிடுது.

அவரும் அவர் மனைவியும் சிங்கப்பூர் போய் தங்கி இரண்டு மாசம் கடந்து போயிருந்தது. இத்தனை நாட்களும் கண் இமைக்கும் நேரத்தில் கரைந்து போனது அவருக்கே வியப்பாக இருந்தது.

அவரோட வாழ்நாளில் பிறந்த மண்ணைவிட்டுப் பிரிந்து போய் இரண்டு நாட்கள்கூட எங்கும் தங்கியிருந்ததில்லை. சிங்கப்பூர் போய் இறங்கினதுமே அந்த மண்ணு அவருக்குப் பிடித்துப் போய் விட்டது. அந்த ஊரின் அமைப்பும் வாழ்முறையும் அவருக்கு அந்நியம் இல்லாதது போல உணர்ந்தார்.

சிங்கப்பூர் பெரும் சந்தையை ஒட்டியது போல பிரம்மாண்டமான குடியிருப்பு வளாகம். அதில் தரை குடியிருப்பாய் அமைந்திருந்த மவனனோட வீட்டைப் பார்த்ததும் கொஞ்சம் நஞ்சம் அவரிடம் இருந்த அச்சப்பாடும் கலைந்து போயிற்று.

குளுகுளு வசதியுடன் மூன்று அறைகளும், பெரிதான கூடமும் மருவப்பொண்ணு அந்தக் கூடத்தை அழகு படுத்தியிருந்த விதமும் அப்படியே அவரை ஈர்த்துக் கொண்டன. இவ்விடத்தில் வாழ்வது அவருக்கு புதிய அனுபவமாக இருந்தாலும் தன் சொந்த வீட்டில் இருப்பது போல ஓர் உணர்வு தான் அவர் மனசை கவ்விப்பிடித்திருந்தது.

இங்கு வந்த பின்னர் தான் மவனோடும் மருமவளோடும் சௌசன்னியமாக இருப்பது போல அவருக்குள் ஒரு பிரமை பதிந்து போனது. பொழுதும் போவதே தெரிவதில்லை.

அவரோட மவனும் ஓய்வு கிடைக்கும் போதெல்லாம் அம்மாவையும் அப்பாவையும் காரில் அழைத்துக் கொண்டு போய் பார்க்க வேண்டிய இடமெல்லாம் சுற்றிக் காட்டிக் கொண்டிருந்தான். அவ்விடங்களை பார்க்கும்போது, 'இந்த பொசுப்பை தவறவிட நினைத்தோமே' என்ற நினைப்பு வரும் போது அவர் மனைவியை ஜாடையாக பார்ப்பார்.

இதிலயாவது நான் சொன்னதை கேட்டீங்களே' என்று சொல்லுவது போல முகத்தை வைத்துக் கொள்வாள்.

இவ்வளவு இருந்தாலும், பழக்க தோசத்தில் பசுமையான செடிகொடிகளை பார்த்துக் கொண்டிருந்தால் தேவலாம் போல என்று அவர் மனசு உந்தித்தள்ளும். அந்த ஆசையை நிவர்த்திச் செய்து கொள்ள பக்கத்தில் இருந்த பூங்காவிற்கு தன் பேரனைத் தூக்கிக் கொண்டு போய் உட்கார்ந்தார்.

பசுமை விரிந்து கிடக்கும் இளம் பயிர்களையும், மஞ்சள் நிறம் படர்ந்தாற்போல நிற்கும் முற்றியக் கதிர்களையும் தழுவியபடி வீசும் காற்றில் அலை அடித்தது போல பதுங்கி பதுங்கி எழும் காட்சிக்கு, இந்த பூங்காவில் உள்ள மலர்ச்செடிகள் அதன் கால் தூசிக்குக்கூட இணையாக முடியாது என்று அவர் மனசு சோகத்தில் மூழ்கி விடும்.

அடுத்த பொழுது சோகத்தைக் கரைப்பது போல பேரனின் மழலைச் சொற்களும் அவன் காட்டும் அழகும் மசக்கிப் போட்டு விடும். என்னா இருந்தாலும் சிங்கப்பூர்ல வாழ்றதுக்கு அவருக்குப் பிடித்துப் போய்தான் இருந்தது.

மருமகள் பொண்ணுக்கு பேறு நடக்கப் போகும் நேரம் குறித்தாயிற்று. 'அம்மா! நம்ம ஊர் தனியார் ஹாஸ்பட்டல் போல சிங்கப்பூர்ல காசுக்காவ இயல்பா பொறக்கிற புள்ளையை ஆப்ரேசன் செஞ்சி எடுக்கிறதில்ல. தேவிக்கு லேசா வலி வந்ததும் போன் பண்ணிட்டா அவங்களே சிறப்பு சொகுசு வண்டியில அழைச்சிக்கிட்டுப் போயிடு வாங்கம்மா. எதுக்கும் ரெண்டு நாளைக்கு முன்னாலருந்து அப்பாவ அந்தாண்ட இந்தாண்ட போக விட்டுடாதீங்க. நானும் உஷாராத்தான் இருப்பேன்.. என்று மவன் நம்பிக்கை ஏற்படுத்தி வைத்திருந்தான்.

சங்கரலிங்கம் என்னா, அடுத்தவங்க வலியை அறியாத வரா? நல்ல நேரத்தில் புள்ளப் பொறந்தா போதும்ன்னு வீட்டை விட்டு நகராமத்தான் இருக்கார். தன்னோடு கொண்டு வந்திருந்த பஞ்சாங்கத்தைப் புரட்டிப் பார்த்தார். டாக்டருங்க குறித்திருக்கிற நேரத்திற்கு ஒரு நாழி முன்னப் பிள்ளை குழந்தைப் பிறந்தாலும் யோகத்திலதான்... என்ற மகிழ்ச்சி அவரை வளைத்துப் போட்டு இருந்தது.

அவரோட மனைவி உணர்ச்சிவசப்பட்டு இருந்தாள். ஒரு பிரசவத்தில் இருந்து மீண்டு வர்றது மறுபிறவிதான் எங்கிற எண்ணம் அவள் பெற்ற அனுபவத்தில் இருந்து பெற்ற பெரிய இருந்தாள். இருந்தாலும் ஆஸ்பத்திரியில தான் பிரசவத்தப் பாக்கனுங்கிற ஏற்பாட்டைச் செய்து வைத்திருந்த மவனின் புத்திசாலித்தனத்தை நினைத்து நம்பிக்கையோடு இருந்தாள்.

அன்னைக்கு ஞாயிறு கிழமை. இந்த நாள் தான் தேவியின் பேறுக்கு குறிக்கப்பட்டிருந்தது. காலையில் இருந்தே மருமகள் முகத்திலும் உடம்பிலும் ஏற்பட்டிருந்த மாறுதலை அவளால் உணர முடிந்தது... கைவைத்தியமாக ரெண்டு வேளை கருக்கு போட்டுக் கொடுத்திருந்தாள். அந்தக் கருக்கு தேவியின் உடலை சீர்படுத்திக் கொண்டு இருந்ததை தேவியே சொன்னாள்.'

அப்பெல்லாம் ஊர்ல இருக்கிற மருத்துவச்சி காய்ச்சிக் கொடுக்கச் சொல்லுற பக்குவப்படிதான் வச்சிருக்கேன்.... இதை குடிச்சித் தானே இவனையே பெத்தேன்...' என்று சொல்லிக் கொண்டாள்.

அந்தியானதும், 'மாமி! அடிவயித்த வலிக்குது...' என்று சொன்ன படுக்கையில் உழன்றாள். அவள் கணவனும் தேவி இருந்தால் நிமிடத்திற்குள் சிறப்பு சொகுசு வண்டி வந்து அடுத்த பத்து நின்றது.

கூடவே கிஷோர் வழக்கம் போல தாத்தோவூ தாத்தோவூ' என்று சங்கரலிங்கத்தை விட்டு நகராமல் அவரை நத்திக் கொண்டு கிடந்தான்.

'அப்பா! நீங்க கிஷோரை, வீட்டூலயே வச்சிக்கிட்டு இருங்க. கார் டிரைவர் உங்களோட இருப்பார். டாக்டருங்க சொல்லுறதுக் கேட்டு உடனே உங்களுக்குச் சொல்லிடுறேன். நானும்கூட இருந்து தேவியை அழைச்சிக்கிட்டுப் போயிடுறேன்...' என்று சொல்லிவிட்டுப் போய் கொஞ்ச நேரம்கூட ஆகவில்லை. அவரால் பொறுத்துக் கொண்டு வீட்டில் இருக்க முடியவில்லை. பேரனும் 'அம்மா அம்மா' என்று சிணுங்க ஆரம்பித்து விட்டான்.

சங்கரலிங்கம், பேரனோடு காரில் புறப்பட்டு அந்த தனியார் மருத்துவமனைக்க போய் சேர்ந்த பொழுது, 'இது சரியான நேரம். தேவிக்கு சிரமம் இல்லாம குழந்தை பிறந்திடும்ன்னு இப்பதான் தியேட்டருக்குள் அழைச்சிக் கிட்டுப் போயிருக்காங்கப்பா..' என்று சொன்ன, அவர் மகனுக்கு ஒரு இடத்தில் தரிக்க முடியவில்லை. சங்கரலிங்கம் குல தெய்வத்தை மனதில் நிறுத்திக் கொண்டு அமைதியாக உக்கார்ந்து கிடந்தார். பேரன் கிஷோரும் அவர் மடியிலேயே தூங்கிப்போயிருந்தான்.

முதலில் வெளிப்பட்ட தலைமைச் செவிலி, 'உங்களுக்கு பேரன் பொறந்திருக்கான்' என்று சொன்னதைக் கேட்டதும் அவருக்கு நல்ல இருப்பு வந்தது. 'பேத்தி வேணும்ன்னு ஆசைப்பட்டேன். பரவாயில்ல...' என்று தன்மனதை ஆற்றிக் கொண்டார்.

மூன்று நாளிலேயே தாயும் பிள்ளையுமாக வீடு வந்து சேர்ந்திருந்தார்கள். தேவிக்கு நடந்த முதல் பிரசவத்தின் போதே பத்தியம் எதையும் மாத்திரை கடைப்பிடிக்கவில்லை. மருந்துகளோடு நிறுத்திக் கொண்டார்கள் அது போலத்தான் இப்போதும்.

ஊரில் என்றால் குழந்தைப் பிறந்த பதினாறாம் நாள் கொண்டாட்டத்திற்கு சொந்தபந்தங்கள் வந்து கூடிவிடும். இவ்விடத்தில் இப்படி நடத்திட வாய்ப்பில்லை என்றாலும், வைப்பதற்கு தன் பேரனுக்கு என்றே பெயர் விழாவை செய்திடவேண்டும் என்று பிடிவாதமாக மகனிடம் சொல்லிருந்தார் சங்கரலிங்கம். அவனும் ஏற்பாடுகளை வீட்டிலேயே செய்திடுவதில் முனைந்திருந்தான். அந்த நாளில் பிறந்த தன் மகனுக்கு என்று சிறப்பு பரிசு ஒன்று. தன் அப்பாவிடம் அளித்து மகிழ்ச்சியை கூட்ட காரியத்தில் இறங்கியிருந்தான்.

தன்னுடைய மாமனாரும் மாமியாரும் வருவதை உறுதிப்படுத்தவும் அவன் நேரத்தை செலவழிக்க வேண்டி யிருந்தது. தேவியின் விருப்பப்படியே அவர்களும் அன்றைய நாளில் வந்து சேர்ந்திருந்தார்கள். வீடே மகிழ்ச்சியில் களை கட்டியிருந்தது.

'அப்பா! நம்ம ஊருக்கு பக்கத்திலே அரசாங்கமே பெரிய காகிதத் தொழிற்சாலை அமைக்கப்போவுது. அத்தோட நம்ம ஊரை மாதிரி நகரமா அமைக்கிற திட்டத்தைத் தீட்டியிருக்காங்க. நம்ம ஊரு காட்டாத்து கரையில மூவாயிரம் குடியிருப்புகளுக்கு நிலத்தை கையகப் படுத்திட்டாங்க. அதுக்குள்ள பள்ளிக்கூடம், பூங்கா, வழிபாட்டு தலத்துக்கும் இடம் ஒதுக்கியிருக்காங்க. தமிழக அரசு வலை' தளத்திலேயே வீட்டு மனை விற்பனையைத் தொடங்கி இருக்கப்பா...

...என்னோட நண்பர்கள் அமையப்போகிற நகரில் மனை வாங்க ஆசைப்பட்டாங்க. நாங்க எல்லாம் சேந்து அடைச்சாப்போல எடம் பிடிச்சிருக்கோம். நம்ம குடும் பத்தில் உள்ள எல்லார் பேர்லயும் பத்து கிரௌண் இடத்துக்கும், மாமா மாமி பேர்லயும் இரண்டு கிரௌண்டும் சேர்த்து 'நெட்' லேயே அட்வான்ஸ் புக் பண்ணிட்டேம்பா...' என்று மகிழ்ச்சி பொங்க சொன்னவன், அரசின் கோபுரம் பொறிக்கப்பட்ட ஒப்பாணை நகலை அவன், தன் அப்பாவிடம் அளித்து அவர் காலைத்தொட்டு ஆசிப் பெற்றுக் கொண்டான்.'

...சம்பந்தி! பேரன் பொறந்த யோகம் வலியவந்து கொடுத்திருக்கு.' என மகிழ்ச்சிப் பொங்க சங்கரலிங்கத்தின் கையைப் பிடித்து குலுக்கினார்.

சங்கர லிங்கத்துக்கு இவை எல்லாம் மட்டுப்படாமல் மகனின் மனமும் சம்பந்தியின் மகிழ்ச்சியையும் கெட்டுப் போகும்படி நாம் எதுவும் சொல்லிட விரும்பவில்லை. 'எல்லாரும் நல்லபடியா இருக்கட்டும் சம்பந்தி' என்று சொல்லும் போது அவர் மனசை பிடித்திருந்த சோகத்தை யாரிடமும் காட்டிக் கொள்ளவில்லை. தன் பூர்வீக மண் ஏழு மாவில் விளைந்து கிடக்கும் விளைச்சலை இறங்கிப் பார்ப்பது போல உணர்வு அவரை கவ்விப் பிடித்துக்கொண்டு இருந்தது.

கணையாழி – ஆகஸ்ட் 2011

4

தீபம்

ம. இராசேந்திரன்

மழை வெள்ளத்துக்குப் பின் வானமும் ஒரேயடியாக மாறிக் கிடந்தது. வழக்கமாகப் பார்க்கிற வானம் காணாமல் போயிருந்தது. அண்ணாந்து பார்த்துப் பார்த்துக் கழுத்து வலித்தது; கொஞ்சம் தலைகுனிந்து வலதுகையால் கழுத்தின் பின் பகுதியைப் பிடித்துவிட்டுக் கொண்டே மறுபடியும் நிமிர்ந்து வானத்தைப் பார்த்தார் நாராயணன்.

கால்களைச் சேர்த்து வாலுக்கு வெளியே நீட்டிக் கொண்டு வானத்தில் கோடு போடும் பறவைக் கூட்டத்தைத் தேடினார். உடல் முழுக்கக் காவியும் கழுத்தில் வெள்ளை வளையமுமாக வட்டமடிக்கும் கிருஷ்ணப் பருந்துகளும் கண்ணுக்குப் படவில்லை. ஐயனார் கோயில் பனைமர உச்சியிலிருந்து நீட்டி எழுப்பும் கழுகுகளின் குரலும் கேட்கவில்லை. குறுக்கும் நெடுக்குமாக மரத்துக்கு மரம் தாவுகிற குருவிகளைக் கூடப் பார்க்க முடியவில்லை. முடக்கிப் போட்ட கோபத்தில் சூரியன் கொதித்துக் கொண்டிருந்தது. கண்ணுக்குள் வியர்வை கசிந்து ஓரத்தில் வழிந்தது. உள்ளங்கையால் துடைத்துக் கொண்டார். துடைத்த கைகளைப் பார்த்தார். சூடு, திரவமாக ஒட்டியிருந்தது. இடுப்பில் கட்டியிருந்த துண்டில் துடைத்துக் கொண்டார்.

நாராயணன் வேட்டி கட்டி யாரும் பார்த்திருக்க வாய்ப்பில்லை... கோவணத்துக்கும் மேலே ஒரு துண்டு. அதுவும் பழுப்பேறி அழுக்கு தெரியாத நிறத்தில். வேட்டிக்

கட்டிய நினைவு அவருக்கே இருக்குமா என்று தெரியவில்லை. குளிர் காலத்தில் கழுத்துவரை வேட்டியால் போர்த்திக் கொள்வார். உட்கார்ந்திருக்கும் போதும் குளிரை விரட்டவே வேட்டி இருக்கும். அதுவும் இடுப்பில் இருக்காது. கல் யாணத்தில் வேட்டி கட்டியிருக்கலாம். ஒருநாள் அவரைக் கேட்க வேண்டும். அவரைத்தான் கேட்க வேண்டும். அவர் மனைவியும் உயிரோடு இல்லை; அவர் கல்யாணத்தைப் பர்த்தவர்களும் இப்போது இருப்பதாகத் தெரியவில்லை.

நாராயணனுக்கு வயதெல்லாம் தெரியாது. ரொம்ப காலமாகவே இப்படித்தான் இருக்கிறார். எப்பவும் சும்மா என்று இருக்க மாட்டார். காலையில் வயலுக்குப் புறப் பட்டுப் போவார். தோளில் மண்வெட்டியோ கலப்பையோ இருக்கும். கலப்பை இருந்தால் அவருக்கு முன்னதாக மாடு போகும். அப்போதும் அதே துண்டு இடுப்பில் இருக்கும். வயலில் இறங்கும் முன், முதல் வேலையாக மடியில் இருக்கும் வெற்றிலைப் பொட்டலத்தை எடுத்து வரப்பில் வைத்துவிட்டுத் துண்டை அவிழ்த்துத் தலையில் முண்டாசு கட்டிக் கொள்வார்.

வயல் வேலை முடிந்து குளத்துக்குப் போய் மாட்டையும் குளிப்பாட்டித் தானும் குளித்துவிட்டுத் துண்டை அப்படியே தண்ணீரில் இரண்டு அப்பு அப்பித் துவைத்துப் பிழிந்து இடுப்பில் கட்டிக் கொள்வார். வீடுவரை கோவணத் துணியைக் கையில் பிடித்துக் கொண்டு காற்றில் தாலாட்டிக் கொண்டே நடப்பார். இடுப்புச் சூட்டில் துண்டும் காற்றில் கோவணமும் வீடு போவதற்குள் காய்ந்து போகும். வயல் வேலை இல்லாத நாட்களில் இப்படித்தான் வேட்டைக்குப் புறப்பட்டு விடுவார்.

கண்ணுக்குக் குடை பிடிக்கிற மாதிரி இமைகளைச் சுருக்கிக் கொண்டு பார்த்தார். தூரத்தில் விரித்து வைத் திருக்கும் கண்ணி வலை இருக்கும் வரப்பு தெரிந்தது. கொஞ்சம் நகர்ந்து நின்று பார்த்தார். அசையாமல் எரியும் தீபம் போல் கொக்கு தியானத்தில் நின்றது. மேட்டில் கொக்குக்குப் பக்கத்தில் தவளை ஒன்று இப்படியும் அப்படியுமாகத் தாவிக் கொண்டிருந்தது. வெய்யில் சூடு

ஏற ஏறத் தவளையின் ஆட்டம் அதிகரித்ததைக் கவனித்தார். கொக்கு மட்டும் அப்படியே நின்றது. மீண்டும் வானத்தைப் பார்த்தார்.

வானம் வெறிச்சோடிக் கிடந்தது. அவர் நம்பிக்கையை இழந்து கொண்டிருந்தார்.

இன்னும் எத்தனை நாளைக்கு இந்தக் கொக்கு உயிரோட இருக்குமோ தெரியலை. அதுக்குள்ளே ஒரு பறவையாவது கிடைச்சாத் தான் அடுத்த வேட்டைக்குத் தோதுபடும். கொக்கு இல்லைன்னா உண்ணிக் கொக்கு கிடைச்சாக் கூடப் போதும். அது மாடு மேய்க்கிறது மாதிரி மாடு கூடவே போகும். வரப்புக்கு வராது. மடையான், குளத்துப் பக்கம் போயிடும். அதுவும் வரப்புக்கு வராது. வக்காக் குருவியெல்லாம் பெருசா விலை போகாது. கொக்குதான் கூட்டமா வரும்.

மழை வெள்ளத்துக்கு முன்னாடி இந்தக் கொக்கும் அப்படிக் கூட்டமா வந்து மாட்டினதுதான். இதை மட்டும் வச்சுகிட்டு மற்றது எல்லாத்தையும் ஊருக்குள்ள போயி வித்துட்டு அறுந்த வலையை மாத்திக்கிட்டு வந்தது நாராயணனுக்கு நினைவுக்கு வந்தது.

நாராயணனைப் பார்த்தால் குருவி, காக்கா எல்லாம் பயந்து தெறிச்சி ஓடும். குருவி என்னா நாய், பூனை, கீரி, அணில் எதையும் விட மாட்டார். எப்பவும் கையிலே கேட்டா பில்ட்டு இருக்கும். எதைப் பார்த்தாலும் குனிஞ்சு கல் எடுத்துடுவாரு. யாருகிட்டேயும் அனாவசியப் பேச்சு இருக்காது. சின்ன புள்ளைங்களே அவரு வெளியே போனது தெரிஞ்சாதான் வீட்டுக்கு முன்னாடி இருக்கும் கொடுக்காய்ப் புளி மரத்திலே கல் விடுங்க.

நாராயணன் வீட்டுக்கு முன்னாடி நாலஞ்சு கூண்டாவது தொங்கும். கிளி, மைனா, கௌதாரி என்று அப்பப்போ புதுசுப்புதுசா கூண்டுகள் தொங்கும். அவரு வீட்டில இல்லாதப்பப் பார்த்துத்தான் கூட்டாளிகளைத் தண்டாயுதம் கூட்டிக்கிட்டுப் போய்க் காட்டுவான். தண்டாயுதம் அவரு பேரன். அவன்கிட்டதான் கோபப்படாமப் பேசுவாரு.

அதுவும் ஒரு அளவுக்குத்தான். அவன் அடம் பிடிச்சா என்னைக்காவது அவனையும் கூப்பிட்டுக்கிட்டு வேட்டைக்குப் போவாரு. அடுத்த நாள் தண்டாயுதம் கொஞ்சம் கெத்தா இருப்பான். புதுசாப் புடிச்சிக்கிட்டு வந்த பறவைகள்லே தண்டாயுதத்துக்குப் பிடிச்சத வீட்டுக் கூண்டுல விட்டுட்டு மற்றதைத்தான் ஊருக்குள்ள கொண்டு போயி விற்பாரு.

நாராயணன் வரப்பைப் பார்த்தார். கொக்கும் தவளையும் தெரிந்தன. யாரும் இல்லைன்னா சமயத்துல தவளையப் பார்த்துப் பாம்பு வந்துடும். பாம்பு வந்துச்சுன்னா ஓடிப் போயி விரட்டணும். தண்டாயுதம் இருந்தா நல்லா இருக்கும். இப்போ எல்லாம் நாராயணனால் ஓட முடிவதில்லை. நடக்கும் போதே எப்போ விழப் போறோம்னு தான் இருக்கும். இன்னைக்குத் தண்டாயுதத்தைக் கூப்பிட்டுக்கிட்டு வந்திருக்கணும். நாராயணன் நினைவுச் சங்கிலிகளில் தடுமாறிக் கொண்டிருந்தார்.

இந்தக் கொக்கு முதன்முதலா இப்போதான் வேட்டைக்கு வந்திருக்கு. அவனையும் கூப்பிட்டுக்கிட்டு வந்திருக்கலாம். இதைப் பிடிச்சுக்கிட்டு வந்தன்னைக்கு இதை வச்சுக்கலாம்னு அவன்தான் சொன்னான். மடையான் இருந்தக் கூண்டைக் காலி பண்ணிட்டு அதிலே இந்தக் கொக்கை விட்டு அடைச்சான்... அப்பவே இதுக்குத் தனிக்கூண்டு வேணும்னு வீட்டுக்குள்ள இருந்த வெளக்குமாத்தைத் தூக்கிக்கிட்டு வந்து போட்டான். கொக்குக்கு மீன் போட்டுச் சாப்பிடச் சொன்னான். அது பயத்துல சாப்பிடலன்னு இவனும் சாப்பிட மாட்டேன்னு அடம்பிடிச்சான்.

பக்கத்தில் இருந்த கூண்டுப் பறவைகள் சத்தம் கேட்டுக் கொக்குக்குப் பயம் குறைந்தது. நேரம் ஆக ஆக வயிறும் வைராக்கியத்தைச் சிதைத்திருக்கிறது. யாரும் இல்லாத நேரம் பார்த்துக் காய்ந்து கிடந்த மீனை அவசரம் அவசரமாகக் கொத்தியது. அதைப் பார்த்துவிட்டுத்தான் தண்டாயுதமும் சாப்பிட்டான். கொஞ்ச நாளில் கொக்கு வீட்டுச் சூழலுக்கு மாறி இருந்தது. தண்டாயுதத்தைப் பார்க்க வருகிறவர்களும் அதிகமாகி இருந்தார்கள்.

இன்று காலை தண்டாயுதம் பள்ளிக்கூடம் போய் விட்டான். நாராயணன் கொக்கைப் பார்த்தார். கூண்டுக்குள் கிடந்த மீன் துண்டுகளைக் கொத்திக் கொண்டிருந்தது. பக்கத்துக் கூண்டுகளில் இருந்த பறவைகள் நாராயணனைப் பார்த்ததும் அலறத் தொடங்கின. கொக்கு தலையை முன் நகர்த்தி அப்படியும் இப்படியுமாகப் பார்த்துத் திரும்பியது.

குயிலுக்குத் தட்டு வைத்துப் பார்த்தார்; புறாவுக்கு வலை விரிச்சுப் பார்த்தார். கடந்த ஒரு வாரமாக வேட்டையில் ஒன்றும் விழவில்லை. யோசனையில் வீட்டுக்குள் போனார். இப்படி எதுவும் கிடைக்காமல் ஒரு வாரமாக வெறும் கையோடு வீட்டுக்குத் திரும்பியதாக நினைவில்லை.

வீட்டுக்குள்ளிருந்து வெளியே வந்தார்; விரல் பிடியில் ஊசி இருந்தது. ஊசியின் காதில் நூல் தொங்கியது. காற்றில் நூல் ஊசிக்கு வால் போல் வந்து கொண்டிருந்தது. ஊசியை இடுப்புத் துண்டில் ஓரத்தில் குத்திக் கொண்டார். கூண்டுக்கு அருகில் போனார். பறவைகள் கூச்சலிட்டன. கொக்கு, பயந்து கூண்டில் இருப்பதை மறந்து பறக்க முயற்சித்தது.

ஒரு கை மட்டும் நுழையும் அளவுக்குக் கூண்டைத் திறந்து கையை விட்டார். கொக்கு, கூண்டின் ஓரம்வரை சென்று ஒதுங்கியது. முழங்கை வரை கூண்டிற்குள் விட்டுக் கொக்கின் கால்களைப் பிடித்தார். முரண்டு பிடித்துக் கத்திக் கொண்டே அவர் கையில் கொத்தியது. ஆனாலும் அவர் விடாமல் கூண்டை முழுவதுமாகத் திறந்து வெளியில் இழுத்து இன்னொரு கையால் அதன் அலகை அமுக்கிப் பிடித்துக் கொண்டார். இறக்கைகள் படபடத்தது.

நாராயணனின் இரண்டு தொடைகளுக்கு இடையே கொக்கு அடங்கி இருந்தது. வாய் திறக்க முடியாமல் வளைந்திருக்கும் கழுத்தோடு சேர்த்து முதலில் அதன் அலகைக் கட்டினார்; கொக்கு உதறிப் பார்த்தது. கால்களால் பிறாண்டியது. கால்களைக் கட்டினார். பிறகு இறக்கையில் பெரிய இறகுகளை மட்டும் விரிக்க முடியாமல் இரண்டு பக்கமும் நூல்கயிறு கொண்டு கட்டினார். ரொம்ப காலத் துக்குப் பிறகு செய்வதால் நாராயணனுக்கே தடுமாற்றம் இருந்தது. யோசித்து யோசித்து வேலைகளைச் செய்தார்.

கொக்கைத் தூக்கித் தரையில் நிற்க வைத்தார். கொக்கு நிற்க முடியாமல் ஒருக்களித்துச்சரிந்தது. அப்போதும் நாரா யணனையே கண் சிமிட்டாமல் பார்த்துக் கொண்டிருந்தது...

நாராயணன் கொக்கைத் தூக்கித் தன் மடியில்வைத்துக் கொண்டார். அது புரண்டது. தொடைகளுக்கு இடையே நிற்க வைத்து இறுக்கிக் கொண்டார். கால் இருக்கிறது; நடக்க முடியாது. இறக்கை இருக்கிறது; பறக்க முடியாது; அலகு இருந்தும் கொத்தமுடியாது. செய்வது தெரியாமல் திகைப்புடன் நாராயணனைப் பார்த்தது.

கொக்கின் தலையை ஒரு பக்கமாகச் சாய்த்துப் பிடித்துக் கொண்டார். ஒரு கண்ணின் இமைகளை இரண்டு கைகளாலும் திறந்து மூடிப் பார்த்தார். மூடிய இமைகளையும் இடதுகை ஆட்காட்டி விரலும் கட்டை விரலும் கண்ணைவிட்டுக் கொஞ்சம் முன்னே இழுத்தன. கொக்கு தலையை உதற முயற்சித்தது. வலது கையால் அமுக்கினார். என்ன நடக்கப் போகிறது என்று கொக்குக்குத் தெரியாது.

கல்லால் அடிப்பார்கள் பறந்து போய்விடும்; கல் உடம்பில் பட்டால் அது எப்படி வலிக்கும் என்று தெரியும். இன்னொரு பறவையோடு சண்டை என்றால் கொத்து எங்கே விழும்? எப்படி விழும்? எப்படி வலிக்கும் என்பது தெரியும். துப்பாக்கி வேட்டையில் குண்டுக்கு முன் வரும் சத்தத்தில் பறந்து தப்பிக்கத் தெரியும். ஆனால் இப்போ எப்படி? இது, புது வலி. இது பரம்பரை அறியாத வலி. இமைகளை முன்னுக்கு இழுத்தபோது உண்டான வலி புதுசு. உடல் துடித்தது. அவர் விடவில்லை.

இடது கை விரலில் பிடிபட்டிருந்த கொக்கின் மூடிய இமைகளைப் பார்த்துக் கொண்டே வலது கையால் இடுப்புத் துண்டில் ஊசியைத் தேடினார். தட்டுப்பட வில்லை. கண்களைத் திருப்பிக் கட்டியிருக்கும் துண்டைப் பார்த்தார். ஊசி தெரிந்தது. வலது கை ஆட்காட்டி விரலும் கட்டை விரலும் இடுப்புத் துண்டில் இருந்த ஊசி நூலை எடுத்துக் கொண்டது.

நாராயணன் உடல் அசைவில் தெரிந்த மாற்றங்களில் கொக்கு மேலும் துடித்தது. நாராயணனும் தொடைகளில் கொஞ்சம் இறுக்கம் கூட்டிக் கொண்டார். கொக்கு அசைய முடியாமல் இருந்தது. இடது கை ஆட்காட்டி விரலுக்கும் கட்டை விரலுக்கும் இடையே பிடிபட்டிருந்த மூடிய இமைகளில் ஊசி இறங்கியதும் கொக்கு திமிறித் துடிக்க முயற்சித்தது. நாராயணன் மேலும் கால்களை இறுக்கிக் கொக்கை அசைய விடாமல் கண்களைத் தைத்து முடித்தார். தைத்த இடங்களில் இரத்தம் கசிந்திருந்தது. வீட்டுக்குள் போய் தேங்காய் எண்ணெய் கொண்டு வந்து உள்ளங்கையில் சொட்டினார். பின் அதைத் தொட்டுக் கொக்கின் தைக்கப்பட்ட இரண்டு கண்கள் மீதும் தடவினார். இந்தக் கொக்குதான் இப்போது தீபம் ஆகி இருக்கு.

கொக்கின் ஒரு காலில் கயிறு கட்டி வரப்பில் ஒரு முளை அடித்துக் கட்டினார். அதற்குப் பக்கத்தில் உயிரோடு ஒரு தவளையைப் பிடித்து அதன் ஒரு காலிலும் கயிறு கட்டி அதையும் அந்த முளையில் கட்டியிருந்தார். அதைச் சுற்றிலும் கண்ணுக்குத் தெரியாத நைலான் சுறுக்குக் கண்ணி வலையை விரித்து வைத்தார்.

நாராயணனுக்குப் பறவைகளின் பழக்க வழக்கம் எல்லாம் அத்துப்படி. அது அது பழக்கத்தை வைத்தே அதைப் பிடித்துவிடும் தந்திரம் தெரிந்தவர். எவ்வளவு விவரமா இருந்தாலும் வயிற்றை மையமாக வைத்து வலை விரித்தால் எதுவும் தப்பிக்க முடியாது என்பதில் அனுபவம் கண்டவர். எதுவும் அதன் இனத்தைப் பார்த்தால் ஓடிவரும்; இரையைக் காட்டினால்: சிக்கிக் கொள்ளும் என்பதிலும் மாறாத நம்பிக்கை உடையவர்.

கொக்கைப் பார்த்ததும் தவளை பயந்து அங்குமிங்கும் தாவியது. கொக்குக்குக் கண் தெரியாது என்பது தவளைக்குத் தெரியாது. தாவிக்குதிக்கிற தவளையையும் கொக்குக்குத் தெரியாது. ஆனால் வானத்தில் இரை தேடிப் பறக்கிற கொக்குகளுக்கு இங்கே நிற்கிற கொக்கையும் தெரியும்; தாவுகிற தவளையையும் தெரியும். கொக்கையும் தவளையையும் பார்க்கிற கொக்குக் கூட்டத்துக்கு நாராயணனின் தந்திரம் தெரியாது.

நாராயணன் ஒரு கொக்கின் கண்களைத் தைத்துப் பறக்கிற கொக்குகளின் பார்வையைத் தைத்திருக்கிறார் என்பது நிற்கிற கொக்குக்கும் தெரியாது; பறக்கிற கொக்குக்கும் தெரியாது. இனம் தேடியும், இரை தேடியும் பறக்கிற கொக்குகள் அங்கே வந்து வரப்பில் அமர்ந்து தவளையைப் பிடிக்கக் கால் எடுத்து வைக்கும் போதுதான் கண்ணி வலையில் சிக்கியிருப்பது தெரியும். தெரிந்ததும் சத்தமிட்டுக் கொண்டு பறக்க முயற்சிக்கும் போது நாரா யணன் ஓடுவார். தப்பித்தது போக நாலைந்து கொக்குகளாவது சிக்கிக் கொள்ளும்.

அப்படி சிக்கிக் கொண்ட கொக்குகளில் ஒன்றுதான் இப்போது தீபமாகி நிற்கிறது. நாராயணன் வானத்தைப் பார்த்தார். கண் இருட்டியது. பக்கத்தில் இருந்த பூவரசு மர நிழலில் போய்க் குத்துக் காலிட்டு உட்கார்ந்து கொக்கு நிற்கும் வரப்பையே பார்த்துக் கொண்டிருந்தார். தூரத்தி லிருந்து வெயிலை விரட்டிக் கொண்டு நிழல் திட்டு ஒன்று ஓடி வந்தது. அண்ணாந்து பார்த்தார். சூரியனை மறைத்துக் கொண்டு மேகம் ஒன்று கடந்து போனது. மேகம் போனதும் மீண்டும் வெயில் கண்ணில் விழுந்தது. தலையை நகர்த்திக் கொண்டார்.

பொன்னிறப் பூக்கள் பூவரசு மரத்தின் இலைகளை மறைத்துக் கொண்டிருந்தன. எழுந்து கைக்கு எட்டிய பூ ஒன்றைப் பறித்தார். உள்ளிருந்து எறும்புகள் வெளியேறின. உதறிவிட்டு உள்பக்கம் பார்த்தார். உள்ளே ஒரு சிவப்புக் கல் மோதிரம் இருந்தது. தண்டாயுதத்துக்குப் பிடிக்கும். பொன்னிற பூ இதழ்களை ஒவ்வொன்றாக ஒடித்துப் போட்டார். மிச்சமிருந்தது சிவப்புக்கல் மோதிரம். சுற்றித் தாங்கிக் கொண்டிருந்த பச்சைத் தோலுக்குள் இருந்து உடைந்து விடாமல் மோதிரத்தைக் கவனமாக எடுத்தார். நடுவில் நீட்டிக் கொண்டிருந்த மகரந்தக் கொம்பைக் கிள்ளி எடுத்தார். மோதிரத்தின் அதன் காம்பைக் கொண்டு ஒரு துளை இட்டார் பிரிதெடுத்த நடுவில் பச்சைத் தோலை வளையமாகக் கிள்ளி அந்தத் துளையில் நுழைத்தார். மோதிரத்தின் மேல் பகுதியில் பாதியும் கீழ்ப் பகுதியில் பாதியுமாகப் பச்சை வளையம் இருந்தது. மேல் பகுதி

வளையத்துள். மகரந்த கொம்பைப் பக்க வாட்டில் நுழைத்தார். கீழ்ப்பகுதி வளையத்தில் தன் சுண்டு விரலை நுழைத்துத் தண்டாயுதத்துக்குச் சரியா இருக்குமா என்று பார்த்துக் கொண்டிருந்த போதுதான் தண்டோரா சத்தம் கேட்டது. எழுந்து நின்று திரும்பிப் பார்த்தார்.

செய்து கொண்டிருந்த வேலைகளை அப்படி அப்படியே போட்டுவிட்டு மக்கள் வெள்ள நிவாரணம் வாங்க ஓடிக் கொண்டிருந்தார்கள். ●

கணையாழி – பிப்ரவரி 2016

5

மனிதத் தீவுகள்

உத்தம சோழன்

இரவு செல்வம் வீடு திரும்பியபோது பக்கத்து வீட்டு வாசலில் ஏகப்பட்ட கும்பல். காச்சு மூச்சென்று ஒரே சத்தம்.

அவனுக்கு ஒன்றும் புரியவில்லை. அதிர்ச்சியோடு வாசலில் நின்றுவிட்டான். பக்கத்து வீட்டு வாசலிலிருந்து ஓடிவந்த ராணி அவனை ஒட்டிக் கொண்டு கரகரப்பாய்ச் சொன்னாள்.

"எதித்தாப்பிலே... குடியிருக்க ஜனங்க இருக்காங்கள்லே..."

ராணியின் ஆரம்பம் புரியாமல் செல்வத்திற்கு குழப்பம்.

"ஹூம்... இருக்காங்க..."

"அவங்களோட ஆடு ஒண்ணு நம்ப பக்கத்து வீட்டு தோட்டத்துக்குள்ளே நுழைஞ்சு பூச்செடி யெல்லாம் தின்னுடுச்சி. அந்த வீட்டுக்காரம்மா பாத்துட்டு பதட்டத் தோட ஒரு கல்லைத் தூக்கி ஆட்டுப்பக்கமா விட்டடெறிஞ் சிருக்காங்க... அது ஆட்டு மேலே லேசா பட்டிருக்கும் போலிருக்கு.. பே... பேன்னு கத்திக்கிட்டு வெளியே ஓடிடிச்சு..."

"சரி.. அப்புறம்..?"

"அப்புறமென்ன. 'அந்த ஜனங்க' லேசிலே விடுவாங் களா... என்ன... உடனே எல்லாரும் ஒண்ணு கூடிட்டாங்க.

காச்சு மூச்சுன்னு கத்திக்கிட்டு கொல்லைக்குள்ளே ஆடு மேஞ்சா பவுண்டுக்கு ஓட்ட வேண்டியது தானே... கல்லை எடுத்து அடிச்சு காலை ஒடிக்கிறதுக்கு என்ன ரைட்டு... அது இனிமே பொழைக்காதுன்னு ஆட்டோட பணத்தை எண்ணிக் கீழே வை'ன்னு தகராறு பண்றாங்க..."

செல்வம் யோசித்தான். பிறகு தயக்கமாய் சொன்னான்.

"இவங்க எதுக்கு... கல்லாலே.. அடிச்சாங்களாம்.."

செல்வம் முடிக்கவில்லை. ராணி பொங்கினாள்.

"என்னங்க நீங்க.. அந்த ஜனங்க மாதிரியே நீங்களும்... விதண்டாவாதம் பேசிக்கிட்டு.. பக்கத்து வீட்டம்மா ஆசை ஆசையா.. எங்கெங்கோ தேடிப் பிடிச்சு பூச்செடிகளை வாங்கியாந்து வச்சு.. பாத்துப் பாத்து ஊத்தி வளத்து.. பூக்கப்போற நேரத்திலே... இந்த ஆடு பூந்து எல்லாத்தையும் மொட்டையடிச்சுட்டா.. ஆத்திரம் வராம என்னங்க செய்யும்..?"

செல்வத்துக்கு பதில் சொல்லத் தெரியவில்லை.

"நீ சொல்றது புரியுது ராணி.. ஆனா அந்த ஜனங்களைப் பத்தியும் தெரியுமில்லை.. ச்சூ.. ச்சூன்னு வாயாலே விரட்டியிருக்கலாம்..."

அவனது கையாலாகாத சமாதானம் அவளை எக்கச் சக்கமாக கோபப்படுத்தத்தான் உதவியது.

"நல்லாயிருக்குங்க நீங்க சொல்றது.. பச்சைக்குழந்தையை வளர்க்கிற மாதிரி வளத்த செடிகளை நாசம்பண்ணிடுச்சி அந்த ஆடு.. அதைக் கல்லால் விரட்டாம பூவாலேயா விரட்டுவாங்க.. அந்த அம்மாவாவது கல்லை எடுத்து விரட்டிருக்காங்க. நானாயிருந்தா அதை எட்டிப்பிடிச்சு கழுத்தை நெரிச்சே கொன்னிருப்பேன்.."

அந்த அரையிருட்டிலும் ராணியின் கண்கள் கோபத்தில் பளபளப்பது நன்றாகவே தெரிந்தது.

"சரி.. சரி.. யாரோ எப்படியோ போகட்டும். அந்த

ஜனங்களாச்சு.. பக்கத்து வீட்டுக்காரங்களாச்சு.. இதிலே நமக்கென்ன வந்துச்சு.. கதவைச் சாத்திட்டு வா.. உள்ளே போவோம்.. லேசா தலை வலிக்கிற மாதிரி இருக்கு.. கொஞ்சம் டீ போட்டுக் கொடு...”

ராணியின் கண்களில் செல்வத்தை நொடியில் எரித்துவிட போதிய நெருப்பின் தகதகப்பு...

“என்னங்க.. இது..? அந்த ஜனங்களோ இப்படி ஒண்ணு கூடிக்கிட்டு அநியாயமா வம்பு வளர்க்குறாங்க.. அந்த அம்மாவோட புருஷன் வேறே ஊரிலே இல்லை.. நாமளோ பக்கத்து வீட்டுக்காரங்க.. நாமதாங்க கேக்கணும்.. வாங்க அந்த அம்மாவுக்கு ஆதரவா கூட போயி நின்னு என்ன ஏதுன்னு கேட்டுட்டு வருவோம்.”

செல்வத்திற்கோ எரிச்சல்.

“இதைப்பாரு ராணி.. இது நமக்கு சம்மந்தமில்லாத விஷயம்.. தேவையில்லாம அடுத்தவங்க விஷயத்திலே தலையிடுறது எனக்குச் சுத்தமா பிடிக்காதுன்னு உனக்குத் தெரியுமில்லே...”

ராணி வெறுப்போடு வீட்டுக்குள் நுழைந்தாள். அவன் பக்கத்து வீட்டு கூக்குரல் கேட்காதவாறு டி.வி.யை சப்தமாய் வைத்துவிட்டு வாசல் கதவையும் சாத்திவிட்டு உட்கார்ந்து கொண்டான்.

அவர்கள் குடியிருக்கும் பகுதி புதிதா உருவாகி வரும் புறநகர்ப்பகுதி. இப்போதுதான் அங்கொன்றும் இங்கொன்று மாக வீடுகள் முளைக்கத் தொடங்கியிருந்தன.

அந்தக் குடியிருப்புப் பகுதிக்கு எதிரில் ஆற்றங்கரையை ஒட்டி ஒரு பத்துப் பதினைந்து குடிசை வீடுகள். ரொம்ப காலமாக ஆற்றங்கரை புறம் போக்கை ஆக்ரமித்துக் குடியிருந்து வருகிறார்கள். சாராயம் காய்ச்சுவதும், விற்பதும்தான் அவர்களது பிரதான தொழில்.

அந்தத் தொழில் மூலம் போலீஸ் தொடர்பு. அதோடு இயற்கையாகவே முரட்டுத்தனம். அவர்களுக்குள் ஆயிரம்

சண்டை சச்சரவு இருந்தாலும் இன்னொருத்தர் அவர்கள் ஏதாவது துரும்பை எடுத்துப் போட்டால்கூட குபீரென்று ஒன்று கூடி விடும் ஒற்றுமை. எல்லாம் சேர்ந்து 'நம்மை யார் என்ன செய்துவிட முடியும்...'என்று அதீத தைரியம். அந்தத் துணிச்சலில் தொட்டதுக்கெலலாம் மற்றவர் களிடம் வம்பு. அடிதடி... தகராறு... அரெஸ்ட்... ஜெயில்... என்பதெல்லாம் அவர்களுக்கு சர்வ சாதாரணம். அந்த சுற்றுவட்டாரத்திலேயே அவர்களைக் கண்டாலே அத்தனை பேரும் ஒரு நாலடி தள்ளியே நடப்பார்கள்.

அந்த மாதிரி ஆளுங்ககிட்டே போயி அடுத்த வீட்டுக் காரங்களுக்காக நாம எதுக்கு பகைச்சுக்கணும்? அவனுங்க கிட்டே பொல்லாப்பு தேடிக்காம இருக்கணும்னா நாம உண்டு, நம்ம வேலை உண்டுன்னு இருந்துக்கறதுதான் நல்லது. ராணிக்கு இந்த விஷயமெல்லாம் புரியவே மாட்டேங்குது...

"செல்வம் மனதுக்குள் சலித்துக் கொண்டான்.

காலையில் அவன் ஆபீஸுக்கு புறப்படும்போது ராணி சொன்னாள்.

"ராத்திரி பக்கத்து வீட்டுக்காரங்ககிட்டேயிருந்து அந்த ஆட்டுக்கு ஐநூறு ரூபா வாங்கிக்கிட்டுத்தான் வெளியே போனாங்களாம். அதோ பாருங்கள்.. ஒண்ணுமே இல்லாம ஐநூறு சம்பாதித்துக் கொடுத்த அதே ஆடு.. இன்னிக்கு யாரு வீட்டுக் கொல்லையிலே நுழையலாம்னு திருதிருன்னு திருட்டு முழி முழிச்சுக்கிட்டு நிக்குது...

"சில நேரங்களில் செல்வத்திற்கு காது கேட்காது. அது ராணிக்கும் தெரியும். அவனை ஒரு நெருப்புப் பார்வை பார்த்துவிட்டு அப்பால் போனாள்.

*****

அன்று ஞாயிற்றுக்கிழமை.

காலையில் பாட்டுக்குப் பாட்டு.. சப்தஸ் வரங்கள்.. அரட்டை அரங்கம் என்று நேரம் போகும். மதிய சாப்பாட்டிற்குப் பிறகு ஒரு சுகமான தூக்கம்.

படுக்கப் போன செல்வம் சத்தம் கேட்டு வெளியே வந்தான். அதற்கு முன்பாகவே ராணி.

அவர்கள் வீட்டுக்குப் பின்புறம் புதிதாக வீடு கட்டிக் குடிவந்த சபாபதி பொதுப்பணித்துறையில் வேலை பார்க்கிறவர். அவர்கள் வீட்டுக் கொல்லை யில் ஐந்தாறு மாமரங்கள். மல்கோவா... நீலம்... ஒட்டு என்று இலை தெரியாமல் காய்த்துக் கொண்டிருக்கும்.

அந்த ஆற்றங்கரைக் குடும்பங்களைச் சேர்ந்த இரண்டு பையன்கள் அவர் வீட்டு காம்பவுண்ட் சுவர் ஏறிக் குதித்து மாமரத்தில் ஏறி ஏதோ அவர்கள் வீட்டு மாமரத்தில் மாங்காய் பறிப்பதுபோல் பறித்துக் கொண்டிருந்தபோது சபாபதி யதேச்சையாய் கொல்லைப்புறம் வந்திருக்கிறார்.

அவரைப் பார்த்த பையன்கள் மரத்திலிருந்து குதித்து ஓடத் தொடங்கியிருக்கிறார்கள். அதிர்ச்சியும் ஆத்திரமும் அடைந்த சபாபதி ஓடிய பையன்களில் ஒருவனை எட்டிப் பிடித்து, "ராஸ்க்கல்.. பட்டப் பகல்லே.. காம்பவுண்ட் சுவர் ஏறி மாங்காய் பறிக்கிறியா.. என்ன திமிரு உனக்கு..?" என்று அதட்டியிருக்கிறார்.

அவ்வளவுதான்.

பையன் 'ஓ..' என்று அழ ஆரம்பித்து விட்டான். தப்பித்து ஓடிய பொடியனோ அவன் தெருவிற்கு ஓடிப்போய் பிடிபட்ட பையனை சபாபதி 'அடித்து நொறுக்குவதாக' அலற, தெருவே திரண்டு வந்து சபாபதி வீட்டை முற்றுகையிட்டு விட்டது.

சபாபதியோ செய்வதறியாமல் திகைத்துப் போய் நின்றார்.

ராணியோ செல்வத்திடம் கோபமாய் முணுமுணுத்தாள்.

"இதப்பாருங்க.. இப்படி செய்ற தப்பையும் செஞ்சிட்டு அதுலே என்ன தப்புன்னு மல்லுமல்லுன்னு சண்டைக்கு போறதே இந்தக் கூட்டத்துக்கு வேலையாய் போச்சு.. பாவம் அந்த சபாபதி.. பரம சாது. ரொம்ப பயந்துட்டாரு.. வாங்க.. என்னப்பா இது அநியாயம்னு கேப்போம்..."

செல்வத்திற்கோ கோபம்.

"இதுலே போயி என்ன கேக்கணும் ராணி..?"

ராணியோ பட்டென்று வெடித்தாள்.

"ஒப்புறானே.. ஒப்பந்தன்னானே.. என்னங்க நீங்க.. ஒரு கூட்டம் வல்லடி வழக்கா ஒவ்வொருத்தரையா மிரட்டிக் கிட்டிருக்கு.. நாமளும் வாயை மூடிக்கிட்டு வேடிக்கை பாத்துக்கிட்டிருந்தா என்னங்க அர்த்தம்..?"

அவன் பொறுமையாக விளக்கம் சொன்னான்.

"உன்கிட்டேயா சண்டைக்கு வந்திருக்காங்க..? இப்ப நடக்கிறது சபாபதிக்கும் அவங்களுக்கும் உள்ள பிரச்சினை.. இதுலே நமக்கென்ன வேலை..? வாரத்திலே ஒரே ஒரு நாள் லீவு.. சித்த நேரம் நிம்மதியா தூங்கலாம்னு பார்த்தா.. நீ வேற தொணதொணன்னுகிட்டு.. பேசாம உள்ளே போயி வேலை இருந்தா பாரு... இல்லே படுத்துத் தூங்கு.."

"முடியாது.. நான் போயி கேக்கப் போறேன்.. என்னாலே பொறுத்துக்க முடியலே.."

செல்வமோ ஆத்திரத்தின் உச்சிக்குப் போய்..

"தாராளமா போ.. ஆனா.. திரும்ப இந்த வீட்டுக்குள்ளே நுழையாதே..!" என்று அடித் தொண்டையில் கரகரத்து விட்டு வீட்டுக்குள் நுழைந்துவிட்டான்.

பாவம்.. அப்புறம் என்னதான் செய்வாள் அவள்.

ஆனாலும் ராணி உடனே வீட்டுக்குள் வந்துவிடவில்லை.

உள்ளே போன செல்வம் கையில் கிடைத்த புத்தகத்தை எடுத்து புரட்ட ஆரம்பித்தான்.

கொஞ்ச நேரத்துக்கெல்லாம் கூட்டம் கலைந்து போய்விட்டது. ராணி சபாபதி மனைவியிடம் விபரம் கேட்டான்.

"அதையேன் கேக்குறீங்க..? சின்னப்பசங்க.. ஆசைப்பட்டு ரெண்டு மாங்கா பறிச்சிட்டானுங்க.. அது என்ன கொலை

பாதகமா..? அதுக்காக அவனை கை நீட்டி அடிக்க நீங்க யாருய்யான்னு ஆளாளுக்கு கத்துறாங்க..”

“பாருங்களேன்...” ஆற்றாமையுடன் ராணி.

“இத்தனைக்கும் அவரு அடிக்கவே இல்லேங்க.. சும்மா அதட்டினாரு.. அவ்வளவுதான். அதைச் சொன்னா யாருமே காதிலே வாங்கிக்கலே.. அடிக்கு அடி அடிச்சுட்டு தான் போவேன்னு அவர் கிட்டே கையை கையை ஓங்கிக்கிட்டு பாயுறாங்க.. பதறிப் போயி நான் குறுக்கே நின்னு ‘ஓ’..ன்னு அழுதேன்..”

“என்ன அநியாயம் பாருங்க.. அத்து மீறி வீடு புகுந்து மாங்காய் பறிச்சது அவங்க.. மிரட்டுறது நம்பளை..”

ராணியின் பதிலில் ஏராளமான குமுறல்.

“என்ன பண்றது.. இதோ பின்னாடி திரும்பிப் பாருங்க.. மரத்திலே ஒரு காய் இல்லே.. எல்லாத்தையும் ஆளாளுக்கு ஏறி பறிச்சிட்டு இனிமே இந்த மாதிரி வேலையெல்லாம் எங்ககிட்டே வச்சுக்காதீங்கன்னு கத்திட்டுப் போறாங்க..”

“அடக்கொடுமையே..!”

வெகு நேரம் கழித்து வீட்டிற்குள் நுழைந்தவள் செல்வத் தோடு பேசவே இல்லை.. முகம் இறுகிப் போயிருந்தது.

*****

அன்று மாலை.. தூரத்தில் வரும்போதே தன் வீட்டுக் காம்பவுண்ட் ஓரம் இரண்டு மூன்று எருமை மாடுகள் கட்டியிருப்பதைப் பார்த்து திடுக்கிட்டான் செல்வம். பதட்டத்தோடு சைக்கிளை வேகமாக மிதித்தான்.

கட்டியிருக்கும் வீடோ முழுக்க முழூக்கக் கடன். மாதாமாதம் கணிசமான தொகை சம்பளத்தில் பிடித்த மாகப் போக எஞ்சிய பணத்தில் குடும்பத்தின் அன்றாடச் செலவுக்கே உன்னைப் பிடி என்னைப் பிடின்னு திண்டாட்டம்.

இந்த லட்சணத்தில் ராணி ஒரேயடியாய்ப் பிடிவாதம் பிடித்தாள்.

"இவ்வளவு கஷ்டப்பட்டு வீடுகட்டி காம்பவுண்ட் சுவர் இல்லேன்னா என்னவோ மூளியா தெரியுதுங்க... மனசுக்கு திருப்தியாவே இல்லை.. கடனோடு கடனா ஒரு காம்பவுண்ட் எடுத்திடனுங்க.."

அவள் நச்சரிப்பு தாங்காமல் கேட்காதவர்களிட மெல்லாம் கேட்டு நாலு அங்குல அகலத்துக்கு ஒரு காம்பவுண்ட் கட்டி முடிப்பதற்குள் முழி பிதுங்கி விட்டது.

ஆனால் ராணி சொன்னபடியே வீடு இப்போது தான் அம்சமாக இருக்கிறது.

காம்பவுண்ட வேலை முடிந்து நான்கு நாட்கள் கூட ஆகவில்லை. சுவரில் அடித்த சுண்ணாம்பின் ஈரம்கூட இன்னும் உலரவில்லை.

அதற்குள் காம்பவுண்ட் சுவற்றின் ஓரமாக முளை அடித்து இரண்டு மூன்று எருமை மாடுகளைக் கட்டி.. அவை சுவர் முழுக்க சாணியாலும் மூத்திரத்தாலும் கோலம் போட்டு வைத்திருந்தன.

அதைப் பார்த்த அவனுக்கு உயிரே போனதுபோல் இருந்தது.

"யார்டா அது.. என் வீட்டு காம்பவுண்டு கிட்டே கொண்டாந்து மாட்டைக் கட்டினது..?"

ஆத்திரத்துடன் சத்தம் போட்டுக் கொண்டே மாடு களை அவிழ்த்து விரட்டி விட்டதுடன் முளைகளையும் பிடுங்கி எறிந்தான்.

பிடுங்கிவிட்டு நிமிர்ந்தால் எதிரே மாட்டுக்காரன் அவனையே முறைத்துக் கொண்டு நின்றான். ஆற்றங்கரைத் தெருவைச் சேர்ந்தவன்.

"எதுக்காக சார் மாட்டை அவுத்து விரட்டினீங்க..?"

"ஏனா.. புதுசா கட்டின என் வீட்டு காம்பவுண்ட்லே கொண்டாந்து மாட்டைக் கட்டினா அவுத்துவிடாம என்ன பண்ணுவாங்க..? சுவத்தைப் பாரு எப்படி நாசம் பண்ணி வச்சிருக்குன்னு.."

அதுக்குள் அந்தத் தெரு ஜனங்கள் திரண்டு விட்டார்கள்.

கூட்டத்தில் ஒருவன் ஆவேசம் வந்தவன் போல கத்தினான்.

"காம்பவுண்டோட உங்க இடம் முடிஞ்சு போச்சு.. இது பஞ்சாயத்து போர்டு பாதை. இதிலே மாட்டைக் கட்டக் கூடாதுன்னு சொல்றதுக்கு நீங்க யாரு..?"

அதற்குள் இன்னொருவன்.

"ஏண்டா வளவளன்னு பேசிக்கிட்டு. புடுங்கின முளையை கொண்டாந்து அடிங்கடா.. மறுபடியும் மாட்டைக் கொண்டாந்து கட்டுங்க.. இவரு அவுத்து விரட்டறதைப் பாப்போம்..!"

அவ்வளவுதான்.

ஏற்கனவே செல்வம் விரட்டிவிட்ட இரண்டு மூன்று மாடுகளுடன் இன்னும் நான்கைந்து மாடுகளையும் சேர்த்து இவன் வீட்டைவிட்டு வெளியே போக முடியாதபடி வாசல் எதிரிலேயே கட்டிவிட்டு 'உன்னால் முடிஞ்சதை செய்' என்பது போல் அவனையே முறைத்துக் கொண்டு நின்றார்கள்.

அதிர்ச்சியும் அவமானமுமாய் என்ன செய்வது என்று புரியாமல் வீட்டிற்குள் கூட நுழைய முடியாதபடி அதிர்ச்சியுடன் நின்றுகொண்டிருந்த செல்வம் பக்கத்து வீடு எதிர்வீடு, பின்புற வீடு என்று அடிக் கண்ணால் பார்த்தான். அந்தந்த வீட்டுக்காரர்கள் அவரவர் வீட்டு வாசலில் நின்றபடி என்ன நடக்கிறது என்று ஆர்வத்தோடு வேடிக்கை பார்த்துக் கொண்டிருந்தார்கள்.

'இப்போ என்னப்பா செய்யப் போறீங்க' என்பதுபோல எந்தவித பதட்டமுமே இல்லாமல் ராணியும் செல்வத்தைப் பார்த்துக் கொண்டு நின்றாள். ●

தினமணி கதிர் 02-12-2001

6

தாத்தா தொலைந்துபோனார்

இரா. காமராசு

பஸ் ஹாரன் சப்தம் கேட்டது.

சொக்கன் திரும்பிப் பார்த்தார். விகாரமான படத்தைப் பார்த்து மிரண்டு போன சிறுபிள்ளை மாதிரி ஆகிப்போனார்.

'குழந்தையம்மாள் மகளிர் கல்லூரி' பெயர் தாங்கிய பேருந்து, பாரி மளிகையைக் கடந்து சென்றது. மூட்டை முடிச்சு மனிதர்களும், ரோட்டோரக் கடைகளும், வாடிக்கை யாளர்களை அழைக்கும் அழைக்கும் கூக்குரல்களும், அழுகிப்போன காய்கனிகளும், பயனற்றுத் தூக்கி வீசப்பட்ட காகிதச் சுருட்டல்களும், கடைகளின் கழிவுநீரும்... பேரமும், பதுக்கலும், ஏமாற்றுமாய் ஒரு குட்டி இந்தியாவை ஞாபகப்படுத்தும் கடைவீதி.

வழக்கமாக போக்குவரத்து இல்லாத அந்த வீதியில் அழகும், பொலிவும் மிக்க மாணவிகளை விதவிதமான கல்லூரி அள்ளிச் செல்லும் பேருந்தை வயதுவித்தியாசமின்றி எல்லாக் கண்களும் துரத்தின.

சொக்கன் வெறித்துப் பார்த்தார். மூன்று மாதங்களுக்கு முன்னால் கழிந்து போன சம்பவங்கள் கண்ணை மறைத்தன.

அன்று புதன்கிழமை. 'பொண்ணு கெடச்சாலும் பொதன் கிடைக்காது, காலண்டரைப் புரட்டி அமாவாசை, அஷ்டமி, நவமி, கரிநாள் பார்த்தார். 'சுபமுகூர்த்த சுபதினம்' என கட்டம் கட்டிக் கூறியது. கூடவே 'ஆலங்கோட்டை

பாலுத்தேவர் மகளுக்கு கல்யாணம்' மனைவி செண்பகம் சொல்லவும் சரியான நாள்தான் முடிவு செய்தார்.

சொக்கனின் தாத்தாவுக்கு நாலு ஏக்கர் பூர்வீகச் சொத்து அசேஷத்துல பூர்வீகம் என்றால் தாத்தாதான் ஞாபகம், அதற்கு முன்னால்... தெரியாது. தாத்தாவுக்கு ரெண்டு பிள்ளைக. அப்பாவும் சித்தப்பாவும். சித்தப்பா சின்ன வயசிலேயே இலவச கப்பலேறி சிங்கப்பூரு போயிட்டதா அப்பா சொல்லும். எழுபது வருஷத்துல எந்தத் தகவலும் இல்லை. நாலு ஏக்கர் சொத்தும் அப்பாவுக்கு வந்துடுச்சு.

அப்பாவுக்கு ரெண்டு பிள்ளைக. சொக்கனும் ராமாயியும். அப்பா இருக்கிறப்பவே ராமாயிக்கு கல்யாணம். பதினோரு கிடாவெட்டி, ஏழு கிராமத்தையும் கூட்டி திருமக்கோட்டைக்கு அப்பா அனுப்பியதுல தாத்தாவோட பூர்வீக சொத்துல ரெண்டு ஏக்கர் மாடி வீட்டுக்காரனுக்கு வித்தாச்சு.

ரெண்டு ஏக்கர் நிலமும், ஒன்பது எருமை மாடுகளும், அப்பா கண்ணுக்குட்டிகளா வாங்கின காளைகளும், தாத்தாவோட கூண்டு வண்டியும் தான் சொக்கனின் சொத்து.

இப்பல்லாம் ஒரு பருவ சாகுபடிதான். தாத்தா காலத் தோட குறுவை, தாளடியெல்லாம் போச்சு. கடைமடை பாய்ச்சல்தான். சோழகர் இருக்கிறதுனால சி.எம்.பி. வாய்க்கால்ல எப்படியும் தண்ணீர் வந்துரும்.

ரெண்டு கொழு கலப்பகட்டி நாலு சாலு அடிச்ச சேத்த அள்ளி சாப்புடலாம். அப்படியாப்பட்டச் சாமண்ணு. அந்த வாசனை.. அதுவும் உரம் போடுறதுக்கு மோப்பம் புடிச்சா கிறங்கித்தான் போகணும்.

ரேடியோவுல என்னென்னமோ உரம், பூச்சி மருந்தெல் லாம் சொல்றாங்க. புதுசு புதுசா நெல்லெல்லாம் கண்டு புடிச்சிருக்கிறதா சொல்றாங்க.

சொக்கன் சீமை உரம் போட்டதேயில்லை. அவரோட எருமைகள் போடற சாணம் ஒரு வேலிக்குப் போதும். ரெண்டு ஏக்கரு தானே? மில்க் ரொட்டியும், புட்டிப்பாலும்

சாப்புட்டு சினிமாவுல வர புள்ளைக மாதிரி கருகருன்னு தினவா வளரும்.

கதிர் விட்டு தளதளன்னு கர்ப்பிணிகள் மாதிரி குலை தள்ளூறப்போ பக்கத்து வயக்காரனெல்லாம் திட்டி போட்டுடுறானுவன்னு கோமாளிப் பொம்மை நட்டு திட்டி விரட்டுறது வழக்கம்.

மாடி வீட்டுக்காரன் பையன்கூட ஏதோ காந்திக்கு கிராமம் இருக்காம்ல.. அங்க விவசாயத்துக்குன்னே படிச்சு வந்துருக்கானாம். சிரிப்பாதான் வருது. பரம்பரையா மம்பட்டி புடிக்கிறவன் நிலத்துல அடிவச்சா தானா வருது. படிப்பாம் படிப்பு.

அவன்தான் சொல்றான். 'நாம வச்சிருக்க விதை போட்டா பழுதாயிடும். சாகுபடி காணாது இப்பப் புதுசா கல்சர்... ஜெ.ஜெ.ன்னல்லாம் வந்துருக்கு போடுங்கன்னு'.

அதுக்கு விவசாய ஆபீஸருக்கிட்ட கையெழுத்து வாங்கணுமாம்.

விதையப் போயி கிலோ கணக்குல வாங்குவாங்களா... தாத்தா காலத்துலேருந்து கோட்டை கட்டித்தான் பழக்கம். ஒரு கலம், ரெண்டு கலம், மூட்டைன்னு.

கதிர்விட்டு, முற்றி, சாயப்போற சமயத்துல கலப்பு, களை இல்லாம 'வளப்பமா' உள்ள இடத்துல வட்டம் போட்டு தனியா அறுத்து, தூத்தி, தூசு தும்பட்ட இல்லாம, கோடை வெயில்ல போட்டு கோட்டை கட்டியாச்சின்னா... ஒரு நெல்பழுதாப் போகுமா?.. ம்கூம்...

சொக்கனுக்கு புதுசுல நம்பிக்கை இல்ல. எல்லாம் தாத்தாதான் அப்பாவைவிட தாத்தாதான். தாத்தா மாதிரி மீசை, குடை, தடி, கூண்டுவண்டி, தரையில படுக்கை, சுருட்டு.

மாடி வீட்டு ராமு டவுன்ல நடந்த 'தேவர்மகன்' படத்துக்கு அழைச்சுக்கிட்டு போனதுலேயிருந்து சொக்கனோட்தாத்தா மாடல் ரொம்ப ஸ்டாங்காயிடுச்சு.

சொக்கன் எப்பவும் ஊருக்கு முந்தி விதை தெளிச்சு நடவு போட்டுருவாரு. இந்த வருஷம் தான் லேட்.

போன வருஷம் நடவு நட்டு, பயிர் காய்விடுற சமயத்துல புடுச்ச மழை... பேய் மழையாகி வெள்ளம் வந்து மாவட்டமே மூழ்கிடுச்சு.

சொக்கன் நிலம் கொஞ்சம் மேடு. சீக்கிரமே தண்ணீ வடிஞ்சிடுச்சு. பாதி தண்ணிலப்போக பாதி நெல்லு வீடு வந்துச்சு.

சோறு ஆக்குனா கசப்பு வாயில வைக்க முடியல. சொக்க னோட மனைவி செண்பகம் உலை வைக்கிறப்பெல்லாம் திட்டி திட்டியே நெல்லையெல்லாம் சாப்பாட்டிலேயே தீர்த்தாச்சு.

சொக்கன் விதை நெல் தேடி, புதன் கிழம அதுவும் நல்ல நாள் தேடி, எப்போதும் விதை தெளிக்கிற ராசியான கோவிந்து மச்சானத் தேடி வயலுக்குப் புறப்பட தாமதமானது.

பக்கத்து வயல்காரர்களெல்லாம் விதை தெளிச்சு பத்து, பதினைந்து நாள் பயிராகிவிட்டது.

கலப்பையை தூக்கிக் கொண்டு காளை மாட்டை கோவிந்து மச்சான் ஓட்டிச்செல்ல மண்வெட்டியோடு சொக்கன் நடந்து போனார். முதல் நாளே விதை நெல்லை வயலுக்குக் கொண்டு போய் வைத்திருந்தார்.

ஆளுருட்டி வாய்க்காலைத் தாண்டி வரப்பில் ஏறினார். வயலருகே ஒரே கூட்டம். மேனி தெரிய கோவணங்கட்டி வயலில் நிற்கும் விவசாயிகளையே பார்த்துப் பழகிப் போனவருக்கு வெள்ளாமை நிலத்தில் சலவை போட்ட வெள்ளை வேட்டி மனிதர்கள் கூடியிருப்பது ஆச்சரியமாய் இருந்தது.

'தண்ணீ பாய்ச்சல் தகராறுல எவனும் வெட்டிக்கிட்டு சாஞ்சுட்டானுவளா? இல்ல ஏதும் புதையல் கிதையல் கெடைச்சுருக்கா?' யோசித்தபடியே 'முத முதல்ல நிலத்துல நெல்லு போடறப்ப... கலகம் கிலகம் ஆயிடப்படாது நீ

இங்கேயே நில்லு நான் போய்ப் பார்த்துட்டு கூப்படறேன்' கோவிந்து மச்சானிடம் கூறிவிட்டு சொக்கன் வயலை நோக்கி நடந்தார்.

'வாங்க... வாங்க... உங்களதான் எதிர்பார்த்துக்கிட்டு இருக்கோம். நம்ம மனோகர் அய்யா வந்திருக்காங்க',

சாராயம் காய்ச்சி விற்று பெரிய மனுஷனாகி இன்று ஒரு கட்சியின் ஒன்றியச் செயலாளராக இருக்கும் ராமராஜ் பத்தடி முன் வந்து வரவேற்றான்.

சொக்கன் தடுமாறிப் போனார். பலரக கார்கள், அரசாங்க ஜீப், பைக்குகள்... தொந்தியும், பிதுங்கிய முழியுமாய் முரட்டு மனிதர்கள், பருந்தைக் கண்டுவிட்ட தாய்க்கோழி மாதிரி வயல்காரர்கள், என்ன நடக்குமோ? கடவுளை வேண்டினார் சொக்கன்.

'ஐயா.. இதுல ஒரு கையெழுத்துப் போடுங்க...' வி.ஏ.ஓ.

'எதுக்குங்க... ஐயா எதும் மான்யம் கீனியம் தர்றீங்களா.. போன வருஷந்தான் வர்ண பகவான் எல்லாத்தையும் கொண்டு போய்ட்டான். இந்த வருஷமாச்சும்.... யாரையும் பார்க்காமல் மண்ணைப் பார்த்தே சொக்கன் பேசினார்.

'பெரியவங்களே... நம்ம மனோகர் அய்யா லேடீஸ் காலேஜ் திறக்கப் போறாங்க. நம்ம ஜில்லாவுல பல பேரு கேட்டு கிடைக்கல. முதலமைச்சரே நம்ம அய்யாவுக்கு ஆர்டர் கொடுத்திருக்காங்க.. டவுனுக்குப் பக்கத்துல இந்த ஏரியாதான் நல்லா இருக்கு. பணத்துக்குத்தான். வெளில விக்கிற ரேட்ட விட குழிக்கு பத்து ரூபா சேர்த்து தர்றாங்க.... எல்லாரும் ஒத்துக்கிட்டு கையெழுத்துப் போட்டுட்டாங்க... நீங்கதான் பாக்கி...'.

ஆர்.ஐ. அனுபவத்தோடும், அரவணைப்போடும் பேசினார்.

'விளையற நிலமுங்க... அப்பன் பாட்டன் காலத்துலேருந்து சோறு போடற பூமிங்க... இது வெறும் மண்ணு மட்டுமில்லைங்க... எங்க சொகம், துக்கம், கனவு, பரம்பர

பரம்பரையா வர்ற வாழ்வு எல்லாமுங்க. யாங்க அய்யா.. தப்பா நினைக்கப்படாது... நீங்க பெரியவங்க. காலேசு வேற இடத்துல கட்டக் கூடாதுங்களா?...

'சொக்கன் ஒருவொரு வார்த்தையாக தேடித் தேடிப் பேசினார். முழங்கால் முட்டும் சேற்றில் காளைகளை விரட்டுகிற கால்கள் ஆடின.

'ஏய்... பெரிசு! பெரிசா புத்திமதி சொல்லாத! ஐம்பது ஏக்கரும் வாங்கியாச்சு. ஒழுங்கா மருவாதியா கையெழுத்துப்போடு... கையெழுத்து, பெரிய கையெழுத்து... வண்டி மசதான... வையி. வையி... மனோகரு அய்யா... நாளைக்கே பூஜைப் போடப்போறாரு... வயக்காடா கெடந்த இடத்துல... ஜல் ஜல்னு சுடிதாரு மிடியோட சுத்தறதப் பார்க்கலாம்... போடு கிழவா....'

'மரியாதையோடு அழைத்து வந்தவன் பேசுறதப் பார்த்தா... கொஞ்சம் முரண்டு புடிச்சாலும் அடி தப்பாதே...'

சொக்கன் நினைத்துக் கொண்டார்.

'நிலத்துக்கு பணம் வேணுமா வேணாமா....?'

'பொண்டாட்டி புள்ளையோட ஊருல குடும்பம் நடத்தணுமா...'

'உசிரோட வீட்டுக்குப் போவணுமா....?'

'எங்களை பகைச்சிகிட்ட ஏ.எஸ்.பி. நிலைமையே என்னாச்சு... தெரியுமா?

'மனோகரிடம் விசுவாசம் பெற கைத்தடிகள் விதவிதமாய் கர்ஜித்தார்கள்.

'பொம்பள காலேஜு வந்தா நம்ம புள்ளயல்லாம் படிக்கும்...'

'நம்ம புள்ளய படிச்சு வந்தா காலேஜுல வேல கிடைக்கும்...'

'நம்ம ஊர்பேரு நாடு பூரா தெரியும்...'

'நம்ம புள்ள காலேஜ் ஆரம்பிக்குது.'

'நாம இடங்கொடுக்காம யாரு கொடுப்பா?'

விவசாயிகள் ஒருவருக்கு ஒருவர் பேசிக் கொள்வது மாதிரி சொக்கனுக்குச் சொன்னார்கள்.

தன்னைச் சுற்றி ஒரு இரும்பு வளையம் இருப்பதாய்ச் சொக்கன் உணர்ந்தார்.

'கொண்டாங்கய்யா....'

'இந்தாங்க... வாங்கிக்குங்க...'

சொக்கன் இடது கையால் 'நங் நங்கென்று' விரல் பதித்தார். சாகும் தருவாயில் குத்திட்டு நரைத்த தாடியோடும், நூல் கட்டிய மூக்குக் கண்ணாடியோடும் ஒழுகும் வாணியோடும் உலகம் மறந்து நார்க் கட்டிலில் கிடந்த தாத்தாவின் உருவம் நிழலாடியது.

'ஏய்... வீணாப் போனவனே. நடுரோட்ல நின்னு கனாக் காணுறியா... ஓரமா போடா... மூ.. தே... வி....'

தள்ளுவண்டிக்காரன் எரிச்சலாய்க் கத்தினான். சொக்கன் கடைத்தெருவில் நிற்பதை உணர்ந்தார். 'நான் வீணாப் போனவன் தான் மூதேவி தான்.. நா...ன்... வீணாப்... மூ.. தே...'

குடை இல்லை. தடி இல்லை. கூண்டு வண்டி இல்லை. மனதுள் பொத்தி பொத்தி காத்த தாத்தா இல்லை. தோளில் கிடந்த துண்டை எடுத்து வாயில் அமுக்கிக் கொண்டு சூடுபட்ட மாடு மாதிரி சொக்கன் நடந்துபோனார். ●

தாமரை – ஆகஸ்ட் 1995

7
உள்ளங்கையில் உலகம்

மானா பாஸ்கரன்

பஸ்ஸைவிட மனம் வேகமாகப் பாய்ந்தது. எவ்வளவு கனவுகளையும், கற்பனைகளையும் திணித்துக்கொண்டு அந்த கல்லூரிக்குள் நுழைந்தான் பொன்னரசன்! எல்லாமே ஒரு மணி நேரத்திற்கு முன்னால் காற்றில் உமியாய்ச் சிதறிப் போயின.

இதயம் நெருஞ்சி முள் காடாய் ஆகி இருந்தது. மருந்து போட முடியாத ரணம்...

பொன்னரசனுக்கு அழுகை அழுகையாய் வந்தது. பஸ்ஸில் சில முகங்கள் அவன் கண்ணீரின் விலாசம் தேடின.

மனித நாகரிகம் நிலவு வரை நீண்டு இருந்தாலும் மனிதாபிமானம் என்னும் விஷயம் மட்டும் அதல பாதாளத்தில் தள்ளப்பட்டு விட்டது.

நினைவுகள் சுருளச் சுருள அடி வயிறு எரிந்தது.

ராகிங் அது இது என்றெல்லாம் பயமுறுத்தப்பட்டிருந்தது அவனுக்கு. பொன்னரசன் எதற்கும் தைரியம் தயாரித்து வைத்திருந்தான். மருத்துவக் கல்லூரிக்குள் நுழைந்து ஒரு வாரம் ஆகி இருந்தது. இந்த ஏழு நாட்களில் யாரும் தன்னைச் சீண்டிப் பார்க்கவில்லை என்ற சின்ன திருப்தி இதயத்தில் வழிந்து கொண்டிருந்தபோதுதான் அது நடந்தது.

தோளில் பரமசிவன் மாதிரி ஸ்டெதஸ்கோப் பாம்புகள் தொங்க, வெள்ளை கோட் கைகளில் படுத்திருக்க, அங்கும் இங்கும் வருங்கால டாக்டர்கள் அலைந்து கொண்டிருந் தார்கள். எல்லாக் கண்களிலும் டாக்டருக்குப் படிக்கும் நாசிக் திமிர்...

எந்த மந்திரியின் சிபாரிசும் இல்லாமல், சலவை நோட்டுகள் கை மாறாமல் முழுக்க முழுக்க மெரிட்டில் இடம் கிடைத்திருந்தது பொன்னரசனுக்கு.

பொன்னரசன் - வயக்காட்டில் தனித்து அலைந்தவன் தான். வண்டி ஓட்டி, அறுப்பு அரிவாள் பிடித்து, மனசு உழுத நிலமாய்ப் பதப்பட்டுத்தான் இருந்தது. ஆனாலும் நகரத்து சொகுசுக்கு முன்னால் கிராமம் கை கட்டித்தான் இருக்க வேண்டியிருந்தது.

கையில் ஒரு நோட்டுடன் கல்லூரியின் முதல் வாசல் வழியே சென்று கொண்டிருந்தான் பொன்னரசன்.

திடீரென்று ஒரு குரல் முந்திரி மரத்திற்குக் கீழே இருந்து கூப்பிட்டது. குரல் வந்த திசையில் பார்த்தான். இருபது பேர் இருக்கலாம். படுத்தும், உட்கார்ந்தும் சாய்ந்தும் கிடந்தனர். எல்லோருமே எம்.பி. பி.எஸ். கடைசி வருட மாணவர்கள். அவர்களில் ஏழெட்டு பேர் பெண்கள். யாரோ ஒரு பிரகஸ்பதி முந்திரி மரத்திற்குச் சிகரெட்டால் சாம்பிராணி போட்டுக்கொண்டிருந்தான்.

பொன்னரசன் உள்ளுக்குள் உடைய ஆரம்பித்தான். கால்கள் நகர மறுத்தன. நிச்சயமாய் இது ராகிங் அழைப்புத் தான்...

“என்ன சார், கூப்பிட்டா வர மாட்டீங்களோ?” என்றான் ஒருவன்.

“என்னடா சாரு? பெரிய மரியாதை. இப்ப நான் கூப்பிடுறேன் பாரு - டேய் நார்த்தங்கா தலையா இங்க வாடா!” என்றான், இன்னொருவன்.

மெள்ள, நடுங்கும் இதயத்தோடு அவர்கள் அருகில் சென்றான் பொன்னரசன்.

அவனைப் பார்த்து "அட்டேன்சன்..." என்றது சிகரெட் வாய்.

சுற்றியிருந்த மருத்துவ மாணவர்கள் எல்லாம் கொல் லென்று சிரித்தார்கள்.

"ஏண்டா அவனே வாத்து மாதிரி நடக்கிறான். அவன் கிட்டே போய் தேசிய கீதத்துக்கு நிக்கிற மாதிரி நிக்கச் சொல்றியே!"

பொன்னரசனுக்கு முந்திரி மரத்தைப் பிடுங்கி எல்லோரையும் அடிக்க வேண்டும் போலிருந்தது.

கண்ணாடி அணிந்த ஒருவன் எழுந்து வந்து "அண்ணாத்தே உன் பேரு என்னாலே" என்றான்.

"பொன்னரசன்."

"என்னது பொன்னரசனா? ஏண்டா டேய்! லிக்னைட் கலர்ல இருந்துகிட்டு... பொன்னரசனா? இன்னிலேர்ந்து நீ கருப்பரசன்."

ஸ்டெதஸ்கோப்பைத் தூக்கிப் போட்டுப் பிடித்து, தனது அல்ப சந்தோஷத்தைக் காட்டிக்கொண்டாள் ஒரு மாணவி.

"டேய் டேய் குழந்தையை ரொம்ப டாவடிக்காதீங்கடா... ஏன் கண்ணு உனக்குப் பாடத் தெரியுமா?"

"தெரியாது சார்."

"பிரேக்கு, டிஸ்கோன்னு சொல்றாங்களே அதுல ஏதாவது தெரியுமா..."

"தெரியாதுண்ணே."

"என்னடா அண்ணன் முறை கொண்டாடுறே!" கெட்ட வார்த்தைகளால் அர்ச்சனை."ஏண்டா உனக்கெல்லாம் டாக்டர் படிப்பு? உங்க ஊரு கொல்ல பக்கமெல்லாம் மூலிகை நிறைய இருக்குமே. அதைப் பறிச்சு வச்சுக்கிட்டு நாட்டு வைத்தியராகிட வேண்டியதுதானே...!"

'சரியான ஐடியா... தனுசு..." சிரிப்பு வானம் உரசியது.

பொன்னரசன் கூனிக்குறுகி நின்றான். அவன் வாழ்வின் எந்த திசையிலும் இதைப் போன்ற பரிகாசத்தைச் சந்தித்ததில்லை.

'சரி கருப்பரசா... நீ நல்ல புள்ளையா நான் சொல்றதைச் செய்வியாம். உன்னை விட்டுடறோம். அப்புறமா நாம் ப்ரண்ட்ஸாயிடுவோம். நீ என்ன பண்றே அதோ இருக்கு... பாஸ்கட் பால் போர்டு அதை ஓடிப் போய்த் தொட்டுட்டு வா பார்ப்போம்..."

அந்த இடத்தை விட்டு நகர்ந்தால் போதும் என்ற நினைப்பில் ஓடப்போன பொன்னரசனை ஒருவன் தடுத்தான்.

"சும்மா ஓடிப் போய்த் தொட்டால் போதுமா? இதோ நீ போட்டிருக்கப் பாரு சொக்கா, பேண்ட் இதெல்லாம் கழட்டிட்டு ஜட்டியோட ஓடணும்..."

பொன்னரசனின் காது வழியே கடப்பாறை செருகப் பட்டது.

மெள்ள கண்ணீர் துளிர்விட ஆரம்பித்தது. அடக்கிக் கொண்டான்.

"என்னடா... போ மாட்டியா?"

"வேண்டாம் சார். லேடீஸ்லாம் இருக்காங்க, வேண்டாம் சார் என்னை விட்டுடுங்க" கலங்கிய இதயம் கையெடுத்துக் கும்பிட்டது.

"டேய்... நீ எவ்வளவு நேரம் நின்னாலும் விட மாட் டோம்... நாங்க சொன்னதைச் செஞ்சாதான்... டேக் இட் ஈஸி."

"எதை எளிதாக எடுத்துக்கொள்வது? அவமானத்தையா? கதறக் கதற மனசு பிழியப் படுவதையா? சக மனிதனின் உணர்ச்சிகளுக்குக் கொள்ளி வைப்பதையா? எதை எளிதாக எடுத்துக்கொள்வது?"

"சார் நாமெல்லாம் துடிச்சிக்கிட்டிருக்கிற உயிரைக் காப்பாத்தற படிப்பு படிக்கிறோம். நீங்களே ஒரு உயிரைத்

துடிக்க வைச்சுப் பார்க்கலாமா?" பொன்னரசனின் கோபம் வார்த்தைகளில் வழிந்தது.

"டேய் தனுசு. சாமியார் டாக்டருக்குப் படிக்க வந்திருக் கார் டோய்...."

இனி இந்த கவரிங் மனிதர்களிடம் எதைச் சொல்லியும் பிரயோசனம் இல்லை. சட்டையை அவிழ்த்தான் பொன்னரசன்... கூட்டம் மொத்தமும் முதுகுத் தண்டு நிமிர்த்திக் கொண்டது. பாண்டை அவிழ்க்கும்போது பூமி பிளக்காதா என்று தோன்றியது.

"டேய் துணி ஜட்டிடா...! சரியான நாட்டுச் சரக்குடா...!"

"ஏன் கண்ணு, பி அண்ட் சி மில்லு தொறந்துட்டாங்களே அங்கேயே போய்த் துணி வாங்கிட்டு வந்தியா... பேல் எவ்வளவுப்பா?"

'சாடிஸம்' தன் வாய் பிளந்து, பல் காட்டிச் சிரித்தது. ஆறாவது அறிவை மறக்க அடித்த வக்ர சந்தோஷங்கள் அங்கே தலைவிரித்திருந்தன!

"ம்... கமான் ரெடி... ஓடு" உத்தரவு இடப்பட்டது. தன்னை நொந்துகொண்டே ஓடினான் பொன்னரசன்.

"மெள்ள ஓடி பாஸ்கட்பால் போர்டைத் தொட்டு, திரும்பி ஓடி வந்து, அவசர அவசரமாக பேண்ட், சட்டையைப் போட்டுக்கொண்டான்.

இனி இந்த மருத்துவக் கல்லூரியில் படிப்பைத் தொடருவது என்பது அவமானம். மனசு செத்துப் போனது பொன்னரசனுக்கு. வெட்கமும், வேதனையும் சரிவிகிதத்தில் அவனைச் சாகடித்தன. முந்திரி மரங்கள்கூட கேலியோடு பார்ப்பதுபோல் பட்டது.

பஸ்ஸின் நிதானம்கூட பொன்னரசனுக்குக் கோப மூட்டியது. தன்மானம் அறுந்து தொங்க, கசங்கிய காகித மாய்த் தன்னை உணர்ந்தான். இனி இந்தக் கல்லூரியில் - எப்படிக் காலெடுத்து வைத்து நடப்பது? முந்திரி மர இடுக்குகளிலிருந்து 'டேய்... துணி ஜட்டி' என்று சப்தம் வரலாம். பொன்னரசன் என்கிற என் அப்பனும், ஆத்தாளும்

ஆசையோடு வைத்த பேர் அழிந்து கருப்பரசன் நிரந்தர மாகலாம்.

மாணவிகள் - எதை நினைத்துத் தங்களுக்குள் குசுகுசுத்துக் கொண்டு நடந்தாலும் நம்மைப் பற்றிக் கிசுகிசுப்பது போலவே படும்...

சட்டென அந்த முடிவுக்கு வந்தான் பொன்னரசன்.

இனி அந்தக் கல்லூரியில் நுழைய நமக்குத் துணிவில்லை. சாவதுதான் முடிவு. இந்த உடம்புல உயிர் இருக்கணுமா? சே... எவ்வளவு அவமானம்!

எல்லா திசைகளும் அடைத்துக்கொண்டன. சீக்கிரம் ஊர் போய் மரணத்தை எட்டிப் பிடிக்க வழி தேடினான்.

'தாம்புக் கயித்துல தொங்கிட வேண்டியதுதான்.' 'அவமானமும், அசிங்கமான அர்ச்சனைகளும் மட்டுமல்ல என் சாவுக்குக் காரணம். இனி - இதைப் போன்ற கல்லூரி அட்டூழியங்கள் ஒழிய வேண்டும். டாக்டர் தொழில் என்பது புனிதமான தொழில் துடித்துக் கொண்டிருக்கும் உயிரை எழுப்பி உட்கார வைக்கும் ஜீவ கடமை. மனுஷ சேவை. அந்தப் படிப்பு படிக்கும் மாணவர்கள் இன்னொரு மனுஷனைத் துடிதுடிக்க வைத்து, கூனிக்குறுகி நிற்கும் அந்த ஜீவனைப் பார்த்துக் கை கொட்டும் நிலை ஒழியணும். என் சாவு மருத்துவக் கல்லூரி மாணவர்களில் ஒரு சிலரையாவது திருத்தும் என நம்புகிறேன்.

அம்மையப்பனில் இறங்கி, குழிக்கரைக்குக் கால்நடை யாய்ப் போனான்.

நடக்க முடியவில்லை. மனசின் ரத்தம் சிந்தி உடல் துவண்டிருந்தது. ந....ட...ந்தான். வீட்டை நெருங்கினான். வீட்டு வாசலில் பெரிய பித்தளை அண்டா. அதன் பக்கத்தில் சொம்பு... கையலம்ப வைத்திருந்தது. வீட்டில் ஏதாவது விசேஷம் என்றால் அப்படி வைப்பது வழக்கம். இன்று என்ன? வீட்டின் வாசல்படியேற ஓடி வந்தார் பெரியப்பா.

“வா...வாப்பா பொன்னு... நம்ம குடும்பத்துல யாருமே ஏழாங்கிளாஸைத் தாண்டல. நீ டாக்டருக்குப் படிக்கிறே. நம்ம பரம்பரைல எல்லாருமே படிக்காத பசங்கனு யாரும் விரலு நீட்ட முடியாதுப்பா." காது வரை வாய் விரிந்தது பெரியப்பாவுக்கு.

பெரியப்பாவின் மகிழ்ச்சிக்கு இவனால் பதில் கொடுக்க முடியவில்லை. உள்ளே சென்றான். உள்ளே எல்லா சொந்தக்காரர்களும் இருந்தார்கள். அப்பா ஓடி வந்தார். அவரின் முகத்திரை முழுதும் சந்தோஷ படலம்

“வா பொன்னரசா. என்ன திடீர்னு? சரி என்ன எல்லாரும் வந்திருக்காங்கன்னு பார்க்கிறியா? ஒண்ணு மில்ல நீ டாக்டருக்குப் படிக்கிறதுக்காக நேர்ந்துகிட்டு, கோயில்ல படைச்சுட்டு, விருந்து வைக்கலாம்னு நம்ம உறவு முறை அத்தனைக்கும் கடுதாசி போட்டு வரவழைச் சேன். ஒன்னையும் கூப்பிடலாம்னுதான் பார்த்தேன். நீ இப்பத்தான் காலேஜ்ல சேர்ந்துருக்க. அதுங்காட்டியும் லீவு போட வேண்டாம்னுதான். உனக்கு நிறைய படிப்பு இருக்கும்...”

“என்ன பொன்னரசா... சௌக்கியமா?” தேனாம்படுகை மாமா தோள் தட்டினார்.

அவருக்கு ஒரு சின்ன புன்னகை மட்டுமே பதிலாக்க முடிந்தது அவனால். கொல்லையில் ஏதோ வேலையாக இருந்த அம்மா ஓடி வந்தாள்.

“என் ராஜா! வந்துட்டியா! நீ இல்லாம இதைச் செய்யுரோமேன்னு நினைச்சேன். நீயே வந்துட்டே. என்ன ராசா முகம் ஒருபாடு வாட்டமா இருக்கு?” தாய்க் கோழி கண்டு பிடித்துவிட்டது...

“ஒண்ணுமில்லம்மா நான் நல்லாத்தான் இருக்கேன்.”

“’ஏண்டி புள்ளைய வந்ததும் வராததுமா கிண்டுற? பொன்னரசா ஓடிப் போய் நம்ம - மூலாங் கொளத்துல விழுந்து குளிச்சிட்டு சீக்கிரம் வா. உன் கையாலே.. எல்லாருக்கும் பரிமாறலாம்...”

"சும்மா இருங்க... இத்தனை நாளுந்தான் என் ராசா இந்தப் புழுதி தண்ணில குளிச்சுது. இப்ப என் புள்ள டாக்டரு. ராசா... நான் பம்புல அடிச்சாந்து ஊத்துறேன் நீ குளிப்பா... உங்கப்பாருக்கு மூளை கெட்டுப் போச்சு."

பொன்னரசனின் காயத்திற்கு யாரோ மெள்ள மருந்திட்டு, கட்டு போடுவது போலிருந்தது. மன வலிக்கு யாரோ ஆறுதல் ஒத்தடம் கொடுத்தது போலிருந்தது.

'பதினைந்து வருஷமா நம்ம வீட்டுக்கு வராத பெரியப்பா லெட்டர் போட்டு அழைக்கப்பட்டிருக்கார். சாதாரண சண்டையில்லை. அப்பாவைச் செருப்பால அடிச்ச பெரியப்பா. பத்து வருஷமா தொடர்பு அறுந்து போயிருந்த மாமா... என் அம்மாவை... தன் சொந்த அக்காவை - நாவு கூசாமல் கெட்ட வார்த்தைகளால் திட்டிய அதே மாமா... அழைக்கப் பட்டிருக்கிறார். இதோ இந்த மூலாங்குளம் என் மனசோடயும், ஒடம்போடயும் ஒண்ணா கலந்தது. அதுல குளிக்கக் கூடாது இன்னுமே... என்கிறாள் அம்மா...

எல்லாமே கனவு! என் மேல் நம்பிக்கை வைத்துக் கட்டப்பட்ட பளிங்குக் கனவுகள். என் வளர்ச்சியின் மீது அவர்களுக்குள்ள நசுங்கி போகாத நம்பிக்கைகள். நான் நம்புவதை விட அவர்கள் என்னை மலையாய் நம்புகிறார்கள். பதினைந்து வருஷ செருப்படி தழும்பு மறைந்து போய்விட்டது. கெட்ட வார்த்தை சொல்லித் திட்டிய வடு அழிந்து போய் விட்டது. சே... அப்பா, மாமாவோட தழும்புகளே மறைஞ்சு போய் விட்டன. நம்மளோட மெடிக்கல் காலேஜ் சம்பவம் சின்ன கீறல்தான்.'

ரணம், ரத்தம், எல்லாம் மறந்து பொன்னரசன் நங்கூர மானான்! அவனின் போராட்டம் ஆரம்பமானது.

கல்கி – அக்டோபர் 1992

8

பாஞ்சாலி

சு. தமிழ்ச்செல்வி

“பாக்கு கடிக்கிற நேரம், ஓஞ்சி நிக்க முடியுதா ஒழிஞ்சி ஒக்காரத்தான் முடியிதா. மஞ்சகுறிச்சான போற வரைக்கும் இதே மாராயந்தான் நம்மளுக்கு” புலம்பிக்கொண்டே வந்த ஆவரணம் விருட்டென்று வீட்டிற்குள் நுழைந்தாள். கால்நீட்டி போட்டு படித்துக் கொண்டிருந்த பார்வதி சடக்கென்று கால்களை மடக்கிக் கொண்டாள்.

“வாங்கண்ணி” பார்வதியின் அம்மா காமாட்சி கீரை ஆய்ந்து கொண்டிருந்தாள். வந்த வேகத்தில் புடவைத் துணியை ஒடுக்கி கால்களை முன்னால் எடுத்து வைத்துக் கொண்டு காமாட்சியின் ஓரமாய் உட்கார்ந்தாள். “கால ரெண்டயும் சுத்தமா அரிச்சிப்புட்டு புடுங்குற புடுங்கு தாங்க முடியல”. வரட்டு வரட்டென்று சொறிந்தாள். படித்துக் கொண்டிருந்த மகாபாரதம் புத்தகத்தின் பக்கம் மாறி விடாமல் இருக்கும்படி விரல்விட்டு மூடிக்கொண்டு ஆவரணத்தின் கால்களைப் பார்த்தாள்.

“சேத்து புண்ணாத்த?”

“ஆமாங்கச்சி”.

விரல் இடுக்குகளும் விரல்களின் அடிப்பகுதியும் தண்ணீரில் ஊறியதுபோல பருத்து வெள்ளையாய் வெளிறி புண்பட்டுப் போயிருந்தது. அந்த இடங்களில் ஏற்பட்ட திணவை சொறிந்து தீர்த்துக் கொள்ள முடியாமல் மெதுவாய் வருடிக் கொடுத்தவள் அரிப்பு தாங்காமல் அதையொட்டிய

காலின் மற்ற பகுதிகளை ரத்தம் கசியும் அளவிற்கு சொறிந்து கொண்டிருந்தாள்.

"எப்புடித்த இவ்வளது புண்ணாப் போச்சி?"

பார்வதியையும் அவள் கையிலிருந்த புத்தகத்தையும் ஒரு தினிசாய்ப் பார்த்தவள், "ம்... நான் என்ன பஞ்சு மெத்தயிலயும் பட்டு விரிப்புலயுமா கெடக்குறன். பொழுதேனக்கிம் சாணிக்குள்ளயும் சவதிக்குள்ளயுமா நின்னாக்க புண்ணு வராம என்ன செய்யும்?"

பாஞ்சால நாட்டு இளவரசியை சன்னியாசி வேடமிட்டிருந்த அர்ச்சுனன் போட்டியில் வென்று மணம் முடிக்கும் இடத்தில் கதை நின்றிருந்தது. ஏற்கனவே படித்ததுதான் என்றாலும் மறுபடியும் படிக்கும்போது கதை ஓட்டத்துடன் கரைந்து நின்றது பார்வதியின் மனம். அன்னிச்சையாய் செய்வதுபோல ஆவரணத்தைப் பார்த்து புன்னகைத்துவிட்டு விட்ட இடத்திலிருந்து படிக்க ஆரம்பித்தாள்.

"எதாவுது மருந்து வாங்கி தடவுனா என்ன? இந்த காலோட எப்பிடிண்ணி நடக்குறிய?" என்றாள் காமாட்சி.

"அது கெடந்துட்டு போவுதுண்ணி. இப்புடி காத கொஞ்சம் காட்டுங்க, ஒரு விசயம் கேக்கணும்" ஆவரணத்தின் குரல் தணிந்தது.

"என்னண்ணி?"

"அது சரி... அந்த மாளியகாட்டு பொண்ணு வந்துருக்கா முல்ல... நீங்க பாத்தியளா?" என்றாள் கிசுகிசுப்பாய். படித்துக் கொண்டிருந்த பார்வதி நிமிர்ந்து உட்கார்ந்தாள். காலையிலிருந்து அவள் தெரிந்து கொள்ள வேண்டுமென்று விரும்பிய விஷயம். யாரிடம் கேட்பது? எப்படி விசாரிப்பதென்று யோசித்துக் கொண்டிருந்த ஒன்றைப் பற்றிய பேச்சை ஆவரணமே ஆரம்பித்தது பார்வதிக்கு வசதியாகப் போய்விட்டது. இருந்தாலும் தான் கவனிப்பதை அம்மா அறிந்தால் அதுபற்றி எதுவும் பேசாமல் போய்விடுவாளோ என்று தோன்றியது. அதனால் படிப்பதுபோல பாசாங்கு செய்தாள்.

"ம்... பாத்தன்".

"எப்புடிண்ணி இருக்கு?"

"அந்த வயத்தெரிச்சல யாங் கேக்குறிய?"

"....."

"ஆளு எளச்சி எலும்பும் தோலுமா வெரப் பெரிசிக்கி இருக்கு. பல்லு காஞ்சிப் போயி பாக்கவே சயிக்கலண்ணி."

"மவன் செத்தது தெரியுமா?" காமாட்சியின் முகத்தையே பார்த்துக்கொண்டிருந்தாள் ஆவரணம்.

"கெழவி சொல்லிருக்குமுன்னு நெளக்கிறன். செத்தவனோட நோட்டு புத்தகத்தயல்லாம் எடுத்து மடியில வச்சிக்கிட்டு ஒக்காந்துருக்குதாம்."

"இவ்வள நாளும் எங்கண்ணி போயிருந்திச்சாம்?"

"யாரு கண்டா?"

"அப்புறம் எப்புடி கண்டுபுடிச்சி கொண்டாந்தாவொளாம்?"

"தானாதான் வந்துருக்கு. முந்தானயில முடிஞ்சிருந்த அஞ்சிகாச அவுத்து கெழவி கையில குடுத்துருக்கு. தேசாந்திரம் போயி தேடியாந்தது இதான். வச்சிக்கன்னு சொல்லிப்புட்டு அப்படியே கெழவி காலுக்குள்ள சுருண்டு வுழுந்துச்சாம்."

"..."

"இஞ்ச எப்புடி வந்து சேந்துச்சாண்ணி?"

கெழவிதான் அழச்சாந்துருக்கு. அண்ணங்காரனுவொ ரெண்டியரும் மருந்த வூத்தி கொன்னுடுவமுன்னு சொல்லிருக்குறானுவொ. கெழவி பயந்துக்கிட்டு ராவோட ராவா இஞ்ச அழச்சாந்துட்டுது.

"கெழவி இப்ப இஞ்சதான் இருக்கா?"

“ஆமா. யாரு போனாலும் மொவத்த ஏறெடுத்து பாக்காமயே பேசுது.”

“பாவம். மவ பண்ணுன தப்புக்கு வயசான காலத்துல அந்த கெழவி கெடந்து அவமானப்படுது போலருக்கு.”

“என்னமோ போங்க. அந்த தம்பிய நெச்சாத்தான் இன்னம் கண்றாவியா இருக்கு.”

“அதக்கேக்க மறந்துட்டனே. அந்த தம்பி பாத்துட்டு என்னண்ணி சொன்னிச்சாம்.”

“ஒண்ணுமே முண்டலயாம். பொண்டாட்டிய பாத்ததும் சட்டய எடுத்து மாட்டிக்கிட்டு எங்குட்டோ கெளம்பிட்டுதாம்.”

“என்னதான் இருந்தாலும் பெத்த புள்ளைவொ தாய வெறுத்து ஒதுக்கிப் புடுங்களா?”

“பேசிப் பொழங்குதுவொ... ம்...?” ஆச்சரியமாய்க் கேட்டாள் ஆவரணம்.

“பேசிப் பொழங்குறது எங்க? அந்தப் பொண்ணுதான் யாருகிட்டயும் வாயத் தொறக்க மாட்டங்குதே.”

“.....”

இந்தப் புள்ளைவொளாவே காப்பிபோட்டுக் குடுக்குறதும் சோறு தண்ணி குடுக்குறதுமா நெருங்கிப் போவுதுவொ. ஆனா அந்தப் பொண்ணு அடிச்சிவச்ச ஐயனாரு செலமேரி அப்புடியேருக்கு.

“அந்தக்குட்டி பள்ளிக்கொடத்த வேற நிறுத்திப் புட்டாமுல்ல.”

“ஆமாமா. நல்லா படிக்கிற பொண்ணு. என்ன செய்யிறது. அதுக்குக் குடுத்து வச்சது அவ்வளதுதான்.”

“அது கெடந்து பரிதவிக்கிறத பாக்கணுமே, எங்கம்மா எங்களுக்கு எதுவும் செய்யாண்டாம். அம்மான்னு சொல்லிக்கிட ஆளா இருந்தாப் போதும். அதுக்கு எல்லாத்தயும் நாங்க செய்வமுன்னு சொல்லி அழுவுதுண்ணி.”

“அடக்கடவுளே”

“நல்லாருந்த குடும்பம். யாரு கண்ணு பட்டுச்சோ. இப்புடி சின்னாபின்னப் பட்டு நிக்கி.” மனம் கனத்துப் போயிருந்தது காமாட்சிக்கு.

“நானும் போயி ஒரு எட்டு பாத்துட்டு வந்தர்றண்ணி” என்ற ஆவரணம் எழுந்து போனாள்.

பார்வதியின் பார்வை புத்தகத்தின் வரிகளில் பதிந்திருந்தது. ஆனால் எதையும் படிக்க முடியவில்லை அவளால். எழுத்துக்கள் சொற்களாகவும் வரிகளாகவும் புத்தகத்தின் பக்கங்களில் மிதப்பதுபோல தோன்றியது. புத்தகத்திற்குள்ளிருந்து துருபத மன்னனின் மகள் பாஞ்சால நாட்டு அரசகுமாரி எழுந்து வருவதுபோல தோன்றின. அந்த அரசகுமாரியின் தோற்றம் அச்சு அசலாய் பதினைந்து வருடங்களுக்கு முன் பார்வதி பார்த்த மாளியக்காட்டுப் பெண் காந்திமதி போலவே இருந்தது.

வண்டிக்கார மணிக்கு காந்திமதியை கல்யாணம் செய்தபோது பார்வதிக்கு எட்டு வயதுதான். மூன்றாம் வகுப்பு படித்துக் கொண்டிருந்தாள். பார்வதி வீட்டிற்கும் நான்காவது வீடுதான் மணியின் வீடு என்பதால் அது தன்னுடைய வீட்டில் நடந்த கல்யாணம் போலவே இருந்தது பார்வதிக்கு. கல்யாணத்தன்று மட்டும் அப்பளம் பாயசத்திற்காக அடுத்தடுத்த மூன்று பந்திகளில் உட்காந்து மூக்குமுட்டத் தின்று திக்குமுக்காடி இருக்கிறாள். போதா தற்கு மணியின் அக்கா மகள் கோமதியின் கூட்டாச்சியால் காந்திமதிக்கு பெண் தோழியாய் இருக்கும் அந்தஸ்தும் கிடைத்தது. புதுப்பெண்ணுக்குத் தோழி என்றால் ஒரு நாள், இரண்டு நாளோடு முடிந்துபோகும் வேலையில்லை. கிட்டதட்ட மூன்று மாதங்கள் காந்திமதிக்கு தோழிகளாய் கோமதியும் பார்வதியும் இருந்தார்கள். புதுப்பெண்ணுக்குக் கிடைத்த சிறப்புகள் எல்லாம் இவர்களுக்கும் கிடைத்துக் கொண்டிருந்தது.

அப்போதெல்லாம் காந்திமதியைப் பார்க்க பார்வதிக்கு வியப்பாய் இருக்கும். வண்டிக்கார மணி நல்ல உயரம்.

மாநிறம். ஆள் பார்க்க வாட்டசாட்டமாய் இருப்பான். காந்திமதியும் அவனுக்கேற்ற உயரத்துடன் ஒடிசலா இருந்தாள். கொடிபோன்ற உடல்வாகு அவளுக்கு. மெல்லிய குரல். ஒருவருடன் பேசினால் அது மூன்றாவது மனிதருக்குக் கேட்காது. பேசும்போது கண்கள் படபடத்து மின்னும். பார்வதிக்கு அவள் பேசுவதை கேட்க ஆசையாய் இருக்கும். அவளுடைய வாயையே பார்த்துக் கொண்டு இருப்பாள். "அய்யோ தெய்வமே' என்று அவள் பதறி ஒருமுறைகூட பார்வதி பார்த்ததில்லை. அதிர்ந்து நடக்கவும் தெரியாது. மண்ணுக்கு நோகாமல் நடப்பாள். அவளின் நடையேகூட அலாதி அழகாயிருக்கும். கருகருவென்ற அடர்த்தியான தலைமுடி. பின்னிப்போட்டால் இடுப்புக்குக் கீழேயும் ஒரு முழம் தொங்கும். ஊரில் மற்ற பெண்களைப் போலவே நாடா வைத்துத்தான் பின்னுவாள். பாதி சடையில் மடித்துக்கட்டி நாடாவில் பூ போட்டுக் கொள்வாள்.

தனக்கு இப்படி ஒரு பெண்டாட்டி வாய்த்ததில் வண்டிக்கார மணிக்கு ஏகப்பட்ட பூரிப்பு. அதோடு மட்டுமல்லாமல் காந்திமதி ஏழாம் வகுப்புவரை படித்தும் இருந்தாள். அரச குடும்பத்து பெண்களும் தேவலோகத்துப் பெண்களும் காந்திமதி போலத்தான் இருப்பார்கள் என்று பார்வதி கோமதியிடம் அடிக்கடி சொல்லிக் கொண்டிருப்பாள்.

"நம்ம ஊருக்கு வாக்கப்பட்டு வந்துருக்குற பொண்ணு வல்லயே காந்திமதி அக்காதான் ரொம்ப அழகு" என்று எல்லோரிடமும் சொல்லிக்கொண்டு வருவாள். இவள் தன் பெண்டாட்டி பற்றி எல்லோரிடமும் சொல்லுவதைக் கேள்விப்பட்ட வண்டிக்கார மணி ஒருநாள் பார்வதியைக் கூப்பிட்டு விசாரித்தான். அவனிடமும் அதையே சத்தியம் பண்ணிச் சொல்ல அவன் சந்தோஷத்தில் திளைத்துப் போனான். கொஞ்சமும் யோசிக்காமல் தன் சட்டைப் பையிக்குள் கைவிட்டு ஒரு ரூபாய் எடுத்துக்கொடுத்தான்.

அப்போது இடும்பவனம் கோவிலில் திருவிழா நடந்துகொண்டிருந்தது. கற்பகநாதர் குளத்திலிருந்து எல்லோரும் திருவிழா காண நடந்துதான் போவார்கள்.

ஆனால் வண்டிக்கார மணி தன் பெண்டாட்டியை நடக்கவிடக் கூடாதென்று மாட்டுவண்டி கட்டி அழைத்துப் போனான். காந்திமதியோடு கோமதியும் பார்வதியும் போனார்கள். மாட்டுவண்டி கடமுடவெண்டு போகு மென்பதால் வண்டிப்பலகை மீது நிறைய வைக்கோலை பரப்பி அதன்மீது ஜமுக்காளத்தை விரித்துப்போட்டு மெத்தென்று ஆக்கியிருந்தான். காந்திமதியோடு மாட்டு வண்டியில் சென்றதை பெருமையாக நினைத்தாள் பார்வதி.

கல்யாணமான ஓர் ஆண்டிற்குள் காந்திமதிக்கு ஆண் குழந்தை பிறந்தது. அதிக இடைவெளி இல்லாமல் அடுத்தடுத்தும் ஓர் ஆணையும் பெண்ணையும் பெற்றாள். மூன்றாவது பிள்ளைக்கு காந்திமதி அறையில் கிடந்தாள். பெண்டாட்டிக்கு வலிக்குமென்று நினைத்த வண்டிக்கார மணி தானே போய் குடும்பக்கட்டுப்பாடு செய்துகொண்டு வந்தான். பெண்டாட்டியை தலையில் தூக்கி வைத்துக் கொண்டு ஆடுவதாய் எல்லோரும் கேலி பேசினார்கள். ஆனால் அதைப் பற்றியெல்லாம் அவன் கொஞ்சமும் கவலைப்படவில்லை. பெண்டாட்டி, மூன்று பிள்ளைகள் என்று தன் குடும்பம் பெரிதாகிவிட்டதால் அதிகமாய் சம்பாதிக்க வேண்டுமென்று நினைத்தான். ஊர் ஊராய் வண்டி ஓட்டிக்கொண்டு போனான்.

குடும்பக்கட்டுப்பாடு செய்து முழுதாய் இருபது நாட்கள்கூட ஆகவில்லை. ஆலங்காட்டுக்கு வைக்கோல் வண்டி ஓட்டிக்கொண்டு போனான் மணி. பட்டுக்கோட்டை ரோட்டில் எதிரே வந்த லாரிக்கு ஓரமாய் ஒதுங்கி வழிவிட்டபோது, வண்டி குடைசாய்ந்து பக்கத்தில் இருந்த கிடங்கு பள்ளத்தில் விழுந்தது. மணியும் மாடுகளும் உயிர் பிழைத்தது பெரும்பாடு. அப்படியும் ஏடாகூடமாய் விழுந்ததில் இடுப்புக்கு மேல் முதுகெலும்பில் பலமாய் அடிபட்டுவிட்டது மணிக்கு. ஒரு மாத காலம் எழுந்து நடக்க முடியாமல் படுத்த படுக்கையாய்க் கிடந்தான்.

மணி படுக்கையில் கிடக்கும்போதே காந்திமதியிடம் கொஞ்சம் கொஞ்சமாக மாற்றம் ஏற்பட்டது.

வழக்கத்தைவிட அதிகமாய் அமைதியானாள். கைக்குழந்தை அழுதால்கூட வாய் திறந்து தாலாட்டுவதில்லை. தட்டிக் கொடுத்து சமாதானப் படுத்துவதில்லை. பிள்ளையைத் தூக்கி பால் கொடுப்பாள், தொட்டிலில் போட்டு ஆட்டி விடுவாள். யாரிடமும் எதுவும் பேசுவதி ல்லை. கிட்டதட்ட பேசுவதையே மறந்துவிட்டாளோ என்று கூட சந்தேகப்படத் தோன்றியது. தன் உணர்வற்று செய்பவளைப்போல வழக்கமான வேலைகளை செய்து வந்தாள். உண்பதும் உறங்குவதும் கூட முன்புபோல் இல்லையென்று பேசிக்கொண்டார்கள் எல்லாரும்.

“புருசங்காரன் அடிபட்ட அதிர்ச்சியாலதான் இப்புடி ஆயிட்டு” என்றனர் சிலர். வண்டிக்கார மணி குணமடைந்து மறுபடியும் வண்டி ஓட்ட ஆரம்பித்தான். அவன் என்ன வாங்கி வந்து கொடுத்தாலும் எதுபற்றி கேட்டாலும் அவனிடம் வாய் திறப்பதில்லை. காந்திமதி வீட்டை விட்டு வெளியே எங்கும் போவதில்லை. யாரிடமும் எதிர்படுவ தில்லை. வலியனாய் வீட்டிற்கே வந்து யாராவது பேச்சு கொடுத்தாலும் காதில் விழாதது போல நடந்துகொள்வாள்.

பிள்ளைகள் வளர்ந்து பெரியவர்களானார்கள். கிட்டத்தட்ட பத்து வருடங்கள் காந்திமதி அப்படியேத்தான் இருந்தாள். ஒரு நாள் பார்வதி மணக்கொல்லையில் முற்றிய ஆமணக்கு காய்களை பறித்துக் கொண்டிருந்தாள். அப்போது அவளின் எதிரே வந்து நின்றாள் காந்திமதி. பார்வதியால் தன் கண்களையே நம்ப முடியவில்லை.

“எனக்கொரு ஒதவி செய்யிறியா?” உதடுகள் அசைவதைப் பார்த்திருக்காவிட்டால் அவள் என்ன சொல்கிறாள் என் பதை கண்டுபிடித்திருக்க முடியாது. இவ்வளவு மெதுவாகக் கூட பேச முடியுமா என்று தோன்றியது பார்வதிக்கு. இருந்தாலும் அவள் வாய் திறந்து பேசியதே ஆச்சர்யம்தானே.

“என்னக்கா செய்யணும் சொல்லுங்க.”

“நான் ஒரு நாடகம் எழுதி வச்சிருக்குறன். என்னோட கையெழுத்து அழகால்ல, அதப்பாத்து வேற தாளுல எழுதி திருச்சி ரேடியாவுக்கு அனுப்பிடு.”

"...."

"நாடகம் நல்லாருக்குன்னு பணம் அனுப்புவானவொ. அத நீ எடுத்துக்க."

தன் மாராப்பை விலக்கி ரவிக்கைக்குள்ளிருந்து நான்காய் மடித்து வைத்திருந்த ஒரு கோடுபோட்ட நோட்டுத்தாளை எடுத்து சுற்றும்முற்றும் பார்த்துவிட்டு பார்வதியின் கைக்குள் வைத்து அழுத்தினாள். "பத்தரம். யாருக்கிட்டயும் சொல்லிப் புடாதா" என்றவள் பார்வதியின் பதிலுக்குக் காத்திருக்காமல் திரும்பி நடந்தாள்.

எத்தனை நாட்களாய் ரவிக்கைக்குள்ளேயே இருந்ததோத் தெரியவில்லை. தாள் கசங்கி அதன் ஓரங்கள் நைந்து போயிருந்தன. கிழிந்து விடாதபடி மெதுவாய் அதனைப் பிரித்துப் படித்தாள். சம்மந்தா சம்மந்தமில்லாமல், ஒவ்வொரு சொல்லாக, சேர்த்துப் படிக்க முடியாதபடி எழுதப்பட்டிருந்தன. பாதிக்கு மேற்பட்ட சொற்கள் குறில் நெடில் பிழையாகவும், ஒற்றெழுத்துக்கள் விடுபட்டும் இருந்தன. அதில் ஒன்றுமில்லை என்று நினைத்த பார்வதி அந்தத் தாளை தூக்கிப் போட்டுவிட்டாள். ஆனால் காந்திமதி மீதிருந்த வியப்பு அந்த தாளை மறுபடியும் எடுத்துப் பார்க்கத் தூண்டியது. சொற்களை மனதிற்குள்ளேயே திருத்தி தன் விருப்பத்திற்கு வரிசைப்படுத்திப் பார்த்தாள். அப்படி பார்க்கும்போது "சூரியன், ஒரு தாமரைக்குளம், ஏழெட்டு இலைகள், ஒரேயொரு தாமரைப்பூ, வண்டு, தேன், தேன் இனிப்பாய் இருக்கும். தாமரை பூப்பது சூரியனுக்காக, சூரியனால் தேன் குடிக்க முடியாது, வண்டுக்கு தேன் கிடைக்கும். தாமரைக்கு வண்டைக் கண்டால் கோபம் வரும்" என்று வந்தது.

"என்ன இந்தக்கா இப்புடி எழுதியிருக்கே" என்று குழம்பினாள். எதுவாக இருந்தாலும் இருக்கட்டு மென்று வீட்டிற்குப்போய் அந்தத் தாளை தன்னுடைய துணிமணிகள் போட்டு வைத்திருக்கும் கொடிக்குப் பின்னால் வரிச்சிக் கீற்றுக்குள் யாருக்கும் தெரியாமல் செறுகி வைத்தாள்.

இது நடந்து ஏழெட்டு நாட்கள் இருக்கும். ஒருநாள் பார்வதி மட்டும் தனியாயிருந்த நேரம் பார்த்து பார்வதியின் வீட்டிற்கு வந்தாள் காந்திமதி.

"நான் குடுத்தனே அனுப்பிட்டியா?"

பார்வதிக்கு அவளிடம் பொய்சொல்ல மனம் வரவில்லை. "இன்னம் அனுப்பலக்கா" என்றாள் தயக்கமாக.

"இது தெரியாம நான் தெனமும் பெரியபண்ண ரேடியாவுல நம்ம நாடகம் ஓடுதான்னு காது குடுத்துக் கேட்டுக்கிட்டு இருக்குறன்".

பார்வதியால் பதிலேதும் சொல்ல முடிய வில்லை.

"நீனாவுது படிச்சியா?"

"ம்"

"என்ன படிச்ச சொல்லு"

பார்வதிக்கு எல்லாம் மனப்பாடமாய் இருந்தது. வரிசையாய்ச் சொன்னாள். தான் எழுதியது இவ்வளவு நன்றாக இருக்குமென்பது அவள் எதிர்பார்க்கவில்லை போலும். பார்வதி படித்ததைக் கேட்டு கைகளையும் தொடையையும் மாற்றி மாற்றித் தட்டி மகிழ்ச்சியில் திளைத்தாள். அவளுடைய முகம் பூரிப்பால் பளிச்சிட்டது.

"நான் எழுதுனத்த அப்புடியேச் சொல்லிட்டியே. எங்க கோமதிக்கெல்லாம் இத படிக்கவேத் தெரியாது. அதுனாலதான் ஒன்னக்கிட்ட குடுத்தன்" என்றாள்.

காந்திமதி இவ்வளவு பேசியது பார்வதிக்கு ஆச்சரியமாய் இருந்தது. பார்வதிக்கு பரிசாக ஏதாவது கொடுக்கவேண்டு மென்று நினைத்திருக்க வேண்டும். தன் மடியை பிரித்து அதில் கிடந்த நான்கைந்து தேங்காள் இணுக்குகளை எடுத்து பார்வதியின் கையில் திணித்தாள்.

"எதுக்குக்கா?"

"தொவய அரைக்க இணுக்குனது. நீ தின்னு."

“நின்னுக்கிட்டே இருக்குறியளேக்கா. ஒக்காருங்களேன்” என்றவளுக்கு பதிலேதும் சொல்லாத காந்திமதி “நீ சூரியன பாத்துருக்குறியா?” என்றாள்.

“ம்”

“எங்க?”

“மேலதான்.”

“நான் அதக் கேக்கல.”

பார்வதிக்கு குழப்பமாக இருந்தது. காந்திமதியின் முகத்தையே பார்த்தாள்.

“நான் எழுதியிருக்குற சூரியன தெரியுமா?”

தெரியாதென்று தலையாட்டினாள் பார்வதி.

“தெனமும் தெக்கேருந்து சைக்கள்ல்ல காலயில வரும். சாங்காலம் திரும்பிப் போவும்” காந்திமதி சொல்லும்போது அவளுடைய கண்கள் மின்னியது.

“காலயில எட்டேமுக்கா வண்டி திரும்பிப் போனதுக்குப் பெறவு எங்க வூட்டுக்கு வா நான் காட்டுறன்.”

“யாருன்னு சொல்லுங்க நான் இஞ்சயிருந்தே பாத்துக் கிறன்” கிணற்றுக்குள்ளிருந்து பேசுபவளைப் போலிருந்தது பார்வதியின் குரல்.

“ரோட்டுல போறத்த வூட்டுக்குள்ள இருந்துக்கிட்டு எப்புடி பாப்ப?”

“....”

“எங்க புளிய மரத்துல ஏறி ஒக்காந்துக்கிட்டு பாத்தா தெக்கேருந்து வடக்க போறவரைக்கும் பாக்கலாம்” என்றாள் காந்திமதி.

“மரத்துல ஏறிக்கிட்டு பாக்குறதா?” ஆச்சரியத்தை அடக்க முடியாமல் கேட்டேவிட்டாள் பார்வதி.

“ஆமா” தலையாட்டி புன்னகைத்தாள்.

“யாராவுது பாத்துட்டா?”

“எங்க வூட்டுக்கு யாரும் வரமாட்டாவொ. யாராலயும் கண்டுபுடிக்க முடியாது.”

“சரிக்கா” என்றாள் பார்வதி. அப்போதைக்கு அவளை அங்கிருந்து போகச்சொல்ல வேண்டுமே என்பதற்காக.

வந்த சுவடு தெரியாமல் திரும்பிப் போய்விட்டாள் காந்திமதி. பார்வதிக்கு ஒரே குழப்பமாக இருந்தது. இவள் பேச்சைக் கேட்டு போவதா வேண்டாமா என்று பலமாக யோசித்தாள். இதுபோன்ற காரியங்களில் ஈடுபடுவது அவள் அம்மா காமாட்சிக்குத் தெரிந்தால் தோலை உறித்து தப்பு கட்டி விடுவாள். “நமக்கேன் வம்பு. அந்த பைத்தியத்தின் பேச்சை கேட்டுக்கொண்டு போவதாவது. பேசாமல் இருந்து விடுவோம்” என்று முடிவு செய்துகொண்டாள்.

மறுநாள் காலை பார்வதி ஆடுகளை மேய்ச்சலில் கட்டிக்கொண்டிருந்தாள். அப்போது பக்கத்து சவுக்குத் தோப்பிற்குள்ளிருந்து வந்தாள் காந்திமதி. அவளைப் பார்த்ததும் திடுக்கிட்டது மனது. “என்ன சொல்லப் போகிறாளோ” பயந்தாள். கிட்டே வந்த காந்திமதி “மறந் துடாத. எட்டேமுக்கா வண்டி திரும்புனதும் வந்துடு” சொல்லிவிட்டு ஒரு வினாடிகூட நிற்கவில்லை. போய் விட்டாள். என்ன செய்வதென்று மறுபடியும் குழம்பினாள் பார்வதி. "அம்மாவுக்குத் தெரியாம போவமுடிஞ்சா போயிட்டு வந்துடலாம்’ என்று நினைத்துக் கொண்டாள். ஒருபக்கம் பயம் பார்வதியை தயங்க வைத்ததென்றாலும் இன்னொரு பக்கம் காந்திமதி காட்டப்போகும் சூரியன் யாரென்று தெரிந்து கொள்ளும் ஆவலும் அதிகமானது.

நல்லவேளையாக பார்வதியின் அம்மா காமாட்சி அந்த காலை நேரத்திலேயே களையெடுக்கும் ஆட்களை அழைத்துக் கொண்டு கொல்லைக்குப் போனாள். இனி பொழுது சாய்ந்துதான் வீடு திரும்புவாள். இது பார்வதிக்கு சற்று ஆறுதலாய் இருந்தது. சூரியனை பார்க்கும் ஆர்வம் நிமிடத்திற்கு நிமிடம் அதிகமாகிக்கொண்டே இருந்தது. எட்டேமுக்கால் வண்டி ஒலித்தபடி ரோட்டில் திரும்பிப் போனது. வீட்டின் பின்பக்க வழியாக போனாள் பார்வதி.

வேலிக்கு வெளியே நின்று மரத்தினடியில் வண்டியும் வண்டி மாடுகளும் கிடக்கின்றனவா என்று பார்த்தாள். இல்லை. மெதுவாக வேலிக்கு உள்ளே நுழைந்தாள். காந்திமதியின் வீட்டைச்சுற்றி உயர உயரமான மரங்கள் அடர்ந்திருந்தன. பிள்ளைகயெல்லாம் பள்ளிக்கு அப்போது தான் கிளம்பிப் போயிருந்தார்கள்.

சாலையை ஒட்டியிருந்தது அந்த பெரிய புளிய மரம். நல்ல உயரம். சுற்றிலும் வேலியடைத்து தென்னங்கீற்றால் வேய்ந்திருந்தான் மணி. ரோட்டில் போகும் யாருக்கும் மரத்தடியில், வீட்டுவாசலில் நிற்பது தெரியாது.

காந்திமதி தயாராய் மரத்தடியிலேயே நின்று கொண்டிருந் தாள். பார்வதியைக் கண்டவுடன் "வா' என்பதுபோல கைகாட்டிவிட்டு மரத்தில் ஏறினாள். முண்டும் முடிச்சுமாய் இருந்தது அடிமரம். மரக்கிளைகளும் அடிக்கொன்றாய் இருந்தன. அவற்றில் அடிவைத்து பிடித்துக்கொண்டு ஏறுவது சுலபமாக இருந்தது. காந்திமதி உயரமான கிளையொன்றில் ஏறி உட்கார்ந்து கொண்டாள். கால்களை தொங்கப் போட்டுக்கொண்டு சாய்மானம் போன்ற நடு மரத்தில் சாய்ந்து கொண்டாள். கீழேயிருந்து பார்த்தால் மரத்தில் உட்கார்ந்திருப்பதை அவ்வளவு சீக்கிரத்தில் கண்டுபிடிக்க முடியாதுதான். இன்னொரு கிளையைக் காட்டி பார்வதியை அதில் உட்காரச் சொன்னாள். ஒருவித நடுக்கத்தோடும் ஒருவிதமான சுவாரஸ்யத்தோடும் ஏறி காந்திமதி காட்டிய கிளையில் உட்கார்ந்துகொண்டாள். காந்திமதியின் பார்வை தெற்கிருந்து வரும் சாலையில் பதிந்திருந்தது.

“யாரும் கண்டுக்கிட்டா” என்றாள் பார்வதி மறுபடியும் தயக்கமாக. சற்று மேலே இன்னொரு பக்கமாய்ப் போகும் கிளையை நோக்கி கைகாட்டினாள் காந்திமதி.

காட்டிய கிளையைப் பார்த்தாள். பெரிய தேனடை ஒன்று தொங்கிக்கொண்டிருந்தது. அதைப் பார்த்ததும் இன்னும் பயமாகிவிட்டது. அந்தக் கிளையை கொஞ்சம் அசைத்தாலும் போதும் தேனீக்கள் அவர்களை மொய்த்துக்

கொள்ளும். இவ்வளவு தேனீக்களிடமிருந்து உயிரோடு தப்பிப்போக முடியுமா என்று நினைத்துப் பார்த்தாள்.

“யாருங்கேட்டா தேனெடுக்க வந்தன்னு சொல்லு”

“தேனெடுக்குற ஆளா நம்ம? தேனெடுக்க இப்புடித்தான் வருவாவொளா? கேப்பயில நெய் வடியிதுன்னா கேப்பாருக்கு புத்தி பீ திங்கயா போயிரும்” காந்திமதியை ஏறிட்டுப் பார்த்தாள். இவளா பைத்தியம்? இவளுக்கா சித்தம் கலங்கிப் போயிருக்கிறது.

“அங்க பாரு சூரியன” உற்சாகமாய் கையைக் காட்டினாள்.

தெற்கேயிருந்து தூரத்தில் யாரோ ஒருவர் சைக்கிள் மிதித்துக்கொண்டு வருவது தெரிந்தது.

“தெரியிதா, இல்லியா?”

“மொகம் சரியாத் தெரியலக்கா.”

“சூரியன பாத்தா கண்ணு கூசுமுல்ல. அதான் தெரியல.”

காந்திமதி பேசுவதைக் கேட்க வேடிக்கையாகவும் வியப்பாகவும் இருந்தது.

சைக்கிள் அருகில் வந்தது. வந்தவனின் முகத்தை நன்றாகப் பார்த்த பார்வதிக்கு அதிர்ச்சியில் நெஞ்சு அடைத்துக்கொண்டது போலிருந்தது. வண்டிக்கார மணியின் சொந்தக்கார பையன் அவன். காந்திமதிக்கு தம்பி முறையானவன். இருபத்தைந்து வயதுதான் இருக்கும் அவனுக்கு. படித்துவிட்டு வேலை கிடைக்காமல் இடும்பவனம் சொசைட்டியில் கணக்கெழுதிக் கொண்டிருந்தான்.

அவனை பார்த்த பிறகு ஒரு நொடிகூட மரத்தில் இருக்கப் பிடிக்கவில்லை பார்வதிக்கு. சரசரவென்று மரத்தைவிட்டு இறங்கினாள். அவன் போவதையே வைத்த கண் வாங்காமல் பார்த்துக்கொண்டிருந்த காந்திமதி, இவள் கீழே இறங்குவதை உணர்ந்து திடுக்கிட்டு பின்னால் இறங்கி வந்தாள்.

“எப்புடி என்னோட சூரியன்? தேவலாமா?”

“இது சரியில்லக்கா” வேறொன்றும் சொல்ல முடியவில்லை அவளால்.

“யாஞ் சரியில்லங்குற?”

“எனக்கு அது அண்ணன். ஒங்களுக்கு தம்பி மொறயாவணும்.”

“எப்புடி? யாங்கூட ஒட்டியா பொறந்திச்சி?”

“அண்ணந்தம்பி மொறன்னாலே கூடப் பொறந்தமேரிதான்.”

“நீ என்ன இப்ப வந்து இப்புடி சொல்லுற? ஆறு மாசமா அந்த சூரியனப் பாத்துதான் இந்தப் பூ பூக்குது. அது ஒனக்குப் புடிக்கலயா?”

பார்வதியால் பதிலேதும் சொல்ல முடியவில்லை. அதற்குமேல் அங்கு நிற்கவேப் பிடிக்கவில்லை அவளுக்கு. வந்த வழியில் திரும்பி ஒரே ஓட்டமாக ஓடி வந்துவிட்டாள். வீட்டிற்கு வந்தும்கூட படபடப்பு அடங்கவில்லை. காந்திமதி எழுதிக் கொடுத்த தாளை எடுத்து கிழித்து அடுப்புக்குள் போட்டாள். இனிமேல் காந்திமதியோடு பேசவேக் கூடாதென்று முடிவு செய்துகொண்டாள். அதற்குத் தகுந்தாற்போல் காந்திமதியும் அவளைத் தேடிக் கொண்டு வருவதை நிறுத்திக் கொண்டிருந்தாள். நிம்மதியாய் இருந்தது பார்வதிக்கு.

இது நடந்து ஆறு மாதம் ஆகியிருக்கும். ஒரு நாள் சவுக்குத் தோப்பிற்குள் ஆடுகளுக்குத் தழை ஒடித்துப் போட்டுக் கொண்டிருந்தாள் பார்வதி. அரவம் படாமல் அவளுக்கு முன்னால் வந்து நின்றாள் காந்திமதி.

“என்னோட விஷயம் ஒனக்கு மட்டுந்தான் தெரியும். நீதான் என்னமோ பண்ணிப்புட்ட” என்றாள்.

அதுகேட்டு திடுக்கிட்ட பார்வதி “நான் ஒண்ணும் பண்ணலயே”

“நாலு நாளா என்னோட சூரியனக் காணும். எல்லாம் இருளோகமா கெடக்கு நான் எப்புடி பொழக்கிறது?”

தனக்குள் புலம்புபவளைப்போல சொல்லிக் கொண்டிருந்தாள்.

".....''

"நான் செத்துப் போவணுமுன்னு நெளக்கிறியா?"

"அக்கா. எனக்கொன்னும் தெரியாது. இனிமே என்னக்கிட்ட இதப் பத்தியெல்லாம் பேசாதீய்ய."

"நான் செத்துருவன். நீதான் காரணமுன்னு எழுதி வச்சிட்டு செத்துருவன்." அதிகமாய் அவள் உதடு அசையவில்லை. குரலும் உயரவில்லை. இருந்தாலும் பார்வதியை அந்த வார்த்தைகள் நூறு கூறாக்கிப் போட்டுவிட்டது போலிருந்தது. அவள் காலடியின் சருகு நொறுங்காமலும் புல்லின் நுனி மடங்காமலும் நடந்து காற்றைக்கூட கலைத்து விடாதவள்போல திரும்பிப் போய்விட்டாள்.

பார்வதிக்கு பயமாக இருந்தது. இந்தப் பைத்தியம் எதையாவது எழுதி வைத்துவிட்டு உண்மையாகவே செத்துப் போய்விட்டால் என்ன செய்வதென்று பயந்தாள்.

"என்னதான் ஆகியிருக்கும் அந்த அண்ணனுக்கு?" நான்கு நாட்களாய் சொசைட்டிக்குப் போகாமல் எங்கே போயிருக்கும் என்று நினைத்தவள் அவனைப்பற்றி விசாரிக்கத் தொடங்கினாள். தஞ்சாவூரில் அரசாங்க வேலை கிடைத்துப் போய்விட்டது பிறகுதான் தெரியவந்தது. "அந்தண்ண வேலகெடச்சிப் போவ, நம்ம தலயில ஏறி ஒக்காந்துக்கிட்டுதே இந்த சனியன். அம்மாவுக்குத் தெரிஞ்சா என்ன ஆவும்' அவ்வப்போது காந்திமதியை நினைத்து பயந்து கொண்டேயிருந்தாள்.

அடுத்த ஒரு மாதத்திற்குள் காந்திமதியைப் பற்றிய செய்தி ஒன்று பரவியது. நல்லவேளையாக அதில் பார்வதியை அவள் சம்மந்தப்படுத்தவில்லை. இவர்கள் இருக்கும் தெருவில் கடைசி வீடு குமார் வீடு. குமாரின் அப்பாவும் அம்மாவும் சற்று வயதானவர்கள். குமார் அவர்களுக்கு ஒரே பிள்ளை. பட்டப் படிப்பெல்லாம் படித்து முடித்து விட்டு ஆறுமாதமாக வீட்டில் இருக்கிறான். படித்த பிள்ளை

என்பதால் வீட்டின் பக்கவாட்டில் ஒரு கொட்டகையைப் போட்டுக்கொண்டு அதில் இருந்து வந்தான். கொட்டகையை வெகு நாகரீகமாய் ஆக்கியிருந்தான். மேசை நாற்காலி, புத்தகங்கள், கண்ணாடி, படுத்துக்கொள்ள உயரப்பலகை இதுபோன்ற பொருட்களைக் கொண்டு அலங்கரித்திருந்தான். சாப்பிட மட்டும்தான் வீட்டிற்குள் போவான். மற்றபடி படிப்பது, எழுதுவது, தூங்குவது எல்லாம் இந்த கொட்டகையில்தான். அவனை ஒத்த படித்த ஆட்கள் வந்தால் மட்டும் கொட்டகைக்குள் உட்காரவைத்துப் பேசிக் கொண்டிருப்பான். வேறு எவரையும் உள்ளே அனுமதிப்ப தில்லை. குமாரின் அம்மா அப்பாகூட அவனிருக்கும்போது கொட்டகைக்குள் போவது கிடையாது.

அன்றும் அப்படித்தான் குமார் இரவு சாப்பாட்டுக்குப் பிறகு தன்னுடைய கொட்டகையில் வந்து படுத்துக் கொண்டான். அவனின் அம்மாவும் அப்பாவும் வழக்கம்போல வீட்டிற்குள் படுத்துக்கொண்டார்கள். சிறிது நேரத்தில் எல்லோரும் நன்றாக தூங்கிவிட்டார்கள்.

தன் வீட்டிலும் தெருவிலும் எல்லோரும் தூங்கிய பிறகு, தான் படுத்திருந்த இடத்தைவிட்டு எழுந்தாள் காந்திமதி. தூக்கத்தில் நடப்பவளைப்போல நடந்து தெருவைக் கடந்து குமாரின் கொட்டகைக்குள் நுழைந்தாள். இருட்டில் பழகிய அவள் கண்களுக்கு அவன் தலை வைத்திருக்கும் இடமும் கால் நீட்டியிருக்கும் திசையும் நன்றாகத் தெரிந்தது. அவன் படுத்திருந்த அந்த பலகைக்கும் பக்கத்தில் தரையில் அவனுக்கு இணையாய் படுப்பளைப்போல படுத்துக் கொண்டாள். குமார் தூக்கத்தில் உருள்பவனாயிருந்தால் அவள்மீதுதான் உருண்டு விழவேண்டியிருக்கும். நல்ல வேளையாக அப்படியேதும் நடக்கவில்லை. ஆனால் நடு இரவில் சிறுநீர் கழிக்க எழுந்த குமார் கீழே கால் ஊன்ற, காந்திமதியின் மீது காலை வைத்துத் தடுமாறி, விழுந்து, பயந்து, அலறினான். மகனின் அலறல் சத்தம்கேட்டு பாம்போ, பேயோ, பிசாசோ என்று தடிக்கம்பு விளக்கு மாற்றுடன் ஓடிவந்தார்கள் குமாரின் பெற்றோர்.

அடிப்பதற்கு முன்னால் அரிக்கனைத் தூண்டிவிட்டு யாரென்று பார்த்தார் குமாரின் அப்பா. கனவில்

நிற்பவளைப்போல எந்த குற்றவுணர்வும், பதட்டமும் இல்லாமல் எழுந்து நின்றாள் காந்திமதி. இவளைப் பார்த்து மூன்று பேரும் அதிர்ச்சியடைந்தனர். அதற்குள் சத்தம் கேட்டு அக்கம் பக்கத்தினர் சிலரும் வந்து சேர்ந்தனர். கூட்டம் கூடுவதை விரும்பாத குமாரின் அம்மா "ஏதோ தூக்கத்துல நடக்குறமேரி வந்துட்டு போலருக்கு. இத பெரிசி படுத்தாண்டாம். எல்லாரும் போயி படுங்க. இந்தப் பொண்ண நாங்கொண்டு உட்டுட்டு வந்தர்றன்" என்றவள் காந்திமதியின் கையைப் பிடித்து அழைத்துக்கொண்டு போனாள்.

இந்தப் பிரச்சனை இதோடு முடிந்து போகவில்லை. மறுநாளும் அதற்கு மறுநாளும்கூட காந்திமதி அதேபோல் நடந்துகொண்டாள். குமாரின் அம்மாவுக்கும் அப்பாவுக்கும் பயமேற்பட்டது. தன் மகன் மீது ஏதாவது பழி விழுந்து விட்டால் என்ன செய்வதென்று நினைத்தவர்கள் மறுநாள் நடந்த விஷயங்களை வண்டிக்கார மணியிடமும் அவன் சொந்தக் காரர்களிடமும் சொல்லிவிட்டார்கள். விஷயம் ஊரெங்கும் பரவிவிட்டது.

அதற்குப் பிறகு தினமும் இரவில் மட்டும் காந்திமதியின் காலில் சங்கிலிப்போட்டு அதைத் தன் கையில் சுற்றிப் பிடித்தபடியே தூங்கினான் மணி. தன்னை சங்கிலியால் கட்டியதற்கு மறுப்பேதும் சொல்லாமல் கட்டுப்பட்டு கிடந்தாள் காந்திமதி.

அடுத்த சில நாட்களில் பகல் நேரத்தில் தோப்பிற்குச் செல்ல ஆரம்பித்தாள் காந்திமதி. வண்டிக்கார மணிக்கு ஒரு மா தோப்பும் நூற்றைம்பதுக்கு மேற்பட்ட தென்னை மரங்களும் இருந்தன. மரங்களிலிருந்து விழுந்து கிடக்கும் மட்டைகளை பொறுக்கி அடுக்குவது, விறகுகளை பொறுக்கி முட்டு குவிப்பது போன்ற வேலைகளை செய்துகொண்டிருந்தாள். பெண்டாட்டிக்கு தோப்பை கவனிக்கும் அக்கறை வந்துவிட்டது என்று நினைத்தான் மணி. அவனுக்கு காந்திமதியின் இந்தச் செயல் பெரும் நிம்மதியை ஏற்படுத்தியது. இனிமேல் படிப்படியாக நம் பெண்டாட்டி சரியாகிவிடுவாள் என்று நம்பினான். காந்திமதி எப்போது

வேண்டுமானாலும் தோப்பிற்கு போகட்டும் வரட்டுமென்று அதுபற்றி எதுவும் கண்டுகொள்ளாமல் இருந்தான்.

மணியின் தோப்பிற்கு அடுத்த தோப்பு இராமையன் வாத்தியாருக்குச் சொந்தமானது. தன் தோப்பிற்குள் பெரிய கொட்டகை ஒன்றை கட்டியிருந்தார் அவர். தேங்காய் வெட்டு முடிந்து, தேங்காய்களை லாரியில் ஏற்றி விடும்வரை அந்தக் கொட்டகைக்குள்தான் போட்டு வைத்திருப்பார். வாத்தியாருக்கு இரண்டு ஜோடி உழவு மாடுகளும் ஒரு டயர் வண்டியும் ஒரு ஜோடி வண்டி மாடுகளும் இருந்தன. மாடுகளைக் கட்டுவது, வண்டி நிறுத்துவது எல்லாம் இந்த கொட்டகைக்குள்தான். படிப்பை பத்தாவதோடு நிறுத்தி விட்டு ஊர் சுற்றிக் கொண்டிருந்த அண்ணன் மகன் ரவியை, தன் வண்டியை ஓட்டும்படி அமர்த்தியிருந்தார். பெரும் பாலான நாட்கள் வண்டி தேங்காய் ஏற்றப்போகும். தினமும் வண்டிக்கு வாடகைப் பணம் கிடைத்து வந்ததால் ரவியின் கையிலும் எப்போதும் காசு புழங்கிக் கொண்டேயிருக்கும்.

வண்டி ஓட்டினாலும்கூட ரவி நாகரிகமாய் உடுத்திக் கொள்வான். சோப்பு போட்டு குளிப்பது, துணிமணிகளை சுத்தமாய் வைத்துக் கொள்வது, துளசியாப்பட்டிணம் மரைக்காயர் வீட்டிலிருந்து வெளிநாட்டு சென்ட் வாங்கிவந்து போட்டுக் கொள்வது. எப்போது பார்த்தாலும் ஒரு பணக்கார தோரணையுடனே இருந்தான் ரவி.

வண்டி மாடுகளையும் உழவு மாடுகளையும் பரா மரிப்பதுகூட ரவியின் வேலைதான். மாட்டுக்குத் தேவையான வைக்கோலை வேறொரு இடத்தில் இருக்கும் போரிலிருந்து எடுத்துவந்து போடவேண்டும். வைக்கோல்கட்டை தலையில் தூக்கிவர நாகரிகம் பார்க்கும் ரவி வண்டியை ஓட்டிக்கொண்டுபோய் இரண்டு மூன்று நாட்களுக்கு தேவையான வைக்கோலை பிடுங்கி வண்டியில் போட்டுக் கொண்டு வருவான். அன்றும் அப்படித்தான் வண்டியில் வைக்கோலை போட்டு நிரப்பிக்கொண்டு வந்தான். வைக்கோலுடன் வண்டியை கொட்டகைக்குள் நிறுத்திவிட்டு மாடுகளுக்கு தண்ணீர் காட்டினான். தனித் தனியாக அவற்றைக் கட்டினான். சூரியன் அப்போதுதான்

உச்சியைவிட்டு கீழே இறங்கிக் கொண்டிருந்தது. பொழுது போகும் நேரத்தில்தான் மாடுகளுக்கு தீனி அள்ளிப் போடுவான். பொழுது போகும்வரை இங்கே எதற்காக உட்கார்ந்திருக்க வேண்டும் என்று நினைத்தவன் வீட்டிற்குப் போய்விட்டான்.

இதையெல்லாம் தன் தோப்பிலிருந்தபடியே கவனித்துக் கொண்டிருந்தாள் காந்திமதி. அவளுக்கு என்ன தோன்றி யதோ தெரியவில்லை. வீட்டிற்குப் போகாமல் தன் தோப்பிலேயே நீண்ட நேரம் வரை உட்கார்ந்திருந்தாள். பொழுதுபோகும் நேரத்தில் வாத்தியார் வீட்டு தோப்புக் கொட்டகைக்குள் நுழைந்தாள். தன் புடவையை அவிழ்த்து பந்துபோல சுருட்டி வண்டிச் சக்கரத்தில் செறுகி வைத்தாள். வெறும் உள்பாவாடை சட்டையுடன் வண்டியில் கிடந்த வைக்கோலுக்குள் புகுந்து மல்லாந்து படுத்துக்கொண்டாள். தன் கால்களும் உடம்பும் வெளியே தெரிந்து விடாதபடி வைக்கோலால் நன்றாக மூடிக்கொண்டாள். பிணம்போல அசையாமல் கிடந்தாள். ரவி வருவான் என்று அவள் எதிர்பார்த்தது போலவே, புதுப்பட பாடலொன்றை சன்னமாய் பாடியபடி வந்தான். ரவியின் காலடியோசை வண்டிக்குப் பக்கமாய்க் கேட்டது. மூச்சுவிட்டாலும் தெரிந்துவிடுமோ என்று நினைத்த காந்திமதி மூச்சை அடக்கிக்கொண்டு கிடந்தாள்.

வழக்கமாய்ச் செய்யும் வேலைதான் என்பதால் ஒருவித அலட்சியத்தோடு வண்டிக்குள் கிடந்த வைக்கோலை இரண்டு கையாலும் சேர்த்து அள்ளிக் கொண்டு போய் பக்கத்தில் கிடந்த மாடுகளுக்குப் போட்டான். மறுமுறை வைக்கோல் அள்ளுவதற்காக வண்டியின் அருகே வந்தான். வண்டியில் இவன் முன்பு அள்ளிய இடைவெளியில் இரண்டு கால்கள் மட்டும் தெரிந்தன. வைக்கோலுக்குள் இருந்து நீண்டு கிடந்த அந்தக் கால்களைப் பார்த்தவுடன் ரவி தன் ரத்தம் உறையும் அளவிற்கு நடுங்கிப் போனான். பேயோ, பிசாசோ என்று பயந்த ரவி "வால்' என்று கத்திவிட்டான். அவன் அங்கிருந்து ஓடிவிடலாமென்று நினைத்த நேரத்திற்குள் சடக்கென்று எழுந்து உட்கார்ந்தாள் காந்திமதி.

"யாம்ப்பா இப்புடி கத்துற?" என்று கேட்டவாறே வண்டியைவிட்டு இறங்கி வந்து பாவாடையை உதறி விட்டுக்கொண்டாள் காந்திமதி. சாவகாசமாய் புடவையை எடுத்துக்கொண்டு தன் தோப்பிற்குள் நுழைந்தாள்.

ரவி போட்ட சத்தம் கேட்டு, தூரத்திலிருந்து ஓடிவந்த சிலர், அதிர்ச்சியில் உறைந்துபோய் நின்ற ரவியை விசாரித்தார்கள். அவன் எதையும் மறைக்காமல் எல்லா வற்றையும் கூறி "அந்த சின்னம்மா இப்புடி செய்யுமுன்னு நான் கொஞ்சம்கூட நெனைக்கல" என்றான். அவன் முகமெங்கும் வியர்த்து வெளிறிப் போயிருந்தது.

வண்டிக்கார மணியும் இதைக் கேள்விப்பட்டான். அவனுக்கு அவமானமாக இருந்தது. இருந்தாலும் தன் பெண்டாட்டியை அவன் எதுவும் சொல்லவில்லை. பகலிலும் காந்திமதியை சிறை வைத்தான். முழு நேர காவலில் இருந்தாள் காந்திமதி. அதைப் பற்றி அவள் கொஞ்சம்கூட கவலைப்படவில்லை. எப்போதும்போல ஊமையாய் வீட்டிற்குள்ளேயே முடங்கிக் கிடந்தாள்.

காந்திமதியின் இச்செயல்களையயல்லாம் சகித்துக் கொண்டு எப்படித்தான் மணியால் பொறுமையாக இருக்க முடிகிறதோ என்று பார்ப்பவர்களெல்லாம் பேசிக் கொண் டார்கள். நெருங்கிய உறவினர்கள் சிலர் காந்திமதியிடம் மணியின் அருமை பெருமைகளை எடுத்துச்சொல்லி அவனிடம் இனியாவது நல்லவிதமாய் நடந்துகொள்ளும்படி புத்திமதி கூறினார்கள். யார் எவ்வளவுதான் எடுத்துச் சொன்னபோதும் அவை தன் காதில் கொஞ்சமும் விழ வில்லை என்பதுபோல நடந்துகொண்டாள் காந்திமதி.

வீட்டிற்குள்ளேயே ஒருத்தியை அடைத்து வைத்து எத்தனை நாட்களுக்கு காவலிருக்க முடியும். தவிரவும் காந்திமதியின் அசாத்தியமான அமைதியும் அடக்கமும் காவல் இருப்பவர்களையே கூச்சப்பட வைத்தது. ஒரு நல்ல பெண்ணை தேவையில்லாமல் சந்தேகப்பட்டு காவல் காத்துக்கொண்டிருக்கிறோமோ என்று நினைக்க வைத்தது. அதற்கு மேற்கொண்டு சொந்தக்காரர்கள் யாரும் காந்தி மதிக்கு காவலிருக்க முன்வரவில்லை. வண்டிக்கார மணியாலும் தொடந்து வீட்டிலிருக்க முடியாது

என்றானபோது காந்திமதியைப் பற்றிய நம்பிக்கையை கொஞ்சம் கொஞ்சமாய் வளர்த்துக் கொண்டான். ஒரு கட்டத்திற்குமேல், இனிமேல் அவளால் எந்தப் பிரச்சனையும் வராதென்றெ நம்பினான். தைரியமாய் வேலைக்குப்போக ஆரம்பித்தான்.

நல்ல பெண்மணியைப்போல வீட்டையே வளைய வந்துகொண்டிருந்த காந்திமதி திடீரென்று ஒருநாள் காணாமல் போய்விட்டாள். வீட்டை விட்டு எப்போது கிளம்பினாள், எந்தவழியாக எந்தப்பக்கம் போனாள் என்று எதுவும் தெரிய வில்லை. யார் கண்ணிலும் அகப்படாமல் மாயமாய் அவள் மறைந்துபோனது மணிக்கும் அவள் பிள்ளைகளுக்கும் அதிர்ச்சியாகிப் போனது. நாலாப் பக்கமும் ஆள் வைத்துத் தேடினார்கள். சொந்தக்காரர்கள், அறிந்தவர்கள், தெரிந்தவர்கள் வீடுகளிலும் தேடிப் பார்த்தாகிவிட்டது. எங்கும் கிடைக்கவில்லை.

காந்திமதியின் பெரியமகன் ஒன்பதாம் வகுப்பிலும் சிறியவன் எட்டாம் வகுப்பிலும் படித்துக் கொண்டிருந் தார்கள். ஒரு வருடமாக அம்மாவைத் தேடியும் கண்டுபிடிக்க முடியாமல் போன ஏமாற்றத்தால் காந்திமதியின் மகள் வள்ளி சோர்வடைந்தாள். இருந்தாலும் குடும்பப் பொறுப்புகள் அனைத்தையும் தானே ஏற்றுக் கொண்டாள். தன் அப்பாவுக்கும் அண்ணன்களுக்கும் தாயிக்குத் தாயாய் நடந்துகொள்ள ஆரம்பித்தாள்.

என்னதான் தங்கை கவனித்துக்கொண்ட போதும் காய்ச்சலென்று படுக்கையில் விழுந்த சிறியவன் சரியான வைத்தியம் செய்யாததால் யாரும் எதிர்பார்க்காத வகையில் இறந்துபோனான். பெண்டாட்டி போனதோடு இல்லாமல் பிள்ளையும் இப்படி அநியாயமாய் செத்துப் போய்விட்டானே என்று துடித்துப் போனான் வண்டிக்கார மணி.

பார்வதியின் அம்மா காமாட்சி ஆய்ந்த கீரையை தனியாய் வைத்துவிட்டு கீரைக் கழிவுகளைக் கூட்டி முறத்தில் அள்ளினாள். விட்ட இடத்திலிருந்து படிக்க ஆரம்பித்தாள் பார்வதி. துருபத குமாரியுடன் குடிலுக்குத் திரும்பிய பாண்டவர்கள் வெளியே நின்றபடி உள்ளேயிருந்த குந்தியிடம் “அம்மா இன்று நாங்கள் ஒரு கன்னியுடன்

வந்திருக்கிறோம்" என்று சொல்ல, அது கனி என்று குந்தியின் காதில் விழுகிறது. "ஐவரும் எடுத்துக் கொள்ளுங்கள்" என்கிறாள் குந்தி.

கன்னி என்பது கனி என்று எப்படி காதில் விழுந்திருக்க முடியும். பார்வதிக்கு அது உண்மையாக இருக்குமா என்ற சந்தேகம் ஏற்பட்டது. சூரியதேவன், தர்மதேவன், வாயுதேவன், இந்திரன் இவர்களிடமிருந்து புத்திரர்களை மட்டுமல்லாமல், உலக சூட்சுமங்களை பற்றிய ஞானத்தையும் பெற்றிருந்த குந்தியின் புலனறிவிலும், நுட்பமான நோக்கிலும் குறையேற்பட்டிருக்க வாய்ப்பிருக்காது என்றே தோன்றியது பார்வதிக்கு.

புத்தகத்தை மூடி வைத்துவிட்டு வெளியே எழுந்து வந்தாள். குப்பைக் குழியை நோக்கி நடந்துகொண்டிருந்த தன் அம்மாவின் பின்னால் இவளும் போனாள்.

"அம்மா"

"என்ன?"

"நானும் ஒரு நட காந்திமதி அக்காவ போயி பாத்துட்டு வரட்டா?" என்றாள் தயங்கியபடியே.

"நீ எதுக்கு அங்க போவணுங்குற?"

"சும்மாதாம்மா. ஒடனே வந்தர்றன்."

"பொயிட்டு சீக்கிரமா வந்துடு."

இவ்வளவு எளிதில் அவள் அனுமதிப்பாள் என்று பார்வதி எதிர்பார்க்கவில்லை. சற்று தாமதித்தாலும் அம்மாவின் மனம் மாறிவிடவும் வாய்ப்பிருக்கிறது என்று நினைத்தவள் அப்போதே வீட்டின் பின்பக்க வழியாக காந்திமதியின் வீட்டிற்குப் போனாள்.

வீட்டு வாசலில் நின் றிருந்த காந்திமதியின் மகள் வள்ளி "வாங்க சித்தி" என்றாள். அவளின் மீது அந்த நேரத்தில் ஏற்பட்ட பரிவும் பச்சாதாபமும் பார்வதியின் நெஞ்சை கனக்கச் செய்தது. அவளை அணைத்தபடி உள்ளே போனாள். சுவற்றில் சாய்ந்து கால்களை நீட்டிப்போட்டுக் கொண்டு

உட்கார்ந்திருந்தாள் காந்திமதி. மடியில் மகனின் புத்தகங்கள். கண்கள் குத்திட்டு நின்றன. வள்ளியை அணைத்தபடியே காந்திமதியின் எதிரில் போய் உட்கார்ந்தாள்.

"அக்கா" என்றாள் மெதுவாக.

நிமிர்ந்து பார்வதியைப் பார்த்தவள் ஒரு ஞானியைப் போல பார்வையை விலக்கிக் கொண்டாள். அவளுடைய முகத்தைக் கூர்ந்து பார்த்தாள் பார்வதி. முகத்தில் ஒருவிதமான அமைதி தெரிந்தது. அது குற்றவுணர்வு எதுவுமற்ற பரிசுத்தமான பேரமைதியாகத் தெரிந்தது. வாயில் போட்டு மென்ற தேங்காயின் பால் இதழ்கடையில் ஒழுகுவதைப்போல அப்பேரமைதியின் ஓர் ஓரத்தில் மகனை இழந்துவிட்ட சோகம் வழிந்து கொண்டிருப்பதைப் போலவும் தோன்றியது.

ஊரைவிட்டு ஓடிப்போன இந்த மூன்று வருடத்தில் யாரிடம் போய் வரம் வாங்கிக் கொண்டு வந்திருக்கும் இந்த அக்கா? இதன் முகத்தில் எப்படி வந்தது இப்படி ஒரு அமைதி. புத்தரின் முகத்தில் தெரியும் அதே சாந்தம் எப்படி வந்தது இந்த அக்காவின் முகத்தில்? பார்வதி பலவாறாக யோசித்தபடி அவள் முகத்தையே பார்த்துக் கொண்டிருந்தாள்.

"சூரியன மறைச்சி, என்ன குருடியாக்கி, யாம் புள்ளய கொன்னுட்டல்ல"

மந்திரத்தைப்போல உச்சரித்த காந்திமதியின் வார்த்தை களைக் கேட்டு திடுக்கிட்டு சடாரென்று எழுந்தாள் பார்வதி. சிலை ஒன்று திடீரென்று வாய்திறந்து பேசியது போல, பேசிய தன் அம்மாவைப் பார்த்து, மிரண்டு பின்னகர்ந்தாள் வள்ளி. அவளுக்கு தன் அம்மா பேசியது என்னவென்று புரியவில்லை.

இங்கிருந்து உடனே போய்விட வேண்டுமென்று கிளம்பிய பார்வதி கடைசியாய் ஒருமுறை திரும்பி காந்திமதியின் முகத்தைப் பார்த்தாள். அதே அமைதியான முகம், ஆனால் அதற்குப் பின்னால் கொழுந்துவிட்டு எரிந்து கொண்டிருக்கிறது அணையாத தீ. ●

அணங்கு – நவம்பர் 2006

9

கற்றாழை

ஐ. கிருத்திகா

உள்ளாடை நனைந்ததில் திக்கென்றிருந்தது. இப்படித்தான் அடிக்கடி நனைந்துபோகும். தெரிந்ததுதான். இருந்தும் மனசு அவசர அவசரமாய் கணக்கு போட்டுப் பார்த்தது. இருபத்தியிரண்டு நாட்களாகியிருந்தன. இருபத்தியிரண்டில் வருவதற்கு வாய்ப்பேயில்லை. இருபத்தைந்திலிருந்து எதிர்பார்க்கலாம். இருபத்தியெட்டிற்குள் கட்டாயம் வந்துவிடும்.

நிறம் மாறியிருந்தால் பிரச்சினையில்லை. சிவப்பு அச்சம் தரும் நிறம். வெள்ளை சமாதானம். மனதைச் சமப்படுத்தும். இருந்தும் அதுவும் கசகசப்புதான். வடித்த கஞ்சி போல, சில சமயம் பாலேடு போல... நடக்க நடக்க உடலோடு உராயும் உள்ளாடையின் கொழகொழப்பு எதிராளியின் புருவங்களை உயர்த்த வைக்கும். முகத்தின் சுருக்கங்கள் அவர்களுக்குக் குழப்பத்தை ஏற்படுத்தும்.

ஒரு கப் நீரூற்றிக்கொண்டால் தேவலாமென்றிருந்தது. அடித்து ஊற்றிக்கொள்ள வேண்டும். பின்பு சுடிதாரில் அழுந்த துடைத்துக்கொள்ளலாம். சற்று இதமாயிருக்கும். அது வெள்ளைதான் என்று மனசு அடித்துச் சொல்லிற்று. ரஞ்சனி அந்தப் பெரிய மரமல்லி மரத்தினடியில் ஒதுங்கினாள்.

"அப்பெல்லாம் எங்களுக்கு யாரு அது வாங்கிக் குடுத்தா... உள்பாவாட நனையும். ஒக்கார்றப்ப இழுத்து

விட்டுக்கிட்டு ஒக்காருவோம். வெட்டச்சூடு ஒடம்பு. எப்பப் பாத்தாலும் பாவாட ஈரமாயிட்டேயிருக்கும்."

அம்மா ஒருமுறை முகம் சுழித்துச் சொன்னாள். "இப்ப போட்டுக்கயேன். நான் வாங்கித் தர்றேன்." ரஞ்சனி கண்ணடித்துச் சிரித்தாள்.

"எல்லாம் வத்திப்போச்சு. இனிமே எதுக்கு? யாரும் பாக்காதப்ப காலை அகட்டி வச்சு ஒரு தொடை தொடைச்சிக்கறது. காலம் அப்படி போச்சு."

அம்மாவின் முகம் தாழ்ந்திருந்தது.

மரமல்லிப்பூக்கள் தரையில் உதிர்ந்திருந்தன. நீண்ட காம்புடைய வெள்ளைப்பூக்கள். காலைப் பனியில் பூக்கள் சில்லிட்டன. கால்களில் பட்ட பூக்கள் குளிர்ந்து சிலிர்க்க வைத்தன. ரஞ்சனி ஒரு பூவை எடுத்து கையில் வைத்து அழகு பார்ப்பது போல் சிறிதுநேரம் நின்றிருந்தாள். குப்பை போட வந்த எதிர்வீட்டுப் பெண் அவளை ஒரு பார்வை பார்த்துவிட்டு குப்பைப் பையை வீசியெறிந்துவிட்டு உள்ளே போனாள். தெருவில் யாருமில்லை என்பதை ரஞ்சனி உறுதிசெய்துகொண்டு சட்டெனச் சுடிதாரில் அழுந்தத் துடைத்துக்கொண்டாள். அம்மாவின் ஞாபகம் வந்தது.

"நல்லத குடுத்தியோ இல்லியோ கெட்டத குடுத்துட்ட..."

"ஆமா, நான் குடுத்தேன். போடி இவளே..."

அம்மாவின் இடக்கைப் பழக்கம் ரஞ்சனிக்கு வாய்க்க வில்லை. தோசை சுடுவதிலிருந்து, தலை சீவுவது, வீடு பெருக்குவது வரை எல்லாம் இடக்கையால்தான். சிங்கார் சாந்தை இடக்கையால் அழகாக வட்டமாக இட்டுக் கொள்வதைப் பார்த்து ரஞ்சனியும் பல தடவை முயன்று தோற்றிருக்கிறாள். அம்மாவுக்கு கருகருவென நீண்ட முடி. ரஞ்சனியுடையது பூஞ்சை முடி.

"உன் முடியத் தர்றியாம்மா? ஆசையா இருக்கு."

இழுத்து தன் தலையோடு சேர்த்து வைத்து கூந்தலை முன்னால் போட்டு கண்ணாடியில் அழகு பார்ப்பாள். அம்மாவுக்கு நல்ல வடிவான உடல். ரஞ்சனி நேர்க்கோடு.

“அவுங்கத்த மாதிரி ஒடம்புவாகு. அதுங்க ரெண்டும் கோடு கிழிச்சாப்ல இருக்குங்க. அப்படியே வந்து பொறந்துருக்கு இதுவும்.”

அம்மாவுக்கு வாய் ஓயாது.

“ஒழுங்கா பேடட் பிரா போடு.”

தோழியின் அறிவுரையின் பேரில் உடலில் கொஞ்சம் வசீகரம் கூடிப்போனது. எதிரே வருபவர்கள் தன்னைக் கவனிக்கிறார்கள் என்று உணரும்போது திடுமென இதயம் அதிரும். அது ஒருவித புது சுகத்தைத் தந்தது. துணிக்கடைக்குப் போனால் முதலில் உள்ளாடைப் பிரிவுக்குத்தான் செல்வாள். வெவ்வேறு கம்பெனிகளின் விதவிதமான ரகங்களைக் காட்டச்சொல்லிப் பார்ப்பாள். தொட்டுப் பார்த்து மிகவும் நுணுக்கமாகத் தேர்வுசெய்வாள். விளைவு பீரோவில் பேடட் ரகங்கள் அதிகமாய் சேர்ந்துவிட்டிருந்தன.

உடலின் நிமிர்வு கொஞ்சம் தைரியத்தைத் தந்தது. சுடிதாரை மீறித் தெரியும் கவர்ச்சி செயற்கையானது என்று யாருமறியப் போவதில்லை. அதுவே குதூகலமாயிருந்தது. சுடிதாரின் நிறத்துக்குப் பொருத்தமாக நிறைய வாங்கி வைத்துக்கொண்டாள்.

“அசத்தறடி...” என்றாள் தோழி.

அம்மா தன் பங்குக்கு ஏதேதோ கை வைத்தியம் செய்தாள்.

“இதெல்லாம் எதுக்குடி? எனக்குப் புடிக்கல” என்றாள்.

ரஞ்சனிக்கும் பிடிக்கவில்லைதான். குதூகலத்தை மீறிய ஒவ்வாமை மனதில் எரிச்சலை உண்டு பண்ணிக்கொண்டே யிருந்தது. அலுவலகம் முடிந்து வீட்டுக்கு வந்ததும் முதல்வேலையாக உள்ளாடையை உருவியெறிவாள். அப்போது, ஒட்டிக்கொண்டிருந்த அட்டைப்பூச்சியை வழித்து வீசியது போல பெருமூச்சு எழும். ஓவல் வடிவக் கண்ணாடியின் முன்னே வெற்று மார்புடன் நின்றிருப்பாள்.

கடவுளின் கொஞ்சூண்டு கருணை போல மலர்ந்திருக்கும் ஸ்தனங்களை வெறுப்புடன் உற்று நோக்குவாள். சிலசமயம்

முகம் சுழித்து அழ ஆரம்பிப்பாள். அது பல நேரங்களில் நீள் அழுகையாய்த் தொடரும். கோபத்துடன் மார்புகளைக் கசக்கிவிட்டுக்கொள்வாள். இரு கைகளையும் குழித்து மூடிக் கொள்வாள். உள்ளங்கை அளவுகூட போதுமானதாயிருந்தது அழுகையின் வீரியத்தைக் கூட்டிற்று.

உடன் பணிபுரியும் ராதிகாவின் மார்புகள் தளும்பி வழிவதை நினைவுக்குக் கொண்டுவந்து ஓங்கி தலையில் கொட்டிக்கொள்வாள். ராதிகா அபூர்வமாய்த்தான் புடவை உடுத்துவாள். புடவையில் மறையும் வடிவம் சுடிதாரில் விம்மித் தணியும். துப்பட்டா சரியும் நேரங்களில் ரஞ்சனியின் பார்வை இயல்பாய் அவள் மேல் படிந்து அவசரமாய் விலகும். கோவில் சிலையின் அதீத வளர்ச்சிக்கு இணையான ஸ்தனங்கள்.

"பஸ்ஸுல கூட்டத்த சாக்கா வச்சு பொறுக்கிப் பசங்க தொழாவுறானுங்கடி. பத்திக்கிட்டு வருது" என்று புலம்பிய ராதிகா திடீரென ஒருநாள் ஸ்கூட்டியில் வந்திறங்கினாள்.

"இனிமே தடவுற தொந்தரவு இல்லாம நிம்மதியா ஆபீசுக்கு வந்துட்டுப் போவேன்."

தோள்களைக் குலுக்கி அவள் சொன்னபோது குலுங்கிய அழகுகளை ரஞ்சனியின் கண்கள் அனிச்சையாக வெறித்தன.

"நீயும் பேசாம லோனைப் போட்டு வண்டி வாங்கிக்கயேன்."

அம்மா திடீரென ஒருநாள் சொன்னாள்.

"நானும் அதாம்மா யோசிக்கிறேன். வண்டி இருந்தா லீவு நாள்ல உன்னை ஏத்திக்கிட்டு ஊரை வலம் வரலாம்ல?" தலையாட்டிக் கேட்டாள்.

"எங்க போவலாம் சங்கரான்னுதான் இருக்கு."

அம்மாவின் உதடுகள் சுழித்தன.

"இருவத்தினாலு வயசாவுது. மாநெறம். ஆனா நல்ல லச்சணம். ஒல்லியாதான் இருப்பா. கல்யாணமானா சதை போட்டுடப் போவுது" என்பாள் அம்மா.

"உன் பொண்ணுக்கு நீதாம்மா மார்க்கெட்டிங் ஆபீசர்..."

ரஞ்சனி தலையிலடித்துக்கொண்டு சிரிப்பாள்.

ராதிகா அவளைப் பார்த்த வேகத்தில் ஸ்கூட்டியைக் கிறீச்சிட்டு நிறுத்தினாள்.

"எங்கடி போயிக்கிட்டிருக்க?"

"பஸ் இந்தப் பக்கம் வராதாம். ஏதோ மீட்டிங்காம். அதான் பஸ் ஸ்டாண்ட் போய்க்கிட்டிருக்கேன்."

"ஒக்காரு நான் கொண்டுபோய் விடறேன்." அமரப் போனவளை அவசரமாய் நிறுத்தினாள்.

"நீ ஓட்டுறியா...?"

ரஞ்சனிக்குக் கண்கள் விரிந்தன.

ராதிகா இறங்கி பின்பக்கம் வருவதற்குள் ஒருமுறை சுடிதாரில் அழுந்தத் துடைத்துக்கொண்டு வண்டியைப் பற்றிக்கொண்டாள்.

வண்டி பள்ளத்தில் இறங்கியபோது ராதிகாவின் மென்ஸ்பரிசம் முதுகில் அழுந்திற்று. உடல் சிலிர்த்தது. வேண்டுமென்றே இரண்டு மூன்று முறை பள்ளத்தில் இறக்கி ஏற்றினாள்.

"புது வண்டிடி. பாத்து ஓட்டு..."

ராதிகாவின் உடல் அழுந்திற்று. ரஞ்சனி ஹேண்ட்பாரை இறுகப் பற்றிக்கொண்டாள். அசுரத்தனமாகச் செலுத்தி எதன் மீதாவது மோத வேண்டும் போலிருந்தது. கீழுதட்டைக் கடித்துக்கொண்டாள். ஹெல்மெட் முகத்தை மறைத்திருந் ததில் அதன் தீவிரத்தன்மை எதிரே வருபவர்களுக்குத் தெரிய வாய்ப்பில்லாமல் போனது. கால் விரல்கள் மடங்கி நிமிர்ந்தன.

பாலத்து சுவரில் ஒட்டப்பட்டிருந்த சுவரொட்டியில் கதாநாயகி பாதி மார்பு திறந்து காட்டி சிக்கனமாகப் புன்னகைத்துக்கொண்டிருந்தாள். ரஞ்சனியின் கண்கள்

அவள் மார்பில் பதிந்திற்று. மிரர் வேலைப்பாடு செய்த ஜாக்கெட் புடைத்திருந்ததில் தலையை உலுக்கிக்கொண்டாள்.

“துப்பட்டாவை மறந்துட்டுப் போயிட்டியாடி...?”

அம்மா சேரில் கிடந்த துப்பட்டாவைக் காட்டிக் கேட்டபோது ரஞ்சனி பதில் சொல்லவில்லை. கழிவறைக்குள் புகுந்து மடேரெனக் கதவை அறைந்து சாத்தினாள். பேண்ட்டின் நாடா முடிச்சை நீக்கி அவிழ்த்து குந்துகால் வைத்து அமர்ந்தாள். வாளியில் தளும்பிய நீரைக் கப்பில் மோந்து ஆத்திரம் தீருமட்டும் அறைந்து ஊற்றிக்கொண்டாள். குளிர்ந்த நீர் அந்தரங்கப் பிரதேசத்தைத் தழுவி ஓடியபோது மனதுக்கு ஆசுவாசமாயிருந்தது. மெல்ல எழுந்து நின்றவள் ஆடைகளைக் களைந்து வீசிவிட்டு சுவரில் சாய்ந்து நின்றாள்.

“வெட்டச்சூட்டுக்கு வெந்தயம் நல்லது. தெனமும் ஊரவச்சு முளைகட்டி குடு” என்று கோகிலா சொன்னதி லிருந்து அம்மாவுக்கு இரவு வெந்தயம் ஊறவைக்கும் வேலை சேர்ந்துகொண்டது. வெந்தயக்கசப்பு தொண்டையைப் பிடித்தது. வெறும் வயிறு குமட்டிக்கொண்டு வந்தது.

“காபி குடிச்சிட்டு திங்கறேம்மா...”

ரஞ்சனியின் கெஞ்சல் அம்மாவிடம் எடுபடவில்லை.

“வெறும் வயத்துல தின்னாதான் பலன் கெடைக்கும். ஒடம்பு தேறணும்னா ஒழுங்கா முழுங்கித் தொலை.”

அம்மாவின் கடுப்பேறிய முகம் ஒரொரு சமயம் எரிச்சலில் சுருங்கும். இயலாமையில் எழும் வெறுப்பை மறைத்துக்கொள்ள அவள் சட்டென முகத்தைத் திருப்பிக் கொள்வாள்.

“வெள்ளைப் படுறது நின்னுடுச்சின்னா ஒடம்பு நல்லா பூரிச்சு வந்துடும். டாக்டர்ட்ட போனா மருந்து, மாத்தர குடுத்து கட்டுப்படுத்திடுவாங்க. ஆனா அது கொஞ்ச நாளைக்குதான். மாத்தரைய நிப்பாட்டுனா மறுபடியும் பட ஆரம்பிச்சிரும். அதனால கை வைத்தியமா செஞ்சுதான் அதக் கட்டுப்படுத்தணும்.”

கோகிலா சொல்ல அம்மா தலையசைத்துக் கேட்டுக் கொண்டாள்.

வார, மாதப் பத்திரிகைகளில் பிரசுரமாகியிருக்கும் மருத்துவக் குறிப்புகள் ஒவ்வொன்றாக அரங்கேறின.

"இப்ப கொஞ்சம் தேவலாம் போல இருக்காடி...?"

நாலைந்து நாட்களில் இந்தக் கேள்வி வந்துவிழும். தேவலாம் போலத்தான் ரஞ்சனிக்கும் தோன்றும். மெது வாகத் தலையசைத்து வைப்பாள். அம்மாவின் சந்தோஷம் கரைகாணாது போகும். வைத்தியம் தீவிரமடையும். அளவுகள் கூடும். இரண்டாவது கேள்விக்கு ஒருவாரம் இடைவெளி விடுவாள்.

"இப்ப எப்படி இருக்கு...?"

ரஞ்சனியின் பார்வை எங்கோ இருக்கும். உதடுகள் பிதுங்கும். அம்மாவுக்கு உள்ளே இடிந்து போகும். அந்த வைத்தியம் அத்தோடு விடைபெறும்.

இரவுக்குச் சில்வண்டுகள் உயிர் கொடுப்பதாக ரஞ்சனி நினைத்துக்கொள்வாள். இரவுகளை அவள் மிகவும் விரும்பி னாள். இருள் ஒரு பாதுகாப்பு. உடல் தெரியாத இருட்டில் தன்னைக் கரைத்துக்கொள்வதாக உள்ளே கற்பனை ஓடும். எவரும் பார்க்க முடியாது தன்னுடலை இருள் போர்த்திக் கொள்வது அவ்வளவு பிடித்திருந்தது. ஆனாலும் பகலில் தன்மேல் பார்வை விழ அவள் ஏங்கினாள். ஆணின் வசீகரப் பார்வையில் மயிர்க்கால்கள் குத்திட்டு நிற்பதை அவள் பெரிதும் விரும்பினாள்.

அதற்காகவே எதிரே வருபவர்களின் கண்களை எதேச்சையான பாவனையில் ஆராய்வாள். இப்போதெல்லாம் கொஞ்சம் பார்க்கத்தான் செய்கிறார்கள். மெத்தென்ற உள்ளாடையின் தழுவலில் சில மோதல்கள் நிகழ்ந்தன. பேருந்தின் கூட்ட நெரிசலில் வேண்டுமென்றே இடித்துவிட்டு 'சாரி' சொன்னார்கள். ரஞ்சனி பரவாயில்லை என்பது போலத் தலையசைத்து உள்ளூர சிலிர்த்தாள்.

சில்வண்டுகள் ரீங்கரித்தன. விடிவிளக்கின் வெளிச்சத்தில் அம்மா ஒரு ஓவியம் போல உறங்கிக்கொண்டிருந்தாள். ஒருக்களித்தவாக்கில் படுத்திருந்தவளின் முந்தானை விலகிச் சரிந்திருந்தது. ரஞ்சனி கண்களை மூடிக்கொண்டாள்.

அம்மாவைப் பார்ப்பது பிடிக்கவில்லை. கண்களைப் பிடுங்காவிட்டால் காட்சி மனதில் நிலைத்துவிடும். அது எரிச்சலை உண்டாக்கும். மூளையில் உறைந்துபோகும். பின் அக்காட்சியிலிருந்து மனதை அப்புறப்படுத்தவே முடியாது. அந்தப் பயம் அவளுக்கு. அப்படியும் சில நேரங்களில் வெண்திரட்சி தட்டுப்பட்டுவிடும். ரஞ்சனி அலமலந்து போவாள்.

மனதைச் சமப்படுத்த முடியாமல் அறைக்குள் புகுந்து கண்ணாடி முன் நின்றுவிடுவாள். உடைகளைக் களைந்துவிட்டு ஆங்காரமாய் உடலை நோக்குவாள். இலேசான குமிழ்களாய் மொட்டு விட்டிருக்கும் அரும்புகள் அவளைப் பார்த்து கேலியாய்ச் சிரிப்பது போலத் தோன்றும் உணர்வில் கைகளைப் பெருக்கல் குறியாக்கி தோளில் பற்றிக்கொள்வாள். வயிறு குழைய அப்படியே நின்றிருப்பாள். மனதின் இரைச்சல் அடங்கும் வரை நின்ற கோலத்திலேயே இருப்பாள்.

சிலநேரம் கைகளைப் பின்னால் வளைத்துக் கோர்த்துக் கொண்டு நெஞ்சை நிமிர்த்தி நிற்பாள். அப்போது சற்று பெரிதானதைப் போலத் தோன்றும். மூக்கு விடைக்க அழுதுகொண்டே சிரிப்பாள். உடனே கைகளை விடுவித்து அவசர அவசரமாகக் கண்களைத் துடைத்துக்கொள்வாள். ஒருமுறை கண்ணாடியை நெஞ்சோடு அழுந்த அணைத்துக் கொண்டாள். சில்லிட்ட கண்ணாடி, மார்புகளை சிலிர்க்கச் செய்தது. உள்ளே எரிந்த தீ மெல்ல மெல்ல அவிந்திருந்தது.

அழுகை கொஞ்சம் அடங்கியது. அவள் தன் இரு கரங்களையும் கோர்த்து வயிற்றில் பதித்துக்கொண்டாள். பெருமூச்சு விடுத்து அப்படியே தளர்ந்து குந்தினாள். கண்கள் மூடி எதுவமற்று கரைந்துவிட பெரும் பிரயாசைப் பட்டாள். ஜன்னல் திரைச்சீலைகள் அசைந்தன. பூக்கள் சிதறிய திரைச்சீலைகள் அவளின் சோகத்தைப் பங்கு

போட்டுக்கொள்வது போல் அசைந்தாடின. மென்காற்று அவளுடல் தழுவி ஆசுவாசப்படுத்த முனைந்தது. இடைவிடாத தழுவல் இதமான ஸ்பரிச உணர்வைத் தந்ததில் ரஞ்சனி கண்களை மூடிக்கொண்டாள். அம்மாவின் குரல் கேட்டது.

"உள்ளாற என்ன பண்ற...."

புரண்டு படுத்த அம்மா விழிப்பு தட்டி குரல் கொடுத்தாள்.

"வர்றம்மா...."

மெலிதாய் முனகினாள். பல நேரங்களில் கண்களின் சிவப்பு காட்டிக் கொடுத்துவிடுமென்று அச்சமாயிருக்கும். அம்மாவிடம்கூட இயலாமையை வெளிப்படுத்த அவமானமாயிருந்தது. கரை உடைத்து வரும் வெள்ளத்தைப் பலவந்தமாக அடக்குவாள். அம்மாதிரி நாட்களின் இரவுகள் பெரும் பாதுகாப்பானவையாக அவளை நம்பவைக்கும். அம்மா படுத்ததும் உறங்கிவிடுவாள். அது ரஞ்சனிக்கு வரப்பிரசாதமாகி விட்டிருந்தது.

வெள்ளத்தை இஷ்டத்துக்கு உடைப்பெடுக்கச் செய்து தலையணையை நனைப்பாள். தெருவில், பேருந்தில் அலுவலக லிஃப்ட்டில் உடன்வரும் பெண்களின் முகங்கள் பற்றி அவள் பெரிதாக அலட்டிக்கொண்டதில்லை. அவளின் பார்வை கழுத்துக்குக் கீழே நிலைத்திருக்கும். செழுமையான பெண்களைக் கண்டால் அவள் முகம் சுருங்கிப்போவாள்.

'நெஞ்ச நிமித்திக்கிட்டு குதிர மாதிரி என்ன நடை வேண்டிக்கெடக்கு...' என்று மனதிற்குள் கத்துவாள்.

"யூரின் கண்ட்ரோல் பண்ண முடியலையா உனக்கு..?"

அப்போதுதான் கவனித்தது போல ராதிகா ஒருநாள் கேட்டாள். ஆறுமாதப் பழக்கத்தில் உரிமையோடு வந்து விழுந்த கேள்வி. ரஞ்சனிக்கு அவள் மார்புகள் மீதுதான் எரிச்சல். அவளைப் பிடிக்கும். எத்தனையோ முறை வேலையில் அவள் தவறு செய்தபோது அருகிலிருந்து திருத்தியிருக்கிறாள். அவளை இருக்கையில் அமர்த்தி இவள்

குனிந்து சொல்லித்தருவாள். அப்போது அனிச்சையாக பார்வை ஆடைக்குள் நுழையும். அரைகுறையாய்த் தெரியும் முலைகள் வயிற்றில் தீப்பந்தத்தால் துழாவும். பற்களைக் கடித்து கைவிரல்களை மடக்கிக்கொள்வாள்.

“எதுக்குடி அடிக்கடி போற...?”

ராதிகா விடாப்பிடியாகக் கேட்டாள்.

“யூரினரி பிராப்ளம் இருந்தா போவணும் போல தோணிக்கிட்டேயிருக்கும். அதானே.....?”

அவளே மறுபடியும் கேட்டதில் ரஞ்சனி தலையசைத்தாள்.

அலுவலகம் கிளம்பும் நேரத்தில் எந்த பெர்ஃபியூமை உபயோகிக்கலாம் என்பதில் ரஞ்சனிக்குக் குழப்பம் ஏற்படும். மூக்கைத் துளைக்கும் பெர்ஃபியூம் அவளுக்குப் பிடிக்காது. இதமான வருடல் போன்ற வாசனை ரொம்பப் பிடிக்கும். அதனைப் பார்த்துப் பார்த்து தேர்வுசெய்வாள். உடலின் இயல்பான வாடை குறித்த ஒரு உணர்வு தீப்பொறி போல் கனன்றுகொண்டேயிருந்தது.

“ஒரு வாடையுமில்ல. ஒனக்குத்தான் தோணுது. அப்படிப் பாத்தா நான் எப்படி பயந்துருக்கணும். என்னளவுக்கு ஒனக்கில்லையே. கொறைச்சல்தான். அத நெனச்சு சந்தோஷப்படு...”

அம்மாவுக்கு பெர்ஃபியூம் அடித்துக்கொள்வது சுத்தமாகப் பிடிக்கவில்லை. ரஞ்சனி இரண்டு அக்குளிலும் பீய்ச்சிக் கொள்வதைப் பார்த்துவிட்டு முகம் சுழிப்பாள். டேபிளை நிறைத்த திரவிய பாட்டில்களை அவள் போனபிறகு வெறுப்போடு நோக்குவாள்.

ஒருநாள் அம்மாவுக்குத் திடீரென அந்த எண்ணம் உதித்தது.

“பேசாம தெனமும் ஒரு நாப்கினை வச்சிக்கிட்டுப் போயிடேன்.”

தீர்வுகண்டுவிட்ட தினுசில் ஒளிர்ந்த கண்கள் ரஞ்சனியின் அலட்சியமான முகத் திருப்பலில் சுருங்கின.

“ஏன்டி?”

“மாசத்துல ஏழு நாள் வச்சிக்கிட்டுப் போறதே எரியுது. இதுல தெனமும் வச்சா தோலு வழுவுண்டு போயிடும். புரியுதா...?”

அம்மாவுக்குத் தலை கவிழ்ந்தது. பேசாமல் உப்புமாவைக் கிளறினாள். ரஞ்சனி ஐந்தாவது படிக்கும்போது முதலில் அதைக் கண்டாள். பார்த்தமாத்திரத்தில் திக்கென்றாகிப் போனது. உடலிலிருந்து வெளியேறிய அத்திரவம் அசூயையைத் தந்ததோடு பயத்தை அதிகம் தந்தது. அம்மாவிடம் ஓடினாள்.

“என்னன்னு தெரியலம்மா. இங்க பாரேன்.”

பாவாடையைத் தூக்கியவளைப் பார்த்து அம்மாவுக்குச் சொரேரென்றது. நெஞ்சில் கைவைத்து நின்றுவிட்டாள். பார்த்தபிறகே மூச்சு வந்தது.

“ஒன்னுமில்லியேம்மா....?”

“இல்ல போ” என்று சொல்லிவிட்டாளேயொழிய தன் உடம்புவாகு வாய்த்துவிட்டதில் சோர்ந்து போனாள். அவளுக்கும் கிட்டத்தட்ட அந்த வயதிருக்கும் போதுதான் பட ஆரம்பித்தது.

“பொண் ஜென்மமே போராட பொறந்த ஜென்மம்” என்பாள் அவள் அம்மா. பழைய உள்பாவாடைத் துணிக் கிழிசல் ஏனோ ஞாபகத்துக்கு வந்தது. சின்னதும் பெரிது மான நாடுகளின் வரைபடங்கள் போன்ற பரவல்கள். அழுத்தி, கசக்கித் தேய்த்து அலசியும் போகாத சிவந்த ஓரங்கள்.

“நல்லா கசக்கித் தொலை. இல்லாட்டி வீச்சமடிக்கும்.”

அம்மா நறுக்கென்று கொட்டுவாள். மழைநாட்களில் மறைவிடத்தில் காயும் துணியிலிருந்து அடிக்கும் கவிச்சி வாசம் குடலைப் புரட்டும்போது அவள் அம்மா சொன்னதை நினைத்துக்கொள்வாள்.

“கத்தாழைய தோல் சீவிட்டு நல்லா அலசி அடிச்சி மோர்ல கலந்து குடுத்தா வெள்ளைப்போக்கு மட்டுப்படும்.”

டிவியில் நலம்தரும் நாட்டு வைத்தியம் நிகழ்ச்சியில் சொன்னார்கள். அம்மா குறிப்புப் புத்தகத்தை எடுத்து எப்போதும் அருகில் வைத்திருப்பாள். அதையெடுத்து குறித்துக்கொண்டாள். புத்தகம் குறிப்புகளால் நிரம்பி வழிந்தது. குறிப்பெழுத ஆரம்பிக்கும் முன் தவறாமல் பிள்ளையார் சுழி போடுவாள்.

“புள்ளையாரப்பா.. இந்த குறிப்பாவது நல்லா வேலை செய்யணும்.”

அட்சரம் பிசகாமல் முணுமுணுப்பாள். அவ்வப்போது அலைபேசியில் கோகிலாவிடம் ஆலோசனை கேட்பாள்.

நர்சரியிலிருந்து இரண்டு கற்றாழைத் தொட்டிகள் வந்திறங்கிவிட்டன. வாள் போன்ற கற்றாழை வீச்சு, வீச்சாய் வளர்ந்திருந்தது. அதை வெட்டுவதற்கு அம்மா புதுக்கத்தி வாங்கி வைத்திருந்தாள். ஏற்கனவே இரண்டு கத்திகளிருந்தன.

“அதெல்லாம் சாணைப் புடிக்காம கெடக்கு. சரிப்பட்டு வராது.”

அம்மாவுக்குப் புதியதாய்த் தொடங்குவதைப் புதிதிலிருந்து ஆரம்பிக்க வேண்டுமென்றிருந்தது. ஏனோ இது கைகூடி வருமென்று தோன்றிவிட்டது. முதல்நாள் மாலை விளக்கேற்றும்போது கத்தியை சாமிப் படத்தின் முன் வைத்து கேசரி நைவேத்தியம் செய்தாள். மனம் விம்மித் தணிந்துவிட்டது. கத்தி பளபளப்பாய் இருந்தது.

“நடு வெரலளவு வெட்டினாப் போதும்.”

வலதுகை கத்தியை இறுகப் பற்றியிருந்தது.

“நாப்பத்தெட்டு நாள் தொடர்ந்து குடிச்சிட்டு வந்தா நின்னுடும்.”

உள்ளே குறிப்பு ஓடியது. ரஞ்சனி வாயில் பிரஷுடன் பின்னால் நின்றிருந்தாள். கற்றாழை மடல்கள் இளம்பச்சையில் செழித்திருந்தன.

"ஏழு தடவை அலசணும். அப்பதான் கசப்பு போவும். நல்லா அலசி மிக்சியில அடிச்சி மோர்ல கலந்து குடிக்கணும்."

அந்தப் பெண்மணிக்கு நல்ல வளமான குரல். அம்மா ஒரு மடலை வாகாகப் பிடித்து கத்தியை வைத்ததுமே அது வழுக்கிக்கொண்டு இறங்கியது. அவ்வளவு கூர்மை. துண்டாய்க் கையோடு வந்த மடலிலிருந்து சொட்டிற்று கொழகொழப்பான வெண்ஒழுக்கு. ரஞ்சனி ஓங்கரித்தபடி உள்ளே ஓடினாள். அம்மா பட்டெனக் கற்றாழை மடலை வீசிவிட்டு புரட்டிய வயிற்றைப் பிடித்தபடி அமர்ந்து விட்டாள். ●

10

ஓடம்போக்கியாற்றங்கரை

சிவகுமார் முத்தய்யா

மழைத்துளிகள் பொடித்துற்றாய் விழுந்துக் கொண்டிருந்த அந்த வெள்ளிக்கிழமையின், சூரியன் உதயம் காணாத அந்த காலைப் பொழுதில் தணிக்காசலம் மண்வெட்டியை தோளில் மாட்டிக்கொண்டு ஓடம்போக்கியாற்றின் கரையை நோக்கி நடக்கத் தொடங்கியபோது உடல் சோர்ந்து போயிருந்தது. வானத்தை அண்ணாந்து பார்த்தார். கோடை மழை கடந்த பங்குனி மாதத்தில் ஒரு நாள் மூக்கால் மணி நேரம் பெய்து நின்றது. அதற்கு பிறகு சுத்தமாக மழையில்லை. தினந்தோறும் வெளிவரும் எத்தனையோ வானிலை அறிவிப்புகள் ஒரு நாள் உண்மையாக இல்லை. அவர்களும் இப்போது உறுதியாக சொல்வதை நிறுத்தியிருந்தார்கள். மழை வரவும் வாய்ப்புள்ளது. வந்தாலும் வரலாம் என்ற ரீதியில் சொல்ல தொடங்கியிருந்தார்கள். அவர்கள் என்ன செய்வார்கள் பாவம். அவர்கள் கணிக்கத்தான் முடியும். பெய்யவேண்டியது வானத்தின் வேலை. அவருக்கு தெரியும் தஞ்சாவூர் ஜில்லாவில் அறுபதுக்கு பிறகு வீசியிருந்த குறிப்பிட்டு சொல்லும்படியான நான்கு புயல்கள் எத்தனை மரங்களை, பிடுங்கி எறிந்து இருக்கிறது. காவிரி ஆற்றின் கிளை நதிகளில் ஆற்றோர படுகைகளில் வனங்களை நினைவூட்டி வளர்ந்து நின்ற பெரும் அளவிலான மரங்களை அழித்து துவசம் செய்தது. அதன் பிறகு மனிதர்கள் செங்கல் சூளை அமைக்க படுகைகளை ஆக்கரமித்து மரங்களை வெட்டி திடல்களாக மாற்றியதும், ஆற்றின் மணல்

திட்டுகளை அள்ளிச் சென்றதும் அவருக்கு மட்டுமல்ல ஊருக்கே தெரிந்த கதை தான். தாளடி என்ற சொல்லே இப்போது இங்கு பேச்சு வழக்கில் இல்லாமல் போய்விட்டது. அது போல குறுவை பருவம் பொய்த்து வெகு வருடங்களாக ஆகிவிட்டது. ஒரு போகமான சாம்பா சாகுபடியை செய்து விட வேண்டும் என்று இந்த இருபது ஆண்டுகளாக படாத பாடுத்தான் பட்டுக்கொண்டிருக்கிறார்கள்.

வேகமாக நடக்க வேண்டும் என்று அவருக்கு தோன்றியது ஆனால் முடியவில்லை. இடது கால் முட்டியில் மூன்று வருடமாக கடும் வலி. எத்தனையோ லேகிய பத்துகள் போட்டும் பலன் இல்லை. தெற்குத் தெருவில் இருந்து காட்டுக்கோயில் வழியாக போனால் சீக்கிரமாக ஆற்றுக்கு போய்விடலாம் என்று தோன்றியது. மூன்று நாளுக்கு முன்பு தான் ஆற்றில் நீர் விட்டிருந்தார்கள். போய் பார்க்கவில்லை. முன்பெல்லாம் ஆற்றில் நீர் திறக்கும் ஆனி மாதத்தின் கடைசி வாரத்தில் அதனை வரவேற்க முதல் ஆளாக போய் நிற்பார். குழம்பலாக வரும் நீரை வணங்க மக்கள் நான் நீ என்று போட்டிப் போடுவார்கள். நேற்று முன் தினம் ஏனோ இவருக்கு தோன்றவில்லை. கடைத்தெருவில் டீக்குடித்து விட்டு ஒடம்போக்கியை பார்த்து விட்டு வயலுக்கு போகலாம் என காட்டுக்கோயில் அருகே வந்தபோது யக்கோ... யக்கோ... என்ற அக்கா குருவியின் குரல் தனிமையின் இதய கூட்டுக்குள் சுரீர் என்றது. அடுத்த நிமிடம் இது நல்ல அறிகுறியாகவும் தோன்றியது. ஈட்டியை தனது அடையாளமாக கொண்டு ரூபம் காட்டும் ஈட்டிமாணிக்க சுவாமியை தூரத்தில் நின்று பார்த்து கையெடுத்து கும்பிட்டார். தன்னையறியாமல் அவர் கண்கள் கலங்கியது. தொண்டை அறுவியது. வேட்டி மடிப்பில் இருந்த வெற்றிலை பொட்டலத்தை தடவிப் பார்த்தார். திண்ணையில் ஜன்னலிலே வைத்து விட்டு வந்திருந்தார். சூரியன் எழும்பவில்லை. பொழுது இறுக்கம் கொண்டிருந்தது. காரைக்காலின் வடகிழக்கு வானில் மேகம் கோட்டை கட்டியிருந்தது. இது பெருமழைக்கான அறிகுறி. முன்பெல்லாம் வானில் வடகிழக்கில் மேகங்கள் குவிந்து

கோட்டையை போல தென்பட்டால். நாற்றங்களை தயார் செய்ய தொடங்கி விதைகோட்டைகளை துணிச்சலாக தண்ணீரில் போட்டுவிடுவார்கள் விதைப்புக்கு. அப்போது மழை பருவத்துடன் பெய்தது. ஆற்றிலும் தண்ணீர் வந்தது. அது ஒரு அழகான நெற்காலம்.

தஞ்சை சாலை கடைவீதிக்கு வந்தார். பசிப்பது போலிருந்தது "புண்ணியவதி பொன்னியம்மா இருந்திருந்தால் இந்நேரம், நல்ல அருமையான நீராகரம் கொடுத்திருப்பா.. அவளுக்கு தான் கொடுத்து வைக்கலியே" என்று முணுமுணுத்துக் கொண்டார். மலையாளத்தான் கடைக்கு போனார். டீ மாஸ்டர். இவரைப் பார்த்ததும் கிளாசில் ஒரு டீயை போட்டு வைத்தான். அதில் பொங்கி இருந்த அடர்த்திக் கூடிய செம்பழுப்பான நுரையை கண்டதும் தனது இளமைக் கால ஒடம்போக்கியின் வெள்ளக் காலங்கள் நினைவுக்கு வந்தன. எப்படி சீறிப்பாயும் நுங்கும் நுரையுமாக எத்தனை சீற்றம். எத்தகைய மாயம் காட்டும் வித விதமான சுழல்களால். வளைவுகளில் உள்ள மடுவுகள் ஆட்களை உள்ளே வைத்து அழுத்தும் ஆற்றல் கொண்டவை. அதில் கூட அஞ்சமாட்டார்கள். எதிர் நீச்சல் போட்டி அடிக்கடி நடக்கும். சாலையில் செல்லும் பெண்களிடம் சாகசம் காட்ட பல்டி அடிப்பார்கள். அதில் குளிப்பதில் வாலிபர்களுக்கு எத்தனை பெருமை. வெட்டாற்றில் இருந்து ஒடம்போக்கியாக பிரியும் இந்த நதியின் கரையில் எத்தனை கிராமங்கள், எத்தனை ஏக்கர் வயல்கள். வங்களா விரிகுடா வில் கலக்கும் வரை. கரையோர மக்களுக்கு இன்னும் 30 அடியில் உப்பு இல்லாத தண்ணீரை வழங்குவதில் இன்னும் தாயாகவே இருக்கிறாள். இந்த கரை நீரை குடித்தவர்கள் வேறு எங்கு குடித்தாலும் அவ்வளவு சீக்கரம் தாகம் தீர மாட்டார்கள். அத்தகைய சுவை. இத்தனை வறட்சிக்கு பிறகும் இன்னும் இதன் நீர் மடி வற்றாமல் இருப்பது ஆச்சரியம்...?

தணிகசாலம் இப்போது குடித்த டீயில் தூள். பால் என எந்த வாசனையும் இல்லை. சில்லறையை எண்ணிக்

கொடுத்து விட்டு பெட்டிக்கடைக்கு போய் வெற்றிலையும் சீவலும் வாங்கினார். வெற்றிலையில் காம்பை கிள்ளியெறிந்து விட்டு வேகமாக சிவலை வைத்து சுண்ணாம்பு சேர்த்து உள்ளங்கையில் வைத்து கசக்கினார். அந்த வாசனையை ஒரு கணம் முகர்ந்து பார்த்து ஆசுவாசம் அடைந்தார்.

ஒடம்போக்கியை நோக்கி நடந்தார். முட்டியளவை கூட எட்டாத அளவில் சிலுசிலுவென ஓடிக்கொண்டிருந்தது. இந்த தண்ணீயை நம்பித்தான் கடைமடை பகுதி விவசாயி கள் வயலில் கோடை உழவு அடித்து வைத்திருக்கிறார்கள். ஒரு காலத்தில் பரந்து விரிந்து அக்கரையும் இக்கரையுமாக தளும்பி தளும்பி போன ஆறு. இன்று காட்டாறு போல சுருங்கிவிட்டது. இல்லை இல்லை குறுக்கிவிட்டார்கள் இதற்கெல்லாம் யார் காரணம் எல்லோரும் தான். மனைவி பொன்னியம்மா இருந்தால் இந்த விஷயங்களை எல்லாம் அவளிடம் பகிர்ந்து கொள்வார் இப்போது... மகன் சில நாட்களாக முகம் கொடுத்து சரியாக பேசுவதில்லை குழந்தையில்லை என்ற ஏக்கம் அவன் முகத்தில் தெரிகிறது. மருமகள் பேச்சிலும் ஈரமில்லை. சாப்பாட்டை எடுத்து திண்ணையோரத்தில் வைத்து விடுகிறாள். சமயங்களில் அதில் எரும்பு மொய்த்து கிடக்கும். அது குறித்து இவர் ஒரு நாளும் குறை கூறியது இல்லை. சமீப காலமாக தூக்கமற்ற இரவுகளில் தனக்கு தானே பேசிக் கொள்ளும் பழக்கம் ஏற்பட்டிருந்தது. எழுபது வயதை கடந்து விட்ட அவரது உடம்பு அடிக்கடி வலி கொள்கிறது. அடிக்கடி மனகுலைவு ஏற்படுகிறது. திடிரென்று மயிலியின் நினைவுக்குள் வந்து விட்டாள்.

அப்போது ஆற்றில் பாலமில்லை. எழுபதுகளில் கலைஞர் ஆட்சியின் காலத்தில் தான் கட்டினார்கள். காட்டூர் மயிலியைப் பார்க்க எத்தனை இரவுகளில் நீச்சலிடித்து இக்கரையில் இருந்து அக்கரைக்கு சென்று இரவெல்லாம் அவளோடு காதல் புரிந்துவிட்டு திரும்பியிருக்கிறார். பத்தொன்பது வயதில் அகரத்திருநல்லூருக்கு நாற்றுப் பறிக்க ஆட்களுடன் போன போது தான் மயிலியைப் பார்த்தார். ஐந்தடி உயரத்தில் மெல்லிய திரேகத்தில் முகமெங்கும்

பருக்கள் கூடிய வட்டமான முகத்தில் இருந்தாள். ஊதா நிறத்தில் ஒரு ரவிக்கையும், தாவணியும் அணிந்திருந்தாள். சுருள் சுருளான கேசத்தை பின்னிப்போட்டு செம்பருத்தி பூவை வைத்துக்கொண்டு நடவுக்கு வந்திருந்தாள். கொஞ்சம் சிவந்த நிறம். வட்டமான முகத்தில் கண்கள் துலக்கமாக தெரிந்தன. நடவு பெண்களுடன் நடந்து போனவளை எதிரே வரும் போது ஏதேச்சையாக பார்த்தார். அவளும் பார்த்தாள். திரும்ப திரும்ப அவளை பார்க்க வேண்டும் என அந்த கணம் அவரை கிளர்த்தியது. வடவிட்டுக்கார் பண்ணையில் நடவு தொடங்கிய ஒரு வாரம் ஆகியிருந்தது. எட்டு வேளி அடைத்தற்போல அவர் நிலம் தான். பரந்து விரிந்த கிராமத்தில் மையத்தில் இருந்தது. ஏக்கர் கணக்கில் விதையிட்டு இருந்தார்கள். தணிகாசலத்தை முழு ஆளாக ஏற்றுக்கொண்டு விட்டார்கள். இவர் குடும்பத்தில் இவர் மூன்றாவது பையன். கூட பிறந்த இரண்டு அண்ணன்கள் இருந்தார்கள், ஒரு தங்கச்சி இருந்தாள். இவர் குடும்பத்தை ஊரில் கட்டுகுலையான் குடும்பம் என்று அழைத்தார்கள். காரணம் ஒருவர் கூட வத்தல் தொத்தலாக இருக்க மாட்டார்கள். நிறம் கறுப்பு தான். என்றாலும் உயரம், மார்பளவு கச்சிதமாக செய்து வைத்தது போல் இருப்பார்கள். சுமை தூக்குவதில் வல்லவர்கள். முகம் சதுரமாக இருக்கும். உடல்வாகு கட்டுக்குலையாத இருந்த காரணத்தால் காரண பெயராக இது வந்ததாக தணிகாசலத்தின் பாட்டி ஒரு முறை சொல்லியிருக்கிறாள்.

நாற்று முடிகள் 100 அடங்கிய சுமையை மிக எளிதாக தூக்கிக்கொண்டு மயிலி நடவு நட்ட வயலில் குழைந்த சேற்றில் போட்டபோது நடுத்தர வயது கொண்ட பெண்ணொருத்தி, "தம்பியோவ்... ஒனக்கு எந்த ஊரு" என்றாள்,

"யாக்க, அக்கரை தண்டல"

"தண்டலயிலிருந்து எப்படி வந்தீங்க.

"ஆத்துல நீந்தி தான் அக்கா...",

“தாண்டி. வர்லியில்லே... என்று அந்த பெண் சொல்லவும். அதுக்குள் ஏதோ உள் அர்த்தம் புரிந்து கொண்ட நடவு நட்டுக் கொண்டிருந்தவர்கள் குலுங்கி... சிரித்தார்கள். அப்போது வயது முதிர்ந்த பெண். கேள்வி கேட்டவளைக் கண்டித்தாள். பெண்களோடு மயிலி வரப்பு ஓரத்தில் நின்று நாற்று முடிகளை பிரித்து நட்டுக் கொண்டே ஓரக்கண்ணால் இவரைப் பார்த்து சிரித்துக்கொண்டிருந்தாள். இவர் பார்வை இயல்பாக அவளிடம் பணிந்தது. அந்த சந்திப்புக்கு பிறகு அடிக்கடி அக்கரைக்கு நீச்சல் அடிக்க தொடங்கி யிருந்தார். ஒரு நாள் மேட்டுக்கொல்லைக்கு பக்கம் நாற்றுப் பறித்துவிட்டு தனியாக வந்து கொண்டிருந்தார். இவர் ஊர் ஆட்கள் எல்லாம் பின்னால் வந்தார்கள். அப்போது கறுப்பு குரால் ஒன்றை தனது முந்தனையால் கழுத்தில் சுற்றி மல்லுக்கட்டி இழுத்துக்கொண்டு வந்தாள் மயிலி, இவரை பார்த்த கணத்தில் அவள் முகம் மாறியது. எதிரே போயி...”ந்தே... என்ன கட்டிக்கிறியா...” என்றார்

எங்க அப்பாகிட்டே சொல்லிடுவேன்... மாரியதை போ... என்று சொல்லி குரால் முதுகில் வேகமாக தட்டினாள். ஒரு கணம் யோசித்து, யாரு விட்டு ஆட்டை திருடிக்கிட்டு போறே... என்றார். “முஞ்சியும் மொறையும் பாருன்னு” என்று திட்டிக்கொண்டே போனாள்.

அந்த காலத்தில் காட்டூருக்கும் தண்டலைக்கும் பகை இருந்தது. ஆற்றில் அடிக்கடி வெள்ளம் ஏற்படும்போது தண்டலையில் உடைப்பு ஏற்பட்டுவிட்டால் காட்டூரான் செய்த சதி என்பார்கள். அதே போல காட்டூர் பக்கத்தில் நடந்துவிட்டால் தண்டலையை குற்றம் சுமத்துவார்கள். காட்டூரில் நடக்கும் காளிகட்டு திருவிழாவில் சண்டையிட கங்கணம் கட்டிக்கொண்டு இந்த ஊர் ஆட்கள் போவார்கள். அது போல கோடைக்காலத்தில் மடுவில் மீன் பிடிப்பதில் அடிக்கடி தகராறு ஏற்படும். பாலம் கட்டிய பிறகு அந்த பகை இயல்பாக குறைந்து போய்விட்டிருந்தன.

அது நேற்று நடந்தது போல அவ்வளவு பசுமையாக இருக்கிறது. ஆற்றைப் பார்த்தார் சிறு கால்வாயில் போல்

ஓடுகிறது. அழுக்கும் மாசும் படிந்த நீர். படித்துறையை பார்த்தார். சிமெண்ட் உடைந்து பெயர்ந்து கிடந்தது. மண்வெட்டியை கிழே வைத்து விட்டு அதில் அணிந்திருந்த சட்டையை கழற்றி மாட்டினார். கெண்டைக்கால் அளவு கூட நீர் ஏறவில்லை. அதில் இறங்கி அப்படியே நின்றார். இடது மார்பில் மயிலி நினைவை குறிக்கும் வகையில் குத்தியிருந்த மயில் வடிவ பச்சையை குனிந்து பார்த்து இறுமிக் கொண்டார். காட்டூரில் ஆடி மாதம் காளிகட்டும் திருவிழா நான்கு நாட்கள் நடைபெறும். அந்த அந்த வருடத்தில் நடைபெற்ற திருவிழாவின் போது அவளுக்கு காது குத்தப்பட்டு புதுத்தோடு அணிந்திருந்தாள். பச்சை தாவணி அணிந்து வலம் வந்து கொண்டிருந்தாள். இவர் அவளை சுற்றியே தன்னை படர்த்தியிருந்தார். அப்போது அடிக்கடி நெருக்கத்தில் சந்திக்கும்போது மயிலி சிறு புன்முறுவல் பூத்தாள். அவர் மனதுக்குள் முழுமையாக இறங்கியிருந்தாள்.

குறுவையில் நாற்று பறித்து அம்மாவிடம் கொடுத்தது போக ஐம்பத்தைந்து ரூபாய் சேமித்து வைத்திருந்தார், இவரும் இவரின் கூட்டாளிகள், கணேசன், பூனையன் ஆகியோர் சேர்ந்து நாகூர் கூடுக்கு சென்று வேடிக்கைப் பார்த்து விட்டு தர்காவில் போடும் பிரியாணி சாப்பிட்டு திரும்ப வேண்டும் என்று திட்டமிட்டு கிளம்பியிருந்தார்கள். தணிகாசலம் கடைத்தெரு பகுதிகளில் பச்சை குத்தும் குருவிக்காரர்களை தேடிக்கொண்டிருந்தார். ராவுத்தார் வீதியில் உள்ள சின்ன பள்ளிவாசல் அருகே வயதான பெண்ணொருத்தி வாய் சிவக்க வெற்றிப்போட்டு துப்பிக்கொண்டு அமர்ந்திருந்தாள். அவரிடம் ஆத்தா பச்ச குத்திரியன்னு கேட்டார், வா. சாமி. என்று அமரச் செய்து “பேர, படமா” என்றாள்... “படம் தான் மயிலு படம்...” என்றார். “சாப்பிட்டியா..”, “ம்..” என்ற இவரின் பரந்து விரிந்த மார்பில்... பச்சிலையால் முதலில் மயில் வடிவத்தை வரைந்து பிறகு முலிகையில் ஊசியை நனைத்து குத்த தொடங்கினாள்... அப்போது ராகத்துடன் அவள் பாடிய பாட்டு இவரின் கலங்கிய கண்களுக்குள் கண்ணீரை

மட்டுப்படுத்தியது. இரண்டு நாட்கள் ஆகியும் நெஞ்சில் ரெத்த கசிவு துளிர்த்துக் கொண்டே இருந்தது. காய்ச்சல் அடித்தது. பச்சை விஷயத்தை கூட்டாளிகள் இருவர் தவிர யாருக்கும் தெரிவிக்கவில்லை. அவர்களுக்கு இதன் அர்த்தமும் தெரிந்திருக்கவில்லை.

அம்மா மருதம்மாள் பார்த்து விட்டால் கண் கலங்கி விடுவாள் என்று சட்டையை கழட்டமால் சுற்றிக் கொண்டிருந்தார்.

இரண்டு நாள் கழித்து மயிலிடம் எப்படியாவது இதனை காட்டவேண்டும் என்று துடித்துக்கொண்டு இருந்தார். மூன்றாவது நாள் ஒடம்போக்கியாற்றின் அரசமரத்தடி படித்துறைக்கு அவர் வந்திருந்தார். ஆடி மாதம் முடிந்து ஆவணி தொடங்கியிருந்தது. குறுவை பயிர்கள் சூல் கொள்ளத் தொடங்கியிருந்தன. ஆடிகாற்று கட்டுக்குள் வந்திருந்தது. ஆற்றில் கரையை தொட்டுக்கொண்டு நீர் தழும்பி போய் கொண்டிருந்தன. அப்போது அக்கரையை பார்த்தார். எதிர் கரையில் இருந்த புன்னை மரத்தடியில் நின்று மயிலி இவரை வைத்த கண் வாங்காமல் பார்த்துக் கொண்டிருந்தாள். மூன்று நாளாக தணிகாசலத்தை காணமால் மயிலி தேடி வந்திருந்நாள். அவளை கண்டதும் இவருக்கு கண்களில் நீர் கோர்த்தன. நெஞ்சில் தோகை விரித்திருந்த மயிலை தடவிப்பார்த்தார். உள் காயம் அப்படியே இருந்தது. பச்சை குத்தியவள் ஒரு வாரம் நீர் படமால் பார்த்துக் கொள்ள சொல்லியிருந்தாள். இல்லை யென்றால் புண்ணாகிவிடும் என எச்சரிக்கை செய்திருந்தாள். எதிரே நின்று அவரை கண்ட மகிழ்வில் நீண்ட நேரம் பார்த்துக் கொண்டு நின்றாள். அந்த வாரம் தணிகாசலம் வேலைக்கு போகவில்லை. தூண்டில் ஒன்றை தயார் செய்து கொண்டு கோரைகள் மண்டிய இடத்தில் அமர்ந்து மீன் பிடிக்கத் தொடங்கினார். மயிலி எதிர் கரையில் ஆடுகளை ஓட்டிக்கொண்டு வந்து மேயவிட்டபடி இவரை பார்த்துக் கொண்டிருந்தாள். இவருக்கு தூண்டிலின் தக்கையில் மீது கண் இல்லை. இவர் மீனை மயிலிடம் இருந்து பிடித்துக்கொண்டிருந்தார். இவர் முள்ளில் கோர்த்திருந்த

புழுவை மீன்கள் ஆசை தீர உண்டன. நாட்கள் இப்படியாக நகர்ந்தன. எட்டாவது நாள் அந்த வெள்ளிக்கிழமையின் மதியத்தில் ஆற்றில் நீந்தி அக்கரைக்கு போனபோது விளாம்பழம் தோப்பில் இருந்து நாலைந்து பழங்களை தாவணியில் மடித்து சேகரித்துக் கொண்டு மயிலி வந்தாள். தணிகாசலத்தை பார்த்ததும் அப்படியே அவர் கண்களையே ஊடுறுவிப் பார்த்து கொண்டு நின்றாள். சட்டையை கழற்றி நெஞ்சில் இருந்த மயிலை காட்டினார். சட்டென்று அவளுக்கு புரியவில்லை. “புண் இன்னும் ஆறல உன் எச்சில கொடு” என்றார். விளாம்பழங்களை இவரிடம் கொடுத்து விட்டு, “நீ தான் என் உயிரை எடுத்துக்கிட்டு போயிட்டியே, போ... நாளைக்கு பாக்கலாம்”, என்று போய்விட்டாள்.

நினைவில் இருந்து பின் வாங்கி, ஆற்றில் இருந்து கரைக்கு ஏறினார். வயலைப் பார்க்க வேண்டும் என்று ஆவல் எழுந்தது. வெடித்து போய் கிடக்கும் நிலத்தில் இந்த மண்வெட்டியால் எதனை வெட்டமுடியும் எப்படி கொத்தமுடியும்? எதற்காக மண்வெட்டி எடுத்துக் கொண்டு கிளம்பினார். இது ஒரு பழக்கத் தோஷம். இவர் வயதை எட்டிய ஆட்கள் எல்லாம் நிறைய பேர் இப்போது இல்லை. இவரை ஒத்த வயதுடையவர்கள் இப்போது பார்ப்பது மிகவும் அரிதாகிக் கொண்டிருக்கிறது சட்டையைப்போட்டு கொண்டு தஞ்சை சாலையில் நடந்தார்.

ஆட்கள் நடமாட்டம் குறைந்த ஆற்றோர படுகையிலும், பரந்து விரிந்த வயல் வெளிகளில் மரங்கள் சூழ்ந்து கிடக்கும் திடல்வெளிகளிலும், மயிலியின் வியர்வை வாசனையை நுகர்ந்து கொண்டும், எச்சிலை குடித்துக் கொண்டும் சுற்றிக் கொண்டிருந்தார். மயிலி இவரின் அகன்ற மார்பில் முகம் திளைத்துக் கிடந்தாள். இரவுகள், பகல்கள் எல்லாம் ஒரே வேறுபாடு இன்றி ஒரே மாதிரியாக இருந்தன. ஒரு நாளைக்கு மூன்று தடவை நீச்சலடித்து அக்கரை போய் வந்து கொண்டிருந்தார். அந்த சித்திரை மாதத்தின் கடைசி ஞாயிறுக்கிழமையில் அவளை சந்திக்க மதியத்தில் இருந்து அம்மாத் தோப்பில் அவள் வருகைக்காக நீண்ட நேரம் காத்திருந்தார். நான்கு மணி நேரம் ஆகிவிட்டது. ஒரு நாளும்

இப்படி காத்திருக்க வைத்தது இல்லை. அந்தி சாயும் பொழுதில் கண்கள் கலங்கிய நிலையில் வந்து நின்றாள் மயிலி, அவள் கரங்களை பற்றி "என் மயிலு குட்டி செல்லம்", என்று கொஞ்ச முயன்றபோது, "இன்னக்கி எம்மாமனுக்கு பேசி முடிச்சுட்டாங்க... நீ என்ன செய்யப்போறே..." என்றாள். அதிர்ச்சியடைந்த அவர் அந்த வார்த்தைகளை நம்ப முடியாமல் கேட்டார்.

"நான் வந்து எங்கப்பனைகூட்டிகிட்டு வந்து உன்ன பொண்ணு கேட்குறேன்" என்று தைரியமாக சொன்னார்.

"ஆமா உங்க வீட்டுல தான். இன்னும் ரெண்டு ஆம்பளங்க கன்னி கழியாம இருக்காங்க. எப்படி ஒனக்கு ஒத்துக்குவாங்க"

"வாங்க எங்காச்சும் கண்ணுக்கு காணாத ஊருக்கு போய்டுவோம். நீ இல்லாட்டி நான் உயிரோட வாழ மாட்டேன் சாமி...."

ஆறுதல் செய்து வைத்து அனுப்பி வைத்தார். ஒவ்வொரு நாளும் மயிலியை சந்தித்து பேசிக் கொண்டிருந்தார். ஆனால் வீட்டில் தன்னுடைய விஷயத்தை அப்பாவிடம் எடுத்துச் சொல்லும் தைரியம் இல்லை. இரவுகளில் உறக்கமற்று திரிந்தார். ஆற்றில் நீந்தி அவளை சந்தித்து திரும்பினார். வைகாசி மாதத்தில் கடைசி புதன்கிழமையில் மயிலிக்கும் அவளது மாமானுக்கும் திருமண முகூர்த்த தேதி குறிக்கப்பட்டிருந்து. அழுது கொண்டே திரிந்தார். சரியாக ஆகாரம் எடுக்கவில்லை. நாட்கள் நகர்ந்து கொண்டிருந்தன. வைகாசி மாதத்தில் முதல் சனிக்கிழமையில் திடீர் மழை பெய்யத் தொடங்கியது... தொடர்ந்து பெய்து கொண்டிருந்தது. மழைக்காலம் போல சூழல் மாறியிருந்தன. தென்னை ஓலையால் செய்த சொடலையை போட்டுக் கொண்டு வந்து எதிர்க் கரையைப் பார்த்து நின்றார். ஆற்றில் நீர் ஏறிவிட்டது. புயல்காற்று வீசப்போவதாக மக்கள் பேசிக் கொண்டார்கள். மயிலியைப் பார்க்க முடியாது தவித்து கொண்டிருந்தார். எந்த நேரமும் மழையில் நனைந்தபடி கரையில் காத்துக்கிடந்தார். நீச்சலிடித்து போய் வந்தார்.

அண்ணன்கள் தேடிவந்து வீட்டுக்கு அழைத்து போனார்கள். மழையால் மயிலி வரவில்லை என்று நினைத்தார். வயல்கள், வரப்புகள் வெள்ளத்தில் மிதந்தன. குளங்களில் இருந்து மீன்கள் வயலுக்கு ஏறி வந்தன. ஆண்களும், பெண்களும் மீன் பிடித்து மகிழ்ந்தனர். ஆற்றில் வெள்ளம் பெருக்கெடுத்து ஓடியது. முகூர்த்த நாளுக்கு மூன்றாவது நாளான திங்கள் இரவில் இவருக்கு உறக்கமில்லை. ஆற்றுக்கு வந்தார். ஊரே அசந்து தூங்கிக் கொண்டிருந்தது. வானில் அடர்ந்த மேகங்கள் தெரிந்தது. ஊதல் காற்றுடன் சாரல் மழை பெய்ந்து கொண்டிருந்தது. எப்போதும் எதிர் கரையில் புன்னை மர அடியில் மயிலி வந்து நிற்கும் இடத்தில் சூழ்ந்து கிடக்கும் இருளை வெறித்துப் பார்த்தார். இரண்டு ஆந்தைகள் அலறியபடி வட திசை நோக்கி பறந்தன. வேர் கொண்ட மரத்தை போல வெகுநேரம் நின்றார். பின்னிரவுக்கு பிறகு சோர்ந்து போய் வீட்டுக்கு திரும்பினார். காலையில் வெகு நேரம் கழித்து எழுந்து உட்கார்ந்த போது மழையில்லை. தெருவில் ஆட்கள் கும்பலாக நின்று பேசிக் கொண்டிருந் தார்கள். அருகே போய் காது கொடுத்தார், புரியவில்லை, தெருக்கார கருப்பையனிடம், என்ன என்று கேட்டார், "காட்டூரு கணேசன் மக, மயிலி ஆத்துல குதிச்சு வெள்ளத்துல போயிட்டாம்... ஊரே சேந்து தேடிகிட்டு கிடக்கு ஒனக்கு தெரியாத" என்றார் அப்படியா... என்று ஓட்டம் எடுக்கத் தொடங்கினார். மூன்றாவது நாள் அய்யனார் கோவில் பின்புறம் அவள் சடலம் ஒதுங்கி கிடந்தது.

2

இரண்டு அண்ணன்களுக்கும் திருமணம் ஆகிவிட்டது. ஒருவர் மாமானர் வீட்டோடும், ஒருவர் மேப்பாடியில் வீடு கட்டிக் கொண்டு போய்விட்டார். இருந்த நிலத்தை ஆளுக்கு மூன்று ஏக்கராக பிரித்து கொடுத்துவிட்டார் அப்பா. தங்கச்சிக்கும் ஒரு இடத்தில் திருமணம் முடிந்து விட்டது.

இவருக்கு திருமணம் செய்து வைக்க வேண்டும் என்பதில் அம்மா மருதம்மாள் அதிக ஆர்வம் கொண்டிருந்தாள். ஆனால் அந்த பேச்சை கேட்டாலே கடும் கோபம் கொண்டவராக மாறி விடுவார். அம்மாவிடம் மயிலியைப் பற்றி சொல்லி விட்டார். இதனை நம்ப முடியாமல் அவள் அதிர்ந்தாள். வருடங்கள் நகர்ந்து கொண்டிருந்தன. நாலைந்து ஜாதகம் பார்ப்பவர்களை தேடிச் சென்று பார்த்தார்கள். இந்த ஆண்டு முடிக்கவில்லையென்றால் எட்டு ஆண்டுகள் ஆகும் ஒரே மாதிரி சொல்லி வைத்தது போல் சொன்னார்கள்.

மயிலி சொன்னது போல் செய்துவிட்டாள், நீ இல்லாட்டி நான் வாழ மாட்டேன் சாமி... என்றாள். இவரது கோழைத் தனம் அவளை கொன்றது என்பதை சொல்லி சொல்லியே புலம்பிக் கொண்டிருந்தார். இரவுகளில் ஓடம்போக்கி கரையில் நின்று அவளிடம் பேசுவார். அக்கரைக்கு போய் பேசிய, பழகிய இடங்களை பார்த்து வருவார். எவ்வளவு பெரிய துரோகம் இது நம்மை நம்பிய பெண்ணை, தன்னையே ஒப்படைத்தவளை ஏமாற்றிவிட்டு வாழ்ந்து கொண்டிருப்பது. உடல் நலிந்து போனது. மயிலி தனக்காக செத்தாள், நான் கொண்ட காதல் காரணமாகத்தான், தன்னை பிரிந்து வாழமுடியாது என்று இப்படியொரு முடிவை எடுத்தாள். அவள் சாவுக்கு நான் தான் காரணம் என்று தனது கூட்டாளிகளிடம் சொல்லி சொல்லி அழுதார். உண்பது, உடுப்பது, யாவற்றிலும் அவளை ஆட் கொண்டிருந்தார்.

தொடர்ந்து ஊரே சேர்ந்து ஆறுதலும், அறிவுரையும் கூறி ஒரு வழியாக சமாதானம் செய்து தான் தூரத்து உறவில் இருந்து, பொன்னியம்மாவை திருமணம் செய்து வைத் தார்கள். அவள் நல்ல குணம் நிறைந்தவளாக இருந்தாள். மூன்று மாதம் தணிகாசலம் அவளிடம் முகம் கொடுத்து கூட பேசவில்லை. ஆனாலும் அவள் அன்பாக நடந்து கொண்டாள். இவர் பங்குனி மாத மதிய பொழுதில் ஒரு புதன் கிழமையில் சட்டையணியாமல் படுத்து உறங்கிக் கொண்டிருந்தார். அருகில் அமர்ந்த பொன்னியம்மா இவர்

நெஞ்சில் குத்தியிருந்த அந்த பச்சையை தனது விரல்களால் வருடிக் கொடுத்தாள். திடுக்கிட்டு எழுந்த அவர் இவளைப் பார்த்தார். பொன்னியம்மா கலங்கிய கண்களுடன், “மாமா, ஒனக்கு மயிலின்னா உசுரா” என்று கேட்டாள். சட்டென்று இவள் மடியில் படுத்து தேம்பி தேம்பி அழுதார். அன்பின் பூரணத்துவம் நிறைந்த கரங்களால் அவரை அப்படியே அரவணைத்துக் கொண்டாள்... ஏழு ஆண்டுள் மயிலியின் நினைவிலே சுற்றி திரிந்த அவரை கனிவு நிரம்பிய சொற் களால் ஒரு கொடியை போல தன் மீது மெல்ல படரச் செய்துவிட்டாள்... மயிலிக்கு பிறகு அப்பா, அம்மா, என ஒருவர் பின் ஒருவராக இறந்து போனார்கள். ஆனாலும் தனது மூன்று ஏக்கர் நிலத்தையும் சுற்றியிருந்த நான்கு ஏக்கரையும் தனது உழைப்பால் வாங்கிப் போட்டார். திடல், தோட்டம் என்று சொத்து பெருகியது மிராசு என்று பெயர் எடுத்தார். மகனின் படிப்புக்காக சில தோட்டங்களை விற்றாலும் வயலை மட்டும் ஒரு போதும் விற்கவில்லை. கடந்த 25 ஆண்டுகளாத்தான் நிறைய விவசாயத்தில் நிறைய சறுக்கல்கள் தொடர்ச்சியாக சந்தித்து வருகிறார் ஆனாலும் அதனை சகித்துக்கொண்டு ஒவ்வொரு நாளும் வயலை நோக்கித் போக வேண்டியிருக்கிறது... அது உயிரில் கலந்தது.

வரப்பில் உட்கார்ந்தார். வயல் கரையில் இருந்த உயர்ந்த பனை மரங்களில் பனம் பழம் பழுத்துக் கொட்டிக் கொண்டிருந்தன. நல்ல வாசனை. திடிரென்று மகனையும், மருமகளையும் நினைத்தார். மீண்டும் மயிலியும், பொன்னி யம்மாவும் நினைவுக்குள் வந்தார்கள். சம்பா சாகுபடி செய்ய வேண்டுமென்றால் இந்த மாதத்தில் ஆறு நிறைய தண்ணீர் வரவேண்டும். குறிப்பிட்ட காலத்தில் மழை பெய்யணும், இரண்டும் இல்லை. வானில் காலையில் கூடியிருந்த மேகங்கள் கலைந்து கொண்டிருந்தன. வயிறு பசிப்பது போலிருந்தது. திடிரென்று மறைந்து போயிருந்த அது ஞாபகத்துக்கு வந்தது. சமீப காலமாக மகன் சம்பத் சரியாக பேசமால் இருப்பதற்கு இப்போது காரணம் புரிந்தது. கடந்த நான்கு மாதம் முன்பு, குடிநீர் பேக்டரி அமைக்க வயலை விலைக்கு கேட்பதாக மகன் சொன்னான்.

நல்ல விலை கிடைக்கும் என்றும் வலியுறுத்தி பேசினான். இவர் ஒரே வார்த்தையாக சொல்லிவிட்டார் நான் உயிரோடு இருக்கும் வரை அந்த வார்த்தையை மட்டும் பேசாதே என்று ஒரே வார்த்தையில் முடித்துவிட்டார்.

தண்ணீர் இல்லாத ஆற்றையும், தரிசாக கிடக்கும் வயலையும் பார்த்துக் கொண்டு இனி உயிரோடு இருந்து என்ன ஆக போகிறது. மகனாவது நல்ல இருக்கட்டும். முதன் முதலாக அது வேர் கொள்ளத் துவங்கியது. ●

11

எல்வினின் காதல்

நக்கீரன்

1

இலுப்பை மரங்கள் பூத்துவிட்டன. கிறக்கம் தரும் நறுமணத்தைக் காற்று களவாடி நகர்கிறது. எல்வின் முகரவில்லை. கண்கள் கலங்கியிருந்தன. குன்றிலிருந்து இறங்கிச் செல்லும் மேரியையே பார்த்தவாறு நின்றார். உடன் ஷாம்ராவும் செல்கிறார். அவள் மிகவும் நேசித்த குன்று இது. மேரிக்கும் தன்னைப் போல கண்கள் கலங்கி யிருக்குமா?பைத்தியக்காரத்தனமான கேள்வி.

மேரி நேராக பம்பாய் சென்று, கப்பலில் ஏறி ஆஸ்திரியாவுக்கு பணிபுரிய செல்கிறாள். இறைப்பணியா அல்லது இயற்கைப் பணியா என்பது முடிவாகவில்லை. ஆறு மாதங்களுக்கு முன்பு டிக்ரிடொலாவின் செயின்ட் ஃபிரான்சிஸ் ஆசிரமத்துக்கு அவள் வந்து சேர்ந்த நாள் நினைவில் நிழலாடியது.

"கிறிஸ்தவ சேவா சங்கத்தில் இருந்து வருகிறேன். என் பெயர் மேரி கில்லெட்".

எல்வின் மனதுக்குள் சிரித்துக்கொண்டார். அறிமுகமே தேவையில்லை. அவளை இங்கிலாந்திலேயே அவருக்குத் தெரியும். மீண்டும் புனேயில் காற்றில் தன் செந்நிற மயிர்ப்

பறக்க சேலையணிந்து சைக்கிள் ஓட்டியபோதும் பார்த்திருந்தார். அதைச் சொன்னதும் விழிகளில் பூத்தாள்.

மேரிக்கு அவரது ஆசிரமம் பிடித்துப் போனதில் வியப்பில்லை. நீலவானம் மூடாக்கிட்டிருந்த மலைகளும், பள்ளத்தாக்குகளும், பழங்குடிகளின் பாடல்களும் ஆசிரியப் பயிற்சி முடித்திருந்த இளம் சோசலிசவாதிக்கு பிடிக்காமல் போயிருந்தால்தான் வியப்பு. சின்னக் குன்றின் மீதிருந்த ஆசிரமத்திலிருந்து கீழே பார்த்தால் அடிவாரத்தில் ஊர்த் தெரியும். காலையில் ஞாயிறு எழும்போதோ, மாலையில் நிலவு கண்படும்போதோ பிரார்த்தனைச் செய்ய உகந்த இடம். இரவில் தென்திசையில் தோன்றும் சிலுவைக்குறி உடுமீன் தொகுதிக் கண்டு தானும் சிலுவைக்குறி இடுவாள். மண் சுவரால் எழுப்பப்பட்ட ஆசிரமம் அவளுக்கு நிலத்துடன் உறவாடும் உணர்வைத் தந்தது. புவியின் மடியில் தாலாட்டப்பட்டாள்.

இருவாரங்கள் கழிந்ததும் 'சகோதரி மேரி'யாக ஆசிரமத்தில் இணைந்தாள். பெண்களை ஆசிரமத்தில் சேர்ப்பது குறித்து எல்வினுக்கு முன்பே எச்சரிக்கை வந்திருந்தது. அதுகுறித்து அவர் மேரியுடனும் பேசினார். "பாபுஜியுடனும் மற்ற சகோதரர்களுடனும் இணைந்து மீராபென் வாழும்போது, நானும் ஏன் உங்களுடன் வாழமுடியாது? நீங்களே பார்ப்பீர்கள். உங்களுடனும் ஷாம்ராவுடனும் தூய தெய்வீகக்காதலுடன் வாழ்வேன்".

தூய தெய்வீகக் காதல்!

மேரிக்கு நிமிர்ந்த உருவம். சுருள்முடி. அழகான முகம் என்று சொல்ல முடியாவிட்டாலும் இனிமையான தோற்றம். நல்ல குணமும்கூட. எல்வினைப் போலவே இயேசுவையும் ஏழைகளையும் நேசிக்கும் பண்பு அவளிடம் இருந்தது. வேறென்ன வேண்டும்?

ஒரு கயிற்றுக் கட்டிலில் அமர்ந்தபடி ராட்டையில் நூல் நூற்கும் மேரியைப் பார்த்தார் எல்வின். வெள்ளைச் சேலை அணிந்திருந்த மேரி ஏதேச்சையாக நிமிர்ந்து ஒரு

புன்னகையை தன் உதட்டில் தடவினாள். அவளது வெண் சேலை தோற்றம்; எல்வினின் கண்களுக்கு தேவாலயத்தில் திருமண உடையில் இருப்பதுபோலக் காட்சிப்பிழை. எல்வின் தன்னைக் கலைத்துக் கொண்டார்.

ஆனால் மேரியோ எல்வினை தன் உள்ளத்தில் ஒட்டிக் கொண்டுவிட்டாள். எல்வினுக்கு தொடக்கத்தில் தயக்கம் இருந்தது. பின்னர் ஈஸ்டர் திருநாள் கழித்து இருவரும் திருமணம் செய்ய முடிவெடுத்தனர். ஆசிரமத்திலேயே திருமணம். தேனிலவும் முடிவாயிற்று. சிற்றூர்களின் வழியே மாட்டுவண்டிப்பயணமே தேனிலவு. திருமணம் அவர்களின் ஆசிரம வாழ்வில் மாற்றம் ஏற்படுத்தாது. பழங்குடி மக்களுக்காக தொடர்ந்து வாழ்வோம்!

ஆனால் ஷாம்ராவ்தான் முதலில் எதிர்ப்பு தெரிவித்தார். இங்கிலாந்து அல்லது பாம்பே நகர வாழ்க்கையை ஈகம் செய்து எல்வினுடன் வாழும் அரிய ஆன்மா. அவர் தன் நண்பரை இழக்கக்கூடும் என்று அஞ்சினார். நியாயமான அச்சம். எல்வின் அவரைத்தேற்றி உறுதியளித்தார். ஷாம்ராவின் பொறாமையும் கொஞ்சம் கொஞ்சமாகத் தணிந்தது.

எல்வினுக்கு தான் பம்பாய் கடற்கரையோர வீடொன்றில் தங்கியிருந்த நினைவு வந்தது. அப்போது மதிய உணவு முடிந்திருந்தது. மீராபென் சன்னல்களை மூடத் தொடங்கினார். வெப்பம் மிகுந்த நாளில் அப்படிச் செய்வதற்கு எல்வின் தன் எதிர்ப்பைத் தெரிவித்தார். ஆனால் மீராபென் கடுமையாகப் பதிலளித்தார்.

"கடற்காற்றுடன் உப்புத்துகள்கள் வந்து உணவில் கலந்துவிடும். பின்னர் உங்கள் ஆசைகளைக் கட்டுப்படுத்துவது இன்னும் கடினமாகிவிடும்."

நான் சன்னல்களை மூடவில்லையோ? மேரி உப்பாகி விட்டாளோ? ஆனால் மனம் சுவையாக உள்ளதே!

பாபுஜியின் ஆசிரமத்தில் கணவன் மனைவியாகவே இருந்தாலும் பிரம்மச்சரியம் பின்பற்றப்பட வேண்டும்.

அதுதான் நடைமுறை. தம்பதியர்கள் சகோதர - சகோதரிப் போல சேர்ந்து வாழ்ந்தனர். பாலுணர்வு அத்துமீறலுக்கு மிகக் கடுமையான முறையில் தீர்வு காணப்பட்டது. எனவே, இறுதியாக பாபுஜிக்கு கடிதம் எழுதிவிடுவது என்று தீர்மானித்தார் எல்வின்.

"திருமணத்துக்குப் பிறகு எங்களால் பிரம்மச்சரியத்தைக் கடைப்பிடிக்க முடியாது. இது உங்களுக்கு ஏமாற்றமாக இருக்கலாம். இதற்கு விலங்குணர்ச்சி காரணமல்ல. பிரம்மச்சரியத்தைக் கடைப்பிடிக்கும் அளவுக்கு எங்களிடம் அறிவுபூர்வமான நம்பிக்கை இல்லை. அல்லது அதைக் கடைப்பிடிக்குமளவுக்கு ஞானம் இல்லை."

2

கோண்டுப் பழங்குடிகளின் கராஞ்சியா மலைப்பகுதியில் ஆசிரமம் அமைப்பது எல்வின் எண்ணியது போல அவ்வளவு எளிதானதாக இல்லை. அவரை முதன்முதலில் பார்த்த கோண்டு ஒருவன் அவரைக் 'கிறித்தவன்' என்று அழைத்தான். அது உண்மைத்தானே என்று கடந்து சென்றார். பிறகுதான் தெரிந்தது அது கோண்டுகளின் மொழியில் ஓர் உச்சக்கட்ட வசைச்சொல் என்று.

அவர் கிறித்தவ சேவா சங்கத்திலிருந்து விலகி அங்குக் குடியேறியிருந்தார். பாபுஜியின் கொள்கைகளை ஏற்றுச் செயல்பட்டதால் கிறித்தவ நிறுவனங்களையும் பிரிட்டிஷ் அரசையும் ஒருசேர பகைத்தாகிவிட்டது. பகைக்கூடப் பெரிதில்லை. பாபுஜியைக்கோண்டு மக்களிடம் கொண்டு சேர்ப்பதுதான் அவ்வளவு கடின வேலையாக இருந்தது.

ஒரு கோண்டு சிறுவனிடம் பாபுஜியின் படத்தைக்காட்டி ஆவலுடன் கேட்டார். "இவர் யார் தெரியுமா?"

"யானைக் காதுகளுடன் இருக்கும் பைத்தியக்காரக் கிழட்டுக் கரடி"

ஓடிய சிறுவனைப் பார்த்து திகைத்து நின்றார். இது வேலைக்கு ஆகாது இனி பாபுஜி பற்றிய அறிமுகம் வேண்டாம். அவரது கொள்கைதானே பரவவேண்டும், அதைச் செய்வோம். அவர் ஆசிரமத்தில் ராட்டையில் நூல் நூற்பதைத் தொடங்க விரும்பினார்.

தன் ஆசிரமப் பணியாளரான கோண்டு மூதாட்டியை அவருக்கு மிகவும் பிடிக்கும். கற்பனை வளம் மிகுந்தப் பெண்மணி. எதைப் பேசினாலும் காவியநயத்துடன் பேசுவார். ஒருமுறை அடுப்பைப் பற்ற வைக்கையில் அந்த மூதாட்டிக் கேட்டார்.

"காய்ந்த மரத்தில் பூக்கும் பூ எது தெரியுமா?"

எல்வின் யோசித்தார். அந்த மூதாட்டி அவருடைய யோசனையை ரசித்தபடியே விறகை எரியவிட்டார். எவ்வளவு நேரம் யோசித்தும் அந்தப் பூவை அவரால் கண்டு பிடிக்க முடியவில்லை. தன் தோல்வியை ஒப்புக்கொண்டபோது அந்த மூதாட்டி சொன்னார்.

"கண்ணுக்கு எதிரிலேயே காய்ந்த மரத்தில் பூத்திருக்கு, பார்க்கலையா?"

காய்ந்த விறகில் எரியும் நெருப்பைச் சுட்டியபடியே சிரித்தார். எல்வினுக்கு வெட்கமாக இருந்தது. அவரிடம் ராட்டையில் நூல் நூற்கும் பணியைத் தொடங்க ஆட்களை அழைத்து வரச் சொன்னார். முதலில் வந்தவர்கள் பின் ஒவ்வொருவராக குறையத் தொடங்கினார்கள். பஞ்சு நூலாக மாறாது நைந்துக்கொண்டே வந்தது. மூதாட்டியிடம் காரணம் கேட்டார். அவர் எளிய பதிலை அவர் முன்பு அலட்சியமாகப் போட்டுடைத்தார்.

"கோண்டுப் பகுதியில் பருத்தி விளையாதபோது நாங்கள் ஏன் ராட்டையில் நூல் நூற்க வேண்டும்?"

நியாயமான கேள்வி. பின்னர் யோசித்து தையல் பயிற்சி பள்ளித் தொடங்கலாம் என்று தீர்மானித்தார். வகுப்பும் தொடங்கியது. ஆனால், தொடர்ந்து வந்துக் கொண்டிருந்த

பெண்கள் திடீரென வருவதை நிறுத்திவிட்டனர். காரணம் தெரிந்துக்கொள்ளச் சென்ற ஷாம்ராவ் திரும்பி வந்தார்.

“தையல் வேலை செய்வதானால் தங்கள் கருப்பைகளையும் தைத்துவிடுவார்கள். பின்னர் குழந்தை பிறக்காது என்று அஞ்சுகிறார்கள்”.

எல்வினுக்கு என்ன செய்வதென்றே தெரியவில்லை. பாபுஜியின் அடுத்தக் கொள்கையை ஆண்களிடம் கொண்டு செல்வது என்று தீர்மானித்தார். கள் உண்ணாமை. கோண்டு ஆண்களோ எப்போதும் இலுப்பைக் கள் போதையில் திளைப்பவர்கள். அவர்களிடம் பதமாகத்தான் பேச வேண்டும். கள் குடிப்பது நரகத்துக்கு ஒப்பானது. இதைப் புரியும்படி வலியுறுத்தினால் கோண்டுகள் கட்டாயம் ஏற்றுக்கொள்வார்கள் என்று நம்பினார். ஒரு கோண்டுவிடம் மெல்லப் பேச்சைத் தொடங்கினார்.

“உன்னைப் பொறுத்தவரை நரகம் எது?”

“ஓ சாகிப், சொல்கிறேன் சாகிப். இலுப்பை மரங்கள் இல்லாத இடமே நரகம்”

எல்வின் திகைத்தார். அந்தக் கோண்டு மகன் தொடர்ந்து பேசினார்.

“எனக்கொரு ஆசை உண்டு சாகிப். நான் இறந்துப்போனால் என்னை இலுப்பை மரத்தடியில் புதைக்கவேண்டும். இறந்த பின்னும் நான் அதன் வேர்களிலிருந்து அந்த இன்பத்தை உறிஞ்சவேண்டும்.”

ஒருநாள் அவசர அவசரமாக ஒரு கோண்டு பழங்குடி அவரது ஆசிரம மருத்துவமனைக்கு வந்தார். அவர் குரலில் நிறைய சலிப்பு.

“சாகிப், நச்சுக்கடிகளுக்கும், காயங்களுக்கும் மருந்து வைத்துள்ளீர்கள். ஆனால் அதுக்கு மட்டும் மருந்து இல்லையே ஏன்?”

“எதுக்கு?”

"பெண்கள் என்னை மதிப்பதே இல்லை சாகிப்"

அவர் அழத் தொடங்கினார்.

எல்வின், யோசனையுடன் அமர்ந்திருந்தார். அவர் அடுத்து பாபுஜியின் கொள்கையாக பிரம்மச்சரியத்தைத்தான் கோண்டுகளுக்குக் கற்றுத்தர நினைத்திருந்தார்.

3

ஆலா போச்சாவின் கண்களிலிருந்து நீர் வடிவது நிற்கவில்லை. அந்த இளம் பெண் மருத்துவரை ஆழமாக ஊடுருவி பார்த்தார் பாபுஜி. அவரது கையில் எல்வினின் கடிதம் இருந்தது. அதற்குள் எல்வினின் திருமணச் செய்தி அவரது ஆசிரமம் முழுக்க பரவியிருந்தது. ஆலா தேம்பியவாறு சொன்னாள். "எல்வின் என்னைத் திருமணம் செய்வதாக உறுதி அளித்திருந்தார். இதை எப்படிப் பொறுப்பேன் பாபுஜி?"

தான் விலங்குணர்ச்சிக்கு அடிமையாகிவிட்டதாக எல்வின் சொல்லியிருந்தால் ஒருவேளை பாபுஜி ஒப்புக் கொண்டிருப்பார். எளிதாக புரிந்தும் கொண்டிருப்பார். ஆனால் தனது பிரம்மச்சரியக் கொள்கையில் அவருடைய தொண்டர் ஒருவர் கருத்து வேறுபாடு கொள்வதை அவரால் புரிந்துக்கொள்ள முடியவில்லை. தற்போது அவருடைய எண்ணத்துக்கு வலுகிடைத்தது போல இருந்தது. அவர் எல்வினுக்கு எழுதினார்.

"உங்களுக்கும் மேரிக்கும் என் ஆசிகள். நீங்கள் ஆலாவுக்கு கொடுத்த வாக்கை மீறுவதற்கான சாத்தியம் கொஞ்சமேனும் இருக்குமானால் நீங்களும் மேரியும் மிகவும் பாரமான சிலுவையைச் சுமக்க வேண்டியிருக்கும்."

எல்வினிடமிருந்து பதில் வந்தது.

“நானும் ஆலாவும் காதலித்தோம் பாபுஜி. ஒருவரையொருவர் தழுவிக்கொண்டோம். ஆனால் உடலுறவுக் கொள்ளவில்லை. இது முற்றிலும் தவறுதான். நான் அதற்காக பாவமன்னிப்புக்கேட்டேன். அப்போதே எங்களுக்குள் திருமணம் இருக்காது என்பதை தெளிவாக்கிக் கொண்டோம்.”

சென்ற ஆண்டில் ஆலா ஒருவரைத் திருமணம் செய்து கொள்ளப்போவது பற்றி இருமுறை பேச்சு அடிப்பட்டதை எல்வின் கடிதத்தில் பாபுஜியிடம் பகிர்ந்துக்கொள்ளவில்லை. மாறாக அவரிடம் மன்னிப்புக் கேட்டிருந்தார். மேரிக்கு தெரியாமல் கடிதப் பரிமாற்றம் தொடர்ந்தது. பாபுஜி தொடர்ந்து எழுதினார்.

“மேரிக்கும் புரியவேண்டும். கடவுளின் முன்னால் காமம் இல்லை. கடவுளின் முன்னால் நாம் எல்லோரும் பெண்கள். அவருடைய நிரந்தரமான இணைகள். நித்ய திருமணத்தின் அழகை அவள் உணர்ந்தால் மனித திருமணத்திலிருந்து அடைந்த விடுதலையை எண்ணி அவள் ஆனந்தக் கூத்தாடுவாள்”

எல்வினுக்கு புரிந்தது. அது மேரிக்கு புரியவேண்டும் என்று எழுதப்பட்ட கடிதமல்ல. அது ஞானத்தந்தையின் அறிவுரை. அவரிடம் சமாதானம் செய்துக்கொள்ளும் ஒரேவழி எதுவென்பது எல்வினுக்கு புரிந்தது. திருமணத்தை கைவிடும் திட்டத்தை மேரியிடம் சொன்னபோது அவள் எளிதாக சமாதானம் அடையவில்லை. இருவரும் அண்ணன்-தங்கையாக வாழ விதிக்கப்பட்டதுக் கண்டு மேரி வெதும்பினாள். .

மேரி எதற்காக அழுகிறாள் என்பது தெளிவாக தெரியவில்லை. ஆனால் மேரியின் சோகம் மொழிக்கடந்து கோண்டு மூதாட்டியின் மனசைக் கவ்வியது. அவர் ஒரு கோண்டு மொழிப் பாடலை பாடத்தொடங்கினார்.

வீட்டுக்கு வெளியே பார்க்கிறேன்.

ஞாயிறு, மலைக்கு மேலே மூங்கில் தண்டின்
உயரத்தில் இவ்வளவு தாமதமான பிறகு
நீ எங்கே போக முடியும்?

என்னை இதயத்தில் பிணைத்துக் கொண்ட
என் காதலா காற்றில் காய்ந்தசையும் வாழைச்சருகாய்
நீ எப்போதும் காற்றில் விலகுகிறாய்,
மீண்டும் நெருங்குகிறாய்

இவ்வளவு தாமதமான பிறகு
நீ எங்கே போக முடியும்?

எல்வினும் மேரியும் மீண்டும் ஆசையால் தூண்டப்படலாம் என்று பாபுஜி நினைத்தார். இருவரும் தனித்தனியாக வாழ்ந்து தங்களைச் சோதித்துக்கொள்வது நல்லது. இறுதியில் அவர் கடிதம் எழுதினார்.

'மேரி என்னுடைய ஆசிரமம் ஒன்றுக்கு வந்து ஏன் தீண்டத்தகாதவர்களிடம் சேவை செய்யக்கூடாது?"

4

எல்வின் புனேவுக்கு வந்திருந்தார். ஷாம்ராவ் அப்போது மேரியைக் கப்பல் ஏற்றிவிட பம்பாயில் இருந்தார். எல்வினும் அங்கு சென்றிருக்கலாம்தான். ஆனால் மேரி பிரிந்துச் செல்வதைக் காணும் மனத்திடம் அவரிடம் கிடையாது. அவர் பாபுஜியை பார்க்க விரும்பினார். அவர் அப்போது தீண்டாமைக்கு எதிராக உண்ணாநோன்பு தொடங்கி யிருந்தார். அதற்காக, மிக வசதியான ஒரு தொழிலதிபரின் மாளிகையில் தங்கியிருந்தார். எல்வின் புனேக்கு வந்தபோது அவருடைய உண்ணாநோன்பு முடிந்துவிட்டிருந்தது.

பாபுஜி தங்கியிருந்த மாளிகையைக் கண்டதும் எல்வின் திடுக்கிட்டார். அவருக்கு மண்ணாலானதன் செயின்ட்

ஃபிரான்சிஸ் ஆசிரமம் நினைவுக்கு வந்ததைத் தடுக்க முடியவில்லை. உடனிருந்த பத்திரிக்கையாளர் நண்பர் ஃப்ராங்க் மொரேசிடம் சொன்னார்.

"இயேசு கிறிஸ்து சிலுவையில் அறையப்படுவதற்காக ரோல்ஸ்ராய் காரில் போகிறார்".

"என்ன சொல்கிறாய்?"

"இந்தப் பளிங்கு மாளிகையில் காந்தி உண்ணா நோன்பிருப்பது எனக்கு அப்படித்தான் தோன்றுகிறது"

எல்வின் எவ்வளவோ முயன்றும் அந்த மாளிகைக்குள் அனுமதிக்கப்படவில்லை. அவர் ஒரு கிறித்தவராக இருந்ததே மறுப்புக்கு காரணம். அவர் 'சர்வண்ட்ஸ் ஆஃப் இந்தியா சொசைட்டி' அலுவலகக்கட்டடத்துக்குச் சென்றார். அங்கு அவரைப் போன்ற தீண்டத்தகாதவர்கள் எப்போதும் வரவேற்கப்பட்டார்கள். அங்கு அவர் சரோஜினி நாயுடுவைச் சந்தித்தார். பாபுஜியைச் சந்திக்க அனுமதி மறுக்கப்பட்டதைச் சொன்னார்.

"நீங்கள் மட்டுமல்ல, தாழ்த்தப்பட்ட இந்துக்களும் அங்கு அனுமதிக்கப்படவில்லை. எங்களை அனுமதித்தாலும் நாங்கள் பயன்படுத்திய மண் பாத்திரங்களை வீட்டு எஜமானி போட்டு நொறுக்கிவிட்டார்".

"உங்களுக்குமா?"

"நாங்கள் போன பிறகு தனியாக தீட்டுக் கழிக்கும் சடங்குகள் வேறு செய்கிறார்"

"பிறகு ஏன் பாபுஜி அங்கே தங்கி இருக்கிறார்?"

அவர் பதில் சொல்லவில்லை. புன்னகையுடன் நகர்ந்தார்.

புனேயில் தொண்டர்களிடையே ஒரு வருத்தமான அமைதி நிலவியதை உணரமுடிந்தது. புதிய வைசிராய் தன்னைச் சந்திக்க மறுத்ததால் பாபுஜி அடுத்தக்கட்ட போராட்டத்துக்கு அணியமாகி வந்தார். அவருடைய தோழர்களுக்கு இன்னொருமுறை சிறைக்குச் செல்ல

வேண்டியிருக்குமோ என்ற அச்சமிருந்தது. ஆனாலும் அவர்கள் பாபுஜியின் முழுக்கட்டுப்பாட்டுக்கு தம்மை ஒப்புக்கொடுத்திருந்தனர். உடன்படுவது தவிர வேறு வழி யில்லை. அவர்கள் அனைவரும் வருத்தத்தில் இருந்தாலும் இருவர் மட்டும் மகிழ்ச்சியாக இருந்தனர். அவர்கள் பாபுஜியின் கடைசி மகனான தேவதாஸ் காந்தியும் அவருடைய மனைவி லட்சுமியும். சிறைக்கு போகக்கூடாது என்பதில் அவர்கள் உறுதியாக இருந்தனர்.

சொந்த மகனுக்கு ஒரு சட்டம். இந்தத் தத்துமகனுக்கு ஒரு சட்டமா என்று நினைக்கவும் எல்வினுக்குத் தோன்ற வில்லை. ஆனாலும் ஒரேயொரு கேள்வி மட்டும் முன்வந்து நின்றது.

"தேவதாசின் திருமணத்தில் ஏன் பிரம்மச்சரியம் அனுமதிக்கப்படவில்லை?"

5

எல்வின் கராஞ்சியாவுக்குத் திரும்பியபோது அவரது உடல் மிகவும் மெலிந்திருப்பதுக் கண்டு ஷாம்ராவ் பதற்ற மடைந்தார். எல்வின், பாபுஜியின் சமாதான அழைப்பின் பேரில் அவரைச் சந்திக்கஅகமதாபாத் சென்றிருந்தார். அங்கு மஞ்சள்காமாலை நோயால் பாதிக்கப்பட்டார். பம்பாயில் மருத்துவமனையில் தங்கி சிகிச்சைப் பெற வேண்டியதாயிற்று.

காமாலையைவிட கொடுமையாக இருந்தது பாபுஜியின் ஆலோசனைதான். அவர் எல்வினை இங்கிலாந்து சென்று தங்கி தம் கொள்கைகளைப் பரப்புமாறு கேட்டுக்கொண்டார். சூதுவாதற்ற கோண்டு பழங்குடிகளைப் பிரிந்து வேறெங்கும் செல்ல எல்வின் விரும்பவில்லை. கராஞ்சியாவுக்குத் திரும்பி வந்துவிட்டதை பாபுஜி தன் பதிலாகப் புரிந்து கொண்டிருப்பார்.

முற்றத்தில் வந்து அமர்ந்தார் எல்வின். அங்கு ராட்டை வைக்கப்பட்டிருந்தது. அந்த ராட்டையின் முன் அமர்ந்திருந்த மேரியை அவர் புகைப்படம் எடுத்தது நினைவில் மீண்டது. பம்பாயில் இருந்தபோது அய்ரோப்பாவின் உம்பிரியாவில் உள்ள நண்பர்களிடமிருந்து அவருக்கு ஒரு கடிதம் வந்திருந்தது. "மேரியைக் கன்னியாஸ்திரியாக சேர்த்துக் கொள்ளலாமா?"

எல்வின் சினந்து பதில் எழுதியிருந்தார்.

"மேரி மிகுந்த விடுதலை உணர்வுடையவர். அவர் சமயப்பணி செய்வது என்பதிலிருந்து மனதை நீக்கிவிட வேண்டும். அவர் திருமணம் செய்துகொள்ள வேண்டும் என நான் விரும்புகிறேன்".

மேரி அமர்ந்திருந்த கயிற்றுக் கட்டிலைப் பார்த்தார். ராட்டை தனிமைத் துயரில் உழல்வதுபோலத் தோன்றியது. 'நூற்பது ஒருவகை தவம் அல்லது துறவியின் ஒழுக்கம்' என்று பாபுஜி கூறுவது நினைவுக்கு வந்தது. தவத்தை முடித்துக் கொள்ளலாம் என்று தோன்றியது. அப்போது அந்தப் பக்கமாக வந்த கோண்டு மூதாட்டியை அழைத்தார்.

"இந்த இடத்திலிருந்து ராட்டையை அகற்றிவிடுங்கள்"

அவர் திகைத்துப் போய் பர்த்தார். எல்வின் அதைப் புரிந்துக்கொண்டது போல பதில் சொன்னார்.

"நீங்கள் சொன்னதுதான் மிகவும் சரி. பருத்தி விளையாத இடத்தில் நூற்பில் என்னப் பயன்? நூற்பது கோண்டுகளுக்கு பொருத்தமான வேலையல்ல. இனி இந்த இடத்தில் ஒரு உரலையும் உலக்கையையும் கொண்டு வந்து வையுங்கள். நாம் இனி தானியங்கள் குத்துவதை முயற்சி செய்யலாம்"

அந்தப் பெண்மணி பளிச்சென்று சிரித்தார்... எல்வினும்...

6

மாலையும் இரவும் தழுவிக்கொண்டபோது காற்று இதமாக வீசியது. ஆங்காங்கே உடுக்கள் மின்னத் தொடங்கின. தென்திசை சிலுவை உடுத்தொகுதி தெளிவாகத் தெரிய இன்னும் நேரமாகும். அய்ரோப்பாவின் ஒரு மூலையில் இருக்கும் மேரி அதைப் பார்த்து சிலுவைக்குறி இடுவாளா? இல்லை வாய்ப்பில்லை இப்போது அங்கு இரவாக இருக்காது. வேண்டாம், இந்தத் தனிமையைத் தவிர்க்க வேண்டும். ஏதாவது செய்வோம். கவிதை எழுதலாமா? இந்த நேரம் தோதாக இருக்கிறது. எழுதலாம்.

எதைப் பற்றி எழுதலாம்? இந்த இனிமையான இயற்கையைப் பற்றி? காட்டைப் பற்றி? காட்டில் வாழும் கோண்டுகளைப் பற்றி? கோண்டுகளின் காதலைப் பற்றி? காதலைப் பற்றி? முன்பு தானும் ஷாம்ராவும் சேர்ந்து தொகுத்த 'காட்டின் பாடல்கள்' நூல் நினைவுக்கு வந்தது. கோண்டுகளின் பெருநடனத்துடன் இணைந்த, 'கர்மா', 'தாதரியா' பாடல்கள் அதிலிருந்தன. காதலை நேரடியாகப் பேசும் அந்தப் பாடல்கள் எல்வினுக்கு எலிசபெத் காலக் காதல் கவிதைகளை நினைவூட்டும். அவற்றில் ஒரு பாடல் அவருக்கு மிகவும் பிடித்த பாடல். அதைப் பாடலாம் போலிருந்தது. வெளியே வந்து கயிற்றுக்கட்டிலை எடுத்துபோட்டு அமர்ந்து பாடத் தொடங்கினார்.

'தேர்ந்த கற்களால் உருவான அரண்மனை
கதவுகளும் கற்களாலேயே'

ஒருமுறைத் திரும்பி தன் மண் ஆசிரமத்தைப் பார்த்தார். தொடர்ந்தார்.

ஒவ்வொரு மூலையிலும்
விளக்குகள் ஒளிர்கின்றன
ஆனால் ஒரு பெண் இல்லாமல்

உள்ளே எங்கும் இருள்
புதிய பாதையில் வேகமாக
உருளும் சக்கரங்கள்
அதுபோல உன்னை
என் இதயத்துள் இழுக்க முடியுமா?
உள்ளே, ஒரு பெண் இல்லாமல்
வீடு இருண்டிருக்கிறது.

இருண்ட ஆசிரமத்துள் ஒருகணம் மேரி வெண்ணிற உடையில் தெரிந்தாள். முதலில் வெண்ணிற சேலை, பிறகு வெண்ணிற மணநாள் ஆடை. அய்யோ! அவருக்கு அழுகை வருவது போல இருந்தது. அந்நேரம் சரியாக அந்தக் கோண்டு குடிமகனின் குரல் கேட்டது.

"பெண் இல்லாமல் வீடு இருளத்தான் செய்யும் சாகிப்" எல்வின் திரும்பிப் பார்த்தார். அவன் தள்ளாடியபடியே வந்தான். கையில் ஒரு கள் கலயம் இருந்தது. இலுப்பைக் கள். நெடி மூக்கைத் துளைத்தது. அவனும் தொடர்ந்துப் பாடியவாறே வந்தான்.

"நீங்கள் சாப்பிடலாம், நீங்கள் குடிக்கலாம். ஆனால் பெண் இல்லாத வாழ்க்கை ரொம்ப வீண். கோண்டுவைப் பாருங்கள்..."

எல்வினுக்கு முதன்முதலாக தன் புனித ஆளுமையை கழற்றி வைக்கலாம் என்று தோன்றியது.

"சகோதரா, இனி நான் கிறித்தவன் கிடையாது. காந்தியவாதியும் கிடையாது. எனக்கு... எனக்கு கொஞ்சம் இலுப்பைக் கள் கிடைக்குமா?"

"ஓ... தாராளமாக் குடியுங்கள் சாகிப்..."

எல்வின் குடித்தார்.

"இப்போதான் நீங்கள் ஒரு கோண்டு"

அவருக்கு ஒவ்வொன்றாக நினைவுக்கு வந்து மறந்தும் கொண்டிருந்தது. விவிலியம், சுவிசேஷ செய்தி, காந்தி, ராட்டை, பிரம்மச்சரியம், மேரி, எல்வின் - மேரி, தேவதாஸ் -லட்சுமி, எல்வின் - தேவதாஸ்...

எல்வின் போதையில் கயிற்றுக் கட்டிலில் மல்லாந்தார். கோண்டு குடிமகன் பெருங்குரலில் பாடத்தொடங்கி யிருந்தான்.

"கள்ளே நீ எங்களை மன்னர்கள் ஆக்குகிறாய்
உலகமே எங்களை மறந்தால் என்ன?
ஒரு கோண்டு கவர்னராக,
ஒரு குடுவை போதும்..."

எல்வின் ஒருமுறை எழுந்து உட்கார்ந்து உளறினார்.

"நான் கோண்டு... நான் கவர்னர்... "

மீண்டும் மல்லாந்தார்.

வானம் விரிந்திருந்தாலும் மங்கித் தெரிந்தது. அவர் முகத்தின் இரு இலுப்பைப் பூக்களும் மெல்ல உதிர்ந்தன. அப்போது வானெங்கும் ஏராளமான எல்வினின் விழிகள் திறந்துக் கிடந்தன. ●

மணல்வீடு இதழ் 40

12

ரேடியோ முருகேசனும் கே.எஸ்.ராஜாவும்

இரா. மோகன்ராஜன்

ரேடியோ முருகேசன் என்ற முருகேசனை சந்தித்ததை உங்கள் நம்பிக்கை சார்ந்து, தற்செயல் அல்லது ஊழ் அல்லது வேறு ஏதொன்றுமாக நீங்கள் வைத்துக் கொள்ள லாம். கதையின் முடிவில் அதை நீங்கள் தீர்மானித்துக் கொள்ளலாம். முருகேசனை நான் சந்திக்க வேண்டியிருந்தது என்ற எளிய உண்மை இப்போதைக்குப் போதுமானது.

சிங்கப்பூர் மாமா, அம்மாவிற்கு சீதனமாகக் கொடுத்த சோனி டிரான்சிஸ்டர் ரேடியோ ஒன்று எங்கள் வீட்டில் நீண்ட காலமாக பாடிக்கொண்டு இருந்தது என்று சொன் னால், பக்கத்து வீட்டு சுப்பையா தாத்தா அடிக்க வருவார். அவரைப் பொறுத்தவரை அது கத்திக் கொண்டிருந்தது என்றுதான் சொல்ல வேண்டும். அவருக்கு மட்டுமென்ன எங்கள் தாத்தாவிற்கும்தான். எங்கள் என்றால், எனக்கும் என் அக்காவிற்கும்.

அக்கா நன்றாகப் பாடுவாள், அம்மா அப்படித்தான் சொல்கிறாள். அப்பா உண்மையில் ஒரு தீர்க்கதரிசி என்றுதான் சொல்ல வேண்டும். இல்லையென்றால் வாணி என்று பெயர் வைத்திருப்பாரா?! வாணிஜெயராம் என்றால் போதும் அவருக்கு. "மல்லிகை என் மன்னன் மயங்கும்' - என்று ரேடியோவில் காதோடு மயங்கிடுவார் மனுசன் என்பாள் அம்மா, அம்மாவுக்கு வாணிஜெயராம் குரல் இல்லை என்பதில் அப்பாவுக்கு வருத்தம் ஏதும் உண்டா

என்று தெரியாது. ஆனால் அம்மாவுக்கு உண்டு என்றாலும் அம்மா பாடி பார்த்ததில்லை, என்றால் கேட்ட தில்லை. சின்ன முணுமுணுப்பாகக்கூட, ஆனால் அப்பா பாடுவார். அது மெலிசாக, குண்டுமணி உருள்வது போல இருக்கும். ஆனால் அது வாணிஜெயராம் போல இருக்காது. எப்படி இருக்க முடியும்...! ஆனால் பெண்குரல் பாடலை ஆண்கள் பாடினால் ஏன் நன்றாக இருக்கக் கூடாது?! "வசந்தகால நதிகளிலே'... பாடலை ஜெயச்சந்திரனும் கூடத்தான் அதே நளினத்தோடு பாடுகிறார். இதை நான் சொல்லவில்லை அப்பாதான் சொன்னார். அப்படிச் சொல்லும் அவர் வாணிஜெயராம் பாடலை ஹம்மிங் அல்லது சீழ்க்கையில் தான் ஏனோ பாடுவார்.

இதற்கெல்லாம் குறையில்லாமல் தான் அக்கா பாட ஆரம்பித்தாள். முதலில் ரேடியோவோடு ரேடியோவாக என்றால் விவிதபாரதி இல்லை இலங்கை வானொலி. விவித பாரதி இரவில்தான் சற்று தெளிவாகக் கேட்க இயலும். பகலென்றால் பாடலும் இரைச்சலாக இருக்கும். கேட்க காதுவலிதான் மிஞ்சும். இலங்கை வானொலி அப்படி அல்ல; கழுவி விட்டதுபோல சுத்தமாக இருக்கும். அவர் களது தமிழும் அப்படித்தான். அதில் வரும் பாடலோடு பாடலாகச் சேர்ந்து பாடுவாள். பாடல், சங்கீதம் என்ப தெல்லாம் சினிமா பாட்டுதான். கர்நாடக சங்கீதம், அது இது என்பதெல்லாம் யாருக்கும் இங்கு விளங்குவதில்லை. பரிச்சயமுமில்லை. தாத்தாவிற்கு, அப்பாவின் அப்பாவிற்கு, சினிமா பாடல் என்பதும் அப்படித்தான்.

அவர் உண்டு, அவர் நெல் மூட்டை மொத்த வியாபாரம் உண்டு, தூரத்தில் களைத்துப்போய் தாத்தா வீட்டிற்கு வரும் போதே ரேடியோவை நிறுத்தி வைத்து விடுவாராம் அப்பா.

தாத்தா அப்படி ஒன்றும் சங்கீதத்திற்கு எதிரியில்லை. சினிமா பிடிப்பதில்லை... அவர் காலத்து படம் கூட அவருக்குப் பிடிப்பதில்லையாம். பார்ப்பதில்லையாம். "என்ன கூத்து! ஊரில் இல்லாத கூத்து" என்பாராம் அடிக்கடி. சினிமா பற்றிய பேச்சுக்கு அதுதான் முற்றுப் புள்ளி. ஏதாவது கோவில் கச்சேரி விசேச வீடுகளில்

நாதசுரம் முடியும் மட்டும் இருந்து இரசிப்பார் அவ்வளவு தான்.

தன் ஒரே மகன் வேலையில் சேர்ந்து முதல் மாத சம்பளத்தில் ரேடியோ வாங்கி வந்ததைப் பார்த்து "இவன் எங்கே உருப் படப்போகிறான்" என்று துண்டை உதறி தோளில் போட்டுக்கொண்டு கடை வாசலுக்குப் போனவர்தான் பிறகான காலங்களில் அங்குதான் படுக்கை, வியாபாரம் என்று ஆகிவிட்டது. எப்போதாவது காலை அல்லது இரா சாப்பாட்டிற்கு நினைத்துக்கொண்டால்தான் உண்டு. அதெல்லாம் மகனின் திருமணத்திற்குப் பிறகு கொஞ்ச நாள் போல நடந்தது.

இவர் வீட்டிற்கு வந்து வாசல் சொம்பில் கால் நனைக்கவும், அப்பா வைத்திருந்த ரேடியோ அபசகுனமான, துக்கிரியான வார்த்தையில் பாடுவதற்கும் சரியாக இருந்ததாம். வந்த வேகத்திலேயே ரேடியோ பெட்டியை நடுக் கூடத்தில் வைத்து வீசி அடித்தாராம். பிறகேதும் பேசாமல், சாப்பிடாமல் கிளம்பிப் போய் விட்டாராம். அது நடந்து மூன்றாவது நாள் தாத்தா நெல் மூட்டை கோடவுனில் இறந்து கிடந்தாராம். எப்பவும் தாத்தாவுக்கு தேத்தண்ணி வாங்கிவரும் ரெங்கையா மாமா எழுப்பியும் அவர் எழும்பியதாய் இல்லையாம். பிறகே வீட்டில் எல்லோரும் அலறி அடித்துக்கொண்டு ஓடினார்கள். அக்கா தேம்பி அழுதது நன்றாக நினைவிருக்கிறது.

ஒருமுறை ரேடியோவோடு சேர்ந்து அக்கா பாடிக் கொண்டிருந்தாளாம்... "வசந்தத்தில் ஓர் நாள் மணவறை ஓரம்' என்று... தாத்தா வராந்தையில் வந்ததை எவரும் கவனித்திருக்கவில்லை. அது, அந்த நேரத்திற்கு அவர் வருகிறவர் இல்லை என்பதாக இருக்கக்கூடும். அக்காவும் நிறுத்தவில்லை. ரேடியோவும் நிறுத்தவில்லை. ஆனால் அம்மா ஓடிப் போய் நிறுத்தினாள் அக்காவை, ரேடியோவை. தாத்தா எதிரே நின்றார். எதுவும் சொல்லவில்லை. சாப்பிட்டுவிட்டு வெற்றிலை பெட்டி கேட்டு வாங்கிக் கொண்டு போகையில் அம்மாவிடம் சொன்னாராம். "இவனைப்போல மகளையும் குட்டிச்சோறா (சுவர்) ஆக்கிற

போறான்" என்று. "அது அந்த காலம் இப்பல்லாம் இதுகள ஏதும் சொல்ல முடியுமா' என்பாள் அம்மா.

அப்பா அப்படியில்லை பாடல் கேட்பார், இடையிடையே என்ன படம், இசை யார், யார் பாடினார் என்பதெல்லாம் நாம் கேட்காமலேயே சொல்வார். அக்கா தான் அதற் கெல்லாம் சரி. பொறுமையாகக் கேட்பாள் பாடுவாள்.

ஒரு ஞாயிற்றுக்கிழமை அப்படித் தான் ஆயிற்று, அப்பா வீட்டில் இருந்தார். பின்னேரம் இலங்கை வானொலியில் ஒலிச்சித்திரம் இருக்கும். ஒலிச்சித்திரம் என்றால் திரைப் படத்தின் தொகுக்கப்பட்ட ஒலி வடிவம். (இதெல்லாம் வெகு பின்னால் தெரிந்து கொண்டவை) அக்கா புத்தகத்தை மூடி வைத்துவிட்டு வருவாள். அம்மாவுக்கும் ரேடியோவில் பிடித்தது அந்த ஒன்றுதான். என்ன ஆயிற்று என்றால், திடீரென்று நிகழ்ச்சியின் இடையே கரகரத்துப் பின் ஒரே அடியாக அடக்கமாகி விட்டது ரேடியோ. அதிலிருந்து எந்த சப்தமும் பிறகு வரவேயில்லை. பிறகென்றால், ரேடியோ முருகேசனிடம் எடுத்துப்போகும் வரை அப்படித் தானா யிற்று. அப்பா, ரேடியோவிற்கு பக்கத்தில் உட்கார்ந்திருந்த அக்காவை அதன் தலையில் தட்டச் சொன்னார். ம்கூம்! பிறகு அவரே ஈசி சேரை விட்டு எழுந்து வந்து தட்டோ தட்டென்று தட்டிப் பார்த்தார். அதுவோ சர்ரென்று உறுமி அடங்கியது. அக்காவிற்கு ஒலிச்சித்திரம் கேட்கும் ஆவலில், நின்று போனதால், கண்ணீர் முட்டிற்று. அவசரமாக கோடிவீட்டு ரேடியோவிற்கு ஓடினாள். அம்மா எரிச்சலோடு மீண்டும் அடுக்களைக்குள் புகுந்து கொண்டாள். அப்பா ஒரு திருப்புளி வைத்து ஏதேதோ திருகிப்பார்த்தார். சுவிட்சைப் போட்டார். பிறகும் ஏதும் ஆகவில்லை.

ஆனால் ஒன்று ஆனது. அது சிங்கப்பூர் சோனி கம்பெனி டிரான்சிஸ்டர் என்று முன்பே சொன்னேன். ஆகையால் அதன் வோல்டேஜ் டிவைசை கழற்றியதால் அதாவது, அந்த ஊர் மின்சார அளவிற்கு தகுந்தாற்போல மாற்றும் விசையை மாற்றி விட்டதால் (தெரியாத்தனமாய் அப்பா) அதன் டிரான்ஸ்பார்மர் புகைந்துவிட்டது. இதை முருகேசன்தான் சொன்னான். அப்படி சொல்லும்போதே அவன் ரேடியோ

பெட்டியை பலவிதங்களில் திருப்பி ஆராய்ந்தான். ஒரு தேர்ந்த விஞ்ஞானி போன்ற அவனது பாவ்லா எனக்கு எரிச்சலூட்டியது. அது மட்டுமல்ல இது நான் விளை யாடப்போகிற நேரம். கையோடு சரிசெய்து எடுத்துவரச் சொல்லி வீட்டில் உடனே முருகேசனிடம் அனுப்பி விட்டார்கள்.

முருகேசனின் கண்கள் மின்னின. "அருமையான செட்' என்று மெல்ல முணுமுணுத்துக் கொண்டான். பிறகு என்னைப் பார்த்து உதட்டைப் பிதுக்கினான். இது முதல் நாள் மட்டுமல்ல, ஏறக்குறைய ஒருமாதம் வீட்டுக்கும் அந்த அடைசல் கடைக்குமாக அலைந்திருந்தபோதும் முருகேசன் இதைத்தான் செய்தான்.

அப்பா பாட்டு கேட்கும் ஓய்வு நேரம் வந்தால் எரிச்சலடைவார். விடுமுறை நாட்களில் இது இன்னும் அதிகமாயிற்று. ஒலிச்சித்திர நேரத்தில் அக்கா, கோடி வீட்டிற்குப் போனாள். அம்மா பேன் குத்தினாள். ஆனால் என் பொழுது முருகேசன் கடையில், அவன் உதட்டுப் பிதுக்கத்தில் போயிற்று. அதில் மட்டுமா அவன் கண் பார்வையின் சாடையிலும் போயிற்று.

அந்தப் பார்வை தெருவைக் கடந்து எதிர்வீட்டு மஞ்சுளா வுக்காக - மஞ்சுவுக்காக ஆவலுடன் நின்றது. அவன் சொல்லாதது அது. சொன்னது மற்றொன்று. அது செவி நோக்கு அவனுக்கு கே.எஸ்.ராஜா என்றால் போதும். முரு கேசன் ரேடியோ முருகேசன் ஆனதே கே.எஸ்.ராஜாவால் தான்.

முதலில் முருகேசன் குடும்பம் எங்கள் தெருவில்தான் இருந்தது. குடும்பம் என்றால் முருகேசன், அவனது தங்கை, தாய் இவ்வளவுதான். அப்பா இல்லை. ஆனால் அவனது காதோடு ஒரு சின்ன டிரான்சிஸ்டர் இருக்கும் வெண்மை நிறத்தில். முருகேசன் என்னைவிட சில வயது மூத்தவன். கொஞ்சநாள் எங்களுடன் பள்ளிக்கூடம் வந்துகொண்டிருந் தவன், பிறகு படிப்பை பாதியில் நிறுத்திவிட்டு வேறு ஏதேதோ வேலைகளுக்கு போய்க் கொண்டிருந்தான்.

ஆரம்பத்தில் ஒரு மளிகைக் கடையில் இருந்தான். வேலை நேரத்திலும் அவன் ரேடியோ கேட்டுக் கொண்டிருப்பதாக வாடிக்கையாளர்களிட மிருந்து புகார் வந்ததால் முதலாளி துரத்தி விட்டுவிட்டார்.

ரேடியோ காதோடு இருக்கும் வரை அவனால் எதுவும் செய்வதாக இருக்கவில்லை. ரேடியோ, என்பதைவிட கே. எஸ்.ராஜா என்றுதான் சொல்ல வேண்டும். இப்போது அல்ல, ஒரு காலத்தில் கீழத்தஞ்சை மாவட்டம் முழுமைக்கும் ஏன் தென்கடலோர மெங்கிலும் இலங்கைத்தீவு வானொலியும் அதன் நிகழ்ச்சிகளும் ஏன் அதன் அறிவிப் பாளர்களும் சினிமா கதாநாயகர்களுக்கு இணையாக ரசிகர்களைக் கொண்டிருந் தார்கள், பேசப்பட்டார்கள்.

முருகேசனும் அதற்குத் தப்ப வில்லை என்றாலும், இது விடயத்தில் அவனுக்கு கூடுதல், அதிஆர்வம், வெறி. வானொலி நிகழ்ச்சிகளைவிட, பாடல், இசை என்பதை யெல்லாம்விட வர்த்தக சேவையின் அறிவிப்பாளர் கே.எஸ். ராஜாவின் மதுரக் குரல் ஒன்றே போது மென்பான்.

எங்களோடு கில்லி விளையாடிக் கொண்டிருப்பவன் திடீரென்று காணாமல் போய்விடுவான். மறுநாள், பிள்ளையார் கோவில் அரசமரத்தடியில் நின்று மறித்தால், "உங்கள் விருப்பம் நிகழ்ச்சிடா. மூன்று மணிக்கு மறந்தே போச்சு. மதுரக்குரலோன்ங் கறதே தோணல, கோவிச்சுக் காதடா' என்பான்.

முருகேசன் ரேடியோ முருகேசன் ஆனது இப்படித்தான். ரேடியோ திருத்தம் செய்ய, ரேடியோ கூடவே இருந்து விடுவது என்று இந்தத் தொழிலை அவன் விரும்பி தேர்ந்திருக்கலாம். சொந்தக்கடை. முருகேசன்தான் இங்கு ராஜா. இங்கிருந்து அவனை யாரும் துரத்திவிட முடியாது. அவன்தான் துரத்திவிடுவான். ராஜாவின் குரல் வானொலி யில் வரும்போது ரிப்பேருக்கு வரும் ரேடியோவில் ஏதாவ தொன்றை சத்தமாகப் பாட வைப்பான். தவறு, அவனது அறிவிப்பாளர் பேசும்போது கை தானாகவே சென்று விசையைக் கூட்டும். அதுமட்டுமல்ல, முருகேசன்

இன்னொன்றும் செய்வான். தனக்கு விருப்பமான பாடலை ஒலிபரப்பக் கேட்டு வானொலிக்கு எழுதிப்போடுவான். எல்லா நிகழ்ச்சிகளுக்கும் அல்ல. அவனது அறிவிப்பாளர் பேசும் நாளுக்கு தகுந்தாற் போல அனுப்பி வைப்பான்.

அப்படி ஒருநாள் முருகேசன் பெயரை அவனது ராஜா ஒரு பாடலை விரும்பிக் கேட்டதாக குறிப்பிடும்போது அது, பத்தோடு பதினைந்தாக இருந்தது என்றாலும், முருகேசன் முகத்தைப் பார்த்தால் அப்படி தெரியவில்லை. ஏதோ தன் பெயரை மட்டுமே விசேடமாக குறிப்பிடுவதைப்போல குதூகலித்தான்.

அறிவிப்பாளர் திலகமாக அன்றைக்கு கே.எஸ்.ராஜா உலாவந்தது உண்மைதான். சனி, ஞாயிறு காலை, மாலை நேரங்களில் ராஜா நடத்தும் "திரை விருந்து' கடல்கடந்தும் தமிழகக் கரையோரங்களில் பிரபலம். முருகேசன் பல்துலக்கி குளிக்கிறானோ இல்லையோ... தவறாமல் ரேடியோ முன்னால் இருப்பான். "வீட்டுக்கு வீடு வானொலிப் பெட்டிக்கு அருகில் குழுமி இருக்கும் அன்பு இரசிக பெருமக்களுக்கு அன்பு வணக்கம்!" என்று ராஜா உற்சாகக் குரலில் ஆரவாரமாக ஆரம்பிக்கும் போதே உஸ் என்று உதட்டில் கைவைத்து எச்சரித்து விடுவான். தொந்தரவு அதிகமானால் ரேடியோவை எடுத்துக் கொண்டு தொலைவுக்குப் போய்விடுவான்.

மூச்சு விடாமல் திரிசூலம் அல்லது மீனவநண்பன் வெளியாகும் இலங்கை திரையரங்குகளின் பெயரை ராஜா கடகடவென உச்சரிக்கும்போதே கேட்டுக் கொண்டிருக்கும் முருகேசன் திரும்பி நம்மை ஒருவித பெருமிதத்துடன் பார்ப்பான், பாருங்கள்... ஆனால் அதையெல்லாம் குலைத்து சிதைப்பதுபோல அவனது கடைக்கு எதிரே வழமையாக தூங்கிக்கொண்டு நிற்கும் கழுதைகளில் ஒன்று சமயம் தெரியாமல் கத்தி தொலைக்குமானால், அப்படியொரு ஜென்ம வெறியோடு துரத்திக் கொண்டோடுவான்.

கழுதைகள் எல்லாம் ஏதோ ஒன்று சேர்ந்து கே.எஸ். ராஜாவின் குரலுக்கு பொறாமை கொண்டு கத்துவதாகவே

முருகேசன் ஆவேசப்பட்டிருக்கலாம். எனினும் அதுபோல முருகேசன் ஆச்சரியமாக கோபப்படாத தருணங்கள் இருப்பதையும் இத்தனை நாளில் நான் அறிந்து கொண்டிருந்தேன். அது அவனது ராஜா ரேடியோவில் வந்து தென்றலாக வருடிக்கொண்டிருக்கும்போது. மஞ்சு தன் வீட்டு வாசலில் நின்றுகொண்டு தனது வளர்ப்பு நாய்க்கு சாப்பாடு வைக்க கர்ண கொடூரமாக கத்தி கூப்பாடு போடும் போது. நினைத்துக்கொள்ளும் நேர மெல்லாம் அந்த நாய் குமுறி குலைக்கும் போது முருகேசன் கோபப்படுவதாய் இல்லை. ராஜாதான் அப்போது அருகில் யாருமில்லாத ரேடியோவிலிருந்து அபத்தமாக பேசிக்கொண்டிருப்பதாகத் தோன்றும்.

எனினும் ராஜா மீது முருகேசனுக்கு அபாரமான பிடிப்பு இருந்தது. ரேடியோவைவிட ராஜா மீது இருந்த காதலே அவனுக்கு, ரேடியோவையும், அதன் உள் உறுப்புகள் மீதான ஆர்வத்தையும் உருவாக்கியிருக்கலாம். முருகேசனின் ராஜா மீதான ஆர்வத்தை பல மணிநேரங்கள் ஒருவித வாதையுடன் அவன் உடனிருந்து அவதானித்திருக்கிறேன்.

திரைவிருந்தாகட்டும், நீங்கள் கேட்டவையாக இருக்கட்டும் முருகேசனுக்கு சினிமாவிலெல்லாம் அவ்வளவு விருப்பம் இருப்பதாகச் சொல்ல இயலாது. ராஜா வந்து பேசிவிட்டு ஒரு படச்சித்திரத்தையோ, பாடலையோ போட்டுவிட்டுப் போனாரென்றால் அவர் வந்து மீண்டும் பேசும் வரை இடையே முருகேசனும் விலகி வேறு வேலைகளில் இறங்கிவிடுவான். ஆனால் ராஜா செய்யும் விளம்பரங்களைக்கூட பாடலைப்போல தலையாட்டி ரசிக்கக்கூடியவன் நம்ம முருகேசன்.

ராஜாவின் பாணியில், பேசிப் பார்க்கவும், பல நாட்களாக முயற்சி செய்து பார்த்திருந்தான், "என்ன சொல்கிறீர்கள் திருப்தியா?!" என்பான். அதையே கடைக்கு வரும் தனது கஸ்டமரிடமும் மாற்றி போட்டுக் கேட்பான். (உங்கள் ரேடியோ பற்றி) "என்ன சொல்கிறீர்கள் கண்ணையா" என்பான். வரும் நபர்கள் திருதிருவென்று முழிக்க கேட்டுக்கொண்டிருக்கும் நமக்கோ எரிச்சல் பற்றிக்கொண்டு வரும்.

ஏரோட்டம் | 153

ரேடியோவை சரிபண்ணித்தராது அலையவிடும் கடுப்பில், அவனிடம் ஒருநாள் அன்பு அறிவிப்பாளர் அப்துல் அமீது போல உங்கள் ராஜாவுக்கு உதயாவின் (பிறகான காலங்களில் லலிதா, அம்பிகா) பாட்டுக்குப் பாட்டு போல நடத்த வருமா என்று கேட்டுவிட்டேன், ஏதோ என்னுடைய கொஞ்சம் ரேடியோ கேட்கும் அறிவைக் கொண்டு. அவ்வளவுதான் மறுநாளே ரேடியோ திருத்தப்பட்டு வீட்டுக்கும் வந்து விட்டது.

பிறகு முருகேசனை சந்திக்க வாய்த்தது, அது 83 ஆம் ஆண்டின் ஜூலை கலவரத்துக்குப் பிறகு என்று நினைக்கிறேன். (இலங்கையில்) மிதி வண்டியில் வேகமாக வந்து என் வீட்டில் கால் ஊன்றி நின்றிருந்தான். பதட்டத்தில் அவனது உடல் லேசாக நடுங்கிய வாறிருந்தது. "உனக்குத் தெரியுமா? கொஞ்ச நாளாகவே ராஜா ரேடியோவில் வார தில்லை. உடம்புக்கு ஏதும் பிரச்சனை யோன்னுயிருந்தேன்... நடந்தது தெரியுமா?! ராஜாவை அரெஸ்ட் பண்ணி ஜெயில்ல வெச்சிருக்காங்களாம்...! எல்லாம் உங்க அப்துல் அமீது பண்ற வேலை" என்று பல்லை நறநறத்தான் கோபம் குறையாமல்.

'எங்கள் அமீது!' எனக்குச் சிரிப்பு வந்துவிட்டது. அன்றைக்கு நான் விளையாட்டாகச் சொன்னதையிட்டு என்னை அமீது அணிக்கு பிரித்துவிட்டான் நினைவு வைத்திருந்து முருகேசன். உண்மையில் ராஜாவின் குரல் இப்போதெல்லாம் இலங்கை வர்த்தக சேவையில் வருவதாகத் தெரியவில்லை. முருகேசனை நினைத்தால் எனக்கு பரிதாபமாக இருந்தது. முன்புபோல் அவன் உற்சாகமாக இல்லை. அதற்குக் காரணம் மஞ்சு. வீட்டை காலிப்பண்ணி போனதாக இருக்கலாம் என்றே நினைத்தேன். ஆனால் அது முற்றிலுமான உண்மை அல்ல.

இப்போதெல்லாம் முருகேசன் கடை கூட்டம் குறைந்திருந்தது. திருத்த வேலைகளுக்கான ரேடியோ பெட்டிகளும் நிறைய இல்லை. ஒரு வேளை இலங்கை வர்த்தக சேவை ஒலிபரப்பு நிறுத்தப் பட்டதனால் இருக்கலாம் அல்லது

முருகேசனின் முன்புபோல ஆர்வ மில்லாமையுமாக இருக்கலாம்.

அது 86ஆம் ஆண்டு பிப்ரவரியாக இருக்கலாம் என்று நினைக்கிறேன். பத்தாம் வகுப்பு தேர்வு எழுதிவிட்டு பொழுதுபோகாமல் டிரான்சிஸ்டரை திருப்பிக் கொண்டிருந் தேன். ஒரு வினோதமாக, விவிதபாரதியின் பலகீனமான வர்த்தக ஒலிபரப்பில், திடீரென்று ராஜாவின் குரல் ஒலித்தது.

முருகேசனைத் தேடி ஓடினேன். இப்போது கடையை ஒரேயடியாக மூடி விட்டதாகச் சொன்னார்கள். முருகேசன் ராஜாவைத்தேடி ஊர்ஊராகத்தான் போய்க் கொண் டிருந்தான்... போய்க் கொண்டிருக்கிறான். இங்கிருந்து கரியாப்பட்டினம் அல்லது தில்லைவிளாகம் என்று தேடிப் போய் கோயில் ஆர்க்கெஸ்ட்ராவில் நள்ளிரவுவரை உட்கார்ந்திருப்பான். பாடகர்கள் சினிமா பாடல்களை பழசு, புதுசு என்று கலந்து பாடிவிட்டு ஒரு சிறு இடைவேளை யாக, மிமிக்கிரிக்காரர்கள், பலகுரல் மன்னன்கள் வருவார்கள். எம்.ஆர்.ராதா, எம்.ஜி.ஆர். போல என்று பேசுவார்கள். இதில் ராஜாவுக்கும் நிச்சயமான இடம் ஒன்று உண்டு. பல குரல் மன்னர்களுக்கு, மதுரக் குரலோனின் குரலில் பேசுவதென்பதே ஒரு சவால்தான். முருகேசன் அந்தக் குரலில் ராஜாவை சந்திப்பதற்கென்றே போகத் துவங்கி யிருந்தான். அவர்களும் வருவார்கள்; ராஜா போல ஏதேதோ பேசுவார்கள். ஆனால் இது எதுவும் முருகேசனை திருப்திப் படுத்து வதாய் இருப்பதில்லை. "அவன் என்னடா மூஞ்சூரு போல இருந்துகிட்டு ராஜா மாதிரின்னு பேசுறான். மூஞ்சில அப்பனும் போல வந்துச்சுடா!" என்பான். அப்படி சொன்னாலுமே, மறுபடியும் ராஜா குரலுக்குக் கிளம்பி விடுவான்.

இப்படியான நாளில்தான் ராஜா சிறையிலிருந்து விடுபட்டு, பறந்து வந்து தமிழகத்தில் கால் பதித்திருந்தார். அவரது பேட்டியும், புகைப்படமும் "ராணி' வாரந்தரியில் வந்திருந்தது. ராஜாவின் தோற்றத்தை இப்போதுதான் முதன்

முதலாகப் பார்க்கிறேன். முருகேசனும் இப்போதுதான் பார்த்திருப்பதாகக்கூடும். ஒரு ரவிச் சந்திரனைப் போன்றோ, ஜெய்சங்கரைப் போன்றோ ராஜாவின் தோற்றத்தை கற்பனை செய்திருந்த பலரில் முருகேசனும் இருந்திருக்கலாம். அவனோ "குயிலுக்கு குரல்தான் அழகு" என்பான். தமிழ் நாட்டில் இருக்கும் ராஜாவை சந்தித்து கைகுலுக்கும் புகைப்படம் ஒன்றை அவருடன் எடுத்து விடவேண்டும் என்பதே அவனது மூர்க்கமான திட்டமாக இருந்தது.

பிறகான காலங்களில் அது நிறை வேறியதா என்று தெரிவதற்கு முருகேசன் ஊரில் இல்லை. அவனது கடை இருந்த இடத்தில் டெலிவிசன் ரிப்பேர் கடை ஒன்று வந்துவிட்டது. மஞ்சு இருந்த வீடும் பலமாடி குடியிருப்பாக மாறி விட்டிருந்தது. கழுதைகளும், ரேடியோ டிரான்சிஸ்டர் களும், இலங்கை வானொலி ஒலிபரப்பு களும் அரிதாகிவிட்ட காலம் ஒன்றில்தான், ராஜாவின், அந்த மதுரக்குரலோனின், இறப்புச் செய்தியை கேள்விப் பட்டிருந்தேன். முருகேசன் நினைவை தவிர்க்க இயலவில்லை.

ராஜாவின் இறப்பு ஒரு செய்தியாக வெளிவந்து வெகு காலங்களுக்குப் பிறகே அவரும், அவரது மதுரக்குரலும் அது வெளிப்பட்ட குரல்வளையும் எப்படி நசுக்கி நெறித்து இறுக்கி நிறுத்தப்பட்டது என்பதை அறிந்து வருத்தப்பட நேர்ந்தது. இலங்கையில் இனக் கலவரங்களில் முற்றிய தீவிரவாத குழுக்களால் ராஜாவின் குரல் அலைக்கழிக்கப் பட்டதும், போட்டி குழு மோதல்களின்போது சகபோராளி களின் சரணடையும் அறிவித்தலுக்கும், எச்சரிக்கைக்குமாக தெருத் தெருவாக ராஜாவின் குரல் சிராய்ப்புடன் இழுத்துச் செல்லப் பட்டதும், இயக்க மோதல்களில், யுத்த இரைச்சலின் நடுவே மதுரக் குரலோனின், சிறகடித்துப் பறந்த வானலையின் வசீகரக் குரல் ஒரு மெல்லிய சிறகு போன்றே பிய்த்து உதறப்பட்டதுமாக அலை கடலோரம் கேட்பாரற்று ஓய்ந்து ஒதுங்கி யதுமாக... ராஜாவை முருகேசன் பிறகெப் போதும் ஒரு இயல்பான புன்னகையோடே கூட கண்டிருக்க இயலாது என்றே தோன்றிற்று. ●

13

கூனல் பிறை

தேன்மொழி

'பேசாம இரு' அந்தச் சிறுமி தன்னைவிடச் சிறியவனாகவும் ஒல்லியாகவும் முகத்தில் தெளிவில்லாமலும் இருந்த அந்தச் சிறுவனை அதட்டினாள். புகைவண்டியின் தடதடக்கும் ஓசைக்குள் தன் சிரிப்பை மறைத்தபடி அவன் ஜன்னல் வழியாக வெளியே பார்க்கத் துவங்கினான். நான் எனது இடத்தில் வசதியாக அமர்ந்து கொள்ள முயன்றபடி அவர்களைப் பார்த்தேன். அந்தச் சிறுமிக்குப் பத்துப் பன்னிரெண்டு வயதிருக்கும், மாநிறத்தில் வயதுக்கு மீறிய வாளிப்புடன் இருந்தாள். அவளது முகத்தில் அனுபவ முதிர்ச்சியேறிக் குழந்தைத்தனத்தைத் திரையிட்டு மறைத்திருந்தது. புகைவண்டி நிலையத்திலும் புகைவண்டிப் பெட்டிக்குள்ளும் கூட்டம் அதிகமில்லை என்பது சற்றே ஆறுதலாக இருந்தது.

அமர்வதற்கு நிறைய இருக்கைகள் காலியாக இருந்தாலும் நான் அந்த இடத்தைத் தேர்வு செய்ததற்கு அந்தச் சிறுமியும் அவளது தம்பியும்தான் காரணம். உள்ளே ஏறியவுடன் அவர்களும் அவர்களது அம்மாவும் எதிரெதிர் இருக்கையில் அமர்ந்திருந்த பெஞ்சில் அவர்களது அம்மாவுக்கு அருகில் ஜன்னல் ஓரத்தில் அமர்ந்தேன். சம்சா, டீ... குரல்கள் தேய்ந்து பின்வாங்கப் புகைவண்டி தன் பயணத்தைத் துவக்கியது. மனிதர்களும் வீடுகளும் பார்வையிலிருந்து மறையத் துவங்கியதும் புகைவண்டியின் இருமருங்கிலும் வேலியும் மரங்களும் அவற்றின் மேல் அடர்த்தியாகப்

போர்த்தப்பட்டதைப் போன்றிருந்த கொடிகளும் பச்சை அரண் போல் கூடவே ஓடி வந்தன. கொடிகளுக்கிடையே சிறிய ஊதாப் பூக்களும் வெளிர்நிறப் பூக்களும் காலை வெயிலில் பளபளத்தன.

அந்தச் சிறுவனும் சிறுமியும் அவர்கள் இருக்கைக்கு எதிரே அவர்களது அம்மா அருகில் நான் அமர்ந்ததை விரும்பவில்லை என்பதை உணர்ந்துகொண்டேன். உட்காருவதற்கு முன்பாக அவர்களைப் பார்த்து நான் சிந்திய மெல்லிய புன்னகையை அவர்கள் அப்போதே நிராகரித்துவிட்டார்கள். என் பார்வையையும் அவர்கள் தொடர்ந்து தவிர்த்துக்கொண்டே வந்தார்கள். நான் என் அருகில் இருந்த அவர்களின் அம்மாவை எதார்த்தமாகப் பார்த்தேன். நடுத்தர வயதில் அந்தச் சிறுவனின் முகச்சாயலில் இருந்தாள். அவளுடைய தலை முடி ஆண்களுடைய முடியைப் போல் ஒட்டி வெட்டப்பட்டிருந்தது. ஆனால் அது ஒழுங்கின்றிச் சிலும்பிக் கிடந்தது. அவள் அணிந்திருந்த மெல்லிய புடவை தாறுமாறாகச் சரிந்து அவளுடைய பெருத்த சரீரத்தின் பகுதிகளை வெளிக்காட்டிக் கொண்டிருந்தது. அவள் வலது கையின் ஒரு விரலை நீட்டி எதையோ காட்டினாள். விரல் நீட்டிய திசையை நோக்கி முறைத்தாள், பின்பு சிரித்தாள். மீண்டும் வேறு பக்கம் விரலை நீட்டிச் சிரித்தாள். அவள் இயல்பாக இல்லை என்பதை நான் உணர்ந்துகொள்ளும் முன்பே திடீரென அவளிடமிருந்து ஒரு வெடிச்சிரிப்புக் கிளம்பியது. அவளது விரல் நீட்டியபடியே இருந்தது. அவள் வெடித்துக் கிளம்பும் தன் சிரிப்பு சத்தத்தால் இந்த உலகையே மிரட்டுவது போல் எனக்குத் தோன்றியது. புகை வண்டியின் ஓசையை விடவும் அதிக சத்தத்துடன் அவள் சிரித்தாள். எனக்குள் சற்று பயம் உருவானது. நான் ஜன்னலை ஒட்டி நெருங்கி அமர்ந்து கொண்டேன். ஒரு அன்னியரின் முன்னால் தங்களது அம்மா அப்படி நடந்துகொள்வது அந்தப் பிள்ளைகளுக்கு அவமானத்தையும் துயரத்தையும் தந்திருக்க வேண்டும். அந்தக் குழந்தைகள் இருவரும் கலவரப்பட்ட முகத்துடன் தமது அம்மாவைப் பார்த்துக் கொண்டிருந்தார்கள்.

அவள் இப்போது அமைதியாய் இருந்தாள். அவளது தலை கீழே குனிந்து தொங்கியது. அவள் என்ன செய்கிறாள் என்பதை ஊகிக்க முடியவில்லை. நான் பார்வையைத் திருப்பி அந்தக் குழந்தைகளை ஆதரவாக நோக்கினேன். அவர்கள் என்னை முறைத்தார்கள் தமது பார்வையை வேறு பக்கம் திருப்பிக் கொண்டார்கள். நான் அங்கிருப்பதை அவர்கள் கொஞ்சமும் விரும்பவில்லை என்று புரிந்தது.

அந்தப் பெண் தனது இருக்கைக்குக் கீழிருந்த சிறிய சாக்குப் பைகளைத் துழாவினாள். ஒரு அவற்றில் சமையலுக்கான பழைய அலுமினியப் பாத்திரங்கள் இருந்தன. ஒரு சிறிய சாக்குப்பையில் மளிகைப் பொருட்களும் மற்றவற்றில் பழைய துணிமணிகளும் இருந்தன. அந்தப் பெண் தன் தாயை அதட்டினாள். ஆனால் அவளோ எதையோ நினைத்துக் கொண்டு சிரிப்பவள் போல் சிரித்துக்கொண்டு எழுந்து என் இருக்கைக்கு அருகில் அமர்ந்தாள். மிளகாய் தூள் போல் கீழே கொட்டிக் கிடந்த ஒன்றை அந்த சிறுவன் வேகமாகக் குனிந்து அள்ளினான். அந்தப் பெண் தன் அம்மாவின் புடவையைச் சரிசெய்து விட்டுவிட்டுத் தன் இடத்தில் அமர்ந்துகொண்டாள்.

நான் அந்தப் பெண்ணை இப்போது உற்றுக் கவனித்தேன். அவள் ஏன் இப்படி ஆனாள் என்பதை அந்தப் பிள்ளை களிடம் கேட்கத் தயக்கமாக இருந்தது.

அவள் வெறொரு உலகத்தில் இருந்தாள். ஏதோ பிடிக்காத ஒரு வாசனையை முகர்ந்ததுபோல அவள் தனது மூக்கைச் சுளித்துக் கொண்டாள். அவளது கண்கள் அங்கு இல்லாத உருவங்களைப் பார்த்து அலை பாய்ந்து கொண்டிருந்தன. ஒரு உரையாடலைக் கேட்கும்போது நிகழ்வதுபோல ஒரு கணம் திகைப்பு ஒரு கணம் வியப்பு என அவளது முகபாவம் மாறிக்கொண்டே இருந்தது.

மீண்டும் அந்தப் பெண் விரலை நீட்டிச் சிரித்தாள். சிரிப்பை அடக்க முடியாதவள் போல் அப்படியொரு சிரிப்பு அவளிடமிருந்து வெளிப்பட்டது. சிறிய பிள்ளைகள்

தம்முடன் விளையாடிக் கொண்டிருக்கும் குழந்தையொன்று சறுக்கி விழுந்துவிட்டால் சிரிப்பார்களே அப்படி இருந்தது அவளது சிரிப்பு. யாரையோ கேலி செய்து சிரிப்பதைப் போல அவள் சிரித்தாள். கட்டுப்படுத்த முடியாமல் அவள் சிரித்தபோது அவளது கண்களில் நீர் கோர்த்துக்கொண்டு புரையேறி இருமினாள். அந்தச் சிறுவனும் சிறுமியும் ஒருவரையொருவர் பார்த்தபடி, தன் அம்மாவைப் பார்த்துப் புன்னகைத்தார்கள். அவர்களைப் பார்த்து அந்தப் பெண்ணின் சிரிப்பு அதிகமானது. அவள் தன் குழந்தைகளை அடையாளம் கண்டு கொண்டுதான் சிரிக்கிறாளா என்று எனக்குச் சந்தேகமாக இருந்தது. இப்போது அவளது பார்வை என்மீது நிலைகுத்தியிருப்பதுபோல் பட்டது. நான் மெதுவாகப் புன்னகைத்தேன். ஆனால் அவள் அதைக் கவனித்ததாகத் தெரியவில்லை. அவளது கவனம் என்னிடம் குவிந்திருக்கவில்லை என்னை ஊடுருவி எனக்கு அப்பால் ஓடிக்கொண்டிருந்தது என்பது புரிந்தது.

எதிர் இருக்கையில் அமர்ந்திருந்த சிறுமி இப்போது வேகமாக எழுந்து வந்து என் பார்வையிலிருந்து தன் அம்மாவை மறைத்தபடி நின்றாள். நான் அந்தப் பெண்ணைக் கவனிப்பதை அவள் விரும்பவில்லை. அவள் தனது தாயின் தலையை அன்பாகக் கோதி ஒழுங்கு செய்தாள். புடவையை அங்கங்கே சரி செய்துவிட்டாள். ஆனால் அதைப் பற்றி எந்த உணர்வுமில்லாமல் அந்தப் பெண் சிரித்துக்கொண்டே இருந்தாள். தனது மகளையோ அவள் செய்கைகளையோ அந்தப் பெண் புரிந்துகொண்டது மாதிரி தெரியவில்லை. சிறுமி தன் இடத்தில் சென்று அமர்ந்தவுடன், அந்தச் சிறுவன் எழுந்து சென்று தன் அம்மாவின் தோளைச் சிறிது நேரம் தொட்டுக்கொண்டே நின்றான். அம்மா கை நீட்டிச் சிரித்துக்கொண்டிருக்கும் திசையைப் பார்த்தான். அங்கே மரங்கள் வேகமாக நகர்ந்து கொண்டிருந்தன. பூக்கள் வெவ்வேறு வண்ணங்களில் கடந்து போயின. வயல்களில் புது நீர் பாய்ந்திருந்தது. ஆண்கள் உழவு ஓட்டிக் கொண் டிருந்தார்கள். பெண்கள் குனிந்தபடி களையெடுத்தார்கள். தூரத்தில் நீல ஆகாயத்தின் அடியில் வெவ்வேறு வடிவங்களில்

திரண்டிருக்கும் வெண்ணிற மேகங்களுக்கடியில் ஒரு கருநிறக் குருவி தன்னந்தனியாய் பறந்துகொண்டிருந்தது. அவனுக்கு அழுகை வந்தது. அவன் தன் அம்மாவைக் கட்டிக்கொண்டு அழுதான். தனது அம்மாவின் தலையைத் தன் வயிற்றோடு சேர்த்து அணைத்துக் கொண்டான். எங்கோ வேடிக்கைப் பார்த்துக்கொண்டிருந்த அந்தச் சிறுமி வேகமாக எழுந்து ஓடிவந்து தன் சகோதரனைப் பிடித்துத் தன் இருக்கைக்கு அழைத்துப் போனாள். இப்போது அந்தப் பெண் வேறுபக்கம் கையை நீட்டியபடி தனது சிரிப்பைத் தொடர்ந்தாள்.

இதனிடையில் அடுத்த ஊரை ரயில் அடைந்திருந்தது. ஒரு சிறுவன் சுண்டல் விற்றுக்கொண்டு வந்தான். சுண்டல் வாசனை பெட்டிக்குள் பரவியபோது எனக்குப் பசி யெடுத்தது. சுண்டல் வாங்கலாமா என நினைத்தேன். ஆனால் அவர்களின் மத்தியில் எப்படி அதைச் சாப்பிடுவ தெனத் தயக்கமாக இருந்தது. அந்தப் பிள்ளைகளுக்கு வாங்கித் தரலாம், ஆனால் அவர்கள் அதை வாங்கிக் கொள்வார்கள் எனத் தோன்றவில்லை. இப்போதும் அந்தப் பெண் சிரித்தபடியே இருந்தாள். சுண்டல் விற்பவன் ஒரு கணம் தனது குரலை அடக்கிக்கொண்டு அவளை விநோதமாகப் பார்த்தபடி எங்கள் பகுதியைக் கடந்து சென்றான்.

வேகமாகச் சிரித்துக்கொண்டிருந்த அவளுடைய குரல் இப்போது மாறிக்கொண்டே வந்தது. அவள் தனது நெற்றியைச் சுருக்கி எதையோ பார்த்தாள். நமக்கு மிகவும் நெருங்கிய யாரோ ஒருவர் விபத்தில் சிக்கிக்கொண்டால் அவரைப் பார்க்கும்போது நம் முகம் கோணுமே அப்படி அவள் முகம் கோணியது. அவளது கன்னங்களில் கண்ணீர் வழிந்தது. இப்போது அவளது சிரிப்பு முழுதுவம் நின்று போய், அந்தப் பெண் வாய்விட்டு 'அழத் தொடங்கிவிட்டாள். பெஞ்சில் சுருண்டு படுத்துக் கொண்டு கண்களைக் கசக்கிக் குழந்தையைப் போல் வேகமாகக் கேவினாள். பெட்டியின் அடுத்த பக்கமாக இருந்த ஒரு பெண் வந்து எட்டிப்

ஏரோட்டம் | 161

பார்த்துவிட்டுத் திரும்பிச் சென்றாள். அந்தப் பக்கம் அமர்ந்திருந்த ஆண் ஒருவன் எழுந்து வந்தான். அழுது கொண்டிருந்த இருந்த பெண்ணின் தொடையில் வேகமாகத் தட்டினான். அவன் முகம் எரிச்சலில் சுருங்கி யிருந்தது. அவன் உரிமையாகத் தட்டியதைப் பார்த்தபோது அவளது கணவனாக இருக்க வேண்டும் எனத் தோன்றியது. அவன் தட்டியதும் கண்களை மூடியபடி அழுதுகொண்டிருந்த அவளது அழுகை ஒரு நிமிடம் நின்றது. ஆனால் அடுத்த கணமே இன்னும் பெரிய சத்தத்துடன் அது வெடித்துக் கிளம்பியது. அவன் அந்தச் சிறுமியை முறைத்தான். அவள் அவனது பார்வையிலிருந்து நழுவ முயன்று கொண்டிருந்தாள். தனது இருக்கைக்கு அடியிலிருந்த எவர்சில்வர் தூக்கை எடுத்துத் திறந்தாள். அதிலிருந்த சப்பாத்திகளில் இரண்டை எடுத்து ஒரு பேப்பர் தட்டில் வைத்து, தொட்டுக்கொள்ள கெட்டிச் சட்னி போன்ற எதையோ வைத்துத் தன் அம்மாவிடம் நீட்டினாள். அவள் கண்களைத் திறக்காமல் அழுதுகொண்டே இருந்தாள். அந்த பேப்பர் தட்டைத் தன் தாயின் கைகளில் சிறுமி திணித்தாள். அவள் வாங்கவில்லை. கொஞ்சம் சப்பாத்தியைப் பிய்த்து தன் தாயின் வாயில் வைத்தாள். அவள் அழுகையை நிறுத்திவிட்டு எழுந்து அமர்ந்து வேகமாகச் சாப்பிடத் தொடங்கினாள்.

அம்மாவுக்குப் பசி அதான் அழுதிருக்கு' என்று சொல்லியபடி அந்தப் பையன் சப்பாத்தியைத் துண்டுகளாகப் பிய்த்துத் தட்டில் போட்டான். அந்தப் பெண் எங்கோ பார்த்துப் புன்னகைத்தபடி வேக வேகமாகச் சாப்பிட்டாள். அந்தச் சிறுவன் தனது அம்மா தன் கைகளில் எடுத்த சப்பாத்தியை அவள் கைகளைப் பிடித்துத் தன் வாயில் வைத்துக்கொண்டான். எவர்சில்வர் தூக்கிலிருந்து இன்னும் இரண்டு சப்பாத்திகளை எடுத்துப் பிய்த்துப் போட்டான். தட்டில் சப்பாத்தித் துண்டுகள் மீதமிருந்தன. அவள் பசி அடங்கி விட்டது போலிருந்தது, அவள் அதற்குமேல் சாப்பிட மறுத்தாள். அந்தச் சிறுமி தன் அம்மா சாப்பிட்ட தட்டில் மீதமிருந்ததைச் சாப்பிட்டாள். அவளது சகோதரன் பின்னால் இருக்கையில் இருந்த தனது தந்தைக்குச்

சப்பாத்திகளைக் கொடுத்துவிட்டு வந்து, தனது அக்காவோடு சேர்ந்து சாப்பிட்டான்.

அந்தப் பெண் தனது பெருத்த உடலைத் தூக்கிக்கொண்டு இருக்கையிலிருந்து எழுந்து நின்றாள். அவளது கை பாவாடையின் நாடாவைத் துழாவிக்கொண்டிருந்தது. அவளுடைய தேவை என்னவென்பது சிறுமிக்குப் பழகிப் போயிருக்க வேண்டும். தன் அம்மாவைக் கையைப் பிடித்து நடத்திக் கழிவறைக்குக் கூட்டிப் போனாள். சற்று நேரத்தில் கழிவறையிலிருந்தபடி தனது சகோதரனின் பெயரைச் சொல்லி அவள் அழைத்தது கேட்டது. அவளது அழைப்பை எதிர்பார்த்திருந்தவன் போல் அந்தச் சிறுவன் ஓடினான். சிறிது நேரத்தில் அவர்கள் இருவரும் தமது அம்மாவைக் கைத்தாங்கலாக அழைத்து வந்து இருக்கையில் உட்கார வைத்தார்கள்.

அந்தச் சிறுமியின் மேலாடை முழுவதும் நனைந்திருந்தது. அந்தப் பெண் வந்து அமர்ந்தவுடன் குப்பென்று ரத்தக் கவிச்சி வீசியது. நான் முகத்தைச் சுளித்தபடி ஜன்னல் பக்கம் திரும்பிக்கொண்டேன். அதைப் பார்த்துவிட்ட அந்தச் சிறுமி வேகமாகத் தன் அம்மவை ஒரு பழைய போர்வையால் மூடினாள். ஆனால் அவள் விரலை நீட்டியபடி சிரிக்க ஆரம்பித்தவுடன் போர்வை கழன்று விழுந்தது. அவள் புடவையின் முன்புறமெங்கும் திட்டுதிட்டாக உதிரக் கறை இருந்தது. போர்வை அகன்றதும் மீண்டும் ரத்தக் கவிச்சி குப்பென்று அடித்தது. அங்கிருந்து எழுந்து போய்விடலாம் எனத் தோன்றினாலும் அந்தப் பெண்ணையும் அந்தச் சிறிய பிள்ளைகளின் செயல்களையும் பார்க்கும் ஆர்வம் என்னை அங்கேயே இருக்கச் செய்தது. வெளிக்காற்றைச் சுவாசிக்கும் விதமாக ஜன்னல் அருகே நெருங்கி தலையைச் சற்று வெளியில் நீட்டி வேடிக்கைப் பார்க்கத் துவங்கினேன். முகத்தில் அறைந்த காற்று கண்களை உறுத்தியது.

தகதகத்துக் கொண்டிருந்த காலை சூரியனைப் பார்த்தேன். அதன்மீது யாரோ குருதியைக் கொட்டியதுபோல அது சிவப்பாக உருமாறிக் கொண்டிருந்தது. அதிலிருந்து

சிவப்பு வண்ணம் வெளியெங்கும் சிதறிக்கொண்டிருந்தது. மேகங்களும் செந்நிறப் பொதிகளாய் மிதந்து கொண்டிருந்தன. நிலத்தின்மீது குருதி மழையெனப் பொழிவது போலவும் நீர்த் தடங்களெங்கும் ரத்தம் பெருக்கெடுத்து ஓடுவது போலவும் இருந்தது. வயல்களின் வரப்புகளுக்கிடையே ரத்தம் தேங்கி நின்றது. காற்று துர்நாற்றமோ வாசனையோ இல்லாமல் கழுவித் துடைத்தது போல் இருந்தது. அது என்னை மூச்சுத் திணற வைத்தது. நான் அந்த இடத்திலிருந்து எழுந்து போய்விட நினைத்த பொழுது, அந்தச் சிறுவன் தன் அம்மாவை நோக்கி எழுந்து வந்தான். அவள் மடியில் அமர்ந்துகொண்டான். முன்னும் பின்னும் குனிந்து ஊஞ்சலாடினான். திசைகளுக்குள் எதையோ அடையாளம் கண்டவள் போல் அவள் எங்கோ பார்த்து சிரித்துக் கொண்டிருந்தாள்.

அடுத்த பெஞ்சில் அமர்ந்திருந்த அவளது கணவன் யாரிடமோ பேசும் குரல் கேட்டது "வேளாங்கன்னி போறோம் ஒரு பத்து நாள் தங்கிட்டு, இத சிஸ்டர்ங்ககிட்ட சொல்லி அங்க மடத்துல விட்டுட்டு வரணும், ஒத்துப்பாங்களா தெரியல், எங்க ஊர்லேர்ந்து ரெண்டு பேரு அங்கதா கடை வச்சிருக்காங்க, வேளாங்கன்னி மாதா குணமாக்கி வச்சுடும்னு சொன்னாங்க. மனுசாள நம்பி எவ்வளவோ வைத்தியம் பார்த்துட்டன். காசு அழிஞ்சதுதான் கண்ட பலன். இனிமே கடவுளத்தான் நம்பணும். குணமாயிட்டா பவுன்ல சிலுவை செஞ்சி வக்கிறேன்னு வேண்டிட்ருக்கேன். குணமாக ஒருமாசமாகுமோ ஒரு வருசமாகுமோ தெரியல".

அந்த ஆள் யாரிடமோ பேசிக்கொண்டிருந்தான். அவன் பேசப் பேச அந்தப் பிள்ளைகள் இருவரும் என்னையே பார்த்தார்கள். இதுதான் எங்கள் கதை, தெரிந்துகொள் என்பதுபோல இருந்தது அந்தப் பார்வை. அவர்கள் மீது எனக்கு இரக்கமும் கருணையும் சுரந்தன. ஆனால் அவர்களுக்கு நான் எந்தவகையில் உதவ முடியும்? இந்த வயசில் இப்படிக் கஷ்டப்பட வேண்டுமென்று எந்தக் கடவுள் அவர்கள் தலையில் எழுதியதோ. அந்தப்

பெண்ணையும் அந்தப் பிள்ளைகளையும் பார்த்தபோது அந்தப் பெண்தான் அதிர்ஷ்டசாலி போலத் தெரிந்தாள். அவளுக்கு எந்த வேதனையும் புரியப்போவதில்லை. நடப்பது எதுவும் தெரியாமல் இருந்துவிட்டால் எவ்வளவு நன்றாக இருக்கும்! குடும்பச் சுமை இல்லை, எதைப் பற்றிய கவலையும் இல்லை. சந்தோஷமோ துக்கமோ எந்த வித்தியாசமும் இல்லை.

"நானும் வெளியில வேலைக்குப் போற ஆளு, புள்ளைங்க ரெண்டும் இத பாத்துக்கச் சிரமப்படுதுங்க, இது கவலையில புள்ளைங்க படிக்க மாட்டேங்குதுங்க அதான் கொஞ்ச நாளைக்குக் கண் காணாம விட்டுப் பாப்போம்னு போறேன். இங்க வேளாங்கன்னியில வச்சுக்க முடியாதுன்னு டாங்கன்னா பக்கத்துல இருக்குற பாப்பா ஊர் பள்ளி வாசல்ல இது போல உள்ளவங்கள கட்டிப்போட்டு வைத்தியம் பண்றதா கேள்விப்பட்டேன், அங்க போய் பாக்க வேண்டியதுதான். புள்ளைங்க சின்னப் பசங்களா, இதப் பாக்குறதுக்கு ரொம்ப சிரமப்படுதுங்க, அதுங்களுக்குத் தாய் இருக்கணும்னு விதி இருந்தா எல்லாம் நல்லா நடக்கும். இது புத்தி தெளிஞ்சி பொழச்சிக் கெடந்தா, பின்னால வந்து கூட்டிட்டுப் போவணும், இல்லன்னா வேளாங்கன்னி அம்மா விட்ட வழி...

அந்த ஆள் பேசிக்கொண்டே இருந்தான். தனது மனச் சுமையைச் சற்று இறக்கி வைத்தால் தேவலாம் என்ற எண்ணத்தில் அவன் பேசுவதுபோல இருந்தது.

"எத்தன டாக்டரத்தான் பாக்குறது? ஆரம்பத்துல இப்புடியெல்லாம் செய்யாது. ஒரு வார்த்தையும் பேசாம மணிக் கணக்கா ஒக்காந்துருக்கும். அப்புடியே வுட்ருந்துருக்கலாம். டாக்டருங்ககிட்ட கூட்டிட்டுப் போனதுலதான் இப்புடி முத்திப் போயிடுச்சி. அக்கம் பக்கத்துல இருக்குற ஜனங்களும் ஆளாளுக்கு ஒண்ண சொல்லி இந்தக் கெதிக்குக் கொண்டாந்துட்டாங்க. மத்தவங்கள குத்தம் சொல்லிப் பிரயோஜனம் இல்ல. என்ன எழிதியிருக்கோ அதான நடக்கும்'

ரயில் ஓடும் சத்தத்தைத் தாண்டி அந்த ஆளின் குரல் தெளிவாக ஒலித்துக் கொண்டிருந்தது. பாவம் அவன். எவ்வளவு கஷ்டப்பட்டிருப்பானோ தெரியவில்லை. அவனது பேச்சைக் கேட்கக் கேட்க என் மனதில் சுமை ஏறியது, நான் வானத்தை வெறித்தேன். இப்போது அதன் நிறம் மாறியிருந்தது. சிவப்பு நிறம் போய் வானம் வெளிறிக் கிடந்தது. அந்தச் சிறிய கருங்குருவி இன்னும் வானுக்கடியில் பறந்தபடி ரயிலின் கூடவே தொடர்ந்து வந்து கொண்டிருந்தது. அது திசை தெரியாமல் தவிப்பது போலிருந்தது. மனதில் சோகம் தேங்கியது. கண்களில் அரும்பும் கண்ணீரை விழுங்கியபடி திரும்பிப் பார்த்தேன். அந்தப் பெண் தன் கால்களுக்கிடையில் தலையைக் கவிழ்ந்தபடி சுருண்டு அமர்ந்திருந்தாள்.

எதிரே அமர்ந்திருந்த அந்தச் சிறுமி தன் சகோதரன் முன் இரண்டு விரல்களை நீட்டிக்கொண்டிருந்தாள். அவன் அழுதுகொண்டே இரண்டு விரல்களையும் மாறி மாறித் தொட்டான். அந்தச் சிறிய பெண்ணின் முகம் இறுகி இருந்தது. அவள் அவனிடம் "நீ அம்மாவை விட்டுவிட்டுப் போகும் போது அழுவியா? அழ மாட்டியா?" என்று கேட்டாள். அவன் அழக் கூடாது என்பது அவளது விருப்பம். அவன் அழுதால் அவளால் தாங்க முடியாது என்பது புரிந்தது. அவன் அழுது தனக்கும் அழுகை வந்துவிட்டால் என்ன செய்வது என்று அவள் எண்ணியிருக்க வேண்டும். அம்மாவோடு சேர்ந்து இருக்க முடியாது. அப்பா மிகவும் பிடிவாதமாய் இருக்கிறார் என்ற கவலை அவளது முகத்தின் நிறத்தை மங்கச் செய்தது. அந்தச் சிறிய பையன் விரல்களை மாற்றி மாற்றித் தொட்டுக் கொண்டிருந்தான். அவளோ அழக் கூடாது என்பதற்கான விரலையே அவன் தொடும்படிக் காட்டிக் கொண்டிருந்தாள். நான் கழிப்பறைக்குப் போவதுபோல எழுந்து அந்த ஆள் அமர்ந்திருக்கும் பெஞ்ச் பக்கமாக நடந்தேன். அதைக் கடக்கும்போதுதான் கவனித்தேன் அங்கு அவனைத் தவிர வேறு யாரும் அமர்ந்திருக்கவில்லை. அவன் யாரிடமோ பேசுவதுபோலத் தனக்குத் தானே பேசிக்கொண்டி ருந்தான்.

நான் அவசரம் அவசரமாகத் திரும்ப வந்து எனது இடத்திலேயே அமர்ந்து கொண்டேன்.

ரயில் இப்போது ஒரு ஸ்டேஷனை அடைந்திருந்தது. நான் எழுந்து கொண்டேன். அந்தப் பிள்ளைகள் இப்போது என்னைக் கவலையோடு பார்த்தார்கள். தம்மோடு நானும் வர வேண்டும் என்று அவர்களது கண்கள் கெஞ்சுவதுபோல் தெரிந்தது. நான் இறங்க வேண்டிய ஸ்டேஷன் இன்னும் இரண்டு ஸ்டேஷன்கள் தாண்டி இருந்தது என்றாலும் அதற்குமேல் அந்த ரயிலில் பயணிக்க முடியாது எனத் தோன்றியது. வேறு பெட்டிக்குப் போவதா அந்த ஸ்டேஷனி லேயே இறங்குவதா என்று ஒரு கணம் குழப்பமாக இருந்தது. இறங்கிவிட்டேன். நான் இறங்குவதற்காகவே காத்திருந்தது போல் ரயில் புறப்பட்டது. அந்தப் பெண்ணின் சிரிப்புச் சத்தம் மீண்டும் கேட்டது. கடந்துபோகும் ரயிலின் ஜன்னல்கள் எங்கும் அந்தப் பிள்ளைகளின் முகங்களாய்த் தெரிந்தன. அவர்கள் இருவரும் தமது இரண்டு விரல்களை நீட்டிக் கொண்டிருந்தார்கள். பிளாட்பாரத்தில் நின்றிருந்த வர்கள் எல்லோரும் அந்த விரல்கள் இரண்டையும் ஓடி ஓடித் தொட்டுக் கொண்டிருந்தார்கள். ●

14

மாலா அத்தை

விஷ்ணுபுரம் சரவணன்

'கும்பகோணம் சி.ஆர்.சி ரெண்டு' என ஐம்பது ரூபாய்த் தாளை நடத்துநரிடம் நீட்டினாள் வசந்தி. பள்ளிக் கூடம் தொடங்கும்நேரம் என்பதால் பேருந்தில் நிற்பதற்குக் கூட இடமில்லை. மகன் அஸ்வந்த், சீட் கம்பியைப் பிடித்தவாறே வெளியே வேடிக்கை பார்த்துக்கொண்டிருந்தான். அவன் படிக்கும் பள்ளியைப் பேருந்து கடக்கும்போது குனிந்து தன் நண்பர்கள் யாராவது நிற்கிறார்களா எனப் பார்த்தான். வசந்தி ஒரு கையில் ஒயர்க்கூடை வைத்திருந்தாள். அதனுள் பழைய புடவை ஒன்றும், காபி நிரப்பப்பட்ட பிளாஸ்க்கும் இருந்தன. உட்கார இடம் கிடைத்தால் கொஞ்சம் ஆசுவாசமாக இருக்கும் என்றிருந்தது அவளுக்கு.

எதிர்வீட்டு பாலு அண்ணன்தான் போன் பண்ணி யிருந்தார். "மாலா அத்தைக்கு உடம்புக்கு முடியல. கும்மோணம் சுந்தர் ஆஸ்பத்திரிக்கு அழைச்சிட்டுப் போயிருக்காங்க", அவ்வளவுதான் சொன்னார். வேறு விஷயங்களைக் கேட்க வாயெடுப்பதற்குள், "சீக்கிரம் போய்ப் பாரு" எனத் துண்டித்துவிட்டார். இன்னும் பலருக்கும் சொல்ல வேண்டிய அவசரம் அவர் குரலில் தெரிந்தது. இன்னும் அரைமணிநேரம் கழித்து போன் வந்திருந்தால், அஸ்வந்த் பள்ளிக்குப் போயிருப்பான். அவனை அழைத்துக்கொண்டு போவதா, இல்லை, பள்ளி யில் விட்டுப் போவதா எனக் குழப்பம். ஆஸ்பிட்டலிலிருந்து

திரும்ப இரவாகிவிட்டால் என்ன செய்வது என்று, அஸ்வந்தின் வகுப்பாசிரியைக்குப் போன் செய்து விவரத்தைச் சொல்லி ஒரு நாள் லீவ் சொல்லிவிட்டு, கூடவே அழைத்துச்செல்கிறாள்.

திருப்பனந்தாள் கடைத்தெருவைத் தாண்டியதும் இருவருக்கும் உட்கார இடம் கிடைத்தது. வசந்தியின் தோளில் சாய்ந்து கொண்டான் அஸ்வந்த். அஸ்வந்த்தை முதன்முதலில் தூக்கியது மாலா அத்தைதான். அஸ்வந்த்தை மட்டுமல்ல, ஊரில் பல குழந்தைகளையும் முதலில் தூக்கியது மாலா அத்தைதான்; மருத்துவச்சி அல்ல. நல்லது கெட்டதுக்கு முன்னாடி வந்து நிற்கும் மனுஷி. குறிப்பாக, குழந்தை பிறக்கும்போது. ஒயர்க் கூடையை சீட்டுக்கு அடியில் வைக்கும்போது புடவையில் சிந்திய காபியைத் தட்டிவிடும்போது தான் கவனித்தாள். மாலா அத்தையும் அவளும்தான் கும்பகோணம் வந்து அந்தப் புடவையை எடுத்திருந்தார்கள். மாலா அத்தை யாரோடும் சண்டை போட்டு யாரும் பார்த்திருக்க முடியாது. இழவு வீடுகளில் பார்க்கும்போது மாலா அத்தையின் முகத்தில் மெல்லிய சிரிப்பு இருப்பதாகத் தோன்றும். அவர் முகத்தில் ஏதோ ஓரிடத்தில் ஒவ்வொருவரும் தன் அம்மாவின் சாயலைக் காண முடியும். டீ குடிப்பதில் அவரோடு போட்டிபோட முடியாது. செல்லக் குட்டி கடையில், ஒரு நாளின் முதல் டீயையும் கடைசி டீயையும் வாங்குவது அவராகத்தான் இருக்கும்.

மாலா அத்தைக்கு பண்ருட்டி பக்கத்தில் வானாதிராயபுரம். ரத்தினத்துக்கு வாக்கப்பட்டு வந்ததிலிருந்து அந்த ஊருக்கே அத்தையாகிப் போனாள். சித்தி, அண்ணி, பெரியம்மா என உறவின்முறைகள் இருந்தாலும் அத்தை என்று அழைப்பதே ஊராரின் வாடிக்கையாகிவிட்டது. ஊரே அத்தை என்று அழைத்தாலும் கட்டிக்கொடுப்பதற்கு ஒரு குழந்தையும் இல்லை. மாமா ரத்தினம் கூத்துக்கலைஞர். நாகம்பாடி கோவிந்தராஜு குழுவில் அனுமார் வேஷம் போடுவார். லவகுசா, ராமாயணம் நாடகங்களில் மாமாவின் அனுமார்

சேட்டைகளைப் பார்க்கவே தனிக்கூட்டம் வரும். நாடக மேடைக்கு முட்டுக்கொடுத்திருக்கும் சவுக்குக் கழியெல்லாம் ஏறி பல்டி அடிப்பார். ஒரு நொடிகூட ஓரிடத்தில் நிற்க மாட்டார். திடீரென்று மேடையை விட்டிறங்கி, கூட்டத் தினுள் இருக்கும் சின்னப் பையன்களை வம்பிழுப்பார். அவர்களும் மாமாவின் வாலைப் பிடித்து இழுக்க போட்டிபோடுவார்கள். அன்னியூரில் அப்படிச் செய்யும் போது, சேட்டைக்காரப் பையன்கள், வாலைத் தனியாக இழுத்தேவிட்டார்கள். மாமா ஒருவழியாகச் சமாளித்து, மேடையின் பின்பக்கமாக ஓடிச்சென்று வாலைக் கட்டிக்கொண்டு வந்தார். கணீரென்ற குரல் அவருக்கு. நாடகத்தின் முக்கியமான காட்சியே அனுமார் வேஷத்தில் ரத்தினம் பற்களால் தேங்காய் உரிப்பதுதான். அதைப் பார்க்கவே ஒரு கூட்டம் காத்திருக்கும். இதைத் தெரிந்து கொண்டே அந்தக் காட்சியைத் தள்ளிக்கொண்டே போய் விடியற்காலை மூன்று மணிக்குத் தேங்காயோடு ரத்தினத்தை மேடைக்கு அனுப்புவார்கள்.

மட்டையின் ஓர் இடத்தில் லேசாகக் கீறித்தான் வைத் திருப்பார். ஆனால், அது தெரியாதளவு ஒவ்வொரு பிரியாக உரித்து, பார்வையாளர்கள் மேல் வீசுவார். மட்டை முழுவதையும் உரித்ததும், அந்தத் தேங்காயை உடைத்துத் தண்ணீரைக் குடிப்பார். இல்லையென்றால், விடிந்ததும் நடக்கும் ராமன் - சீதா பட்டாபிஷேகக் காட்சியில் அர்ச்சனை செய்யக்கொடுப்பார். அனுமார் வேஷம் இல்லாத வள்ளி திருமணம் நாடகத்தின்போது பபூனாக வருவார். ஆனால், ‘அனுமார்’ ரத்தினம் என்பதுதான் அவருக்கான பெயராக மாறி விட்டது. திருவிழா நோட்டீஸ் அடிக்கும்போதும் அவரின் பெயரை அப்படித்தான் அச்சிடு வார்கள். அதனால், அன்னியூர் ராமய்யா, வேம்பத்தூர் கலையரசன் நாடகக்குழுக்களிலிருந்தும் ரத்தினத்தை அனுமார் வேஷம் போட அழைப்பார்கள். அவரும் கூத்து வாத்தியாரிடம் சொல்லிவிட்டுச் செல்வார். பணத்தை அவர் பெரிதாகக் கருதியதில்லை. நாடகத்தில் நடிப்பவர்கள், நாடகம் இல்லாத நாள்களில் விவசாய வேலைக்குச்

செல்வது வழக்கம். ரத்தினம் மாமா ஒருநாளும் அப்படிச் சென்றதில்லை. முருகையன் சைக்கிள் கடையில் ரேடியோவில் பாட்டு கேட்டபடி உட்கார்ந்திருப்பார். வாடகைக்குப் போகும் சைக்கிளின் நேரத்தை எழுதுவார்.

முருகையன் கடையில் இல்லாதபோது பஞ்சருக்கு சைக்கிள் வந்தால் ஒட்டுவார். சாயந்திரம் ஆனதும் பனந்தோப்புக்குச் செல்லும் பழக்கத்துக்கு ஒருநாள்கூட விடுப்பு விடமாட்டார். கள் விற்கும் தஞ்சாவூரார், ரத்தினத்தின் பாட்டு அடிமை. ஒரு பாட்டாவது பாடாமல் விட மாட்டார். பாடிமுடித்ததும் மணக்க மணக்க சுட்ட கருவாட்டைக் கொடுப்பார். அங்கேயே இரண்டு கப் கள்ளைக் குடித்துவிட்டு, முருகையனுக்கும் தூக்குவாளியில் வாங்கிக்கொண்டு வருவார். ரத்தினத்துக்கு இரண்டு வயதாக இருக்கும்போது பாம்பு கடித்து, அவர் அப்பா இறந்துவிட்டார். ஐந்தாவது படிக்கும்போது அம்மாவும் மஞ்சள் காமாலையில் போய்ச்சேர்ந்துவிட்டார். பெரியப்பா வீட்டில் ஒண்டிக்கொண்டு வளர்ந்தவர். பெரியப்பா, நன்னிலம் பேருந்து நிலையத்தில் இருந்த டீக்கடையில் வேலைக்குச் சேர்த்துவிட்டார். அந்தக் கடைக்கு எதிரே இருந்த சத்திரத்தில்தான் ஒருவாரம் கோவிந்தராஜு நாடகக் குழு தங்கியிருந்தது. அவர்களுக்கு டீ கொடுக்கப்போய் அவர்களுடனே ஒட்டிக்கொண்டார் ரத்தினம். நாடகத்தில் சம்பளம் வாங்குமளவுக்கு நடிக்க ஆரம்பித்ததும், பெரியப்பா வீட்டுக்குப் பக்கத்தில் கிடந்த காலி மனையில் ஒரு குடிசை போட்டு அதில் தங்கிக்கொண்டார். அப்போதெல்லாம் மாதத்துக்கு இருபது நாள்கள்கூட நாடகம் இருக்கும். ஆனால், ஒரு ரூபாயைக்கூடச் சேர்த்துவைக்க மாட்டார். நாச்சியார் கோவில், நன்னிலம், ஆடுதுறை என முருகையனையும் துணைக்கு அழைத்துக்கொண்டு சினிமா பார்க்கப் போவார். ஏவி.எம்.ராஜன் நடிப்பு அவருக்கு ரொம்பப் பிடித்திருந்தது. 'அழுகிற சீன்ல சிவாஜியை மிஞ்சிப்புட்டான்'னு அடிக்கடி சொல்வார்.

ரத்தினத்தின் புகழ் தஞ்சாவூர் ஜில்லாவைத் தாண்டியும் சென்றது. புதுக்கோட்டை நாடகக்குழுவுடன் ஒருமுறை

நெய்வேலியில் நாடகம் போட்டார். அவ்வூரைச் சுற்றி இன்னும் சில நாள்கள் நாடகம்போடவிருந்ததால், வானாதி ராயபுரத்திலிருந்த அவரின் மாமா வீட்டில் தங்கினார். அங்குதான் மாலாவைப் பார்த்தார். மாமன் மகளைத் திருமணம் முடிப்பதில் பிரச்னையேதும் இல்லை. மாலா வுக்கு ஓர் அண்ணன் மட்டும்தான். அவர் உள்ளூரிலேயே மராமத்து வேலைகளைப் பார்த்து கொண்டிருந்தார். அவர்தான் எப்போதாவது வந்து மாலாவைப் பார்த்துவிட்டுச் செல்வார்.

கல்யாணத்துக்குப் பிறகும் ரத்தினத்தின் செயல்பாடுகளில் மாற்றமில்லை. என்ன... முருகையனுக்குப் பதில் மாலாவை சினிமாவுக்கு அழைத்துக்கொண்டு போவார். மாலாவுக்கு நாடகம், சினிமா இரண்டுமே பிடிக்கவில்லை. இரவு முழுக்க விழித்திருக்க முடியவில்லை என நாடகத்துக்கு வர மறுத்து விட்டாள். கொஞ்ச நாளில் சினிமாவுக்கும். ரத்தினத்தின் சினிமாத் துணையாக மறுபடியும் முருகையன் மாறிப் போனார். மாலாவுக்குக் கள்ளின் நாற்றம் ஒத்தே வரவில்லை. ஆனால், ரத்தினம் நாடகம் முடிந்ததும் செல்வது கள்ளுக்கடைக்குத்தான். மாலாவுக்கு வயல் வேலைக்குச் செல்வது பிடித்திருந்தது. ஓட்டுவீட்டு அம்சம் பெரியம்மா வோடு நாற்று நட, களை எடுக்க, பூப்பறிக்க என ஏதாவது வேலைக்குப் போய்விடுவாள். கல்யாணம் ஆகி இரண்டு வருடங்களாகியும் குழந்தைச் சத்தம் கேட்காதது மாலாவுக்குப் பெரும் குறை. ரத்தினத்தையும் நாடக்குழுவில் சாடை மாடையாக நக்கலடித்துக் கொண்டிருந்தார்கள். தெருவில் உள்ளவர்கள் சொல்லும் எல்லாக் கோயில்களுக்கும் மாலா சென்று வந்தாள். வடமட்டம் நாடி வைத்தியரிடம் சென்ற போது, ரத்தினத்தை ஒரு மண்டலம் குடிக்காமல் இருக்கச் சொன்னார். பல்லைக் கடித்துக்கொண்டு அந்த மண்ட லத்தை ஓட்டினார். அடுத்த மாதமே மாலா கருவுற்றாள். ரத்தினம் நாடக் குழுவினருக்கு மூழ்க, மூழ்க சாராயம் வாங்கித்தந்தார்.

மாலாவுக்கு மூன்றாம் மாதம். அதிக தலைச்சுற்றலும் வாந்தியும் இருந்தது. பாலையூர்த் திருவிழாவில் நாடகம்

நடிக்கச் சென்றிருந்தார் ரத்தினம். அடுத்த நாள் சாயந்தர மாகியும் ஆள் வரவில்லை. இரவில் முருகையனும் அவர் கடையில் புதிதாக வேலைக்குச் சேர்க்கப்பட்டிருந்த சின்னப் பையனும் கைத்தாங்கலாக ரத்தினத்தை அழைத்துவந்தார்கள். முழுக்குடியில் கொஞ்சமும் நிதானமின்றி இருந்தார். உடம்பெல்லாம் மண். படுக்க வைத்து, ஈரத்துணியால் அவரைத் துடைத்து விட்டாள் மாலா. அவர் ஓரமாகவே பாயை விரித்துப் படுத்துக்கொண்டாள். சிறிது நேரம் சென்றதும், ரத்தினத்துக்கு விக்கலெடுத்தது. அவர் எழுந்து போய் தண்ணீர் குடிக்கும் நிலையில் இல்லை. மாலா மெது வாக எழுந்து, சொம்பில் தண்ணீர் கொண்டுவந்து கொடுத் தாள். ஒரு மடக்கு குடித்தவுடனே, கபகபவென வாந்தி எடுத்தார். தலையை மேலும்கீழும் ஆட்டிக் கொண்டே யிருந்தார். மாலாவுக்கு என்ன செய்வதென்று தெரியாமல் உட்கார்ந்திருக்க, ரத்தினம் எழுந்து நிற்க முயன்றார். ஆனால் முடியவில்லை. மாலா அவரைத் தாங்கிப் பிடித்துக் கொண்டாள். ரத்தினத்தின் பாரத்தை மாலாவால் தாங்க முடியாது தவித்தாள். தொப்பென்று கீழே விழுந்தார். வாசல் கதவில் தலை அடிபட்டு, அலறினார். குனிந்து தூக்கச் சென்ற மாலாவை எட்டி உதைத்தார். அது மாலாவின் வயிற்றில் பட்டது. பலத்த உதை. சுருண்டு படுத்துக் கொண்டாள். கரு கலைந்து விட்டது.

அன்றிலிருந்து ரத்தினத்தோடு பேசுவதை நிறுத்திக் கொண்டாள். அவனாக ஏதாவது கேட்டால்கூட பதிலேதும் சொல்லாமல் எழுந்து வீட்டின் பின்பக்கம் சென்றுவிடுவாள். மாலாவின் மௌனம் ரத்தினத்தை, நாடகத்தில் ரசித்து நடிக்க விடாமல் செய்தது, குடிக்கக்கூட முடியவில்லை. முருகையன் சபரிமலைக்கு மாலை போட்டார். அவரோடு தானும் மாலை போட்டுக்கொண்டார் ரத்தினம். அவர் கன்னி சாமி இல்லையா... அதனால் கன்னி பூஜை செய்ய வேண்டும் என்றார் முருகையன். நாடகக் குழுவில் முன்பணம் வாங்கிவந்து, பூஜைக்கான ஏற்பாடுகளைச் செய்தார். நாச்சியார் கோவில் சென்று மாலை வாங்கி வரும்போது, எதிரில் வந்த லாரியில் மோதி அந்த

இடத்திலேயே இறந்தார் ரத்தினம். அன்று மாலா அழுத போது, வேறு யார் வீட்டு துக்கத்துக்கோ அழுவதுபோல அவளுக்கே தோன்றியது. அடுத்த வாரம் வந்த அண்ணன், வானாதிராயபுரத்துக்கே வந்துவிடக் கேட்டபோது, பிடிவாத மாக மறுத்துவிட்டாள். என்ன காரணம் என்று அவளுக்கும் தெரிய வில்லை. இரண்டு வருஷம் கழித்து, அண்ணன் திரும்ப வந்து, சொத்துபிரித்ததில் என்று எட்டுச் சவரன் நகையை மாலாவிடம் கொடுத்தார். அதை வாங்கி உற்றுப் பார்த்துவிட்டு, "அண்ணே! ஒம் பொண்ணு கல்யாணத்தப்ப என் கையில காசு பணம் இருக்குமான்னு தெரியல. நான் இருப்பேனான்னு தெரியல. அதனால, இதை என் மருமவ ளுக்குக் கொடுத்ததா இருக்கட்டும்" என்று கொடுத்து விட்டாள். அண்ணன், குடிசை ஓட்டை வழியே வந்த சூரியப் பொத்தல்களை சலனமின்றிப் பார்த்துக்கொண்டிருந்தார். அவருக்கு முருங்கைக் கீரைத் தண்ணி சாறு என்றால் ரொம்பப் பிடிக்கும். பானு வீட்டு முருங்கை மரத்துக் கிளையை வளைத்து, கீரை பறித்து வந்து சமைத்துப்போட்டாள் மாலா. பஸ் ஸ்டாப்புக்குச் சென்று பஸ் ஏற்றிவிட்டாள். அடுத்த வாரமே, சொந்த ஊருக்குச் சென்றாள். அண்ணன் மகள் சுலோசனாவை, பண்ருட்டிக்கு அழைத்துச்சென்று பாவாடை, சட்டை வாங்கித்தந்தாள். அங்கிருந்த ஒருவாரமும் சுலோசனாவுடனே நேரத்தைக் கழித்தாள். ஊருக்குத் திரும்பும்போது, வசந்திக்குப் பிடித்த பலாக்கொட்டைகளை எடுத்துவந்து, குழம்பு வைத்துத் தந்தாள்.

இந்த ஊரின் நல்லது கெட்டது எல்லாவற்றுக்கும் முதல் நபராகச் சென்று, கடைசி ஆளாக வருவது மாலாவின் வாடிக்கையாகிவிட்டது. ஊரில் யார் புதிதாக, தோசைக்கல் வாங்கினாலும், பஸ்ஸை விட்டு இறங்கியதும் மாலா விடம்தான் கொடுத்துவிட்டுப் போவார்கள். புது தோசைக் கல்லைப் பழக்கப்படுத்துவதில் மாலா கைதேர்ந்திருந்தாள். தோசைக்கல்லைத் தண்ணீரில் கழுவிவிட்டு, வடிகஞ்சியில் ஊறப் போடுவாள். அதற்கு அடுத்த நாள் காலையில், அரிசியையும் உளுந்தையும் ஊறப்போட்டு, மாலையில் நைசாக அரைப்பாள். அடுத்த நாள் காலை, புது

தோசைக்கல்லை வடிகஞ்சியிலிருந்து எடுத்து, பழந்துணியை வைத்துத் துடைத்து, தண்ணீரில் அலசுவாள். மறுபடியும் நல்ல துணியால் துடைப்பாள். பிறகு, அடுப்பைப் பற்ற வைத்து, தோசைக்கல்லை வைப்பாள். தோசைக்கல்லின் சூட்டை, அவள் முகக்குறிப்பை வைத்தே அளவிடலாம். தூண்டிலின் தக்கை அசைவதற்காகக் காத்திருப்பதுபோல, தோசைக்கல் சூட்டின் பதத்திற்குக் காத்திருந்து, டக்கென்று ஒரு கரண்டி எண்ணெயை எடுத்து ஊற்றுவாள். ஏற்கெனவே கத்திரிக்காயைக் காம்பிலிருந்து பாதி வரை வெட்டி வைத்திருந்ததை எடுத்து, அந்த எண்ணெய் காய்வதற்குள், அதை தோசைக்கல் முழுவதும் பரப்புவாள். மெல்லிய எண்ணெய்ப் படலத்தில் கருவேல மர விறகின் தீயில் தோசைக்கல் ஜொலிக்கும். அருகில் யாராவது இருந்தால், 'வெறகை வெளியே இழேண்டி' எனச் சத்தம் போடுவாள். குழிக் கரண்டியில் மாவை அள்ளி, கன்றுக்குட்டியைத் தேய்த்துக் குளிப்பாட்டுவதைப்போல, தோசைக்கல்லில் தேய்ப்பாள். கிட்டத்தட்ட வட்டவடிவாக இருக்கும். கால் கரண்டி எண்ணெயை, தோசையின் விளிம்புகளில் ஊற்றுவாள். தங்கத்தில் மிக நுணுக்கமான ஆபரணத்தைச் செய்யும் கொல்லன் போல, கூர்ந்திருக்கும் அவள் கண்கள். தோசையின் விளிம்புகள் வாட ஆரம்பித்ததும், தோசைத் திருப்பியினை உள்ளே நுழைத்து, கொஞ்சம் கொஞ்சமாக இந்தப் பக்கத்திலிருந்து அடுத்த பக்கம் செல்வாள். ஓரிரு நிமிடங்கள், லாகவமாக அந்தத் தோசையைத் திருப்பிப் போடுவாள். ஒரு பொட்டு மாவு கல்லில் ஒட்டியிருக்காது. அப்போதுதான் திருப்தியானவளைப்போல லேசாவாள். முதல் தோசையை சூரியசாமிக்கு எனக் கூரைமேல் வைப்பாள்.

தோசைக்கல் மட்டுமல்ல, பால் கறக்கும்போது உதைக்கும் கறவை மாட்டைப் பழக்குவது, பிரசவத்தில் மாடு இறந்ததும், கன்றுக்குட்டியை வளர்ப்பது, நாட்டுக்கோழியை வெட்டி, தோலை உரித்துக் கறியாக்கித் தருவது... என மாலாவை எதிர்பார்க்காத வீடே இல்லை என்றே சொல்லலாம். ஆடிமாதக் கடைசி செவ்வாய்க் கிழமையன்று, குளத்துமேட்டு

காளியம்மன் கோயிலில் நள்ளிரவில் பூஜை நடக்கும். நாலைந்து கிடா வெட்டுவார்கள். சாமத்தில் ஆரம்பிக்கும் பந்தி முடிய அதிகாலை ஆகிவிடும். அங்கு வைக்கப்படும் கறிச்சாறு அவ்வளவு ருசியாக இருக்கும். அந்த ருசிக்கு மாலா அத்தை உயிரையே விடுவாள். யாருக்கும் தெரியாமல், டீக்கடை செல்லக்குடி ஒரு வாளியில் கறியும் சாறுமாகப் போட்டுக் கொடுத்து விடுவார்.

கல்யாணமான பெண்கள் மாசமாகி, அப்பா வீட்டுக்கு வரும்போது விழுந்து விழுந்து கவனிப்பாள். வயிற்றில் கை வைத்து, குழந்தையின் அசைவைப் பார்ப்பாள். அவள் கண்ணில் சிறு ஏக்கம் வந்துபோகும். எந்த டாக்டரிடம் காட்டலாம், நிற்காமல் வாந்தி வந்தால் என்ன செய்யலாம், வளைகாப்புக்கு எத்தனை வித சாதம் செய்யலாம் என எல்லாவற்றையும் மாலாவிடம் கேட்காமல் செய்வதில்லை. வயிறு பெருக்க, பெருக்க, சிசுவோடு மாலா அத்தை பேசுவதும் அதிகமாகிவிடும். 'வெளியில வா! உன் மாமன் காரன் ஒழுங்கா பள்ளிக்கூடம் போகமாட்டேங்கறான். வந்து கேளு!' என்பாள். 'வெளியே வரும்போது அத்தைக்கு என்ன வாங்கிட்டு வருவீங்க... சொல்லுங்க, சொல்லுங்க" என்று அத்தையின் குரலில் மழலை கூடிக்கொண்டே போகும். 'அண்ணி, ரொம்பக் கொஞ்சாதீங்க... இப்படி ஆசையா கொஞ்சறது யாருடின்னு புள்ள சீக்கிரமே வெளியில் வந்துடப் போறான்' எனக் கிண்டல் செய்வார்கள். 'அடி போடி, அபசகொணமா பேசாதே' என்று வாயில் அடித்துக்கொள்வாள் அத்தை. வளைகாப்பின் போது சமையல் வேலைகளில் பரபரப்பாக இருப்பாள். இது வேண்டுமென்றே செய்வதுதான். வளைகாப்பு நடக்கும் வீட்டில் இருக்க வேண்டும். ஆனால் அந்த இடத்தில் இருக்கக்கூடாது. விதவை, கரு தங்காதவள் என யாராவது சொல்லிவிடுவார்கள் என்பதே அவள் ஒதுங்கி நிற்க காரணம். பிரசவத்தின்போது உடன் இருக்க, மாலாவை அழைக்காத வீடே இல்லை என்றாகிவிட்டது ஊரில்.

வலி வந்தவுடன் காருக்குச் சொல்வதற்கு முன், மாலாவுக்கு ஒரு வார்த்தை சொல்லிவிடுவார்கள்.

ஒயர்க்கூடையில் ஒரு புடவை, ஜாக்கெட், பாவாடை, துண்டு என எடுத்துத் தயாராக இருப்பாள். ஆனாலும், பிரசவத் தீட்டுச் சாப்பாடு அவளுக்கு ஒத்துக்கொள்வதில்லை. அதனால், கடைச் சாப்பாடுதான். கும்பகோணம் ஆஸ்பத்திரி என்றால், நாகேஸ்வரன் சந்நிதி வாசலில் இருக்கும், டைமண்ட் கடையில் வீச்சு புரோட்டோ வாங்கி வரச் சொல்வாள். கூடவே வெற்றிலை பாக்கு. ஆஸ்பத்திரிக் கொசுக்கெல்லாம் மாலாவை நன்கு தெரிந்திருக்கும்போல. மொய்க்கும் கொசுக்களை, ஒரு கையால் தட்டிவிட்டு, தலைக்குக் கையை வைத்துப் படுத்தால், ஐந்து நிமிடத்தில் தூங்கிவிடுவாள். ஆனால், அவள் காது தூங்காது என்றுதான் சொல்ல வேண்டும். பிரசவத்துக்கு அழைத்து வந்திருக்கும் பெண் வலியால் முனகினால்கூட எழுந்துவிடுவாள். காலம் அவளின் பெயரை மாலா அத்தையாக்கிவிட்டது. தைப்பூசத்தன்று யாரோடும் பேசாமல், சாப்பிடாமல் விரதம் இருப்பாள். காரணம் யாருக்கும் தெரியாது. ஒருநாள் வசந்தியிடம் பேச்சுவாக்கில் சொன்னாள். 'அன்னிக்குத்தான் எம் புள்ள ரத்தமா வெளியே வந்துச்சு.'

'காலார ஒரு நட நடந்துட்டு வாயேன்' என வசந்தியின் அம்மா சொன்னதும், அவள் மாலா அத்தை வீட்டுக்குத்தான் வந்தாள். காலையில் வரப்பில் பறித்துவந்த உளுந்தச் செடியைக் காய வைத்து, தென்னமட்டையால் அடித்துக் கொண்டிருந்தாள். அத்தையுடன் கொஞ்ச நேரம் பேசிவிட்டு, வீட்டுக்குத் திரும்பும்போது வேப்பமரத்தைத் தாண்டும்போது வசந்திக்கு வலி வந்துவிட்டது. காரை, மாலா அத்தை வீட்டுக்கே வரச் சொல்லி, அங்கிருந்து கும்பகோணம் மாதா கோவில் ஆஸ்பத்திரிக்கு அழைத்துவருவதற்குள் நன்றாக இருட்டிவிட்டது. வசந்திக்குச் சுகப்பிரசவத்துக்கு வழியில்லை என்றதும், கணவன் செந்தில், வெளியே அழைச்சிட்டுப் போகலாம் எனச் சொன்னான். வசந்தியின் முகத்தில் தெரிந்த வலியைப் பார்த்தே வேண்டாம் எனத் தடுத்து, செந்திலை ஆபரேஷனுக்குச் சம்மதம் சொல்ல வைத்தாள். 'ஆம்பளப் புள்ள' என்றவாறே நர்ஸ் கையிலிருந்து குழந்தையை வாங்கியது அவள்தான். மாலா அத்தையைப்

போல குழந்தையை லகுவாக ஏந்த இன்னொருவரால் முடியாது. இரண்டு நாள்கள் படுக்கையை விட்டு எழுந்திருக்கவே இல்லை வசந்தி. மூன்றாவது நாளில், அம்மா தாங்கிப்பிடிக்க, முதுகை நிமிர்த்தாது கழிவறைக்குச் சென்றாள். 'குனிஞ்சே நடக்காத... கொஞ்சமாவது நிமுந்து நட...' என்று மூத்த நர்ஸ் சத்தம்போட்டுச் சென்றார். வசந்திக்கு வலி பின்னி எடுத்ததில், நிமிர்ந்து நடப்பதை அவளால் யோசிக்கக்கூட முடியவில்லை. அடுத்த நாள், வசந்தியின் தோளில் கைபோட்டுக்கொண்டு, அவள் அளவுக்குக் குனிந்தவாறே நடந்தாள் மாலா அத்தை. கொஞ்சம் கொஞ்சமாக அத்தை நிமிர, அவளை அறியாமலே நிமிர்ந்தாள் வசந்தி. அன்றைக்கு இரவு பசும்பாலை வாங்கிவந்து, வசந்திக்குக் கொடுத்தாள். இளஞ் சூட்டோடு இறங்கி, பால் உடலெங்கும் அந்தச் சூட்டைப் பரப்புவதைப் போல இருந்தது வசந்திக்கு. அவள் மருத்துவமனையில் தங்கியிருந்த ஏழு நாள்களும் அத்தையும் இருந்தாள். நாளை டிஸ்சார்ஜ் செய்துவிடலாம் என டாக்டர் சொல்லிவிட்டுச் சென்றிருந்தார். அப்போது தான் சிந்துவும் அந்த மருத்துவமனையில் சேர்ந்திருப்பதாக பாலு அண்ணன் சொன்னார்.

சிந்துவும் அதே ஊர்தான். வசந்தியும் சிந்துவும் ஒன்றாம் வகுப்பிலிருந்து கல்லூரி வரை ஒன்றாகவே படித்தவர்கள். கல்லூரியின் இறுதி ஆண்டில், அதே ஊரின் காலனியில் உள்ள சதீஷைக் காதலித்து, வீட்டுக்கு விஷயம் தெரியும் முன்பே ஊரை விட்டு ஓடிவிட்டார்கள். காஞ்சி புரத்தில் இருப்பதாக இடையில் ஒரு தகவல் வந்தது. ஆறு மாதங்கள் கழித்து சதீஷும் சிந்துவும் ஊருக்கு வந்தபோது, சிந்துவின் அப்பா பஞ்சாயத்தைக் கூட்டி அவள் உறவை அறுத்தெறிந்தார். அதோடு அவளைப் பற்றிய பேச்சே ஊரில் இல்லை. வசந்திகூட தன் கல்யாணத்துக்கு அவளை அழைக்கவில்லை. 'ஒண்ணா படிச்சவளுங்க... ஒண்ணாவே புள்ள பெத்துக்க வந்திருக்காங்க' என மாலா அத்தை சிரித்துக்கொண்டே சொன்னதை, அங்கிருந்த யாரும் ரசிக்கவில்லை.

‘டீத் தண்ணி குடிச்சிட்டு வாரேன்’ எனச் சொல்லிவிட்டு, சிந்துவைப் பார்த்து வருவாள் மாலா அத்தை. சிந்துவோடு அவளின் கணவன் மட்டுமே வந்திருந்தான். ‘பொம்பளைங்க யாரும் வரலையாப்பா?’ என்று கேட்டதற்கு, இல்லை என்பதாகத் தலையாட்டினான். காரணங்களைத் தெரிந்து கொள்ளும் ஆர்வம் மாலா அத்தைக்கு இல்லை. பொதுவாக, புறணி பேசுவது, மற்றவர் ரகசியங்களைத் தெரிந்துகொள்வதில் அவளுக்கு எப்போதுமே ஆர்வம் கிடையாது. சிந்துவை மருத்துவமனையில் சேர்த்து, முப்பது மணி நேரத்துக்கு மேலாகிவிட்டது. பிரசவ வலி வரவில்லை. அவளை அங்கேயே விட்டுவிட்டு மாலா அத்தையால் வீட்டுக்குப் போக முடியவில்லை. அங்கேயே தங்கப்போவதாகச் சொன்னதும் வசந்தியைத் தவிர மற்றவர்கள் திட்டித்தீர்த்தனர். ஆனாலும் மாலா அத்தை தங்கினாள். அடுத்த நாள் சுகப்பிரசவத்தில் அழகான பெண் குழந்தை பிறந்தது; அச்சு அசல் சிந்துவின் அம்மா சுமதியைப் போலவே இருந்தது. உச்சிமோந்து முத்தம் தந்தாள் அத்தை. மூன்றாம் நாளில் சிந்து வீட்டுக்குக் கிளம்பும் வரை மாலா அத்தை உடன் இருந்தாள். பிள்ளையோடு சிந்துவைக் காரில் ஏற்றிவிடும் போது, சதீஷ் ஒரு பிளாஸ்டிக் கவரைக் கொடுத்தான். அதில், மாலா அத்தைக்குப் பிடித்த கிளிப்பச்சையில் வாயில் புடவை இருந்தது. வாசலில், கைகளை ஏந்திய யேசு சாமியைப் பார்த்தபடியே சிறிது நேரம் உட்கார்ந்திருந்தாள் அத்தை. வாட்ச்மேன் தனக்கு என வாங்கிவந்த டீயில் பாதியை, பேப்பர் கப்பில் ஊற்றி அத்தைக்குத் தந்தார். கண்களைத் துடைத்துக்கொண்டே அதை வாங்கிக்குடித்தாள். சிந்துவுக்கு உதவியாக இருந்ததால், ஊரில் சில மாதங்கள் யாரும் சரியாகப் பேசவில்லை. பிறகு, தானாக அது சரியானது. வசந்திக்கு மாலா அத்தை என்றால் உயிர். அதனால், ‘ம’ அல்லது ‘மா’ வில் தொடங்கும் பெயரை வைக்க வேண்டும் என செந்திலிடம் எவ்வளவு கெஞ்சியும் எடுபடவில்லை. ‘அஸ்வந்த்’ என்று ஜோசியர் குறித்துக் கொடுத்த பெயரே முடிவானது. அஸ்வந்த் பிறந்து ஆறு வருடங்களாயிற்று. அவனின் ஒவ்வொரு பிறந்த நாளின்

போதும், ஒரு செட் டிரஸோடு நேரில் வந்துவிடுவாள் மாலா அத்தை. பேருந்து, கும்பகோணம் நால்ரோடு சிக்னலைக் கடந்ததும் தூங்கிக்கொண்டிருந்த அஸ்வந்த்தை எழுப்பி, இறங்குவதற்கு வாசல் அருகே நின்றுகொண்டாள்.

மருத்துவமனை வாசலில் நின்றுகொண்டிருந்த சுந்தர் சித்தப்பா, மாலா அத்தை ஐ.சி.யூ வில் இருப்பதாகச் சொன்னார். மருத்துவமனையின் வலப்பக்கத்தில் ஐ.சி.யூ இருந்தது. கிட்டத்தட்ட ஓடினாள். மாரியம்மன் கோயிலுக்குச் சென்று வந்த அத்தை, திடீரென்று மயக்கம்போட்டு விழுந்து விட்டாராம். மூளைக்குப் போகும் நரப்பில் அடைப்பு இருக்கிறதாம். பன்னிரண்டு மணிக்கு ஒருவர் அல்லது இருவர் மட்டுமே உள்ளே சென்று பார்க்க முடியுமாம். கஸ்தூரி அக்கா, சுந்தரி சித்தி, கல்பனா, சேகர் அண்ணன் எனப் பலரும் வந்திருந்தனர். பன்னிரண்டு மணி ஆகும்வரை நொடிக்கு ஒருமுறை வாட்சைப் பார்த்துக்கொண்டிருந்தாள் வசந்தி. யார், யார் உள்ளே செல்வது எனப் பேச்சு வந்தபோது, 'வசந்தியோட யார் வேணாலும் போங்க' என்று கறாராகச் சொல்லிவிட்டார் சுந்தர் சித்தப்பா.

கதவு திறக்கப்பட்டு, உள்ளே சென்றதும் அத்தை கிடந்த கிடப்பைப் பார்த்து அதிர்ந்துவிட்டாள் வசந்தி. புடவையின் நுனி கிழிந்தாலும் அதைக் கட்டிக்கொள்ள மறுக்கும் அத்தை பச்சைநிறப் போர்வையால் போர்த்தப்பட்டு, கையில், நெஞ்சில் எல்லாம் ஒயர்கள் செருகப்பட்டும் ஒட்டப்பட்டும் கிடந்தாள். அதைப் பார்த்ததும் வசந்தியால் அழுகையைக் கட்டுப்படுத்த முடியவில்லை. 'நைட்டெல்லாம் ஒரே கத்தல்... ஷ்ஷ்ப்பா' என்று அலுத்துக்கொண்டவாறே நர்ஸ் சொல்லிச் சென்றார். மாலா அத்தையின் அருகே சென்று கைகளைப் பிடித்துகொண்டாள் வசந்தி. திரும்பிப்பார்த்த அத்தைக்கு, வசந்தியை அடையாளம் தெரியவில்லை. ஏதோ முணு முணுத்தாள். சத்தம் கேட்கவில்லை. தண்ணீர் வேண்டும் எனச் சைகை காட்டியதும் நர்ஸிடம் ஓடிச் சென்று சொன்னாள் வசந்தி. 'அதெல்லாம் கொடுக்கக்கூடாது மேடம்' என முகத்தில் கடுமையைக் காட்டியவாறே

சொல்லிவிட்டார். மீண்டும் அத்தையிடம் வந்தபோது, மீண்டும் வாய் முணுமுணுக்க, குனிந்து அத்தையின் வாயருகே காதைக் கொண்டுசென்றாள் வசந்தி. அத்தையின் குரல் சன்னமாய் முணுமுணுத்தது...

'சிந்து'

சில நிமிடங்களில் பார்வை நேரம் முடிந்துவிட்டதாகச் சொன்னதும் வெளியே வந்தாள் வசந்தி. அரைமணி நேரம் அங்கேயே யாரோடும் பேசக்கூடப் பிடிக்காமல் உட்கார்ந் திருந்தவள், அஸ்வந்த் சாக்லெட் கேட்டதும், அவனை அழைத்துக்கொண்டு மருத்துவமனையின் வாசல்பகுதி வந்தபோது, மகளை அழைத்துக்கொண்டு சிந்து அவசரம் அவசரமாக வந்துகொண்டிருந்தாள். வசந்தியைப் பார்த்ததும் ஓடி வந்து கட்டிப்பிடித்து அழுதாள். 'எல்லாம் சரியாயிடும் சிந்து' எனச் சொல்லி, ஐ.சி.யூ இருக்கும் இடத்தைக் காட்டினாள். அவள் மகளுக்கும் தின்பதற்கு ஏதேனும் வாங்கித்தருவதாக இருக்கச் சொல்லி, சிந்துவை மட்டும் அனுப்பினாள். பெரிய லாலிபாப்பை வாங்கி சிந்துவின் மகள் கையில் தந்து, "உன் பெயர் என்னடா?" என்றாள் வசந்தி. லாலிபாப்பை ஒரு சப்பு சப்பிவிட்டுச் சொன்னாள்.

"மாலா." ●

15

அம்மாவின் மன்னிப்பு

நேஹா

பாலா! அந்த ஒத்தையடி பாலத்துல பாத்து போப்பா!! டாட்டா இன்று கையை அசைத்து தனக்கு ஐந்தாவதாக பிறந்த பிள்ளையை பள்ளிக்கு அனுப்பி விட்டு கேட்டை சாத்திவிட்டு வீட்டிற்குள் வந்தாள் கமலா அம்மா.

ஐந்தாவது ஒன்னே ஒன்னு கண்ணே கண்ணு என்று நான்கு பெண் பிள்ளைகளுக்கு அப்புறம் பொறந்தான் பாலா. அதனால ஏதாவது சிறப்பா அப்படின்னு கேட்டா இல்ல!

தனது இரண்டாவது மகளை தவிர அனைவருக்கும் காலை சிற்றுண்டி மதியம் சாப்பாடு என டிபன் பாக்ஸில் கட்டிக் கொடுத்து வாசல் வரை சென்று கைய அசைத்துத்து விட்டு வந்தால் தான் அந்த நாளே போகும். இரண்டாம் ஆக படிப்பு ஏறாமல் வீட்டிலேயே அம்மாவுக்கு ஒத்தசையாய் இருப்பாள்.

இதே சனி, ஞாயிறு என்றால் பிள்ளைகளுக்கு சாப்பாடு சமைத்து பரிமாறிவிட்டு ரொம்ப சாவகாசமா உட்கார்ந்து உண்பாள்.

வீட்ல வயசான கண்ணு தெரியாத அவ மாமியா என்று எட்டு பேருக்கு பெரிய பாத்திரத்தில் வடித்து கொட்ட வேண்டும். முதுகு வலி இருந்தாலும் பெரிய சோற்று குண்டாவில் சோறு வடித்து அண்ணாத்தி வைப்பாள்.

குழம்பு ருசியாக இருந்தது என்றால் காலி ஆகிவிடும் வீட்டில், எதுத்த வீட்டு சங்கரி சின்ன பொண்ணு சித்ரா ஒரு கிண்ணத்தை எடுத்துக்கிட்டு வந்து,

“பாலா அம்மா கொஞ்சம் குழம்பு தரீங்களா தினமும் வெறும் சோத்தை தான் வடிச்சு வைக்கிது எங்க அம்மா” கிண்ணம் நிறைய குழம்பு ஊற்றி தருவாள்.

தினமும் சித்ரா வந்து கேட்டா கூட கொஞ்சம் கூட முகம் சுளிக்காமல் கமலா அம்மா குழம்பு ஊத்தி தான் கொடுப்பா.

என்னம்மா தினமும் குழம்பு கேக்குறாங்க நீயும் கொடுக்கிற? என்று தான் பெற்ற பெண்களில் எவளாவது ஒருவள் கேட்டாள்.

எதுத்த வீட்டுல கஷ்டப்படுறது உனக்கு தெரியாதா? பாவம் ஒரு கரண்டி குழம்புல என்னடி குறைய போறோம்?”

அப்படின்னு சொல்லுவாள் கமலா அம்மா.

“இவ சாப்பிடற நேரத்துக்கு தான் அந்த ஊருல காய், மீன் விற்க வரும் சாந்தா சரோஜா என எல்லோருமே இருப்பதை விற்றுவிட்டு கமலா வீட்டுக்கு தான் சாப்பிட நேரா வருவாங்க.

என்ன குழம்பு வச்சீங்க? அப்படின்னு சாப்பாடு போட்டுட்டு வந்து அவர்கள் சாப்பிட்டு விட்டு போன பிறகு இருக்கும் மீதி குழம்பில் தண்ணியை ஊற்றி கலக்கி சாப்பிட அமர்வாள் கமலா அம்மா.

அப்போதும் கூட தன் கண் முன் ஓடியாடும் தனது கடைசி மகனை ஆசையா கூப்பிட்டு ஒடியா !! அம்மா கிட்ட வந்து ஒரு வாய் வாங்கிக்க என்று ஊட்டி விடுவாள்.

இவ்வளவு இந்த குடும்பத்துக்கு உழைத்தும் தனக்கு ஒருவாய் ருசியா சாப்பாடு கிடைக்கவில்லை என்று சின்ன ஆதங்கம் கூட கிடையாது.

அடுத்த வேலைக்கு என்ன சமைக்கலாம் என்று யோசிக்க ஆரம்பித்து விடுவாள். அன்று வீட்டில் எந்த காய்கறியும்

இல்லை என்றால் ரசம் வச்சா அந்த மனுஷன் வேற இது ரசமா விசமா அப்படின்னு சிடுசிடுப்பான். ஆனா வீட்ல கடுகு உளுத்தம் பருப்பு இருக்கான்னு கேட்டா அந்த மனுஷனுக்கு தெரியாது அத்திப்பூத்த மாதிரி எப்பயாவது மளிகை சாமான் வாங்கிட்டு வருவான்.

எப்பவோ வாங்கிட்டு வந்தத அதான் வாங்கி போட்டேன். இல்ல அதான் வாங்கி போட்டேன் இல்ல வாய்க்கு ருசியா சமைச்சு கொடு என்று சண்டை போடுவான் கமலாவின் கணவர்.

இங்கு வந்து வாக்கப்பட்ட ஆறாவது மாசமே கமலாவுக்கு எல்லாம் புரிந்து போச்சு. நமக்கு இந்த வீட்ல நிம்மதி என்பதே இருக்காது என்று கமலாவை பெத்தவளோ சின்ன வயசுல இருந்து உனக்கு ஒரு விவரமும் தெரியாது.

உன் கூட பொறந்தவளுக்கு இருக்கிற கெட்டிக்காரத்தனம் கூட உனக்கு இல்ல நீ ஒரு இரண்டாம் கெட்டது என்று அடிக்கடி திட்டி அறிவுரை சொல்வாள்.

தனக்கு விருப்பமே இல்லனாளும், தான் உடம்புல தெம்பே இல்லனாலும், இந்த வம்சம் வளரனும்னு அவங்க ஆத்தா ஆம்பள புள்ள பொறக்குற வரைக்கும் கமலாவை விடவே இல்லை.

இதுவும் பொம்பள புள்ளையா?, இதுவும் பொம்பள புள்ளையா போச்சு... இரண்டு மூன்று நான்கு என வரிசையாக... இது மட்டும் பொம்பள புள்ளையா பொறந்துச்சுன்னா கமலா நீயே கமலாலய குளத்துலயே தூக்கி போட்டுட்டு வந்ததுரு என்று சொல்லுவாள்.

கணவரைப் பெத்தவள் இதில் நான்காவது பிள்ளை பேறின் போது கமலா அம்மா அதிக நம்பிக்கை வைத்திருந்தாள். இந்தக் குழந்தையாவது தனக்கு ஆண் மகனாய் பிறக்கும் ஊர் எல்லையிலிருக்கும் வழியூரான் கோவிலில் இருந்து பல மைகளுக்கு அப்பால் உள்ள திருப்பதி வெங்கடாஜலபதி வரை வேண்டிக்கொண்டிருந்தாள்.

ஆனால் நான்காவதாக புனிதா பிறந்தாள். யாரும் அம்மாவையும் கண்டு கொள்ளவில்லை பிறந்த குழந்தையையும் கண்டுகொள்ளவில்லை. இவங்க அப்பாவுக்கு புனிதா மேல பாசமே இல்ல. எதுவுமே செய்ய மாட்டாரு மனுஷன். பால் டப்பா வாங்கிட்டு வந்து கொடுக்கறதுக்கு கூட ஆயிரம் வாட்டி கெஞ்சனும் என்ற ஆதங்கப்பட்டுக் கொண்டே இருப்பால், புனிதா பிறந்த இரண்டு வருடங்களுக்குப் பிறகுதான் பாலா பிறந்தான்.

சுற்றி தென்ன மரங்கள் வளர்ந்து நிற்கும் முற்றம் வைத்த பழய ஓட்டுவீடு தான் கமலா வாக்கபட்டு வந்தாள்.

கமலா அம்மா கல்யாணம் ஆகி வந்ததுல இருந்து, வீட்டிலிருந்த நாத்தனார்கள் கல்யாணம் ஆகி போனது அவர்களின் கல்யாணம் நடந்த வீடு என எல்லாமே இந்த வீடுதான்.

முற்றம் வைத்த வீடு என்பதால் மழை பேஞ்சா கூடம் முதல் அடுப்பாங்கரை வரை தண்ணீர் ஒழுகும் ஆங்காங்கே, மழை பெய்து முடிஞ்சாலும் ஒரு வாரத்துக்கு வீடு ஈரத்தில் நசுநசுன்னு இருக்கும்.

இதுல மச்சி மீது குடியிருக்கும் வவ்வால்களின் தொல்லை வேறு அப்பப்போ பறவை பறக்கற மாதிரி பறக்கும். எந்த வழியில் வருதுன்னு தெரியாம இலந்த முள்ளை அடைச்சு போட்டு பாத்தாச்சு. அப்பவும் சுதந்திரமா பறந்துக்கிட்டு இருக்கு. புழுக்க போட்டு கிட்டும் வீட்டுக்குள்ள சுத்திகிட்டு தான் இருக்குங்க. கொள்ளை நடையில் கோழிக்கு சில தடவை பாம்பு வரும் கவனமா அத கூடையில அடிச்சு வீட்டுக்குள்ள வந்திரக்கூடாதுன்னு கொல்லநடையை கல் வைத்து கதவை சாத்துவாள் கமலா.

கொட்டகையில் இருக்கும் ஆடுகளை பொழுது விடிந்த உடன் அவுத்து விட்டால் என்றால் அது அங்க போய் எங்கெங்கோ மேஞ்சிட்டு சாயங்காலம் வீட்டுக்கு வந்துருங்க. இவ கட்டி போட்டுருவா.

இந்த மனுசனுக்கு ஆடு வளக்குறது கோழி வரைக்கும் எல்லாம் பிடிக்கவே பிடிக்காது. ஆனா இந்த மனுஷன் வீட்ல அரிசி வாங்கி போடாத நாட்கள் எல்லாம் கோழி முட்டையும் ஆடும் தான் சோறு பொங்கி பெத்ததுங்களுக்கு போட கை கொடுத்தது. பள்ளிக்கூடத்துக்குப் போன புள்ளைங்க பசியோடு திரும்பி வாரதுக்குள்ளார தள்ளி இருந்த ஐந்தாவது வீட்டில காய்த்த நார்த்தங்காவையும், முட்டையையும் எடுத்துக்கொண்டு கொடுத்துவிட்டு ஒரு படி அரிசி வாங்கிக் கொண்டு வந்து ஏதோ சமைத்து விடுவாள்.

எப்படி தட்டுக்கு சோறு வந்தது என்று கூட எண்ணாமல் சாப்பிட்டுவிட்டு அதைக் குறையும் சொல்லிவிட்டு குறட்டை விட்டு தூங்குவான் அந்த மனுஷன்.

இன்னிக்கும் புளிக்குழம்பு தானா?

அப்படின்னு பாத்திரங்களோடு சண்டை போட்டுக் கொண்டே தட்டில் சோறு குழம்பு ஊற்றி கொண்டு கூடத்தில் வந்து மூக்கால் சினுங்குவாள் புனிதா.

உனக்கு என்ன தெரியும்? இன்னிக்கி அரிசி இல்லாமல் சத்தியா வீட்டுல கடன் வாங்கிட்டு வந்து உலை வெச்சது எனக்கு தான் தெரியும். உங்க அப்பாவ வச்சுக்கிட்டு உங்களுக்கு சமைக்கிறதே பெருசு இதுல தினமும் பருப்பு போட்டு சாம்பார் வைக்க முடியும் புனிதா சாம்பார் வேண்டாம்மா, ஏதாவது ஒரு காய்கறி வறுத்து வைக்கலாம் இல்ல?

பொறந்ததுக்கு இந்த வீட்ல வந்து பொறக்காமயே இருந்திருக்கலாம் என்று சிணுங்கிக் கொண்டே சாப்பிடுவாள் புனிதா.

வறுக்குறதுக்கு எண்ணைக்கு எங்கே போறது?

தான் படும் கஷ்டம் எல்லாம் தன் பிள்ளை வளர்ந்து நல்லா படிச்சு நல்ல வேலைக்கு போய் நம்மள நல்லா பாத்துகிட்டு நமக்கு கொள்ளி வச்சா நிம்மதியா போய்

சேர்ந்துருவோம் அப்படிங்கறதுதான் கமலா அம்மாவுடைய எதிர்கால நம்பிக்கை எல்லாம், எதிர்பார்ப்பெல்லாம்.

உன்ன அடுத்த ஒரு ஆம்பள புள்ள தானே அவனும்? ஏதாவது குறை சொல்றானா? இருக்கிற இடம் தெரியாம எப்படி அமைதியா உக்காந்து சாப்பிடுறான் பாரு?

நீதான்டி புனிதா இந்த வீட்ல எல்லாத்துக்கும் கொண்டி மாதிரி ஆடுவ.

ம்ம்க்கும் உன் புள்ளைய நீ தான் மெச்சிக்கணும் ஊரே அவன ஒன்பது கிண்டல் பண்ணது பொம்பள மாதிரி நடக்கிறான், பேசுறான் தெரியுமா? அதோட திருட்டுத்தனமா என் தாவணிய எடுத்துட்டு போய் பள்ளி கூடத்துல டான்ஸ் ஆடுறான் இதெல்லாம் உனக்கு தெரியுமா என்று தன் மீது குற்றங்களை மறைக்க பாலாவை புகழும் அம்மாவிடம் போட்டு கொடுத்தாள் புனிதா.

மெச்சிப்பேன் தான்! எனக்கு வலியே கொடுக்காமல் பிறந்த புள்ள அவன் தான் கடைக்கு கூட்டிட்டு போனா கூட வாய தொறந்து எனக்கு அது வேணும் இது வேணும்னு கேட்கமாட்டான். தெரியுமா? என்ன சந்திரபாபு மாதிரி அப்பப்ப பொம்பள மாதிரி ஆடுவான் அது என்ன குறையா? அப்படியெல்லாம் தம்பிய சொல்லக்கூடாது போய் புத்தகத்தை எடுத்து வச்சு படி என்று அதட்டுவாள் கமலம்மா.

பெற்ற பிள்ளைகள் தோல் உயர வளர்ந்து வயசுக்கு வந்து ஒவ்வொரு பெண்ணாக கரை சேர்த்தாள் கமலா அம்மா பொறுப்பு இல்லாத மனுஷனுக்கு பொம்பள புள்ளைய வெச்சிருக்கறது நெருப்பை கட்டிக்கிட்டு இருக்கிற மாதிரினு இதுலயாவது பொறுப்பா கடன உடன வாங்கி எப்படியோ கல்யாணம் பண்ணி வச்சிட்டான் மனுஷன்.

பாதி கிணறு தாண்டிய திருப்தி கமலா அம்மாவுக்கு அப்பப்போ வரும் இன்னும் புனிதாவ எப்படியாவது கரை சேத்துட்டா பாலா தான் எதுவுமே அவனுக்காக சேர்த்து வைக்கவில்லை என்றாலும் படிக்க வைக்கும் அதில்

பிழைத்துக் கொண்டு போய்விடுவான் என்று நினைப்பாள். ஆனாலும் பாலா செய்யும் ஒரு செயல் கமலா அம்மாவிற்கு பிடிக்காது.

புனிதா சொல்ற மாதிரி ஏன்டா வீட்ல யாரும் இல்லனா புடவை கட்டி பார்த்து பொம்பள வேஷம் போட வேண்டியது?

உன்னால ஒரு புது புடவை வாங்கி வைக்க முடிவதில்லை அடுக்கி வச்ச புடவை எல்லாம் களைந்து போகுது சில தடவை எரிச்சலுடன் கடிந்து கொள்வாள் அம்மா பாலாவிடம்.

இன்னும் டான்ஸ் ஆடறது பொம்பளை வேஷம் போடுவது இப்படின்னு சுத்திகிட்டு இருந்தினா உன்னை ஊர்ல யாரும் மதிக்க மாட்டாங்க ஒழுங்கா ஆம்பள புள்ளையா நடந்துக்கடா இன்று அம்மா சொல்வதை காதில் வாங்கிக் கொள்ளாமல் அங்கிருந்து ஓடி விடுவான் பாலா.

நல்லா படிச்சிட்டு இருந்த பையன் திடீர்னு படிப்பு போயிடுச்சு எல்லாம் இந்த குடும்பத்தோட சாபம் ஊரு பிள்ளைங்களே இவன் அக்கா கிட்ட வந்து டியூஷன் படிக்கும் போது எப்படி இவனுக்கு படிப்பு ஏறாமல் போகுது ஆரம்பத்துல நல்லா தானே படிச்சிட்டு இருந்தான் இப்ப என்ன ஆனது தெரியலையே என்று அடுப்பாங்கரையில சமைக்கும் போது யோசித்துக் கொண்டிருப்பாள்.

ஒவ்வொரு தடவை ஏதாவது பாடத்தில் தவறி போய் அப்பாவிடம் திட்டு வாங்கிக் கொண்டிருப்பான் இப்படியே போனினா 12ஆவது பொது தேர்வுல நீ தேற மாட்ட என்று அப்பா திட்டுவார். திட்டியதற்கு ஏற்ற மாதிரியே கணக்கு பாடத்தில் 12 வது வகுப்பில் பாலா தவறி விட்டு விட்டான்.

எப்படியா பட்ட வறுமையிலும் கலங்காத கமலாவின் கண்கள் கலங்கியது குரல் உடைந்தது பாலா தேர்வில் தேர்ச்சி பெறவில்லை என்று அறிந்து நான் வந்த வழியே சரி இல்லஎன்று அழுகையை அடக்கிக் கொண்டு

அடுப்பாங்கரையில் அம்மா விசும்பியது பாலாவிற்கு தெளிவாக கேட்டது.

தேர்ச்சி பெறவில்லை என்ற வலியை விட அம்மாவின் கண்களில் கண்ணீரை காண முடியாத பாலா எதுவும் கவலைப் படாத நான் மறுபடியும் அதை மட்டும் அம்மா நீ படிச்சு எப்படியாவது பாஸ் ஆயிறன்" என்று ஆறுதல் சொல்லி வரும் நாட்களில் மறு தேர்வு எழுதி தேர்ச்சி ஆகி அம்மாவின் மனதை குளிர செய்தான் பாலா.

உயர்கல்வி தொடர்வதற்கு கல்லூரிக்கு சேர அப்பாவிடம் பணம் இல்லை நீ பயிலானதால உன் மேல இருந்த நம்பிக்கையே போயிடுச்சு நீ படிச்சு என்ன கிழிக்க போற என்று அவநம்பிக்கையை ஏற்படுத்தும் போதெல்லாம் அம்மா என் மஞ்ச கயித்துல கிடக்கிற தாலிய தாரேன் அது மட்டும் தான் கெடக்குது இவனை ஏதாவது சேர்த்து விடுங்கள் என்று கெஞ்சினாள். தேதி வேற தள்ளிப்போச்சு பாப்போம் பாப்போம் இவன பார்த்தாலே எரிச்சலா இருக்கு என்று எரிந்து விழுவார் அப்பா.

ஒரு நாள் அம்மாவிடம் பாலா தன் வெளியூரில் சென்று ஒரு கடையில் வேலை பார்க்கப் போவதாகவும் சில மாதங்கள் கழித்து வந்து பார்ப்பதாகவும் கூறிவிட்டுப் போனான் பாலா.

பெத்த புள்ளையை அனுப்ப மனதின்றி அனுப்பிய கமலா அவனுக்கு வேலை வேலை சாப்பாடு கிடைக்குதோ என்னமோ? ஒழுங்கா சாப்பிடுறானோ என்னமோ தெரியலையே அம்மாவும் சாப்பிடும் போதெல்லாம் இவனுக்கு இந்த காய்கறி பிடிக்குமே மீனு விரும்பி சாப்பிடுவனே என்று புலம்பி புலம்பி ஓடாய் தேய்ந்து போனாள்.

ஒருநாள், ஏண்டி கமலா உன் புள்ள பண்ற வேலைய பாத்தியா? என்று கணவர் கத்துவதை கேட்ட கமலா என்னாச்சோ ஏதாச்சோ என்று அடுப்பாங்கரையில் இருந்து வந்து பார்த்தாள்.

உன் புள்ள அங்க புடவை கட்டி கைத்தட்டி ரோட்டில் பிச்ச கேட்டுட்டு இருக்கானாம் கணபதி பாத்துட்டு வந்து சொல்றான்.

ஏங்க எங்க இந்த மாதிரி எல்லாம் பேசாதீங்க ஏதேதோ அவன் காரைக்காலில் எங்கேயோ வேலை பாக்குறேன்னு சொல்லிட்டு போயிருக்கான் என்கிட்ட பொய் எல்லாம் சொல்ல மாட்டான்.

ஊரே இதை பார்த்திருக்கு நமக்கு இந்த விஷயம் லேட்டா தான் தெரிய வருதுடி தலையில டோப்பா வச்சுக்கிட்டு இன்னும் இரண்டு ஒன்பதுகளுடன் நடந்து போயிட்டு இருக்கும்போது பார்த்து இருக்காங்க. ஏண்டி அவன நீ எனக்கு தான் பெத்தியா? அவன் மட்டும் என் கையில மாட்டுனா அவன கண்டதுண்டமா வெட்டி போட்டு விடுவேன் என்று காட்டு கத்தலாக கத்தினார்.

எனக்கு அவன் அவன் பொம்பள வேஷம் போடும் போதே தெரியும் பா இப்படி எல்லாம் ஒரு நாள் நடக்க போகுதுன்னு இவன ஸ்கூல்ல எல்லாரும் கிண்டல் பண்ணுவாங்களாம் என் பிரண்டோட தம்பி சொன்னா அங்க மானத்தை வாங்குனது பத்தாதுன்னு இப்போ இங்க இப்படி போய் நம்ம குடும்ப மானத்தை வாங்குறான். ஊர்ல எல்லாரும் இவன நயன்தாரானு தான கூப்பிடுவானுங்க.

உன் தம்பி ஏன் பொம்பள மாதிரி நடக்குறானு என்கிட்ட கேப்பாங்க எனக்கு அவமானமா இருக்கும் இப்போ ஊர் அறிய எல்லாரும் காறி துப்பற மாதிரி. பண்ணிட்டான் விஷம் வாங்கிட்டு வாங்கப்பா குடிச்சிட்டு நம்ம மானத்தோட போய் சேர்ந்திடுவோம் இவன் கூட பொறந்ததுக்கு நிம்மதியா சாகலாம் என்றாள் புனிதா.

தூணை பிடித்துக் கொண்டு அப்படியே உட்கார்ந்தாள் கமலா அம்மா. நான் என்ன பாவம் பண்ணினேன் தெரியலையே என் தலையில இடியா வந்து விழுது இப்படி இல்ல அவனா போய் இருக்க மாட்டான் அவன யாரோ ஏதோ சொல்லி கடத்திட்டு போய் இருப்பாங்க அவன

நான் நேர்ல பார்த்தா தான் நம்புவேன் என்று தலையில் அடித்துக் கொண்டு மௌனமாக அழுதாள் கமலா அம்மா.

அந்த அழுகையில் கூட இயலாமை தான் தெரிந்தது வாய் விட்டு அழுவதற்கு கூட ஒரு பெரிய சுதந்திரம் வேணும் எதையும் சொல்லவும் முடியாமல் மெல்லவும் முடியாமல் மனசிற்குள்ளேயே வைத்துக் கொண்டு மௌனமாக அழுதாள், துக்கம் தொண்டையை அடைத்தது.

ஊர்ல யார் யாரிடமோ சென்று அவங்க அப்பா ஏதாச்சும் பண்ணாலும் பண்ணிடுவாரு எப்படியாவது எந்தப் பிரச்சனையும் இல்லாம பாலாவை கூட்டிட்டு வந்துடுங்களேன் என்ற அந்த ஊரின் முக்கியஸ்தர்கள் வீட்டிற்கு சென்று கெஞ்சி வந்தாள்.

இது அசிங்கம் என்று யாரும் தலையிடவில்லை. இந்த மனுஷன் வேறு தினமும் குடித்துவிட்டு வந்து கமலா அம்மாவின் வளர்ப்பையும் நடத்தையும் தான் ஏலம் போட்டார் வீட்டில்.

கடைசியில் கமலா அம்மாவே பார்த்துக் கூட்டி வருவதாக பாலா இருக்கும் இடத்திற்கு பாலாவின் அத்தையோடு மனதை திடப்படுத்திக் கொண்டு கிளம்பினாள்.

பக்கத்து கிராமத்தின் ஊருக்கு வெளியே சுடுகாட்டை ஒட்டி ஒரு குடிசை வீட்டில் தான் அவர்கள் வாழ்கிறார்கள் என்று அறிந்து அங்கு போனாள் கமலா.

கமலா அம்மாவிற்கு அந்த வீட்டை பார்த்ததுமே நெஞ்செல்லாம் பிசைந்தது. அங்கு நிறைய திருநங்கைகள் பரபரப்பாக ஏதோ ஏதோ வேலையில் ஈடுபட்டிருந்தார்கள்.

அந்தக் கூட்டத்தின் நடுவே தன் மகன் பாலாவை அடையாளம் தெரியாமல் தேடினாள் கமலா.

ஆனால் வாசலிலே உட்கார்ந்து இருந்த பாலாவிற்கு அம்மாவை நன்றாக அடையாளம் தெரிந்தது அம்மாவை பார்த்ததுமே தொண்டையில் துக்கம் அடைத்துக் கொண்டு

அழுகை பீறிட்டது. முகத்தை மூடிக்கொண்டு அழுதான் பாலா.

பாலா ஏம்பா அழுவுற?! எப்படியோ! தான் பெத்த மகனை அடையாளம் கண்டு கொண்டு கேட்டாள் நான் உன்னை இந்த கோலத்தில் பாக்குறதுக்கா பெத்தேன்?

ஊரே சொன்னப்ப கூட நீ இப்படி பண்ணி இருக்க மாட்டனு நான் நம்பினேன்!

வீட்ல உங்க அக்காவா எல்லாம் நினைச்சு பார்த்தியா?

யாரும் எதுவுமே சாப்பிடல இப்படி கேள்விப்பட்டதி லிருந்து, அம்மாட்ட பொய் சொல்ல மாட்டியே ஏம்பா பொய் சொன்ன? அம்மாவை நினைச்சு பார்த்திருந்தால் இப்படி பண்ணுவியா? நாங்க வீட்ல எதாவது உன் மனச புண்படுத்துற மாதிரி பேசி இருந்தாலும் உன் கால்ல விழுகிறேன் என்னை மன்னிச்சிருப்பா வீட்டுக்கு வந்துரு போயிடலாம் என்று அழுதாள் கமலா அம்மா.

பாலா, பாலா என்று அம்மா அழுவதை பாலாவால் பார்க்க முடியவில்லை, முகத்தை திருப்பிக் கொண்டு அழுதாள் பாலா. அம்மா அழுவதை பார்த்து வீட்டுக்கு போய் விடலாமா என்று கூட தோன்றியது பாலாவிற்கு, ஆனால் வீட்டிற்கு போனால் வளர்ந்த முடியையும் மொட்டை அடித்து விடுவார்கள் அப்பாவின் கோபத்தை பற்றி சொல்லவே வேண்டாம். நான் இப்படித்தான் என்று தெரிந்தால், சோத்தில் விஷம் வைத்து விடுவார்.

இத்தனை நாட்களாக தான் மறைத்த தன்னால் சொல்ல முடியாத இந்த உணர்வை இப்படி வெளிப்படுத்தி விட்டு நான் இந்த சின்ன வயதில் என்ன பெரிய முடிவு எடுக்க முடியும் என்று பாலா உள்ளுக்குள் அழுது கொண்டாள். தன் உணர்வுகளை தன்னைப் போன்ற மக்களைத் தவிர வேறு எங்கேயும் புரிந்து கொள்பவர்கள் இல்லை என பாலாவுக்கு எப்போதோ புரிந்து போனது. அப்போது அவளுக்கு கவலை எல்லாம் அம்மாவை எப்படி

சமாதானப்படுத்துவது? அம்மாவுக்கு எப்படி புரிய வைப்பது? என்றுதான்.

அம்மாவை பிரிந்த இடைப்பட்ட நாட்களில் பாலா அம்மாவை நினைத்து அழுகாத நாளே கிடையாது. அம்மாவுக்கு எங்கேயாவது வாழ்ந்து விட்டுதெரியாமல் கண் காணாமல்போய்விட வேண்டும் என்றுதான் நினைத்துக் கொண்டிருந்தாள் ஆனால் காலம் இதுபோன்ற ஒரு சூழ்நிலை ஏற்படுத்தியது துயரம்தான்.

என் புள்ளையை என் வீட்டுக்கு அனுப்பி விடுங்க என்று கமலா அம்மா அங்கு இருக்கும் ஒவ்வொரு திருநங்கைகள் காலிலும் விழுந்தாள். தன்னைவிட வயதில் சிறியவர்களின் காலில் அம்மா விழுவதை கண்ட பாலாவிற்கு ஏன் இந்த ஜென்மம் எடுத்தோம் பிறந்திருக்கவே வேண்டாம் என்று தோன்றியது.

அம்மா! அம்மா!! யாரு கால்லையும் விழாதீங்க நான் வர வீட்டுக்கு ஆனா இப்போ இல்ல தினமும் குடிச்சுட்டு சின்ன பிள்ளை மாதிரி அழுவுறாரு உங்க அப்பா உன் மேல பாசம் தான் அவருக்கு. ஆனா அவருக்கு அது எப்படி காட்டணும்னு தெரியாது.

சொன்னா கேளுப்பா வீடு வெறுச்சு ஓடி கிடக்கு நீ போனதிலிருந்து என்று அழுது கொண்டிருந்த கமலா அம்மாவிற்கு மயக்கம் வந்து கீழே விழுந்தாள் மற்ற திருநங்கைகள் ஓடி சென்று தண்ணீர் தெளித்து கமலா அம்மாவிற்கு தண்ணி கொடுத்து உட்கார வைத்தார்கள்.

என் பிள்ளை எப்படி இருந்தாலும் பரவாயில்லை நான் பெத்த புள்ளைய என்னால வீட்ல வச்சு பார்க்க முடியாதா என்ன என் வயித்துல பிறந்த பிள்ளையை நானே பார்த்துக் கொள்கிறேன் எங்க வீட்டுக்கு அனுப்பி விடுங்க என்று தெம்பே இல்லாத குரலில் மற்ற திருநங்கைகளை பார்த்து கமலா அம்மா சொல்லிக் கொண்டிருக்கும்போதே அங்கே பாலாவின் அப்பாவும் இன்னும் ஒரு சில ஆட்களும் அங்கு வந்து சேர்ந்தார்கள்.

இவன்கிட்ட என்ன கெஞ்சிகிட்டு இருக்க இவன அடிச்சே கொன்னுடுறேன் பாரு!! இங்கே யாருமே இருக்கக் கூடாது. எல்லாரும் காலி பண்ணிட்டு எங்கேயாவது போங்க என்று கத்திக்கொண்டே பாலாவின் அப்பா பாலாவை நோக்கி போய் தலையில் இருந்த டோப்பாவை இழுத்து கீழே போட்டு இது என்னடா வேஷம் என்று அடிக்கத் தொடங்கினார்.

சுற்றி இருந்தவர்கள் அனைவரும் அவரை தடுத்து நிறுத்தி சமாதானப்படுத்தினர். கமலா அம்மாவால் எதுவுமே சொல்ல முடியாத ஒரு சூழ்நிலை.அப்பா எனக்கு 18 வயசு ஆயிடுச்சு. சட்டப்படி நான் எந்த முடிவு வேணாலும் எடுக்கலாம் நீங்க தான் பெத்தீங்க அதுக்காக என்ன அடிச்சு கொல்றதுக்கோ என்ன இங்க இருந்து துரத்துறதுக்கோ உங்களுக்கு எந்த உரிமையும் இல்லை.

உங்களுக்கு பிடிக்கலைன்னா கண் காணாத தூரத்துக்கு போயிறன் விட்ருங்க இங்கே இருக்கிற யாரையும் எதுவும் தொந்தரவு செய்யாதீங்க யாரும் எந்தவிதமான தப்பும் பண்ணல!

நீ ஒரு தீவிரவாதியா இருந்தா கூட நான் உன்னை ஏத்துப்பேன் என் புள்ள ஒரு ஒன்பதுனு என்னால ஏத்துக்க முடியாது.

ஏய்! எழுந்துருடி இவன் எப்டியோ எங்கயோ போயி பிச்சை எடுக்கட்டும், சோத்துக்கு சு** ஊ****ம், எய்ட்ஸ் வந்து சாகட்டும். ஆனா திருப்பியும் உன்னை எங்கேயாவது இந்த கோலத்தில் நான் பார்த்தேன் பார்த்த இடத்திலேயே வெட்டுவேன்.

ஊர்லயும் எல்லார்கிட்டயும் சொல்லி இருக்கேன் இவன் என் புள்ளையே இல்ல எங்க பாத்தாலும் வெட்டுங்கனு என்று சொல்லி கமலாமாவை இழுத்தார்.

அப்பா கூடவே வந்த பெரியவர்கள் எல்லாரும் பாலா இங்க இருக்க கூடாது ஒன்னு வீட்டுக்கு போகட்டும்

இல்லனா வேற எங்காவது ஓடிப் போகணும். இல்லனா உங்களுக்கு தான் பிரச்சனை என்று மற்ற திருநங்கைகளை மிரட்டினர்.

பாலா நீ இப்படித்தான் வாழனும்னா, உன் வாழ்க்கை ரொம்ப கஷ்டமா இருக்கும். உன்னால சந்தோஷமா இருக்க முடியாது, தினம் தினம் நீ செத்து பிழைக்கணும் பொறந்ததிலிருந்து என் உடம்பு மேல இந்த பொம்பள துணி இருக்கிறதுக்கே நான் எவ்ளோ கஷ்டப்படுகிறேன் தெரியுமா!? எவ்வளவு பொறுத்துகிறேன் தெரியுமா? இந்த உடம்புல தெம்பு இல்லனாலும் உங்க ஐஞ்சு பேரையும் பெத்தேன். உனக்கு இந்த வாழ்க்கை வேண்டாம் பாலா என்றால் கமலா அம்மா.

அப்பொழுது அங்கே ஒரு திருநங்கை

"அவ பெயர் பாலா இல்ல தேவி"

தேவின்னு கூப்பிடுங்க! அம்மா எனக்கு புரியுது உங்க வலி ஆனா இது யார் கையிலும் இல்லை. நீங்க மனச தேத்திக்கிட்டு உங்களுக்கு பொறந்த அஞ்சும் பொண்ணுங் கன்னு நினைச்சுக்கோங்க.

தேவி உங்களை பத்தி எல்லாத்தையும் சொல்லுவா! ஒருவேளை அவ அஞ்சாவது பொண்ணா பொறந்து இருந்தா அவங்க அப்பா கொன்னு இருப்பாங்க, சாமி தான் தேவிய காப்பாத்த இப்படி பண்ணிடுச்சு நினைச்சுக்கோங்க.

எங்க இருந்தாலும் எப்படி இருந்தாலும் உங்க புள்ள உங்க புள்ள தான், தேவி இப்படி இருக்கிறதுனால, ஏன் ஒதுக்குறீங்க எங்க வீட்ல என்னை இப்படி ஒதுக்கி தான் நான் நாசமாபோயிட்டன்.

ஒரு திருநங்கைக்கு குடும்பம் தான் முக்கியம்மா அது இல்லனா அவ செத்து பாடையில படுத்தா கூட பாதுகாப்பு இல்ல என்னனு கேக்க நாதி இல்ல என் கையில எதுவுமே இல்ல நான் எது சொன்னாலும் யாரும் இங்க கேக்க போறது இல்ல என்று அழுதாள் கமலா அம்மா.

தேவியோ அம்மா என்ன மன்னிச்சிடு என்பது போல அழுகையான முகத்துடன், தன்னை பெற்ற அம்மாவை பார்த்துக் கொண்டிருந்தாள்.

அந்த மனுஷன் கமலா அம்மாவின் பின்னந்தலையை ஓங்கி கையால் அடித்து சொல்றன் இல்ல "எழுந்திரு வீட்டுக்கு போ! போடி, புள்ள பெத்து இருக்கா பாரு" என்று அடித்தான்.

பின் மண்டையில் அடித்த வலியோடு விரத்தியுடன் கமலா அம்மா இங்கு எதையும் மாற்ற நம்மால் முடியாது என்று மௌனமாக மெதுவாக வீட்டை நோக்கி நடக்க தொடங்கினாள்.

போகும் வழியில் தன்னை சரியாக நடத்தாத கணவரையும், தான் வளர்த்த பிள்ளைகளின் மீது உள்ள எதிர்பார்ப்பையும் இத்தனை வருட கஷ்ட காலங்களையும், நீ ஒரு ரெண்டாங் கட்டவ என்ற அம்மாவின் திட்டயும், தான் பெற்ற பிள்ளை இந்த சமூகத்தில் படப்போகும் துயரத்தையும் சேர்த்து மன்னித்து ரயில் போகும் தண்டவாள பாதையில்கொண்டே அந்த ரயில் போகும் தண்டவாள பாதையில் நடந்து சென்று கொண்டிருந்தாள் கமலா.

திருநங்கையின் கண்ணீரும்
கோபமும் இந்த உலகத்தில் பெரிது
அவள் இந்த சமூகத்தில் வாழப் போராடும்
போராட்டம் பெரிது
அவள் படும் இன்னல்கள் பெரிது
அவள் உடல் மீது நடக்கும் அலட்சியங்களும்,
சுரண்டல்களும் அவலங்களும் பெரிது
இவைகள் எல்லாவற்றுடன்
அவளை பெற்ற தாயின்
வேதனை பெரிது,
கண்ணீர் பெரிது.

தன் தவறான உடலையும்
இந்த தவறான சமூகத்தையும்
வாழ்வில் ஒருமுறை மன்னிக்கிறாள், திருநங்கை.
திருநங்கையை பெற்ற தாயோ
தினமும் இந்த சமூகத்தை மன்னிக்கிறாள்.
தன் வேதனையும் எண்ணியபடி.

Love is Love (காதல் என்பது காதல்)
என்ற தொகுப்பிலிருந்து...

16

ஆட்டிசம்

துவாரகா சாமிநாதன்

"ஸ்ஸ்சு அப்பா... என்னா வெயில் என்னா வெயில்" என்று வெயிலை நொந்து கொண்டே வீட்டு வாசல் படலை திறந்தான் ராமன் ஆறுமுக பாண்டியன். அப்பாவைக் கண்டதும் மாமர ஊஞ்சலில் ஆடிக் கொண்டிருந்த வேணி துள்ளி குதித்து ஓடி வந்து, ரெக்கை விரிக்கும் நாரையாய் கைகளை விரித்தாள், தூக்கி ஒரு சுத்து சுத்த தயாரானவனை தடுத்தாள் அனிதா.

"அப்பா கேதத்துக்கு போய்ட்டு வந்திருக்கு"

"தீட்டு தொடாத ஆயி"

"ஆமா இவ வேற தீட்டு மயிருன்னுட்டு அவனவன் நொந்து வந்துருக்கான். போடி போய் தண்ணி எடுத்து வை"

மனச புரியாதவன்னு திட்டி விட்டு. மகளின் பக்கம் திரும்பினான். வேணி தலையை இடப்பக்கம் சாச்சுக்கிட்டு

"சாட்... ... ஹேப்பி... சாட்... ஹேப்பி... சாட்... ஹேப்பி தனியாயிருக்கும் சாட் தனியாயிருக்கும். இது என்னப்பா ரெண்டுமில்லாம கலந்து புரியாதமாரியிருக்கு..."

"என்னாச்சுப்பா" என இழுத்து நிதானித்து கேட்டாள்.

ஆற்றில் ததும்பிக்கொண்டிருக்கும் தண்ணி கரையில் லேசான உடைப்பு ஏற்பட்டால் சட சடவென கரையை

உடைத்து பாயும் வெள்ளம் போல அன்று மனதில் இருந்த அத்தனையையும் மகளிடம் கொட்ட ஆரம்பித்தான், அவளுக்கு புரியுதோ இல்லையோ யாரிடமாவது பாரத்தை சொன்னா தேவலன்னு நினைக்கிறப்ப மகள் கேட்டது சாக்காப்போச்சு அவனுக்கு.

ராமன் ஊரை விட்டு வந்து இருபது வருசத்திற்கு மேல் ஆகிவிட்டது.ரெண்டு பக்கமும் கோரையாறு, பாமணி யாறுன்னு தண்ணிக்கு அப்பயெல்லாம் பஞ்சமேயில்ல முப்போகமும் நெல்லு வெவசாயந்தான். ஊரின் பின் புறத்தில் தப்புளாமணி கண்ணுக்கு எட்டன தூரம் வயக்காடுதான் அங்கேயிருந்து முக்காமணி நேர பயணத்தில் எழில் கொஞ்சும் அலையாத்திக் காடும் அடுத்தது கடலும் பக்கத்துல இருக்குற மரத்துல ஏறி நின்னு பாத்தா சிலோனு தெரியும் ராவுல அங்க லைட் எரியுற வெளிச்சம் இஞ்ஞன தெரியும்.

தென்னை, நெல்லு, அலையாத்தி வெறகு, மீன் பிடி நிறைய சாதி, பலபட்ற இந்தியா மாரின்னு எல்லாரும் திட்டுற விசயம் இதுவொன்னு. ஆனா எங்க செட்டுல யாருமே சாதி பாத்து பழகல அதுதான் இப்பவும் ரொம்ப பெரும எங்களுக்கு.

ஊரில் மூனு பண்ணைகள் ஒரு வள்ளல், ரெண்டு மூனு ஆண்டைகள் அவங்களுக்கு ஊழியம் பாக்க வந்த குடும்பங்களென எண்ணூத்தி அம்பது தலக்கட்டுக்கும் மேல. ஊருக்கே படியளக்கிற பெரிய சிவன் கோயில் ஒன்னு, ஒலகத்துலயே பெரிய சிவலிங்கமும் அம்பாளும் உள்ளதாக சொன்னாலும் அவுக பொகலு ஊரத்தாண்டியதில்ல. ஆனா முன்னடியெல்லாம் கே.பி. சுந்தராம்பாள், டி.எம்.எஸ், சீர்காழின்னுட்டு பெரிய பெரிய ஆளுங்கள வச்சு கச்சேரி யெல்லாம் நடந்துச்சாம். ஆனா இப்ப ஒன்னயும் காணும்.

அப்படி கணக்கெழுத வந்தவருதான் வரதராஜபெருமால் பாருங்க சிவன் கோயில்ல கணக்கெல்லாம் பாத்துக்கிட்டு ஆனா பெருமாலைத்தான் கும்பிடுவாரு இது சைவ

துரோகமில்லையா. அதனாலதான் அவருக்கு அப்படி சாபம் வந்துச்சோ தெரியாது, அஞ்சு பசங்க ரெண்டு பொன்னு, ஒருத்தன் இல்லாத வம்பெல்லாம் கூட்டியாந்து மெட்ராஸ்க்கு ஓடிட்டான், பொன்னுகள ரெண்டையும் கரசேர்த்துட்டு பூவும் பொட்டுமா கோபுவோட அம்மா போய் சேர்ந்துட்டா. பொண்டாட்டி போயிட்டா உடலில ஒரு பாகம் போன மாதிரி. ஒன்னும் ஓடாது. புள்ளைகளும் ஒன்னும் சரியா தலை எடுக்கல.

எங்க அம்மா சொல்லும் செவன் சொத்து குல நாசமுன்னுட்டு, கணக்க தப்பா எழுதுனலா அவரு கணக்கையும் சிவன் தப்பாவே எழுதிட்டான். பொம்பள இல்லாத வீடு சுடுகாட்டுக்குச் சமம்.

அவஞ்ச வீட்ட பீட புடிச்சி ஆட்டுனுச்சு, வறுமை அவர்களின் ஆச்சாரங்களையெல்லாம் தொலைத்தது. வீட்டிற்கு சென்றால் எல்லாம் அப்படி அப்படியே கிடக்கும், படுத்த பாய சுருட்டாம கெடக்கும், அழுக்குத்துணிகள் சேர்ந்து குமிந்து கெடக்கும், அவிஞ்ச நாத்தம் வரும். மூக்கே எரிச்சல் படும்.

ஆனால் வீட்டிற்கு பின்னாடி போனா ஒரே தொளசிக்காடு மண்டிக்கெடுக்கும் வாசன அப்புடியிருக்கும், தொள்சி மாலதான் பெருமாலுக்கு புடிக்குமா, தொள்சிய செப்பு கிண்ணத்தில போட்டு அந்த தண்ணியதான் குடிப்பாய்ங்க, ரொம்ப குடிச்சா ஆண்ம குறையுமாமே தெரியல. அஞ்சுல ஒருத்தன் மலேசியா போனவன் திரும்பி வரவேயில்ல என்ன ஆனானு கூட விசாரிக்கல அந்த சோகத்துலேயே பெருமாலும் போய் சேர்ந்துட்டார்.

மிச்சம் மூனு பசங்கதான் அதுல ஒருத்தந்தான் கோபு என்னோட அப்பப்ப குடியானவ வீட்டு வேலைக்கும் வருவான், அப்பா வாங்கி வரும் வெரா மீனு வறுத்தா அவனுக்கும் கொடுப்பேன், இறால் கொழம்புன்னா விரும்பி சாப்புடுவான். ஊருக்குல்ல ஆருக்கும் தெரியாது அதோடு போய் கோயிலுக்கு அர்ச்சனையும் பண்ணுவான். வீட்ட வித்துதான் பொண்ண கரசேர்த்தார்கள் அதனால் இப்ப

எங்க வீட்டுக்கு பக்கத்தில வாடகை வீடுதான். அந்த ஊரே துபாயையும் சிங்கப்பூரையும் குத்தகைக்கு எடுத்து வச்சிக்கிட்டு எல்லாரும் அங்கன போய்தான் பொழப்பு தேடுனார்கள். வெளி நாடு போயும் அவனுங்க பீட ஒழியல, கரிச்சட்டியில ஒட்டிக்கிட்ட பிசுக்கு மாரி ஒட்டிக்கிச்சு.

ஊரின் சந்தியில நண்பர்கள் கூடினாலே கோபுவின் கல்யாணம் பற்றிய பேச்சு வந்திரும். ஒனக்கு வேற சாதியிலதாண்டா பொண்ணு என்றும் குடுவு மொளைக்காம போகப்போவதுன்னு கிண்டலடித்தாலும் சிரிக்க மாட்டான்.

தண்ணீர் பட்ட சிமெண்ட் மூட்டை மாதிரி அவன் மனம் கெட்டித்தட்டிப் போயிருச்சு. அவனிடம், தான் அய்யங்காருங்கற பிகுவோ திமிரோ இருக்கவே இருக்காது. சாது ஆரம்பத்தில் நல்லா கமலகாசன் மாதிரி செவப்பு, சுருள் முடி, அளவான தேகம், அவனுக்கு தடிச்ச நாக்கு, மந்திரம் வாசிக்கப் போறதால குரல் கரகரன்னு போச்சு.

பக்கத்து மாநிலம் தண்ணி தர்ல செழிப்பு கொறஞ்சி போச்சு அடிச்சு புடிச்சி வாங்குனாலும் பத்தல, மழ பேயல, அப்புடியே தண்ணி தொறந்தாலும் தென்கிழக்கு கட மட பகுதிக்குள் வர்றதுக்குள்ள பட்டம் முடிஞ்சிரும். வாழக் கொல்லை மாரியம்மன் கொயிலு கொளத்துல கிடந்த தண்ணிய தேவரு கொல்லைக்கு மட்டும் பாய்ச்சிக்குடுவாரு. கேட்டா சண்ட சாதிப் பிரச்சனயா மாறிட்டு.

அப்பதான் நானும் கோபுவும் பட்டுக்கோட்டை *REC*யில எலக்ட்ரீசனுக்கு படிச்சோம், அப்பயெல்லாம் வீரா தியேட்டருலதான் படம், அதுவும் ஒரு வித பின்னணி இசையோடு திரையை மூடியிருக்கும் துணிகள் மேலே போறத பார்க்குறது அவ்வளவு அழகா இருக்கும், கீழ அழகா நைட் லாம்பு செவப்பு கலர் லைட்டு, மடிஞ்சி மடிஞ்சி சுருங்கும் திரைச்சீல அங்க மட்டும்தான். முட்ட போண்டாவும் கோன் ஐஸ்க்ரீமும் வந்த புதுசு மூன்றுவாதான். வாங்கி ரெண்டு பேருமே சாப்பிட்டுகிட்டே படம் பார்ப்போம்.

படிச்சி முடிச்சி நான் முத்துப்பேட்டை நானாதானாவை சிபாரிசு வைத்து கெவுருமென்ட் கண்டக்டராகிட்டேன். அவன் வெளி நாடு போனான் குவைத் பக்ரீனுன்னு சுத்திட்டு பழைய தெருவுலய எடத்த வாங்கி வீடு கட்டி னான். யாருக்குமே திருமணமாகல, மொட்ட புள்ளயா அழைஞ்சாய்ங்க. அவுனுக அக்காக்களும் முன்னெடுக்கல.

“என்னடா இப்படியே இருந்திற போறியான்னா”

“நீதான் ஒரு பொண்ண பாரேன்ம்பான்”

“நான் பார்த்தா எங்கல்லதான் பார்ப்பேன் ஓகேவாம்பேன்”

“சரின்னு” வேதனய வெளிப்படுத்த முடியாம சொல்லுவான்.

எனக்கு கல்யாணமாகி எட்டு வருசமாச்சி, எங்க செட்டுல எல்லாரும் கல்யாணம் பண்ணி குழந்தைகயெல்லாம் வயசுக்கு வந்திருச்சு. அதுலயும் ரமேஷ், குமரன், செந்திலு எல்லாரும் சீக்கிரமே கல்யாணம் பண்ணதால் சிலரோட புள்ளைகளும் குழந்த பெத்துருச்சு. அவய்ங்க ஒறவு சனமும் யாரும் முன்னாடி நின்னு கோபுக்கு ஏதும் செய்ய வரல.

மூத்த பொண்ணு உமா வரும் போதெல்லாம் அம்மாகிட்ட வந்து அழும். எங்க தம்பிக வாழ்க்கையை நெனச்சிதான் கவலயா இருக்குன்னு அங்காலாய்க்கும். குமரங்கிட்ட சொல்லி யாராவது விடோ பொண்ணா இருந்தாலும் பார்த்து முடின்னேன். அப்புறம் ஒரு சமயத்துல அவந்தான் சொன்னான். லெட்சுமி பொண்ண பார்த்து முடிக்கலாமே அவளும் நர்சுக்கு படிக்கிறா ஒங்க ஆளுகத்தானே ஒனக்கு ஒத்தாசையா இருப்பாகன்னேன்.

கோபுவும் அங்க அடிக்கடி போய்ட்டுதான் வருவான் பார்த்திருக்கேன். முடியாதுன்னுட்டான். ஏண்டன்னா அவுசாரி வீட்டு பொண்ண கட்டிக்க சொல்றியான்னு கேட்டான்பாரு ஒரு கேள்வி. எனக்கு ச்சீன்னு போச்சி. அதுக்கப்புறம் இந்த பேச்சையே நான் எடுக்கல. ஆமா

லெச்சுமி ஊருக்காக தியாகி பட்டம் எடுத்துக்கிட்டவதான். அதனால் என்ன பண்றது.

கோபுக்கு நாப்பது முடிஞ்சிருச்சாம். ஆளு நரங்கிப் போய் சோக புடிச்சி இருந்தான். என்ன எலவ செஞ்சானோ தெரியல, ரெண்டு கிட்னியும் வீணா போச்சு. எங்க கொண்டு போயும் பார்க்க முடியல.

எலவு வீட்டுலயும் ஏதாவது பேசி சிரிக்கும் சிலரை பார்த்தால் கருங்கல்ல எடுத்து முன் பல்ல ஒடைக்கனும் போல தோனும். ஊர்ல உள்ள அத்தன பயலுவலும் அங்கதான் இருந்தானுவ. இத்தன நா எங்கயிருந்தானுவ இந்த நாறப் பயலுவ. கன்னி கழியாம போய்ட்டான். என்ன பொறப்பு இது.

சரி சரி ஆக வேண்டியத பாருங்கப்பா என்று ஊரு தலக்கட்டு ஆரம்பிச்சதும். நான் போயி தொட்டு தூக்கப் போனப்ப. சட்டையில்லாத ஒருத்தன் வந்து அதெல்லாம் நாங்க பாத்துக்கிறோம் நீங்க யாரும் தொடப் பிடாதுன்னான்.

எங்கிருந்து வந்தானு தெரியல வீரமணியும் தொப்ப செந்திலும் வந்து நீ தூக்குடா இவனுக என்ன பண்றாய்ங்கன்னு நான் பாக்குறேன்னான்.

இவய்ங்க ரெண்டு பேரும் கொஞ்சம் தடிச்ச ஆளு, யாரு சொல்லியும் கேட்க மாட்டானுக. மொறச்சிக்கிட்டு நின்னாங்கள். சாவு வீட்டுல வந்து எதுக்குப்பா சலசலப்புன்னு ஊரு பெருசுங்க கூடி சொன்னாலும் கேட்கல.

"கோபண்ணன் போறப்பயாச்சும் நல்லா போகட்டும் விட்றுங்கண்ணன்னு அவன் தம்பி வந்து எங்கிட்ட அழுதான். சரின்னு நாங்க விட்டுட்டோம். நாலு சாம்பாருக வந்து தூக்கிப் பாத்துச்சு தூக்க முடியல, ஒடம்பு கணத்து போச்சி போல திரு திருன்னு முழிச்சுதுக அப்பறம் நானும் சேர்ந்து தூக்கிப் போட்டு எல்லா சடங்கும் முடிஞ்சி பாடையில் ஒரு கை போட்டு கொண்டு போனோம்.

இருக்கும் போது கவனிக்கப்படாத ஒதிய மரமாய் இருந்துட்டு போய்ட்டான். செத்த பின்னாடி சடங்குகள் ஆயிரம் பண்ணி நேரா சொர்க்கத்துக்கு அனுப்ப பார்க்குற சாம்பாருகல ஊரு பெரிசுகள் நக்கலடித்தன.

அப்போது இந்த ரவிப்பய நெசமாலுமே கோபு கன்னி கழிக்காமயா இருந்திருப்பான் என்றான்.

ஆட்டிசம் உண்மையில் என் மகளுக்கில்லை என்று நினைத்துக் கொண்டேன். ●

17

மதுரையை மீட்ட சுந்தரபாண்டியன்

ஆசை

இந்தக் கதையில் வரும் மனிதரை நான் சந்தித்தது 23 ஆண்டுகளுக்கு முன்பு. அப்போது இந்தக் கதையை நான் எழுதியிருந்தால் அந்த அனுபவத்தின் மீதான, அந்த மனிதரின் மீதான, என் நினைவு மீதான நம்பிக்கை எனக்கு முழுதாக இருந்திருக்கும். இப்போது எனக்கு வெறும் குழப்பம் மட்டுமே மிஞ்சுவதால், தெளிவையல்ல குழப்பத்தையே என் வாசகர்களுக்கு நான் தர விரும்புவதால் இப்போது, இத்தனை ஆண்டுகளுக்குப் பிறகு இதனை எழுதுவதுதான் பொருத்தமாக இருக்கும். எந்த அளவுக்கு நீங்கள் என்னை நம்பவில்லையோ அந்த அளவுக்கு எனக்கு மகிழ்ச்சி.

என்னை அறிந்த பலருக்கும் தெரியும், மன்னார்குடியிலிருந்து சென்னைக்குப் படிக்க வந்தவன் நான். இங்கே வந்த ஆண்டு 2001. அப்போது சென்னை மாநிலக் கல்லூரியில் ஆங்கிலம் முதுகலை படித்துக்கொண்டிருந்தேன். அந்தக் கல்லூரியில் ஏதும் நான் பெற்றுக்கொள்ளவில்லை என்றாலும் வகுப்பு நடக்கும்போது ஆசிரியரைக் கவனிக்காமல், தெளிவாகத் தெரியும் வங்காள விரிகுடாவை அங்கிருந்தே பார்த்துக் கொண்டிருப்பது அவ்வளவு மகிழ்ச்சியைத் தரும். கூடுதலாக, அருகிலுள்ள விக்டோரியா விடுதியிலிருந்தும் காலையோ மாலையோ கடற்கரைக்கு வந்து சிறிது உலவலாம், உட்கார்ந்து காற்றுவாங்கலாம். மாநிலக் கல்லூரி, விக்டோரியா

விடுதி இரண்டும் ஆங்கிலேயர் காலத்துக் கட்டிடங்கள் என்பதால் அங்கே நடப்பதெல்லாம் ஷேக்ஸ்பியர் நாடகங்கள் என்றும் நான் ஷேக்ஸ்பியர் காலத்துப் பார்வையாளன் என்றும் கற்பனை செய்துகொள்வேன்.

அப்படித்தான் ஒருநாள் ஷேக்ஸ்பியர் நாடகத்திலிருந்து வெளியேறி விடுதிக்குச் சென்று ஓய்வெடுத்துவிட்டு மாலையில் கடற்கரை சென்றேன். அங்கே மங்கிய ஒளியில் யாரும் உட்கார்ந்திராத ஒரு சிமெண்ட் பெஞ்ச் தெரிந்தது. அதை நோக்கி நடந்தேன். இன்னொருவரும் அதை நோக்கி வருவது தெரிந்தது. நான் முந்தினால் அவர் வேறு திசைக்குச் சென்றுவிடுவார் என்று என் வேகத்தை அதிகரித்து அங்கே சென்று அமர்ந்தேன். அவர் தன் வேகத்தை அதிகரிக்கவில்லை, திசையையும் மாற்றவில்லை. நேரே இங்கேதான் வந்தார், அமர்ந்தார். எழுபது வயது மதிக்கத் தகுந்த முதியவர். என்னையேதான் பார்த்துக்கொண்டிருந்தார். அப்போதுதான் உணர்ந்தேன், அவர் வந்தது சிமெண்ட் பெஞ்சை நோக்கியல்ல என்னை நோக்கியென்று. எப்படியோ நான் புறப்படும்போதே என் இலக்கு அவருக்குத் தெரிந்திருக்கிறது. தன் கதையை அவர் சொல்லிவிடுவாரோ என்று நான் அஞ்சிக்கொண்டிருந்தபோதே பேச ஆரம்பித்துவிட்டார்.

"ஏன் தம்பி ஒருமாதிரி நடுக்கத்தோட இருக்கிற மாதிரி இருக்கு. இந்த பீச்சுல அதலாம் கூடாது. ஃப்ரீயா உட்காருங்க. என்னை எங்கேயே பார்த்த மாதிரி இருந்திருக்கும், அதனாலதானே நடுக்கம். எனக்கும் இந்தக் கடற்கரையைப் பார்த்தா அப்படியொரு நடுக்கம்தான் வரும். ஆனா, இருவத்திரெண்டு வருஷமா இங்கேயேதான் இருக்கேன். உண்மையிலேயே நமக்குத் தெரியாத விசயங்களைப் பார்த்து நமக்கு நடுக்கம் கெடையாது. தெரிஞ்ச விசயங்களைப் பார்த்துதான் நடுக்கம். இல்லைன்னா தெரியாததுக்குள்ளேயும் தெரிஞ்சது ஏதாவது இருக்குமோன்னு நடுக்கம்" என்றார்.

"இல்லை, அதெல்லாம் இல்ல. சும்மாதான் உட்கார்ந் திருக்கேன். நான் கொஞ்சம் தனிமை விரும்பி அதான்" என்று சூசகமாகச் சொல்லிப் பார்த்தேன். ஏனென்றால்

அவர் இருபத்திரண்டு ஆண்டுகளாக ஏதோ கதை சொல்லிக் கொண்டிருக்கிறார் என்றும் அதற்கு இன்று என்னைத் தேர்ந்தெடுத்துவிட்டார் என்றும் எனக்குத் தோன்றியது.

"தம்பி உங்களைப் பார்த்தா இந்த ஊர் மாதிரி தெரி யலையே" என்று கேட்டார்.

"ஆமாம், நான் தஞ்சாவூர் பக்கம்"

"அட நம்ம ஊர் பக்கம். அதான் எனக்கு சட்டுன்னு பேசணும்னு தோணிருக்கு. நானும் அந்தத் திக்குதான். ஆனா, இப்போ அப்படிச் சொல்ல முடியுமான்னு தெரியலை" என்று இழுத்தார்.

"ஏன்..." என்று கேட்க ஆரம்பித்துப் பின் வம்படியாக மாட்டிக்கொள்வதற்கு நானே வாய்ப்பை ஏற்படுத்திக் கொண்டேன் என்று தோன்றியது.

"ஊர்லேருந்து தொலைஞ்சு வந்துடலாம் சரி. ஊரே தொலைஞ்சிடுச்சு தம்பி. சொன்னா நம்ப மாட்டீங்க" என்றார்.

இனி அவர் விட மாட்டார் என்பதாலும் எதிர்காலத்தில் அவர் ஏதோ விதத்தில் பயன்படுவார் என்று என் உள்ளுணர்வு கூறியதாலும் "அதெல்லாம் பிரச்சினை இல்லை, சொல்லுங்க" என்றேன்.

இப்போது வசமாக என் பக்கம் திரும்பி உட்கார்ந்து கொண்டார். இனி கதை அவர் குரலில்.

*****

தஞ்சாவூர்ப் பக்கம் உள்ள தன்னரசு நாடுகளைச் சேர்ந்தது நம்ம கிராமம் தம்பி. அங்க அரசாங்கம், போலீஸு எல்லாம் கொஞ்சமாத்தான் எட்டிப்பார்க்க முடியும். நான் சொல்ற கதை எப்போ ஆரம்பிச்சிச்சின்னு எனக்கே தெரியாது. எனக்கு நிஹா தெரிஞ்சதிலருந்து உள்ள கதையைத்தான் என்னால சொல்ல முடியும்.

எங்க ஊருல ஒரு ராசா இருந்தாரு. அவரை ஜமீனு அளவுல பின்னாடி குறுக்கிட்டதா பேசிக்கிட்டாலும் அவரு ராசாதான். ராசபரம்பரைதான். அவங்க அப்பாரைல்லாம் நான் பார்த்திருக்கேன். வேட்டைக்குத் துப்பாக்கியைத் தூக் கிட்டுப் பரிவாரங்களோடப் போவாரு. நான் பெரியவனான காலங்கிறது ராசா மவன் சின்ன ராசாவோட காலம். பெரிய ராசா போனப்புறம் இவரை யாரும் சின்ன ராசான்னு கூப்புடுறது இல்லை. ராசான்னுதான் கூப்புடுவோம்.

இந்த ராசா காலத்துல அவரோட அதிகாரத்துக்குக் கீழ இருந்த கிராமங்கள்லாம் அடியோட மாறுனுச்சு. அதுக்குக் காரணம் அவர் கட்டின தியேட்டர்தான் தம்பி. எங்க ஊர்ல நடந்தது இந்த உலகத்துல வேற எங்கேயேயும் நடந்துருக்க வாய்ப்பே இல்லை. அதுக்கும் காரணாம் அந்த தியேட்டர் தான்.

எங்க ஊர்ல அவர் கட்டின தியேட்டர்ல ரெண்டு ஆட்டம்னா ராத்திரி ஆட்டத்தை ஊர்க்காரங்கள்ல நான் சொல்லப்போற விஷயத்தோட சம்பந்தப்பட்டவங்களை மட்டும் ஒரு வாரம் திரும்பத் திரும்பப் பார்க்க வைப்பாரு ராசா. காசு வாங்காமத்தான். அதுக்கு அப்புறம் ஒரு வாரமோ ஒரு மாசமோ, ராசாவுக்குப் புடிச்ச படம் வர்ற வரைக்குமோ அந்த கிராமமே அந்தப் படமா மாறிடும்.

என்ன புரியலையா தம்பி? படத்தில பார்த்ததெல்லாம் நிஜத்துல வரிசையா நடிப்போம். நடிப்போன்னு சொல்லக் கூடாது. வாழுவோம். தெனைக்கும் ஒரு ரீலு நடிப்போம். எம்.சி.ஆர். வேசத்துக்கு ஒரு ஆளு, சிவாசி வேசத்துக்கு ஒரு ஆளு, ஜெய்சங்கர், சிவகுமார், அசோகன், நம்பியார், நாகேசு, பாலையா, ரங்காராவு அப்படின்னு அத்தனை வேசங்களுக்கும் சுத்துப்பட்டுக் கிராமத்துல ஆட்களை ராசா உருவாக்கி வைச்சிருந்தாரு. சாவித்திரி, சரோசா தேவி, கே.ஆர். விசயா, தேவிகா, மனோகரம்மான்னு நடிகைகளுக்கும் பொண்ணுகளைத் தயார்பண்ணி வச்சிருந்தாரு.

படம் எங்கே நடக்கும்னு கேக்குறீங்களா? ஒரு காட்சி எந்த இடத்துல படத்துல வருதோ அதே மாதிரியான

இடத்துலதான் தம்பி எங்க படம் நடக்கும். உரிமைக்குரல் படத்துல கல்யாண வளையோசை கொண்டு பாட்டைப் பார்த்திருப்பீங்க. தலைமேல எம்சியாருக்கு சாப்பாட்டுக் கூடை, இலையெல்லாம் வச்சிக்கிட்டு லதா நடந்து வருவால்ல. அதே மாதிரி எங்க ஊரு லதாவும் ஒரு வயவரப்புல சாப்பாட்டுக் கூடை, இலையெல்லாம் வச்சிக்கிட்டு வாயசைக்கிக்கிட்டு வருவா. பக்கத்துல ஸ்பீக்கர் செட்டுல பாட்டு ஓடும். பொன்னொன்று கண்டேன் பூவங்கு இல்லை பாட்டுன்னா ஆத்துல சிவாசி மாதிரியும் பாலாசி மாதிரியும் ரெண்டு பேரும் நீந்திக்கிட்டே வருவாங்க. கூடுமான வரைக்கும் படத்துல இருக்குற மாதிரி இடங்களை அங்கக்குள்ளே தேடிக்கண்டுபிடிச்சு ராசா எங்களை நடிக்க வைப்பாரு. ஏதாவது ராசா வர்ற மாதிரி கௌரவ ரோலு இருந்துச்சுன்னா மட்டும் ராசாவும் நடிப்பாரு.

படங்களுக்காக ரயில்வே டேசன் செட்டு, சின்னதா ஏரோப்பிளேன் டேசன், பஸ்டாண்டு செட்டு இதெல்லாம் ராசா நெரந்தரமா போட்டாரு. பீச்சுக்குப் பிரச்சினை இல்லை. ஏரி இருந்துச்சு. கரையில நல்லா மணலை கொட்டி வுட்டுட்டாரு. அங்கேதான் எண்ணிரண்டு பதினாறு பாட்டை சிவாசி பாடுவாரு. அதே ஏரி அமைதியான நதியினிலே பாட்டுல ஆறாவும் நடிக்கும். ஏரோப்பிளேன் டேசன் செட்டுலதான் உலகம் சுற்றும் வாலிபன்ல கடைசியா எம்.சி.ஆரு. கிழக்கு ஆப்பிரிக்காவுக்கு லதாவோடயும் இன்னொருத்தியோடயும் போற சீனு. பஸ்ஸு ரயிலு ஏரோப்பிளேனு இதெல்லாம் உண்மையில வரலைன்னாலும் அவரால ஊரே ரொம்ப மாடர்னா ஆச்சு தம்பி. சும்மா சொல்லக் கூடாது, ரொம்பவும் தன்னிறைவோடதான் இருந்தோம்.

ஒரு பக்கம் எங்க ராசா எங்களை நல்லா பார்த்துக் கிட்டாலும் சமயத்துல ஈரோயினிகளைத் தூக்கிட்டுப் போயிடுவாரு. அவரு தூக்கிட்டுப் போனாரா, அவரைச் சொல்லிக்கிட்டு அவரு ஆளுங்க தூக்கிக்கிட்டுப் போனானுங்

களான்னு தெரியலை தம்பி. உசுரோட திரும்ப அனுப்புனா போதும்னு நம்ப பொண்ணுங்க திரும்பி வரும். கை கழுத்துல ஏதாச்சும் நகை புதுசாக் கிடந்துச்சுன்னா ராசா வேலைன்னும் ஏதும் இல்லைன்னா ராசாவோட ஆளுங்க வேலைன்னும் நெனைச்சுக்கிட வேண்டியதுதான். ஆனா, கல்லுக்கொறத்திங்க அவளுக, வாயைத் தொறக்க மாட்டாளுக. அது மட்டுமில்லாம யாரும் வெளியூருக்குப் பொழைப்புக்காகவோ படிப்புக்காகவோ போக முடியாது தம்பி. சாயங்காலத்துக்குள்ள திரும்பலைன்னா மறுநாளு நம்ம வீட்டுல ஏதாவது கெட்டது நடந்திருக்கும். ஆனா ராசா மட்டும் சகல உலகத்துக்கும் சுத்திவந்துடுவாரு.

இதுல எங்களுக்குப் பெரிய பிரச்சினை என்னன்னா தம்பி எங்களுக்குச் சொந்தமா பேர்களே கிடையாது. ''தங்கப் பதக்கம்' படத்தில ஒருத்தர் நடிக்கிறாருன்னா. அவர் ஒரு நாள் முழுக்க 'என் பேரு எஸ்.பி.சௌத்ரி என் பேரு எஸ்.பி.சௌத்ரி' அப்படின்னு சொல்லிக்கிட்டே இருக்கணும். அடுத்த படம் வர்றப்போ அடுத்த பேரு. பொறந்தப்ப ஒரு பேரு வச்சிருப்பாங்கதான், அதுவும் ஏதாவது சினிமா கதாநாயகன் பேரோ, சினிமாக் கதாபாத்திரம் பேரோ இருக்கும். அதுவும் காலப்போக்குல மறந்திருக்கும். எங்களுக்குன்னு நிலையா சாமி கிடையாது, குலதெய்வம் கிடையாது. ஒரு வாரம் நான் இந்து இன்னொரு வாரம் முஸ்லீமு அடுத்த வாரம் கிறிஸ்டீனு. எங்களுக்கு என்ன வரலாறுன்னே தெரியாது. பூர்வீகம் எதுனே தெரியாது தம்பி. நாளடைவுல சினிமாவுக்குள்ளேயே பொறந்துருக்கோமோன்னு சந்தேகம் வந்துடுச்சு.

பெரிய ராசா, அவரோட அப்பாரு, முப்பாட்டனார் காலத்திலருந்து இப்படித்தான் தம்பி. பெரிய ராசா பி.யு. சின்னப்பா, கிட்டப்பா, தியாகராச பாகவதர் இவங்களோட ரசிகர். ராசப் பரம்பரையில எல்லாரும் நாடகத்தை வச்சுப் பண்ணுனத இந்த ராசா சினிமாவ வச்சுப் பண்ணினாரு. எங்களை மீட்குறதுக்கு யாரும் வர மாட்டாங்களான்னு ஏங்கிக்கிட்டு இருந்தோம் தம்பி. யாருமே வரலை.

இப்பிடி இருக்கப்பதான் எம்.சி.ஆரு., சிவாசி கால மெல்லாம் கொஞ்சம் ஓஞ்சிபோயி கமலு, ரசினின்னு சின்னப் பசங்க வர ஆரம்பிச்சாங்க. எம்.ஜி.ஆரும் முதலமைச்சரா ஆயிட்டாரு இனிமே படம் நடிக்க மாட்டாருன்னு சொன்னாங்க. கடைசியா எங்க ஊர்ல எடுத்த எம்.சி.ஆர் படம், நாங்க நடிச்ச எம்.சி.ஆர். படம் மதுரையை மீட்ட சுந்தரபாண்டியன்தான். நான்தான் தம்பி எங்க ஊர்ல 'அன்பே வா'வுலருந்து எம்.சி.ஆர். 'நீரும் நெருப்பும்' மாதிரி டபுள் ஆக்டிங்குல மட்டும் எம்.சி.ஆர் போட்டாவ ஒருத்தன் முகத்துல கட்டிக்கிட்டு நடிப்பான். மதுரையை மீட்ட சுந்தரபாண்டியன் என்னையும் ஒரு வகையில மீட்டுச்சுன்னுதான் சொல்லணும். அதுவரைக்கும் எம்.சி.ஆரா வாழ்ந்துட்டதால எனக்கு வேறெந்த கேரக்டரும் ராசா அதுக்கு அப்புறம் கொடுக்கலை. எம்.சி.ஆருக்கு சைடு ரோலு கௌரவப் பாத்திரம்லாம் கொடுக்க முடியாதுல்ல. அதுனால படம் நடக்கிறப்ப கூடமாட ஒத்தாசையா என்னை ராசா இருக்கச் சொன்னாரு. மத்த நேரத்துல வய வேலைங்க அது இதுன்னு இருக்கும்.

கொஞ்சகொஞ்சமா எங்க ஊர்ல கமலு ரசினியெல்லாம் உருவாக ஆரம்பிச்சாங்க தம்பி. சீதெவி மாதிரி ஒரு பொண்ணு அப்பபடியே இருக்கும். பதினாறு வயதினிலே யெல்லாம் நடிச்சோம். எங்க ஊர்க்காரங்களுக்கு எம்.சி.ஆர் சிவாசி படத்தையெல்லாம் நடிச்ச மாதிரி அவ்வளவு சுளுவா கமலு ரசினி படத்தெல்லாம் நடிக்க முடியலை தம்பி. அப்புறம் அவங்க படம்லாம் புதுடெக்னாலசியால்லாம் இருந்துச்சா ராசா தெணறுனாரு. கிராமத்துப் பின்னணி உள்ள படங்களா எடுத்தாரு. சிட்டுக்குருவி மாதிரி ரெண்டும் கலந்ததும் எடுத்தாரு. அவருக்கு செவப்பு ரோசாவை எங்களை வச்சி நடிக்கணும்னு ரொம்ப ஆசை. திரும்பத் திரும்ப எங்களுக்குப் போட்டுக்காட்டுனாரு. எங்களுக்கு வரவே இல்லை. ரொம்பக் கடுப்பாகி அதுல வர்ற கமலஹாசன் இங்கிலீசுல ஏதோ கத்துவாரே அதே மாதிரி திரும்பத் திரும்பக் கத்தினாரு. அப்புறம் செவப்பு ரோசாவை நாங்க நடிக்கவே இல்லை.

எங்களுக்கு விடிவு காலத்தை நாங்களாதான் தேடிக் கணும்னு நாங்க உணர்ந்தோம் தம்பி. அதுக்கு ஏத்தமாதிரி ராசாவும் உதிரிப்பூக்கள்னு ஒரு படத்தை தியேட்டர்ல எடுத்தாரு. ஒரு மாதிரி மெதுவா சோகமா இருக்கு, அது சரிப்பட்டு வராதுன்னு விட்டுட்டாரு போல. ஆனா என் மனசுல ஒரு திட்டம் உருவாச்சு. அன்னையிலருந்து ராசா வுக்குத் தெரியாமல் நாங்க உதிரிப்பூக்கள் படத்தை ஊருக்குள்ள நடிச்சிக்கிட்டு இருந்தோம். திட்டத்தை நிறைவேத்துறதுக்கு நாங்க குறிச்சி வச்ச நாளு வந்துச்சு தம்பி. ராத்திரி நேரத்துல நாங்க எல்லாரும் தீவட்டி ஏந்துக்கிட்டுக் கிளம்பிட்டோம். ராசாவுக்கு நல்லா நீச்சல் தெரியுங்கிறதால உதிரிப்பூக்கள் படத்துல வர்றது மாதிரி செய்ய முடியாதுல. அதுனால நெருப்பை எடுத்துக்கிட்டோம். என்னோட ரெண்டு பசங்க சின்னப் பசங்க. அவனுங்க கூட தீவட்டி ஏந்திக்கிட்டு வந்தானுவோ. ராசா வீட்டு வாசல்ல நின்னப்ப மேலே காவல் காத்துக்கிட்டுருந்த அடியாளுங்கள்லாம் என்ன விஷயம்னு கேட்டானுவோ. ராசாகிட்ட பேசணும் அப்படின்னோம்.

ராசா தூங்கிக்கிட்டு இருக்காரு நாளைக்குக் காலையில வாங்கன்னானுவோ. இல்லை இப்பவே பேசணும்னு சொன்னதும் பதறிப் போனானுவோ. கொஞ்ச நேரத்துல ராசாவே மேலே வந்தாரு. எல்லா சுச்சியிம் போட்டு லைட்டுல்லாம் பளபளன்னு எரிஞ்சிச்சு. என்னங்கடா இந்த நேரத்துல அப்புடின்னு அதட்டலா கேட்டார். உள்ள வந்து ஒங்க கிட்ட பேசணும் அப்படின்னோம். மொத தடவையா ராசா அப்படிங்கிற வார்த்தை இல்லாம நாங்க பேசுறத ராசாவும் உணர்ந்தாரு எங்களுக்கும் அது இயல்பா வந்துச்சு. அதுதான் ராசாவுக்குப் பயத்தை ஏற்படுத்திருக்கும்போல. பின்னாடி மறைச்சு வச்சிருந்த துப்பாக்கிய எடுத்தாரு. எங்களை நோக்கிக் குறிவைச்சாரு. அதுக்கு முன்னாடி எங்க ஆளுல ஒருத்தன் கையில் வச்சிருந்த கல்லை விட்டெறிஞ்சான் அது ராசா நெத்தியிலப் போய் அடிச்சிது. துப்பாக்கி அந்த உப்பரிகையிலருந்து கீழ விழுந்துச்சு. ராசா உள்ளே ஓடிட்டார். நாங்க வாசக் கதவை உடைச்சிக்கிட்டு உள்ளே

பூந்துட்டோம். மேலேருந்து அடியாட்கள்லாம் சுட ஆரம்பிச்சுட்டாங்க. எங்க ஆள்கள்ல ரெண்டு மூணு பேரு அய்யோன்னு கீழயும் விழுந்துட்டானுவோ. அதுக்கு மேலே சுட முடியாதமாதிரி நாங்க பங்களாக்குள்ள பூந்துட்டோம்.

கரண்டு, ஃபோனு கனெக்ஷன் எல்லாத்தையும் அறுத்துட்டோம். சுத்துப்பட்டு ஊருலயே ஃபோனு கரண்ட்டுல்லாம் உள்ளவரு ராசாதான். அடுத்ததா கதவெல்லாம் தொறக்க முயற்சி பண்ணுனோம். தொறக்க முடியலை தம்பி. எல்லாம் பர்மா தேக்கு. நூறு எரநூறு வருசக் கதவுங்க. அதுனால எல்லாரும் மாடி வழியா ஏறி உள்ளே போற வழியைக் கண்டுபிடிச்சு உள்ளே போனோம். இவ்வளவு தூரமும் என் பசங்களும் வந்துருக்கானுவோன்னு அப்பத்தான் பாத்தேன் தம்பி. வரட்டும் இல்ல சாகட்டும். பேரு வரலாறு பூர்வம் இல்லாம வாழுறதுக்குச் செத்துப்போகலாம் அப்படின்னு நானும் விட்டுட்டோம். உள்ளே ஒரு இண்டு இடுக்கு விடாம தேடுனோம். எங்கயும் ஆப்புடல.

அப்புறம் ஒரு சந்தேகம். இவ்வளவு செட்டு போடுறவரு ஒரு சுரங்கம் இல்லாமலேயா இருப்பாரு அப்படின்னு. பங்களாவோட அடித்தளத்துக்கு வந்து தேடிப்பார்த்தோம். அங்க நாலு அடியாளுங்க ஒரு பல்லுசக்கரத்தைச் சுத்திக் கிட்டுருந்தாங்க. கீழே குகைவாசல் மாதிரி திறந்து இருந்துச்சு. நாங்க கரண்ட கட் பண்ணுனதால சுச்சி போட முடியாம சக்கரத்தை சுத்தி மூடப் பாத்தவனுவோ எங்களப் பாத்ததும் தெகைச்சிப் போயி நின்னுட்டானுவோ. என்னோட ஓடியாந்தவனுங்க எல்லாரும் ஓன்னு கத்த ஆரம்பிச்சிட்டானுவோ. அது எங்க பாட்டன் முப்பாட்டனெல்லாம் சேர்ந்துகிட்டுக் கத்துன மாதிரி இருந்துச்சு. கீழ ராசா அவரோட குடும்பம் பயலுவோ வப்பாட்டிங்க அடியாளுங்க எல்லாரும் நடுங்கிக்கிட்டு இருந்தாங்க. அது சுரங்கம் மாதிரி இல்லை. பதுங்குற குகை. ராசா துப்பாக்கியால குறிவச்சுக் கிட்டே இருந்தவரு கீழே போட்டுட்டாரு. அவரு துப்பாக்கியக் கீழே போட்டது ஒரு சமிக்ஞை மாதிரியே இருந்துச்சு. அதுக்காகவே காத்திருந்த மாதிரி எல்லாரும்

தீப்பந்தங்களை ராசாவைப் பார்த்து எறிஞ்சாங்க. ஒரே அலறல். அதுக்கப்பறம் அந்தத் தீப்பந்தமெல்லாம் நல்லா எரியணும்னு நெனைச்சாங்களோ என்னவோ தெரியலை எல்லாரும் போட்டுருந்த சட்டையெல்லாம் கழட்டி எறிய ஆரம்பிச்சாங்க. நானும் என் பசங்களும் மட்டும்தான் அப்படிச் செய்யலை. அப்புறம் ஹோன்னு ஒவ்வொருத்தனா அந்தப் பதுங்கு குகைக்குள்ள குதிக்க ஆரம்பிச்சானுவோ தம்பி. எனக்கு என்ன நடக்குதுன்னே தெரியலை. அவனுங்க குதிக்கிறப்போ வந்த சத்தத்துல அப்படியொரு ஆனந்தம் தம்பி. என் பசங்க கண்ணைப் பொத்திட்டேன். ஊர்க்காரங்க அத்தனை பேரும் குதிச்சிட்டாங்க. போயிடு போயிடு எங்க உசுரெல்லாம் எங்க மூச்செல்லாம் எடுத்துட்டுப் போயி உன் புள்ளைங்களுக்குக் கொடு. நம்ம பூர்வீகம் வரலாறு எல்லாத்தையும் கண்டுபிடி. இல்லன்னா உனக்கு இனிமே யாச்சும் புதுசா ஒரு பூர்வீகம் வரட்டும். அப்படின்னு சொல்லிட்டுக் கடைசியா ஒருத்தன் குதிச்சான்.

எனக்கு ஒண்ணும் புரியலை தம்பி. உதிரிப்பூக்கள் என்னுடைய திட்டமா ராசாவுடைய திட்டமான்னு ஒரே குழப்பமா இருந்துச்சு. தன்னோட முடிவும் கிராமத்தோட முடிவும் இப்படி இருக்கணும்னு ராசா திட்டம் போட்டுருக்காரோ. ஒரு கிராமத்தையும் தன் பரம்பரையையும் அழிச்சிக்கிட்டு இப்படி எரிஞ்சிக்கிட்டிருக்காரே அப்படின்னு அங்கேருந்து பசங்களைக் கூட்டிக்கிட்டுக் கௌம்பிட்டேன் தம்பி. நாங்க மூணு பேரும் கையில இருக்குற தீவட்டியால வழியெல்லாம் ஊரை எரிச்சிக்கிட்டே வந்தோம். பஸ்டாண்டு செட்டு, ரயில்வே டேசன் செட்டு, ஏரோப்ளேன் டேசன் செட்டு எல்லாத்தையும் எரிச்சோம். வீடு வயலு தோட்டம் தொரவு எல்லாத்தையும் எரிச்சோம் தம்பி. சொன்னா நம்ப மாட்டீங்க தம்பி ஏரியே எரிய ஆரம்பிச்சுடுச்சு. பெரிய கொள்ளிவாய்ப் பிசாசு மாதிரி இருந்துச்சு.

அப்புடியே ஓடி வந்துட்டோம். எவ்வளவு தூரம் ஓடுனோம்னு தெரியலை. பசங்க களைச்சுப் போனதும் ஒரு சுமைதாங்கிக்கல்லுல ஒக்காந்தோம். பக்கத்துல பார்த்தா

தம்பி உண்மையில நீங்க நம்ப மாட்டீங்க. ஒரு பப்பாளி மரம். இலையே இல்லை. ஆனா, கோயில் கோபுரம் மாதிரி உச்சிலேருந்து தரையில அடித்தண்டு வரைக்கும் பப்பாளி காச்சும் பழுத்தும் தொங்குது. ஒரு கோடி பப்பாளி இருக்கும் தம்பி. ஒவ்வொண்ணும் எவ்வளவு பெரிசு இருக்கும்கிறீங்க. பசங்க பசியோடு இருப்பானுவோன்னு ஒண்ணு பறிச்சுட்டுப் போய் ஒக்காந்தேன். அப்போ டிப்டாப்பா ஒருத்தர் வந்தார். என் கையில இருந்த பப்பாளியைப் புடுங்குனாரு. மரத்துக்கிட்ட போய் பால் வடிஞ்சிக்கிட்டிருந்த காம்புல அதை மறுபடியும் ஒட்ட வைச்சிட்டுப் போயிட்டாரு. என் பசங்க அந்தப் பப்பாளியைப் பாத்துக்கிட்டே தூங்கிட்டானுவோ. நான் விடிய விடிய அந்த மரத்தைப் பார்த்துக்கிட்டே இருந்தேன் தம்பி. என் ஊரு இல்லாம இன்னொரு ஊருல அதுதான் தம்பி எனக்கும் என் பசங்களுக்கும் மொத விடியக்காலம்பர. அப்பறம் தட்டுத்தடுமாறிப் பசங்களோட மெட்ராஸு வந்துட்டேன் தம்பி என்று முடித்தார்.

“கேக்கவே மனசுக்கு ரொம்ப கஷ்டமா இருக்குங்க. பிரமிப்பாவும் இருக்கு. உங்க பேரு என்ன பெரியவரே?”

“சுந்தரபாண்டியன்தான் தம்பி. கடைசியா எம்.சி.ஆரும் நானும் நடிச்ச படமில்ல. அதே பேரு இருந்து போச்சு. அப்போ எம்.சி.ஆரு அண்ணா என் தெய்வம்னு ஒரு படம் நடிக்க ஆரம்பிச்சாருன்னும் அதைப் பாதியிலேயே விட்டுட்டாருன்னும் பின்னாடி பாக்கியராசு படத்தைப் பார்த்துத்தான் தெரிஞ்சிக்கிட்டேன் தம்பி. அந்தப் படம் வந்திருந்து நான் ஊருல இருந்திருந்தா என் பேரு ராசுவா இருந்திருக்கும். பாக்யராசோட அவசர போலீசு பாத்துட்டு நீ நினைச்சா மழையடிக்கணும் கையசச்சா காத்தடிக்கணும் கூடாது இந்தக் கருத்துன்னு பீச்சுல கொஞ்ச நாள் நானும் ஆடிப்பார்த்தேன். எல்லாரும் சிரிச்சாங்க. என்னடா மழை விட்டாலும் தூவானம் விடாதான்னு அதை விட்டுட்டேன்.”

“இங்கேதான் வந்துட்டீங்களே பேரை மாத்திக்க வேண்டியதுதானே.”

“பழக்கதோசத்துல சுந்தரபாண்டியன்னு சொல்லிட்டேன். அப்புறம் அதுவே நிலைச்சிடுச்சு. சரி பசங்களுக்காச்சும் புதுசா பேரு வைக்கலாம்னு ஒருத்தனுக்கு கார்த்தின்னும் ஒருத்தனுக்கு பிரபுன்னும் வச்சேன் தம்பி. பேரு வச்சதுக்குப் பிறகுதான் தம்பி கார்த்தி, பிரபு அப்படின்னு ரெண்டு பேரு நடிக்க வரானுவோ. எத்தனையோ சிவாசி படம் முத்துராமன் படம்லாம் ஊருல நடிச்சிருக்கோம். ஆனா அவங்க புள்ளைங்க பேரு தெரியாம இருந்துருக்கோமேன்னு ரொம்ப வருத்தப்பட்டேன் தம்பி. இனிமே மாத்த முடியாதுல்ல. அப்புடியே விட்டுட்டேன்.”

“அதுக்கப்புறம் ஊர்ப் பக்கம் போய்ப் பாத்தீங்களா” என்று கேட்டேன்.

“இங்க வந்ததிலேருந்து ஒரே கெட்ட கனவு தம்பி. ஊரே கனவுல பேயா வந்து கேள்விப்பட்டிருக்கீங்களா தம்பி? எனக்கு வருது தம்பி. இங்கே வந்ததுக்கு அப்பறம் ஊரைப் பத்தி நான் எதுவும் கேள்விப்படவே இல்லை. ஒரு ஊரே எரிஞ்சிருக்கு அதைப் பத்தி பேப்பரு கீப்பருன்னு எதுலயும் போடலை போல. எனக்கு எழுதப் படிக்கத் தெரியாதுன்னாலும் டீக்கடை சலூனுலல்லாம் பேப்பரைப் பொரட்டிப் பொரட்டிப் பார்ப்பேன். நம்ம ஊரு படம் போட்டுருக்கா, ராசா படம் போட்டிருக்கான்னு. ஒரு தகவல் இல்லை. அது நடந்து ஒரு பத்து வருசம் கழிச்சு நான் ஊரு பக்கம் போனேன் தம்பி. சூசகமா கவனிங்க ஊரு பக்கம்னுதான் சொன்னேன் ஊருக்குன்னு சொல்லலை. ஏன்னா அங்கே ஊரே இல்லே தம்பி. எனக்கு எங்க ஊரோட எல்லையெல்லாம் நல்லா அத்துப்படி. அந்த எல்லைகள்லாம் ஒண்ணாசேர்ந்து சுருங்கியிருக்கேயொழிய நடுவுல இருந்த ஊரைக் காணோம். எரிஞ்சாலும் அழிஞ்சாலும் மேல சாம்பலும் சிதிலமும் அடியில நிலமும் மிஞ்சுமுல்ல தம்பி. எதுவுமே இல்லை தம்பி. இல்ல கேக்குறேன் ஒரு ஊரே எப்படிக் காணாப் போகும். சுத்துப்பட்டு கிராமத்துல உள்ளவங்க கிட்டல்லாம் நான் கேட்டுப்பாத்தேன். என்னவிட வயசாளிங்க கூட அடங்கொப்புராண அப்படி

ஒரு ஊரையோ ராசாவையோ கேள்விப்பட்டதில்லைன்னு சத்தியம் பண்ணுறானுவோ. நான் என் புள்ளைங்களுக்குப் பூர்வீக நிலம்னு எதைக் காமிப்பேன். அவனுங்க தலைமுறை அவனுங்க பூர்வீக நிலமுன்னு எதைத் தேடிவரும். ஒரே பெரக்கனையத்துப் போன மாதிரிதான் தம்பி பல வருஷமா இருக்கேன். ஆனா ஒண்ணு ராசாவோட திட்டம் உதிரிப் பூக்கள் படத்தோட நிக்கலை தம்பி. அதையும் தாண்டித் திட்டம் போட்டுருக்காரு. யாரு கண்டா நெருப்பு எங்க மூணு பேரு கண்ணையும் மறைச்ச பிறகு சுரங்கம் வழியாப் போயி வேறெங்கேயோ வாழ்ந்துக்கிட்டு இருக்காரோ, இல்லை சுரங்கத்துக்கு உள்ளேயே எல்லாரும் இன்னும் வாழ்ந்துகிட்டு இருக்காங்களோ தெரியலை. நிச்சயம் உள்ள பெரிய செட்டுல்லாம் போட்டு வைக்கக் கூடிய ஆளுதான் அவரு" என்று சொல்லிவிட்டு "ஆனா ஒண்ணு தம்பி எங்க ஊரு சிவாசி, சிவக்குமாரு, செய்சங்கரு, ரசினி, கமலுல்லாம் போனாலும் எம்.சி.ஆர் மட்டும் இருக்காரு பாருங்க. அதுதான் தம்பி காலத்தோட மகிமை" என்றார் தொடர்ந்து விக்கியது போன்ற சிரிப்புடன்.

"கார்த்திக் பிரபுல்லாம் இருக்காங்களே" என்று கேட்டேன். இதைக் கேட்டுவிட்டு அமைதியில் ஆழ்ந்தார். என்ன பதில் சொல்வதென்று யோசிக்கிறாரா, அவர்கள் ஏன் இருக்கிறார்கள் என்று யோசிக்கிறாரா என்று தெரியவில்லை.

அவரிடம் சொல்லிவிட்டு விடுதி நோக்கி நடந்தேன். வழியெல்லாம் ஒரே சிந்தனை. கடந்த இருபத்திரண்டு ஆண்டுகளாக அவர் காலத்தில் இடத்தில் இனி கண்டடைய முடியாத தன் பூர்வீகத்தைக் கதையில் உருவாக்கிக் கொண்டிருக்கிறாரோ?

இப்போது இந்தக் கதையை எழுதிக்கொண்டிருக்கும்போது அந்தப் பெரியவர் உயிரோடு இருக்கிறாரா என்று தெரிய வில்லை. இருந்தால் தொண்ணூறு வயதுக்கு மேலே இருக்கும். கார்த்திக் பிரபுவுக்கும் ஐம்பது வயது தாண்டி யிருக்கலாம். அவர்களோ அவர்களின் எதிர்காலத் தலை முறையினரோ இலக்கியம் படிக்கும் வழக்கம் உள்ளவர்களாக

இருந்து என் புத்தகங்கள் படிக்கும் வாய்ப்பும் இருந்தால் அவர்களுக்கு ஒரு பெரும் உதவியாக நான் செய்யவிருப்பது, சொல்ல நினைப்பது இதுதான். உங்கள் பூர்வீக நிலத்தை நிஜமான இடத்தில் தேடி நீங்கள் ஏமாந்துபோக வேண்டாம். அது காலம், இடம் இரண்டிலிருந்தும் நிரந்தரமாக வெளியேற்றப்பட்டுவிட்டது. இதற்கு வேறு உபாயம்தான் உள்ளது. சினிமா பாட்டுப் புத்தகங்களின் பாணியில் சொல்வதென்றால் 'மீதியை வெள்ளித்திரையில் காண்க'. ஆம், இப்போது கையகலத்துக்கும் வந்துவிட்டது. அதில் நீங்கள் எம்.ஜி.ஆர் படத்தையோ சிவாஜி படத்தையோ பழைய ரஜினி கமல் படத்தையோ பார்க்கும்போது நீங்கள் பார்ப்பது உங்கள் பூர்வீக நிலத்தையும் பூர்வீக நினைவு களையும் என்று உணருங்கள். ஏதும் இல்லாதவர்களுக்குப் பூர்வீகத்தை அது ஒன்றே அளிக்கிறது. ●

18

செங்குத்தாய்த் தொங்கும் மஞ்சள் சரக்கொன்றை

மீனாசுந்தர்

அடர்மேக இருள் சூழ்ந்து தாரகைகளும் வீழ்ந்தால் தனித்திருக்கும் இரவு வான் எப்படிக் காட்சி தரும்? மழை ஓய்ந்த மௌனத்தின் கவுச்சி ஒற்றை நிலாவை எப்படி யெல்லாம் வதைக்கும்? அப்படியே துயரத்தின் பிரதி பிம்பமாய் ஒளியிழந்த சிறு வாழ்வின் மீப்பெரு வடிவமாய்க் காட்சி தந்தாள் பவுனரசி.

பவுனரசியைக் காணச் சகிக்கவில்லை. சகிக்கவில்லை யென்றால் அவளை இந்தக் கோலத்தில் பார்க்க மனம் தாங்கவில்லை. எந்நேரமும் துள்ளிக் குதிக்கும் மான்குட்டியாய் வளைய வந்தவள். இப்போது நோயுற்று முடங்கிய சிங்கக் குருளையாய்க் காண மனவலிமை வேண்டும். அது என்ன அப்படியொரு பொல்லாத் தோற்றம்? தலைவிரி கோலமாய் வீதியிலலையும் அபலையைப் போல. அவள் எப்படி இருந்தவள். எப்படியெல்லாம் ஒவ்வொரு நாளையும் கொண்டாடித் தீர்த்தவள். இப்படிச் சிதைந்து ரணமாய்க் கிடக்க யார் காரணம்? எல்லாம் அவளாகவே தேடிக் கொண்டது. சொன்னதைக் கேட்டாளா? அரசன் அன்று கொல்வான். தெய்வம் நின்று கொல்லும். கொன்றே விட்டது.

அறையில் தனியே அமர்ந்து சுவற்றையே வெறித்துக் கொண்டிருக்கிறாள் பவுனரசி. யார் அழைத்தாலும் திரும்பிப் பார்ப்பதில்லை. அவளாகவே சிரிக்கிறாள்.

அவளாகவே அழுகிறாள். முகத்தில் அறைந்து கொள்கிறாள். அங்குமிங்கும் ஓடுகிறாள். எதைக் கண்டாலும் முகம் சுழிக்கிறாள். பழைய முகங்கள், பழகிய நட்பு எதுவும் அவளுக்கு இப்போது நினைவிலில்லை. எவரையும் ஏறெடுத்தும் பார்ப்பதில்லை.

அத்தனையிலும் ஓர் அதீத அலட்சியம். நெருங்கிய தோழிகள், அலுவலக ஊழியர்கள் வந்தாலும் இப்படித்தான். அவர்களை ஒரு நிமிடம் உற்றுப் பார்க்கிறாள். ஏதோ கெட்ட வாடை அடிப்பதைப் போலத் தன் நாசியை இடது கை பெருவிரல் மற்றும் ஆட்காட்டி விரலை இணைத்துப் பிடித்துக் கொள்கிறாள். எழுந்து போய் தூரமாய் அமர்ந்து வேறு பக்கம் முகத்தைத் திரும்பிக் கொள்கிறாள்.

வருபவர்கள் பிரியத்தில் எதை வாங்கிக் கொடுத்தாலும் பிரித்துப் பார்க்கிறாள். காணக்கூடாத ஒன்றைக் கண்டதைப் போல அவள் விழிகள் மிரண்டு போகின்றன. அவள் அதையே சற்று நேரம் கண் மாற்றாமல் வெறிக்கிறாள். நாசியைப் பிடித்துக் கொண்டு "நாறுது..நாறுது...நாத்தம் தாங்க முடியலை" என்று பெருங்கூச்சல் போடுகிறாள். எதைக் கண்டாலும் ஒரே மலவாடை அடிப்பதாகக் குமட்டிக் கொண்டு நாக்கைத் தொங்க விட்டுக் காட்டுகிறாள்.

"ஐயோ கருமம் கருமம் இதை யாராவது தின்பாங்களா? ஆத்தங்கரையில கிடந்ததை எடுத்திட்டு வந்து தர்றீங்க" என்று முகத்தை அஷ்ட கோணலாக்கி அருவருக்கிறாள். முகம் சுழிப்பை மாற்றாமல் அதைச் சுருட்டி அப்படியே வாங்கி வந்தவரிடமே எறிகிறாள். இந்தக் கருமத்தை நீ தின்னேன்.. என்று கண்டபடி திட்டுகிறாள். வாங்கிச் சென்றவர்கள் பாவம். பெரும் அவமானத்தில் முகம் மாறி தலை கவிழ்ந்து கொள்வர். சென்ற வாரம் அவளோடு அலுவகத்தில் வேலை செய்யும் சந்திராவும் லீலாவதியும் இந்தக் காட்சிகளைக் கண்டு கண்ணீர் விட்டுக் கதறினார்கள். பவுனரசி அவர்களைச் சட்டை செய்யவில்லை. ஆற்றொன்னாத் துக்கத்துடன் அவர்கள் கிளம்பிப் போனார்கள்.

பவுனரசி அப்பா தருமலிங்கம் இதே அலுவலகத்தில் அலுவலக உதவியாளராக பணி புரிந்தவர். அவர் நேர்மையின் இலக்கணம். அடுத்தவர் காசுக்கு ஆசைப்படாத கண்ணியவான். எதிர்பாராத வகையில் அவருக்கு மரணம் சம்பவிக்க அவரின் வாரிசென்ற வகையில் பவுனரசிக்கு இந்த வேலை கிடைத்தது. வந்த புதிதில் அவரின் பெயரை நன்றாகக் காப்பாற்றித் தான் வந்தாள். ஆனால் போக போக கழுதை தேய்ந்து கட்டெரும்பான கதையாகி விட்டது.

அலுவலகத்தில் தருமலிங்கத்தோடு வேலை செய்த சில அலுவலர்கள் பவுனரசியை தம் மகள் போலக் கருதிப் பழகினர். அதில் ஒன்றும் குறையில்லை. ஆனால் அவர்கள் தருமலிங்கம் குணத்திற்கு அப்படியே நேர் மாறானவர்களாக இருந்தார்கள். யாவரிடமும் கூச்சமில்லாமல் கை நீட்டிப் பழக்கப்பட்டவர்கள். தருமலிங்கம் இருக்கும் போதே இது குறித்து அவர்களுக்குள் முகஸ்தாபம் வந்திருக்கிறது. அப்படிப்பட்டவர்கள் பவுனரசிக்கும் சில துர்குணங்களைப் போதித்துப் பழக்கி ஓய்வில் சென்று விட்டனர்.

அலுவலகத்தில் அத்தனைக்கும் பணம். பணமில்லாமல் ஒரு சிறு காகிதம் கூட நகராது என்ற நிலையை அவர்கள் உறுதியாக ஏற்படுத்தி வைத்திருந்தனர். வரும் அதிகாரிகள் வெளி ஊர்களிலிருந்து வருவார்கள். அடுத்த கலந்தாய்வில் அவர்கள் ஊர் பக்கம் மாறுதல் வாங்கிச்சென்று விடுவார்கள். ஆனால் அலுவலகப் பணியாளர்கள் யாரையோ பிடித்து அங்கேயே நிரந்தரமாகத் தங்கியிருந்தார்கள். அதிகாரிக்கு இவர்கள் சொல்வது தான் வேதவாக்கு. என்ன நடந்தால் என்ன? நமக்கு எதுவும் பிரச்சனையில்லாமல் இருந்தால் சரிதான் என்ற மனநிலையில் அதிகாரிகள் காலம் கடத்தத் தொடங்கி விடுகின்றனர்.

அலுவலகத்திற்கு வரும் ஆசிரியர்கள் இவர்களைத் தான் முழுமையாக நம்ப வேண்டியிருந்தது. சேம நலநிதிக் கடன் பெறுவதிலிருந்து அனைத்து வேலைகளும் விரைந்து நடக்க பணமே ஊக்கியாகச் செயல்பட்டது. அதிகாரியைப் பலருக்கும் இன்னாரென்று தெரியாது. பணியாளர்கள்

ஆசிரியர்களை அதிகாரியுடன் நெருங்கிப் பழகிடாதவாறு பார்த்துக் கொண்டனர். அதிகாரியும் பணத்திற்குச் சப்பு கொட்டும் சபலப் புத்தியுள்ளவராக இருந்தால் இன்னும் வசதியாய்ப் போயிற்று. அவர் கேட்கிறார் என்று மூன்று மடங்கு பிடுங்கி முக்கால் பகுதியை இவர்கள் ஏப்பம் விட்டுவிட்டு கால் பகுதியை பேருக்குக் கொடுத்து விடுவது வழக்கம்.

அந்த அலுவலகத்தில் பல ஆண்களுக்குமில்லாத தொழில் நுணுக்கத்தை பவுனரசி நிரம்பக் கற்றுத் தேர்ந் திருந்தாள். யாரிடம் எப்படி பேசுவது, எப்படி அவர்களை மடக்குவது என்பதில் அவளை மிஞ்ச ஆளில்லை. அலுவல கத்தில் ஆண்கள் இருந்தாலும் அவர்களையும் நிர்வகிப்பவ ளாக பவுனரசியே ஆளுமை செலுத்தினாள். அவள் ஒரு நாள் விடுப்பு எடுத்தால் போதும். அலுவலகத்திற்குப் பைத்தியம் பிடித்துவிடும். தொட்டதற்கும் பவுனரசியைத் தேடும் அலுவலகச் சகாக்கள் தடுமாறி அலைவர். எதைக் கேட்டாலும் கொட்ட கொட்ட விழிப்பார்கள்.

அது பவுனரசி செய்யும் உள்ளடி வேலையாவென்ற சந்தேகமும் சிலருக்கு இருந்தது. எப்படிப் பிரிச்சனையை உண்டாக்குவது அதை எப்படி நோகாமல் தீர்ப்பது என்பது அவளுக்குக் கை வந்த கலையாகியிருந்தது. அஞ்சாமல் யாரிடமும் பேசி எதையும் சாதிக்கும் மனத் திட்பம் அவளைத் தவிர அங்கு எவரிடமுமில்லை. அதைப் போதும் போதும் என்னுமளவிற்கு நிரம்பவே வளர்த்து வைத்திருந்தாள். எந்நேரமும் அவ்வலுவகத்தில் பவுனு பவுனு என்ற அரசாட்சி தான் நான்கு பக்கமும் உரத்து ஒலித்துக் கொண்டிருந்தது.

பவுனரசி சிறு வயதிலிருந்தே ஒற்றைப் பிள்ளை என்று செல்லமாக வளர்ந்தவள். ஆகவே அவள் மற்றவர்களை விடத் துடுக்குத் தனம் நிறைந்தவளாகவே வளர்ந்தாள். எதிலும் ஒரு முந்திரி கொட்டைத்தனம் தெரியும். ஆண் பிள்ளைகள் அஞ்சும் செயலைக் கூடச் செய்து பார்க்கத் துடிக்கும் குணம் அவளிடம் பள்ளி பருவத்திலேயே நிரம்ப இருந்தது.

பயல்களுக்குப் போட்டியாய் தென்னை மரம் ஏறுவாள். இளநீர் பறித்து காம்பை வாயில் கடித்துக் கொண்டே சறுக்கியபடி இறங்குவாள். பாவைடையை லுங்கியைப் போல மடித்துக் கட்டி அவள் செய்யும் செயலைக் கண்டு பையன்கள் அதிசயம் போல் பார்ப்பார்கள். வயதுக்கு வந்த பின்னும் கூட அவளின் ஆட்டத்தில் துளியும் மாற்றமில்லை. வளர வளர சில பயல்கள் முன்பு போலில்லாமல் அவள் கெண்டைக் காலை எச்சிலொழுகப் பார்க்கத் தொடங்கி யிருந்தார்கள். அது கேழ்வரகுக் கழியின் நிறத்தில் திரண்டு கிடந்தது.

அவள் மிதிவண்டி ஓட்டக் கற்றுக் கொள்கிறேன் என்று செய்த அடாவடித்தனத்தைப் பார்த்தவர்கள் அத்தனை பேரும் திட்டித் தீர்ததார்கள். அப்போது அவளுக்கு உடல் திரண்டு வாலிப்பாகி விட்டது. மாநிற முகத்திலும் தோள்களிலும் இளமையின் வளமை பரவி நின்றது. நெஞ்சு புடைத்துக் கொண்டு வந்ததை அப்பாவின் சட்டையை போட்டு அமுக்க நினைத்து தோற்றிருந்தாள். சட்டைக்குள் அடங்காமல் அவை திமிறி நின்றன. பித்தான்கள் வெடித்து சட்டை கிழிந்து விடுமோவென்ற நிலை. விடலைப் பயல்கள் வெறிக்கத் தொடங்கியிருந்தனர். அது குறித்து கிஞ்சுற்றும் கவலை கொள்ள மாட்டாள் பவுனு.

பாவாடையைத் தூக்கி ஒரு பகுதியை இடுப்பில் செறுகியிருப்பாள். மிதிவண்டியில் குரங்கு பெடல் போடுகிறேன் என்று ஓட்டத் தெரியாமல் வாய்க்கால் மதகில் மோதி அவள் மல்லாந்து விழுந்த போது கேட்கவே வேண்டாம். துணிகள் இயல்பிலிருந்து மாறி கிடந்தன. பாவாடை அடித்த காற்றில் பலூனைப் போல உப்பிக் கொண்டு தூக்கியது. அவள் அவசரமென எழுந்து எல்லா வற்றையும் சரி செய்வதற்குள் இதற்காகவே காத்திருந்த விடலைகள் எல்லாவற்றையும் பார்த்துவிட்டு ஓடி விட்டார்கள்.

இவளுக்குப் பெருத்த அவமானமாகப் போய்விட்டது. அதற்குப் பிறகும் அவள் மிதிவண்டி பழகுவதை நிறுத்த

வில்லை. பயல்களை விட அதிவேகமாக மதிவண்டியை இயக்கும் திறன் பெற்றவளாக பவுனரசி விளங்கினாள். ஆண் பிள்ளைகள் பலரும் மிதிவண்டி ஓட்டத் தெரியாமல் தடுமாறும் போது பவுனரசியை உதாரணம் காட்டிப் பேசும் அளவிற்கு அவள் மிதிவண்டி மகாராணியாகப் புகழ் பெற்றிருந்தாள்.

பவுனரசியோடுப் படித்த பையன்களை அவள் இப்பவும் காண நேர்ந்தால் வாடா போடா தான் போட்டு அழைப்பாள். பக்கத்தில் நிற்பவர்கள் சங்கோஜப்படுவார்கள் என்ற எண்ணமிருக்காது. அவர்களும் என்னவோ பவுனரசி அப்படி அழைத்தே பழகி விட்டதால் அதைப் பெரிதாக எடுத்துக் கொள்வதில்லை. அதன் நீட்சி இன்று வரை குறையவில்லை. இந்த அலுவலகத்தில் பணிக்குச் சேர்ந்த போது அவளுக்குத் திருமணம் ஆகியிருக்கவில்லை. இங்கு சிலர் அவளுக்கு நூல் விட்டுப் பார்த்தார்கள். அவள் நூலை அறுத்துச் சுக்கு நூறாக்கி திரும்ப அவர்களுக்கே அனுப்பினாள்.

ரொம்பவும் அடாவடியாய் இவளைக் கையாள நினைத்த மகேந்திரனிடம் “இன்னிக்கு ராத்திரி வர்றியா? செகண்ட ஷோ போவலாமா? என்று பத்துப் பேரை வைத்துக் கொண்டே கேட்டாள். அவன் அவமானத்தில் கூனி குறுகிச் செய்வதறியாது நின்றான். இவள் விடவில்லை. “என்ன மகேந்திரா இதுக்கே மூச்சு வாங்குது. ஒழுங்கா இல்லை யின்னா ஒட்ட நறுக்கிடுவன்” என்று எச்சரித்தாள். அத்தோடு மகேந்திரன் மட்டுமல்ல. இன்னும் சிலரும் இருந்த இடம் தெரியாமல் அடங்கிப் போனார்கள்.

சின்ன சின்ன விசயத்திற்கே அடாவடி பண்ணிக் கொண்டிருந்தவள் எப்படிக் கார்த்திகேயனிடம் அடிமை யாகிப் போனாள் என்று தெரியவில்லை. இத்தனைக்கும் அவன் நல்ல குணவானும் இல்லை. சுமாரான அழகனாகக் கூட இல்லை. பரு மண்டிய அவன் முகத்தைக் காணச் சகிக்காது. படித்தவனுமில்லை. பக்கத்திலிருந்த மதுக்கடையில் பார் எடுத்து நடத்திக் கொண்டிருந்தான். அவனிடம் போய்

வசமாய் மாட்டிக் கொண்டு விட்டாள். அம்மா உட்பட யாருக்கும் இதில் உடன்பாடு இல்லை. அலுவலகத்தில் உள்ளவர்கள் சொல்லிப்பார்த்தார்கள். அவன் மிக மோசமான குடிகாரனென்றும் பேட்டை ரவுடியை விட கேவலமானவன் என்றும் அறிந்தவர்கள் விளம்பினார்கள். அவள் எதற்கும் மசியவில்லை. கட்டினால் அவனைத்தான் கட்டிக் கொள்வேன் என்று அடம் பிடித்துக் கட்டிக் கொண்டு விட்டாள்.

ஆறுமாதக் காலத்திற்குள்ளாகவே அவன் அசல் குணங்கள் வெளித் தெரிய ஆரம்பித்தன. அவன் முழு போதையில் வந்ததும் மல்லாந்து குறட்டை அடிப்பவனாக இருந்தான். பவுனரசிக்குத் தாம்பத்ய சுகமென்றால் என்னவென்றே தெரியாமல் போனது. பல ராத்திரிகள் அவனை இழுத்து இழுத்து வலிய சென்று அணைப்பாள். அவன் மீது சகிக்க முடியாத மிகக் கேவலமான மது வாடை அடிக்கும். அதையும் தாங்கிக் கொண்டு நெருங்கிப் படுப் பாள். அவன் கடமைக்கு கொஞ்ச நேரம் நெருங்கியிருப்பான். அவனின் ஆண்மையை மதுப்புட்டிகள் உறிஞ்சியிருந்தன.

சிறு வயதிலேயே அவனுக்கு வயது முதிர்ந்த பெண்களின் சகவாசம் எளிதாகக் கிடைத்தது. எல்லாமும் அவனை நெல் உதிர்த்த வெற்று வைக்கோலாய் மாற்றியிருந்தது. அவனுக்கும் ஆசை தான். சட்டியில் இருந்தால் தானே அகப்பையில் வரும். இந்தச் சங்கடங்களைத் தவிர்க்க அவன் முன்னை விடவும் அதிகமாக மதுவை அருந்தி நிதானமில்லாமல் நடந்து கொண்டான். அவள் என்னதான் மனத்திடம் கொண்டவளாக இருந்தாலும் இந்த விசயத்தில் முழுவதும் ஏமாந்து விட்டோமென்று பல இரவுகள் கண்ணீரோடுக் கொட்ட கொட்ட விழித்துக் கிடந்திருக்கிறாள்.

நடு சாமத்தில் வருவான். அவனை ஏறெடுத்துப் பார்க் கவும் விருப்பமில்லாமல் கதவைத் திறந்ததும் அறைக்குள் வந்து படுத்துக் கொள்வாள். அவன் பல நேரங்களில் கடையிலேயே சாப்பிட்டு வந்து விடுவான். சில நேரம் மட்டும் எடுத்து வைத்திருக்கும் உணவை அவனாகவே

போட்டுச் சாப்பிட்டுப் படுப்பான். அடுத்த சில நொடிகளில் குறட்டை விண்ணைப் பிளக்கும்.

இப்படியே மூன்று வருடங்களைக் கழித்திருந்தாள். நிம்மதியற்ற வாழ்க்கையைத் தன் மகள் வாழ நேர்ந்து விட்டதேயென அம்மா எந்நேரமும் கசிந்தழுவாள். யாரையும் அவளால் குறை சொல்ல முடியவில்லை. ஒரு நாள் முழு இரவும் அவன் வீட்டிற்கு வராமல் இருந்தான். விடிந்ததும் ஆள்வந்தது. மதுக்கடையிலேயே நுரை தள்ளி கார்த்திகேயன் இறந்து கிடந்தான்.

பவுனரசியால் அவனை நினைத்து அழ முடியவில்லை. அவள் அம்மாவைக் கட்டிக் கொண்டு தன் வாழ்வை நினைத்தே கதறினாள். எல்லாவற்றிலும் செல்லம் கொடுத்து வளர்த்தது இப்படித் தருதலையாய் போவதற்காவென அம்மா மாரடித்து அழுதாள். எல்லாமும் முடிந்து போயிருந்தன. வாழ்ந்தது போதுமென்று அம்மா தன்னோடே அவளை அழைத்து வந்து விட்டாள். சிறிது விடுப்பிற்குப் பின் திரும்பவும் அலுவலகத்திற்கு வந்த போது ஆளே மாறியிருந்தாள். அவளின் ஜோடனைகள் முற்றிலும் மாறியிருந்தன. புதிய புதிய ஆடை அணிகலன்களை அணியச் செய்தாள். கணவன் இறந்த துக்கமென்பது அவளின் எந்த நடவடிக்கையிலும் இல்லை. அவன் எங்குக் கணவனாக வாழ்ந்தான் தான் வருத்தப்படுவதற்கு என்று தனக்குள் சமாதானம் சொல்லிக் கொண்டாள்.

அலுவலகத்தில் இருந்தவர்கள் பெரும்பாலும் ஓய்வு பெற்றிருந்தார்கள். பலர் இடமாறுதலில் வேறு இடம் சென்றிருந்தார்கள். இவளும் மகேந்திரனும் சந்திராவும் லீலாவதியும் மட்டும் தான் பழைய ஆட்களில் தங்கினார்கள். மற்றவர்கள் புது முகங்கள். ஆகவே இவர்களின் ராஜ்ஜியம் கொடி கட்டிப் பறந்தது. இவர்கள் வைப்பதே சட்டம். யாருக்கு என்ன செய்ய வேண்டும் என்பதை இவர்களே முடிவு செய்யுமிடத்தில் இருந்தார்கள். அவர்களுக்கு தலைவியைப் போல பவுனரசி தன் பேச்சுத் திறமையால் தன்னெழுச்சியாக உருவாகி நின்றாள்.

காலையிலிருந்து வசூலாகும் தொகை முழுவதும் பவனரசி வசம் வந்து விடும். அவளே கணக்கு வழக்குகளைக் கையாண்டாள். எந்த வேலை நிமித்தமாக யார் வந்தாலும் அவர்களைப் பவுனரசியிடம் அனுப்பி விடுவார்கள். அவள் சமிக்ஞை செய்தால் மட்டுமே அந்தக் கோப்பில் கை வைப்பார்கள். அவள் பேசும் நயமான மொழிகளுக்கு அத்தனை பேரும் அடிமையாகிப் போவார்கள். காசு தராமலோ அல்லது விதிகளைச் சொல்லி விளக்கம் கேட்டாலே அவள் பத்ரகாளியாய் மாறி விடுவாள். அப்பறம் அவர்களின் வேலை அத்தோடு நின்று விடும்.

பல நேரங்களில் வரும் கோப்புகளை இவர்களே எடுத்து மறைத்து விடுவார்கள். கிழித்துப் போட்டச் சம்பவமும் உண்டு. தபால் இங்கு வரவில்லையென்று சாதித்து விடுவார்கள். சிலர் விபரமாக பதிவு அஞ்சலில் ஒப்புகை அட்டையுடன் அனுப்பி வைப்பார்கள். அவர்கள் கோப்பில் ஒரு புள்ளி விட்டிருந்தாலும் திரும்ப அனுப்பப் பட்டுவிடும். இல்லையென்றாலும் அவர்கள் ஏதோவொரு குறையைக் கண்டு பிடிப்பார்கள். இப்படியே நாலைந்து முறை அலைய விட்டுப் பணிய வைப்பார்கள். அது யாராலும் கட்டுப்படுத்த முடியாத தனி ராஜ்ஜியமாக விளங்கிக் கொண்டிருந்தது.

நாளடைவில் மகேந்திரனுக்கும் பவுனரசிக்கும் தொடுப்பு உண்டாகியது. அரசல் புரசலாக இது யாவருக்கும் தெரியும் என்றாலும் கண்டு கொள்ளவில்லை. எந்த மகேந்திரனை ஒட்ட நறுக்கிப்புடுவேன் என்று எச்சரித்தாளோ அந்த மகேந்திரனிடம் இவள் வலிய சென்று பேசத் தொடங்கினாள். இல்லையென்றாலும் அதற்கான சூழலை உருவாக்கிக் கொண்டாள். மகேந்திரனுக்கும் ஆசையென்றாலும் அவள் முன்பு கோபம் கொண்டதை நினைத்து சிறிது காலம் ஒதுங்கிச் சென்றான். ஆனால் அவள் விடுவதாய் இல்லை.

பெண்மையின் பசி அவளிடம் தினவு கொண்டு நின்றது. அவள் ஆற்றாமையில் தவித்தாள். மகேந்தரனிடம் மேசையில் கையை ஊன்றிக் கொண்டு பேசும் போது அவன் விழிகளைத் தின்று விடுவது போல் கூர்ந்து

பார்ப்பாள். சமயங்களில் தொட்டுப் பேசவும் செய்தாள். பஞ்சும் தீயும் பற்றிக் கொண்டது.

பிரசவத்திற்குச் சென்றிருந்த மனைவியைப் பிரிந்து வறட்சியில் கிடந்தவனுக்கு நல்ல வேட்டையாகி விட்டது. அவர்கள் கணவன் மனைவியைப் போல வெளியிடங்களில் சுற்றுவதும் அறை எடுத்துத் தங்குவதும் சகஜமாகி விட்டதென்று கேள்வி. பாய்ச்சல் கண்ட நிலம் பசுமை காண்பது இயற்கை. பவுனரசி முன்பை விட மினுமினுத்தாள். அவளின் முகத்தில் அப்படியொரு பூரிப்பு. அவள் ராஜபாட்டை நடத்திக் கொண்டிருந்தாள்.

யாராவது ஏதாவது வேண்டி அலுவலகம் வந்து விட்டால் அவர்களை எதிர் கொள்ள செல்லும் அவளுக்குக் குஷியில் திரைப்பாடல் முனுமுனுப்பு வந்து விடும். அன்றைக்கு நல்ல வேட்டை என்பதன் அறிகுறி அது. சந்திராவும் லீலாவதியும் அவளை நிமிர்ந்து பார்ப்பார்கள். அவர்களைப் பார்த்து கண்ணடிப்பாள். மூவருக்கும் முகத்தில் நிலைகொள்ளாச் சிரிப்பு பொங்கும்.

அவளுக்குச் சின்ன விசயமென்றாலும் உடனே தோழிகளோடுக் கொண்டாடி விட வேண்டும். அதற்கு எங்கிருந்தாவது பணம் புரட்டி விடும் திறமை அவளிடம் இருந்தது. இப்போதெல்லாம் அவளின் கொண்டாட்டம் வேறு விதமாக மடைமாறியிருந்தது. வருகிறவர்களிடம் மதிய உணவுக்கு இஸ்மாயில் பாய் கடை பிரியாணி வேண்டும் என்று அடம் பிடிக்கத் தொடங்கியிருந்தாள்.

முதலில் யாரோ வேலை விரைவாக நடக்க வேண்டுமென்னும் ஆவலில் அவராகவே பிரியாணியை வாங்கி வந்து கொடுத்திருக்கிறார். அதன் ருசியில் கட்டுண்ட பவுனரசி இப்போதெல்லாம் மதிய பிரியாணி அவசியம் என்னுமளவிற்கு வந்து விட்டிருந்தாள். ஒரு சிலரைத் தவிர இந்த சிக்கன் பிரியாணிக்கு பெரும் ஆதரவு இருந்தது. எல்லாம் பவுனரசி இந்த அலுவலகத்தில் பணி செய்யும் கொடுப்பினை என்று அவர்கள் பவுனரசி புகழ் பாடிக் கொண்டிருந்தனர்.

ஒரு நாள் காலையிலேயே நெடிய உயரமுள்ள பெண் தன் கைக்குழந்தையோடு அலுவலகத்தில் காத்திருந்தாள். தன் பெயர் சவிதா எனப் பவுனரசியிடம் அறிமுகம் செய்து கொண்டாள். அவள் கணவன் வேலாயுதம் சில தினங்களுக்கு முன் ஒரு விபத்தில் இறந்திருந்தான். ஆசிரியராகப் பணி புரிந்த அவனுக்கு வர வேண்டிய பணப்பலன்கள் குறித்து விசாரித்துத் துரித நடவடிக்கை மேற்கொள்ள சவிதா இவ்வலுவலகம் ஏறுவது இத்துடன் மூன்றாவது முறை.

அவளால் உயர் அலுவலரைச் சந்திக்க முடியவில்லை. வரும் போதெல்லாம் அவர் அலுவல் விசயமாகச் சென்னை சென்றிருப்பதாகக் குறிப்பிடுகிறார்கள். அவளுக்கு இங்குள்ள நடைமுறை எதுவும் புரியவில்லை. ஓரமாய் உட்காருமாறு பவுனரசி கட்டளையிட்டிருந்தாள். சோகமே உருவான அவள் பேந்த பேந்த விழித்துக் கொண்டிருந்தாள்.

அவளுக்கு முன்பாக அங்கு வந்திருந்த ஓய்வுபெற்ற ஆசிரியர் மாணிக்கவேலை பவுனரசி நடத்திய விதம் பார்த்து நெஞ்சு பதைத்தது சவிதாவுக்கு. வயதிலும் பணி நிலையிலும் தன்னை விட அவர் உயர்ந்தவர் என்ற நினைவு கிஞ்சிற்றுமில்லை. அவர் தயந்தும் தயங்கியும் அவளிடம் ஏதோ சொல்லிக் கெஞ்சிக் கொண்டிருந்தார். கண்களில் நீர் திரையிட்டு நின்றது. பவுனரசி எதையும் சட்டைச் செய்யாமல் அலட்சியமாய் அவரை எதிர்கொண்டதைக் கண்டு சவிதா நொறுங்கிப் போயிருந்தாள்.

பவுனரசி நாற்காலியில் பின்புறமாய்ச் சாய்ந்தவாறு இரண்டு கால்களையும் மேஜைக்கு வெளியில் தெரியும்படி நீட்டி சாய்வு நாற்காலியில் சாவகாசமாய்ப் படுத்திருப்பதைப் போல மாணிக்கவேலுக்குப் பதில் சொல்லிக் கொண் டிருந்தாள். சவிதாவுக்குத் தன் தந்தையின் நினைவுகள் வந்து படுத்தின. உள்ளக் குமுறலை வெளிக்காட்டிக் கொள்ளாமல் தன் வேலை முடிந்தால் போதுமென்ற மனநிலையில் ஏதோ தெய்வத்தை நினைத்து கண்களை மூடிக் கொண்டாள்.

சவிதாவின் நிலையை ஒரு பெண்ணாக பவுனரசி புரிந்து கொள்வாள் என்று அவள் மிகையாக நம்பினாள். ஆனால்

மாணிக்கவேலுவிற்கு என்ன நடந்ததோ அதைவிட மோசமாக பவுனரசி நடந்து கொண்டாள். அவருக்காவது முகம் பார்த்துப் பதில் சொன்னாள். சவிதாவை ஏறெடுத்தும் பார்க்காமல் கூந்தல் வாகூசியை எடுத்து வாயில் கவ்விக் கொண்டு பையில் வைத்திருந்த மல்லிகைச் சரத்தைக் கூந்தலில் சரியாகப் பொருத்துகிறோமாவெனக் கைக் கண்ணாடியில் நோட்டமிட்டுக் கொண்டிருந்தாள். கடைசியில் அவள் முகத்தைச் சிடுசிடுவென வைத்துக் கொண்டு கறாராகச் சொல்லி விட்டாள். “எம்மா..இந்த ஃபைலு மேலிடம் வரை சென்று வர வேண்டியிருக்கு. செலவு செய்யாம எதுவும் ஆகாது. வெறுங்கை முழம் போடாது. சும்மா தேவையில்லாம கெடந்து அலையாதே ஆமா” என்று மனசாட்சியைக் கொன்று விட்டுப் பேசினாள்.

சவிதா தன் நிலைமை மிகவும் மோசமாக இருப்பதாகவும் தன் கணவர் வீட்டினர் தன்னை ராசியில்லாதவள் என்று ஒதுக்கி விட்டதாகவும் பிள்ளைக்குப் பால் வாங்கிக் கொடுக்கக் கூட சிரமப்படுவதாகவும் கதறினாள். பவுனரசி மசியவில்லை. “வர்றவங்க பூரா இப்படியே புலம்பிக்கிட்டிருந்தா நாங்க என்னதான் பண்றது? விரலைச் சூப்ப வேண்டியது தான்” என்றாள். பிறகு அவளே அதற்கொரு தீர்வையும் சொன்னாள். “இன்னிக்கு உன் வேலை ஆகாது. நீ போயிட்டு நாளைக்குக் காலையிலயே ஐயாயிரம் ரூபா எங்கயோ புரட்டிக்கிட்டு வந்திடு. நாளைக்கு முழு நாளும் உன் வேலை தான். மத்தியானம் உனக்காக மெனக்கெடும் ஐந்து பேருக்கும் சிக்கன் பிரியாணி அவசியம். அதுக்கும் காசு தேத்திக்க. எல்லாம் பணம் வந்ததும் அடைச்சிடலாம். புரியுதா?” என்று அறுத்துப் பேசியதும் சவிதாவால் எதுவும் பேச முடிவில்லை. ஒத்துக் கொண்டு நாளை காலை வந்து விடுவதாகச் சொல்லிச் சென்று விட்டாள்.

மறுநாள் மதியம் தான் அவளால் வர முடிந்தது. பிள்ளையைத் தூக்கிவராமல் அவள் மட்டும் வந்திருந்தாள். தாமதமாக வந்தாலும் சமயோசிதமாக கையில் பிரியாணி பொட்டலங்கள் பாலித்தீன் பையில் உட்கார்ந்திருந்தன. இவளைக் கண்டதும் பவுனரசிக்கு மனம் துள்ளத் தொடங்கி

விட்டது. அது முகத்தில் புன்னகையாக வெளிப்பட்டது. சந்திராவும் லீலாவதியும் அவர்கள் இருந்த இடத்திலிருந்தே கட்டை விரலை உயர்த்திக் காட்டினார்கள். லீலா சந்திராவிடம் மெதுவாக முனகினாள். "பவுனுன்னா பவுனு தான். சாதிச்சிடுறாளே" என்று அவளின் திறமையை மெச்சிக் கொண்டிருந்தாள்.

"வாம்மா உன் வேலை தான் நடந்துக்கிட்டிருக்கு. இப்ப முடிச்சிடலாம்" என்றாள் வாயெல்லாம் பல்லாக பவுனரசி. வந்த பெண் மெலிதாகச் சிரித்தாள்.

"பொட்டலங்களை அந்த ரூம்ல வச்சிடு" என்றாள். அறையில் வைத்துவிட்டு வந்தவள் குழந்தையை அம்மா அந்த மரத்தடியில் வைத்திருப்பதாகவும் பால் கொடுத்து விட்டு வந்து விடுவதாகவும் அனுமதி வேண்டினாள். போ.. போ..போய் குழந்தைய பாரு. மத்ததை நான் பாத்துக்கிடுறன் என்று வெகு குஷியாக விடை கொடுத்தாள் அவளுக்கு.

பவுனரசியால் அதற்கு மேல் உட்கார முடியவில்லை. பிரியாணி அவளைப் படுத்தத் தொடங்கி விட்டது. அவள் லீலாவதியை அழைத்தாள். லீலா சந்திராவை உசுப்பினாள்.

"நீ போய்கிட்டிரு. மகேந்திரன் சாரு வந்திடட்டும். சேர்ந்து வந்திடுறம்" என்றனர் அவர்கள். பவுனரசியைப் பாய்கடை பிரியாணி நிற்க விடவில்லை. அவள் பிரியாணி பொட்டலங்கள் இருக்கும் அறைக்குள் விரைவாகப் பிரவேசித்தாள். அவளுக்கென்று ஒரு பொட்டலத்தை எடுத்துக் கொண்டாள். அவள் பொட்டலம் பிரிக்கும் சத்தம் லீலாவதிக்கும் சந்திராவுக்கும் கேட்டதும் "சாப்பாட்டுப் பிசாசு அவ. யாருக்கும் காத்திருக்க மாட்டா" என்று பேசிக் கொண்டார்கள்.

இரண்டு நிமிடங்கள் ஓடியிருக்கும். அறைக்குள்ளிருந்து பவுனரசியின் அலறல் சப்தம் கேட்டது. யாருக்கும் எதுவும் புரியவில்லை. லீலாவதியும் சந்திராவும் எழுந்து ஓடினார்கள். அங்கு அவர்கள் கண்ட காட்சியில் அப்படியே உறைந்து நின்றார்கள்.

பொட்டலம் பிரித்தபடி மேசையில் இருந்தது. உள்ளே வாழையிலையில் மடித்தபடி பிரியாணி அளவிற்கு மஞ்சள் நிறத்தில் மலம் மடித்து வைக்கப்பட்டிருந்தது. நாற்றம் குடலைப் பிடுங்கியது. பிரியாணி அவசரத்தில் பவுனரசி எங்கேயோ பார்த்துக் கொண்டு ஒரு கை மலத்தை அள்ளி கையில் வைத்திருந்தாள். அதில் சில துளிகள் புடவையில் சிதறியிருந்தன. அவளால் அவமானம் தாங்கிக் கொள்ள முடியவில்லை. அதற்குள் அலுவலகத்தில் இருந்த மற்றவர் களும் ஓடி வந்திருந்தனர். அவர்கள் அனைவரும் அங்குக் கண்ட காட்சியில் அவமானம் அப்பித் தின்ன எதுவும் பேச முடியாமல் அவரவர் இருக்கைக்குச் சென்று சேர்ந்தனர்.

கையைக் கழுவி வந்திருந்தாள் பவுனரசி. எத்தனையோ சோப்புகள் பொட்ட பின்னும் மலவாடை இன்னும் போகாதது பொல அவளுக்குத் தோன்றிற்று. அவமானத்தைச் செரிக்க முடியாமல் அவள் தேம்பி தேம்பி அழுது கொண்டேயிருந்தாள். பக்கத்தில் நின்றிருந்த சந்திராவும் லீலாவதியும் செய்வதறியாது திகைத்து நின்று அவள் கண்களைத் துடைத்து விட்டுக் கொண்டிருந்தனர்.

அவர்களுக்கென்று மீதமிருந்த பொட்டலங்களை பார்த்த போது குமட்டிக் கொண்டு வந்தது. லீலாவதி அவற்றை மெதுவாக எடுத்துச் சென்று மறைவாக எறிந்தாள். செய்தி வெளியில் சென்று விடக்கூடாது என்றும் அது அனை வருக்குமான அவமானம் என்றும் ரகசியமாய் உரையாடிக் கொண்டிருந்தனர். மேசையில் தலை கவிழ்ந்திருந்த பவுனரசி நினைத்து நினைத்து விடாமல் தேம்பிக்கொண்டிருந்தாள். சிவந்திருந்த கண்கள் சங்கராமீனைப் போலக் காட்சி தந்தன.

மறுநாளிலிருந்து பவுனரசி அலுவலகம் வருவதை நிறுத்தியிருந்தாள். செய்தி எங்கும் பரவி விட்டது. அவளால் வெளியில் தலை காட்ட முடியவில்லை. வீட்டின் மூலையில் சுருண்டுக் கொண்டு அவள் அழுத வண்ணமே இருந்தாள். சரியாக அவளால் தூங்க முடியவில்லை. உண்ண முடியவில்லை. எந்த உணவைப் பார்த்தாலும் அவளுக்கு மலத்தின் உருவாய் தெரிந்தது.

எங்கும் மலவாடை அடிப்பதாக அரற்றினாள். பெருக்கிய இடத்தையே திரும்ப திரும்பப் பெருக்கினாள். சுத்தம் செய்த இடத்தையே திரும்ப திரும்ப நீர் ஊற்றிக் கழுவினாள். தன் கையை நுகர்ந்து பார்த்து முகம் சுழித்தாள். மலத்தின் நிறத்தில் இருக்கும் மலர்கள், மஞ்சள்தூள், புடவையென அத்தனையையும் வெறுத்தாள். அறைக்குள் அவளாகவே பேசிக் கொண்டுச் சிரிப்பாய்ச் சிரித்துக் கொண்டிருந்தாள்.

ஒரு வாரம் கழிந்து போயிற்று. காலையிலேயே வீட்டின் எதிரே கூட்டம் அலைமோதி நின்றது. பவுனரசி இப்படிச் செய்வாள் என்று யாரும் எதிர்பார்க்கவில்லை. ஏதோ பைத்தியம் போல உளறிக் கொட்டி அரற்றிக் கொண்டிருப் பாள், நாளானால் சரியாகி விடும் என்று தான் எல்லாரும் கருதினார்கள். ஆனாலும் அவளுக்கு இந்த முடிவு தான் ஆறுதலாய்த் தோன்றியிருக்கும் போல.

உள்ளேயிருந்து அவளைத் தூக்கிக் கொண்டு வந்து பெஞ்சில் கிடத்தினார்கள். அவள் தூக்கு மாட்டியிருந்த மஞ்சள் நைலான் கயிற்றை அறுத்து ஓரமாய்ப் போட்டிருந் தார்கள். அவள் உருண்டையாய் நீண்டு கிடக்கும் மலத்தைப் போல மஞ்சள் புடவையில் கிடந்தாள். புடவையில் மலம் சிதறிக் கிடப்பதைப் போலச் சரக்கொன்றை மலர்கள் ஓவியமாய்த் தீட்டப்பட்டிருந்தன.

வீட்டுக் காரியங்கள் முடிந்து மயானக்கரையில் ஆக வேண்டிய பணிகள் நடந்து கொண்டிருந்தன. விறகும் வறட்டியும் அடுக்கி எரியுட்டிவிட்டுத் திரும்பிய போது காற்று பலமாக வீசிற்று. தீ நாகங்கள் உயர உயரமாய்ப் படமெடுத்து ஆடின. சுற்றி நிற்பவர்களைக் கொத்த வரு வதைப் போலத் தீச் சுவாலைகள் மலத்தின் நிறத்தில் நீண்டு எழுந்தன. சொல்லி வைத்ததைப் போல எல்லோரும் நாசியைப் பிடித்துக் கொண்டார்கள். ஓரே மலவாடை தாங்க முடியவில்லையென்று அவர்கள் பேசிக் கொண்டே சென்றதெப்படியென இன்னமும் அனுமானிக்க முடிய வில்லை.

19

பெருநாள் விருந்து

ஆரூர் புதியவன்

வீட்டு பஞ்சாயத்து உச்சகட்டத்தை எட்டிய போது, இளையவன் எழில் யாசிர் உறுதியாகச் சொன்னான், "அண்ணன் எத்தனை பேரை கூப்பிடுகிறானோ அதே அளவுக்கு என் நண்பர்களும் வருவார்கள்"

“சின்ன பசங்களும் பெரியவங்களும் ஒண்ணா” என்றான், கவின் முகம்மது.

“விருந்துல எல்லாரும் சமம் தான்” என்றான், எழில் யாசிர்.

அரசியலில் கோஷ்டிகளுக்கு பதவிகளை பங்கீடு செய்யும் சிக்கலை விட மோசமான நிலையில், குடும்பத்தலைவர் கனி அமர்ந்திருந்தார். தியாகத் திருநாளாம் ஹஜ் பெரு நாளுக்காக வீட்டுக்கு நண்பர்களை அழைக்கும் விவாதம்; சகோதரச் சண்டை; தர்மயுத்தம் என பல்வேறு பரிணாமங்களை எட்டி இருந்தது.

மூத்தவன் கவின் முகமது, பனிரெண்டாம் வகுப்பு. தனது முக்கிய நண்பர்களை பெருநாள் விருந்துக்கு அழைப்பதாக வாக்கு கொடுத்துள்ளேன் எப்படியும் 10 பேர் வருவார்கள் என்றதும் அதற்கு முன்னாலேயே என் நண்பர்களுக்கு வாக்கு கொடுத்து விட்டேன் 15 பேர் வருவார்கள் என்றான் எழில் யாசிர். ஒன்பதாம் வகுப்பு படிக்கும் அவனுக்கு எல்லா வகுப்பிலும் நண்பர்கள் இருப்பதாக செல்வாக்கு காட்டினான்.

பல்வேறு கட்ட விவாதங்களுக்குப் பிறகு ஆளுக்கு 10 பேர் என்று ஒதுக்கீடு பெற்றனர்

தனது நண்பர்கள் குடும்பத்தினரோடு சாப்பிடும் வகையில் வீடுகளுக்கே ஒரேடியாக பிரியாணி போய் சேரும் வகையில் ஏற்பாடு செய்துவிட்ட முஹம்மது கனி, பிள்ளைகளின் நண்பர்களுக்கு வீட்டில் விருந்து ஏற்பாடுகளை செய்தார். வாப்பாவிடம் ரகசியமாக காதில், "நான் ஐந்து பேரை அதிகமாக அழைத்து விட்டேன். ரொம்ப முக்கிய மானவர்கள். அவர்களையும் கணக்குல சேர்த்துக்கோங்க" என்றான் மூத்தவன் கவின். மௌன புன்னகையில் சரி சொன்னார் கனி. சற்று நேரத்தில் இளையவனும் இதே பாணியில் அவரை சம்மதிக்க வைத்தான்.

குர்பானி இறைச்சியை மொத்தமாக இன்றே பயன்படுத்தி விடலாம் என்று முகமது கனி நினைத்துக் கொண்டிருந்தபோது, கவின் நண்பன் சண்முகம் அழைத்தான். "தமிழ்ச்செல்வனுக்கு சொல்ல மறந்துட்டியாடா. என்னோட அவனும் அவன் தங்கையும் வருவாங்க. உன் சார்பில் நானே அழைத்து விட்டேன்" என்றான்.

எழில் யாசிரின் நண்பன் அதிரூபன் அவர்கள் அம்மா எண்ணுக்கு அழைத்தபோது, "ஆன்ட்டி யாசிர் கிட்ட குடுங்க" என்றான். அலைபேசி யாசீரிடம் வந்ததும், "டேய் உங்க வீட்டில விருந்து என்று கேள்விப்பட்டேன். நீ எனக்கு ட்ரை பண்ணி இருப்பேன்னு தெரியும். ஆனால் எங்க வீட்ல சிக்னல் சரியில்லாமல் ரெண்டு நாளா போன் வர்றதில்ல. பரவாயில்ல. நானும் என் ஃபிரண்ட்ஸூம் வந்துர்ரோம்டா என்றான்.

குடும்பத் தலைவி ஆயிஷாவின் கால் வலி மற்றும் உபாதைகளை உணர்ந்திருந்த முகமது கனி, இன்று உங்கள் வீட்டில் சமையலறை விடுமுறை. வெளியில் ஆர்டர் பண்ண போறேன் என்றார்.

ஆயிஷாவுக்கு அது பெரும் விடுதலையாகவும், மகிழ்ச்சி யாகவும் இருந்தது. பொதுவாகவே பண்டிகை நாட்கள்,

ஆண்களுக்கு கொண்டாட்டமாகவும்; பெண்களுக்கு திண்டாட்டம் ஆகவும் ஆகி விடுவதை உணர்கின்ற உள்ளம் கொண்டவர் கனி.

மற்ற நாட்களை விடவும், அதிகமாக சமையல் கட்டில் மல்லுக்கட்டும் நிலை பண்டிகை நாட்களில் பெண்களுக்கு ஏற்பட்டு விடுவதால், அந்த நாளில் சமத்துவமான ஓய்வும்; கொண்டாட்டமும் இருக்க வேண்டும் என்பதற்காக வெளியில் உணவு தயாரிப்புக்கு சொல்லி விடுவது அவரது வழக்கம்.

பிள்ளைகளின் நண்பர்கள் அந்த நண்பர்களின் நண்பர்கள் என இணைந்து வரும் இளைய படையை வரவேற்க இல்லம் தயாராகிக் கொண்டிருந்தது.

ஹாலித் பிரியாணி உரிமையாளர் அப்துல் ரகுமானிடம், "நீங்க நல்லா பண்ணுவீங்கன்னு தெரியும். இந்த முறை ரொம்ப சிறப்பா இருக்கணும்" என்றார்

மட்டன் பிரியாணி; தந்தூரி; ப்ரட் அல்வா; கத்தரிக்காய் தக்காளி பச்சடிகள் என வழக்கமான உணவுகளோடு மேலும் சிறப்பாக தருவதாக அப்துல் ரகுமான் கூறியதோடு பகல் 11:30 மணிக்கு அனுப்பியும் விட்டார்.

பிள்ளைகள் மெல்ல மெல்ல வரத் தொடங்கினர். சிலர் தங்கள் வீட்டில் இருந்து தன் நண்பன் வீட்டுக்கு பலகாரங்கள் கொண்டு வந்திருந்தனர். கிஷோர் திருப்பதியில் இருந்து வந்த லட்டுகளை எடுத்து வந்திருந்தான். தமிழ்ச் செல்வன் பழனி பஞ்சாமிர்தத்தை இரண்டு டப்பாக்களில் எடுத்து வந்திருந்தான். அதிரூபன் அவன் தங்கை ஸ்டெல்லாவுடன் ஒரு பெரிய கேக் பார்சலை சுமந்து கொண்டு வந்திருந்தான். பிள்ளைகளின் சங்கமத்தில் அந்த வீடு ஒரு பூங்காவனம் ஆகி இருந்தது.

மதிய தொழுகைக்கு முகமது கனியுடன் கவினும் யாசினும் சென்றுவிட, வீடு நிறைய பிள்ளைகள் கதை பேசி சிரித்து மகிழ்ந்து ஏற்பாடுகளை செய்து கொண்டிருந்தனர்.

தொழுகை முடிந்து மூவரும் வந்தவுடன் விருந்து தொடங்கியது.

சில பிள்ளைகள் சாப்பிட ஒவ்வொருவரையும் தனித்தனியாக கவனித்து உபசரித்தார் முஹம்மது கனியின் தாயார் ஆசியா மரியம். பிள்ளைகள் பாட்டி, பாட்டி என்று அவரிடம் மிகவும் பாசம் காட்டி வந்தார்கள்.

"கவினையும் எழிலையும் எங்களோடு சாப்பிட வையுங்கள்" என்று கிஷோர் குரல் கொடுக்க, உபசரித்துக் கொண்டிருந்த அவர்களும் அமர்ந்தனர்.

விருந்து நிறைவாக முடிந்து, பிள்ளைகள் தெருவுக்கு விளையாடச் சென்றனர். வெளியே கிரிக்கெட் ஆட்டத்திற்கு ஏற்பாடுகள் நடந்தன.

ஹாலித் பிரியாணிக்கு மீண்டும் ஆர்டர் செய்ய முகமது கனி அலைபேசியை எடுத்த போது தடுத்த ஆயிஷா, "ரசமும் சோறும் இருக்கு. எல்லாரும் சாப்பிட்டாச்சு. நாம மட்டும்தான் பாக்கி. நமக்கு ரசம் சோறு போதுமே" என்றார். "நல்லது தான்" என்றார் முஹம்மது கனி.

"இன்றைக்கு ரசமும் சோறும் எப்போபோதை விடவும் ரொம்ப சுவையாக இருக்குதே" என்றார் கனி.

வெளியில் அதிரூபன்; பீட்டர்; ஜெய்கணேஷ்; கிஷோர்; செந்தில்; கவின் முகம்மது; எழில் யாசீர்; அப்துர் ரஹ்மான் ஆகியோர் ஒன்றாக இணைந்து, ஒற்றுமையாக விளையாடும் ஓசை செவிகளுக்கு மேலும் இனிமையாக இருந்தது.

தொலைக்காட்சி செய்தியில், "போலோ பாரத் மாதா கி ஜெய்" என்று கத்திக்கொண்டு ஒரு கும்பல், வன்முறை வெறியாட்டத்தில் ஈடுபடும் கொடூர காட்சி ஓடிக் கொண்டிருந்தது.

முகமது கனி தொலைக்காட்சியை அணைத்து விட்டார்.

வெளியில் பிள்ளைகள் ஒன்றாக விளையாடும் ஓசை செவிக்கு இனிமையாக இருந்தது.

20

தலைமுறை

த.ரெ. தமிழ்மணி

ஏக்கத்தோடு நின்று பார்ப்பதை விட வேறென்ன செய்ய முடியும்?

பேச்சொலிகளால் நிரம்பி வழிந்த அந்த ஓட்டுவீடு ஆள் அரவமற்று மண்மேடாகக் கிடந்தது. பெரியப்பாவின் வீடு அது. வீட்டின் தென்புறத்தில் பெரிய பெரியப்பாவும் வடபுறத்தில் சின்ன பெரியப்பாவும் குடியிருந்தார்கள். இருவீட்டாரையும் பிரிப்பது முற்றம் மட்டுமே. வாசலின் இருபகுதியும் பெரிய திண்ணை, கதை பேசவும் ஆடுபுலி ஆட்டம் விளையாடவும் பகலில் படுத்துறங்கவும் தோதான இடம். அலைந்து திரிந்து உச்சூறு மணி நேரத்தில் வருபவர்களுக்கு வெயில் துவட்டி விடும் தாய்மடி அது.

வீட்டில் உள்ள மரத்தூண்கள், பிள்ளை விளையாட்டின் பெருங்கம்பங்கள். ஓடிப்புடிச்சியில் தொடங்கும் குதூகலம் இருட்டத் தொடங்கியவுடன் ஒளிஞ்சாம்புடிச்சியாக மாறும். அந்த மரத்தூண்கள், வாரி, ஓடு ஒன்று கூட மிச்சம் இல்லை. பெரும்பெரும் புற்று போல மண்தான் மிஞ்சி இருந்தது.

இதோ இந்தப் பக்கம்தான் வாசல்தரை. இங்குதான் இராப்பொழுதில் வரிசையாகப் பாய்போட்டுப் படுத்துறங்கு வோம். காலையில் சாணி தெளித்துக் கூட்டியதரை காய்ந்து போன சாயுங்காலக் கூட்டலுக்குப் பிறகுச் சலவைக்கல் போல வழவழப்பாக இருக்கும்.

மின்வாசனை வீசாத வீடு; எல்லாம் மண்ணெண்ணெய் விளக்குதான். எட்டு மணிக்கெல்லாம் சாப்பிட்டுவிட்டுப் படுத்து விடுவோம். வாசலின் எதிரே இருந்த வேப்பமரம் புழுக்கத்தை விரட்ட எந்நேரமும் குளிர்காற்றை அனுப்பிக் கொண்டே இருக்கும். வேப்பந்தழைகளில் இடம்பெயரும் பறக்கும் விண்மீன்களும் வானில் கண்சிமிட்டும் நகரா மின்மினிகளும் கண்களுக்கு விருந்து படைக்கும். எட்டுக்குடித் திருவிழாவிற்காகச் சிலம்பாட்ட ஒத்திகையை முடித்துவிட்டு வரும் அண்ணன்களுக்காகக் காத்திருந்த பெரியம்மா ஆத்தா உள்ளிட்ட மூத்த பெண்டிர்கள் அவர்களுக்குப் பரிமாறிய பிறகு சாப்பிட்டுப் படுக்க வருவதற்கு 9 மணி ஆகிவிடும் அதுவரை எங்களின் இளைய அண்ணன்களின் கதைகள் சிரிப்பும் பேச்சுமாக ஓடிக்கொண்டிருக்கும். நொண்டிமுனி கதை பயமுறுத்தும்; குசுவுட்டாம் பூச்சி கதை சிரிப்பூட்டும். ஆத்தா வந்தவுடன் கதை மாறும், தலையை வருடிவிட்டுக் கொண்டே சொல்லும் கதை கடைசிப்பிள்ளை தூங்கும் வரை நீளும்.

நாங்கள் உண்டுறங்கி கதை கேட்டு களித்திருந்த வாசற்பகுதி கருவக்காடு மண்டி பாழடைந்து கிடந்தது. வேப்பத்தாங்குடி... எங்கள் விடுமுறைக்கால வேடந்தாங்கல்! விடுமுறை விடப் போவது வீட்டிற்கு தெரியுமோ இல்லையோ ஆத்தாவிற்குத் தெரிந்துவிடும். சுத்துமுறுக்கு வாங்கி முந்தானைக்குள் முடிந்து வைத்துக்கொண்டு எங்களை அழைக்க வந்துவிடும். வந்ததிலிருந்து புறப்படும்வரை 'எப்பத்தா ஊருக்கு?' என்ன நச்சரிப்போம்.

'செத்த சும்மா இருக்க மாட்டீங்களா? அப்பா கறிஎடுக்க போயிருக்காங்க வந்து சமச்சி சாப்பிட்ட பிறகுதான் ஆத்தா கிளம்பும். அதுவரைக்கும் வாய மூடிட்டு இருக்கணும்' என்ற அம்மாவின் அதட்டலில் அடங்கினாலும் எப்ப கிளம்பும்? என ஆத்தாவையே பார்த்துக் கொண்டிருப்போம். ஒருவழியாக 18ஐப் பிடித்து வேப்பத்தாங்குடியில் இறங்கி வயல் வரப்பு வழியாக நடப்போம். பயிற்றங்காள் இருபுறமும் மண்டிக் கிடக்கும் பறித்து மென்று கொண்டே ஓட்டமும்

நடையுமாய் வீடு வந்து சேர்வோம். பெரியம்மாக்கள் ஓடி வந்து அணைத்துக் கொள்வார்கள். உறவுகள் சூழ்ந்து கொண்டு கொஞ்சும்.

"எங்கேம்மா ஒருத்தரையும் காணும்?"

"யாரையப்பா கேக்குற? செந்திலும் மணியும் மொளகா கொல்லையில ஏத்தத்துல தண்ணி எறக்கிறாங்க, வள்ளியும் அங்காடிக்கு போயிருக்கா. சிவகுமரன் மளிகைக் கடைக்குப் போயிருக்கான். எல்லாம் இப்ப வந்துருவாங்க"

அவர்கள் வரும்வரை எங்களுக்குப் பொறுக்கவில்லை. மிளகாய்க் கொல்லைக்கிப் போனோம். எங்களைப் பார்த்தவுடன் செந்திலும் மணியும் ஓடிவந்தார்கள். அப்புறம் என்ன? விடுமுறை களைகட்டத் தொடங்கியது. நீண்ட தொலைவு நடந்து உடையார்குளத்துக்குக் குளிக்கப் போனோம். ஒவ்வொரு முறையும் உடையார்குளம் எங்களுக்குப் புதிது. குளத்தருகே இருந்த சிவன்கோவிலில் விளக்கெரிந்து கொண்டிருந்தது. சிதிலமடைந்த பழங்கோயில் அது, பார்த்தாலே கும்பிடத் தோன்றும். சுற்றியும் வன்னிமரங்கள். குளத்தின் தென்புறத்தில் பெரிய குளியலறை. உட்புறப் படிக்கட்டுக்கள் குளத்தின் மேற்பகுதிக்குச் செல்லும். அங்கிருந்து நீரில் குதிக்கத் தோதாக மேடை அமைக்கப்பட்டிருக்கும். இது பண்ணையார் வீட்டுப் பெண்கள் குளிப்பதற்காகக் கட்டப்பட்டது என்று சொல்வார்கள். பார்ப்பதற்கோ மன்னர் காலக் கட்டடம் போல் இருக்கும். தொலைவில் பொது படித்துறையைக் கண்டவுடன் எங்களுக்கு எழுந்த ஆர்வம் தாளாமல் சட்டைகளைக் கழற்றி எறிந்து விட்டு ஓடிப் போய்த் தொப்பன்று குதித்தோம். தாமரை இலைகள் மீது அமர்ந்திருந்த தவளைகள் அஞ்சி தண்ணீருக்குள் தலை மறைவாகின. தாமரை இலைகள் மீது நடந்து இரைதேடிக் கொண்டிருந்த நீர்ப்பறவைகள் ஏதோ பெரிய விலங்குகள் வந்துவிட்டன என்று பயந்தவாறே விருட்டென்று பறந்தன. தூண்டிலில் அரளிப்பூவைக் கோத்து பச்சைத்தவளை களைத் பிடித்துக் கொண்டிருந்தவர் வேறு இடம் நோக்கி

நகர்ந்தார். ஒரே நேரத்தில் நான்கு பேர் குதியம்பு போட்டுத் தம்பட்டம் அடித்ததில் குளம் கும்பியாக மாறியது. காய்ந்த தாமரைப் பூக்களில் இருந்து விதை எடுத்தோம். தின்பதற்கு அது நிலக் கடலையைப் போல் சுவையாக இருக்கும் என்பதால் எடுப்பதற்குப் போட்டி அதிகம். அல்லிக்கிழங்கு களை அள்ளிக்கொண்டு கண்கள் சிவக்க வீடு திரும்பினோம். வாசலில் நின்றிருந்த முருகனண்ணன்,

“வாங்கடா தம்பிகளா.. எப்ப வந்தீங்க? வந்த உடனே உடையார்குளமா?” ஆசையாய் எங்கள் தோள்களில் கைகளைப் போட்டு அணைத்தவாறு கேட்டார்.

“சாய்ந்தரம்தான் வந்தோம். உடனே குளிக்க போயிட் டோம். ஒரு மாசமும்

உடையார்குளம்தான்”

அவரின் தோள்பட்டைகள் வலுவாக இருந்தன. முன்னங் கைகளில் இரு பக்கமும் முயல்குட்டிகள் படுத்துறங்கின. அதில் ஒன்றில் தாயத்து கட்டப்பட்டிருந்தது. எங்களை இடுப்பில் கைகோர்த்து இராட்டினம் போல் சுற்றி விளை யாட்டுக் காட்டினார். கைகோத்தபடி வீட்டிற்குள் அழைத்துப் போனார். திண்ணையில் நரைத்த முறுக்கு மீசையோடு பெரிசுகள் உட்கார்ந்திருந்தனர். அவர்கள் அந்திக் கள் அருந்த வந்திருந்தனர்.

ஆத்தா அளந்து அளந்து சொம்பில் கொடுக்க உறிஞ்சிக் குடித்துவிட்டு, மட்டை ஊறுகாயைத் தொட்டு நாவில் வைத்து சப்புக் கொட்டினார்கள். மனநிறைவடைந்த உடன் மீசையில் ஒட்டி இருந்த நுரையைப் புறங்கையால் ஒதுக்கித் துடைத்தபடி வெளியேறினார்கள். வேலை முடித்துத் திரும்பி உடல்குளிரக் குளியலைப் போட்டுவிட்டு வந்த வர்கள் என்பதை அவர்களின் கைகால்களில் மினுமினுத்த தேங்காய் எண்ணெய் சொல்லியது.

அவர்கள் குடித்ததை வாஞ்சையுடன் பார்த்த என்னிடம்,

"தம்பி இப்ப வேணாம்டா தம்பி, நாளைக்கு போவோம்ல, ஒரு மரத்துக்கள்ளா இறக்கித் தாரேன்"

எனச் சொல்லும்போதே எச்சிலூறியது. பெரியப்பா இருவரும், மூத்த அண்ணன் இருவரும் முறை வைத்து மரமேறுவார்கள். அதில் முருகண்ணன்தான் என்னை ஆசையாய்க் கள் இறக்கும் இடத்திற்கு அழைத்துப் போவார்.

சூடாகப் பச்சைப்பயற்றுக் கஞ்சி வந்தது. குடித்துவிட்டு எல்லோரும் 'டப்பா' விளையாடக் கிளம்பி விட்டோம். 'டப்பா' என்பது அந்த ஊர் ஒளிஞ்சாம்புடிச்சி. பிடிக்க வருகிறவன், கண்டுபிடிக்கப்பட்டவனின் பெயரைச் சொல்லி 'திடும்' என்பான். ஒளிந்திருப்பவனில் ஒருவன், பிடிப்பவன் அறியாவண்ணம் முதுகில் அடித்து 'டப்பா' என்று சொல்லிவிட்டால் மறுபடியும் அவனே கண்டுபிடிக்க வேண்டும். ஆட்டம் முதலில் இருந்து தொடங்கும்.

கள் குடிக்கப் போகும் நினைப்பே என்னை நேரத்தோடு எழுப்பி விட்டது. எழுந்து பார்த்தால் பக்கத்தில் யாரையும் காணோம். எல்லோரும் எனக்கு முன்பே எழுந்து போய்விட்டார்கள். சுறுசுறுப்பில் தேனீக்கள்! பாயைச் சுருட்டிக் கொண்டு போய் வைத்துவிட்டு, அடிகுழாயில் இருந்த சாம்பலை எடுத்து பல் தேய்த்து, வாய்க்கால் ஓரம் புதர் மறைவு தேடி வெளியே போய், வாய்க்காலில் கழுவி வந்து பார்த்தால்...

"என்ன தம்பி போகலாமா?"

மிதிவண்டியில் காலூன்றி எனக்காக நின்றார் பின்புறம் என் அண்ணன் உட்கார்ந்திருந்தான்.

"எழுப்பி இருக்கலாம் ல" என்றவாறு முன் கம்பியில் அமர்ந்தேன்.

"அதனால் என்ன இன்னும் நேரம் இருக்கு"

அது துருப்பிடித்த மிதிவண்டி, எண்ணெய் தேய்த்து குளித்து, வைரம் பாய்ந்த கட்டை போல் இருந்தது. வயல்

வரப்புகளில் இலகுவாய் எங்களைச் சுமந்து வஞ்சியூர் தென்னந்தோப்பை நோக்கிச் சென்றது. அதற்குள் அங்கே பலர் காத்திருந்தனர். அவர்களிடம் பேசியவாறு பாளருவா பெட்டியை இடுப்பில் கட்டினார். பாளருவா பெட்டி பாளையால் செய்து அவுனியால் கட்டப்பட்டது. சுரைக்குடுக்கையை எடுத்து இடுப்பு வாரின் கொக்கியில் மாட்டிக்கொண்டார். தலைக்கயிற்றைக் காலில் மாட்டிக்கொண்டே மரத்தைத் தொட்டு வணங்கி ஏறலானார் ஒரு கையை மேலும், மறு கையைக் கீழும் மாற்றிமாற்றி வைத்து அவர் ஏறுகையில் சரக் சரக் என்று சத்தம் கேட்டது.

மட்டையைப் பிடித்து வாகாய் அமர்ந்தபின் பாளையில் சுரந்திருந்த கள்ளைச் சுரக்குடுக்கையில் ஊற்றும்போது கீழே நிற்பவர்களைச் சுண்டி இழுத்தது. பாளையைச் சீவச் சீவ பூப்போல கொட்டியது. பாளக்கட்டையால் பாளையைத் தட்டியதுதான் தெரியும். மட்டையைப் பிடித்துத் தொங்கி இலாவகமாகத் தலைக்கயிற்றைக் காலில் மாட்டிச் சர்ரென்று கீழே இறங்கினார். சுரைக்குடுக்கையில் இருந்த கள்ளைக் குடத்தில் ஊற்றாமல் பறக்காவெட்டிகளுக்குப் பன்னாடையில் வடிகட்டியவாறே அளவுச்சொம்பில் ஊற்றினார். குடித்தவர்கள், பக்கத்தில் சாக்கணைப் பாட்டியிடம் ஊறுகாய் வாங்கி நக்கிக் கொண்டு முகம் ஒளிர நகர்ந்தார்கள். தோப்பிலேயே கல்லடுப்பில் இட்லி சுட்டுக் கொண்டிருந்தார். ஒரு சட்டியில் வறுக்கப்பட்ட வயல் நண்டு, சுண்டல், மட்டை ஊறுகாய். கொஞ்சம் கொஞ்சமாய்க் கூட்டம் குறைந்ததும் கள்ளைப் பானையில் ஊற்றத் தொடங்கினார். கடைசியாக இறக்கிய கள்ளை எடுத்துக்கொண்டு,

"வாங்கடா தம்பிகளா" என்றார்.

சொம்பில் எனக்கும் அண்ணனுக்கும் ஊற்றிக் கொடுத்தார். ஒரு மடக்கு குடித்தவுடன் உள்நாக்கு தித்தித்தது. வெள்ளைத்தேன்; கூடவே சாக்கணை! இனம் புரியா இன்பம்; கபகபவென்று பசி எடுக்கும் நேரம்; பெரிய பெரிய தேக்கு இலையில் சூடான இட்லியும் பூண்டு துவையலும்

வாங்கித் தந்தார். வீட்டுக்கு வந்து திண்ணையில் படுத்தது தான். எழுவதற்குச் சாயுங்காலம் ஆகிவிட்டது. நல்லவேளை, மறுநாள் எட்டுக்குடி திருவிழாவிற்குச் செல்லும் அலமலப்பில் எங்களை யாரும் கண்டு கொள்ளவில்லை.

*****

நான் ஆற்றாமையோடு பழைய வீடு இருந்த இடத்தில் நிற்பதை முதலில் பார்த்தவர் முருகண்ணன் தான்

"அடடே வாடா தம்பி!"

வேலங்குடியில் எல்லோரும் நல்லா இருக்காங்களா?"

வாஞ்சையோடு அதே அணைப்பு; அதே கட்டுடல். தலைதான் நரைத்திருந்தது.

"என்னாண்ணே வீடு இப்படி தரைமட்டமாக கிடக்கு?"

"அதுவா... கள்ளுக்கடையைத் தடை பண்ணினதும் வீடு நொடிஞ்சிடுச்சு, புள்ளைங்க தலை எடுத்து, அவனவன் பெண்டு பிள்ளைகளோட தனிக்குடித்தனம் போயிட்டாங்க"

என்று சுற்றியும் இருந்த கூரை வீடுகளைக் காட்டினார். அதில் ஒரு வீடு மின்மினி பூக்கும் வேப்பமரத்தை விழுங்கி இருந்தது.

"இவ்வளவு காலம் இல்லாம திடீர்னு வந்திருக்க?"

"வரணும்னுதான் ரொம்ப நாளா ஆசை. படிப்பு வேலைன்னு காலம் போயிடுச்சி. சிவக்குமாரன் அண்ணனுக்குக் கட்டை விரலை எடுத்துட்டாங்களாமே? என்னால தாங்க முடியல. அதான் ஓடி வந்துட்டேன்" என்றபடி ஒவ்வொரு வீட்டிற்கும் வாங்கி வந்த தின்பண்டங்களைக் கொடுத்தேன். மூத்தவர்கள் சூழ்ந்து கொண்டு நலம் விசாரித்தனர். பிள்ளைகள் தொலைக்காட்சிகளிலும் கைப்பேசிகளிலும் மூழ்கிக் கிடந்தார்கள்.

அப்போது மரமேறிய நால்வர்களைத் தவிரமற்ற இளையோர்களின் உடலும் முகமும் ஒன்றும் மகிழ்வதற்கு

உரியதாக இல்லை. வயல் வேலைக்கும் போவதில்லையாம் உழைப்பில் இருந்து வெளியேற்றப்பட்டு இருந்தார்கள் புறப்பட எத்தனித்த போது தன்வீட்டு எறவானத்தைப் பிடித்தபடி நடண்ணன் கூப்பிட்டார்; போனேன் அவர் எட்டுக்குடிக்கு நடந்தே அலகுக் காவடி தூக்கிச் சென்றவர். தலைசொறிந்தவாறு "ஒரு 200 ரூபாய் மட்டும் கொடுத்துட்டு போயேன்" என்றார். யாருக்கும் தெரியாமல் 500ஐத் திணித்துவிட்டு நகர்ந்தேன்.

இப்படிப்பட்ட விடுமுறை நாட்களில் நாங்கள் வீட்டுக்குள் இருந்ததே இல்லை. உடையார்குளக் குளியல், ஏற்றம் இறைத்தல், பனங்காய் வெட்டுதல், பனவண்டி செய்தல், மாவூர் கொட்டகையில் படம் பார்த்தல், சிலம்பாட்ட ஒத்திகை, காவடியாடல், தூண்டில் போடல், ஒளிஞ்சாம் புடிச்சி ஓடிப்பிடிச்சு, கோக்காலி, களிமண் வண்டி விளையாட்டு இவைதாம் நான் பார்த்த வேப்பத்தாங்குடி. அந்த வேப்பத்தாங்குடி ஆத்தாவோடு செத்துப் போய்விட்டது போலும்.

சிறுவர்கள் விளையாடாத தெரு நெறிச்சோடிப் போய்க் கிடந்தது. ஒரு கூரை வீட்டில் இருந்து, விளம்பர இடைவெளியின்போது எட்டிப்பார்த்த சிறுவன் என்னையே உற்றுப் பார்த்தான். நான் ஓடிப்போய் அவனைத் தூக்கிக் கொண்டேன். "உடையார்குளத்துக்கு போவோமாடா தம்பி?" என்றேன்.

"அப்படின்னா...? அது எங்கே இருக்கு?" என்றான் என் முகத்தை உற்றுப் பார்த்து. ●

கண்ணாமூச்சி ஆனி 2024

21

வதை

மகேஷ்வரன

இருளப்பனின் டிவிஎஸ் பிப்டி வண்டி இரைச்சலோடு சந்து பொந்து காடு மேடு கரடு என தறிகெட்டு கண்மண் தெரியாமல் ஓடியது. ஏற்கனவே முக்கால் போதையில் இருந்தான். முட்டி மோதிக் கொண்டுதான் அதை செலுத்தினான்.

டேங்கில் பெட்ரோல் இருக்கிறதா என தெரியவில்லை. எந்த நேரம் வேண்டுமானாலும் வண்டி நின்று போகலாம். சரியான மொக்கை வண்டி. துருப்பிடித்து பொலபொலவென உதிர்கிற வண்டி. ஹெட்லைட் கிடையாது. நேம்போர்டு கிடையாது.

பழைய இரும்புக் கடையில் பேரீட்சைப்பழம் கோடுக்கவே யோசிப்பான், அப்படியொரு வண்டி. செப்டிக் டேங்க் சுத்தம் பண்ணப் போகிற வீரைய்யன் குடிசையில் ஓரங்கட்டி கிடந்ததை கெஞ்சி கூத்தாடி வாங்கிவந்து எப்படியோ ஓட வைத்துவிட்டான். ஓடுகிறவரை ஓடும். சட்டென நின்றாலும் நின்று விடலாம்.அதற்குள் எப்படியாவது சேப்பியை பிடித்து விட வேண்டும்.

கையில் ஒரு நீளமான மூங்கில் குச்சி . குச்சியின் நுனியில் கம்பியாலான சுருக்கு கயிறு. அதை வைத்துக் கொண்டுதான் அவன் சேப்பியை ஊர் முழுக்க தேடினான். நேற்று வரை அவன் காலையே சுற்றி சுற்றி வந்தது.

தலைமாட்டில் கூட படுத்திருந்தது. 'ச்சூ'என எட்டி விரட்டினான். அவனை பார்த்ததுமே ஓடி வந்து மோந்து பார்த்தது. அப்போதே அதை கட்டி போட்டிருக்க வேண்டும், தப்பு பண்ணி விட்டான். இன்றைக்கு காலையிலிருந்து தான் ஆட்டம் காட்டுகிறது. விற்றாயிற்று, பிடித்துக் கொடுக்க போகிறோம் என தெரிந்து விட்டது. அதனால் தான் இத்தனை ஆட்டம் காட்டுகிறது.

சேப்பிக்கு புத்தி கூர்மை அதிகம். திமிரு அதிகம். தெனாவட்டு அதிகம். இவனை களைக்க களைக்க அலைய வைத்தது. கையில் மட்டும் சிக்கட்டும் வெளுத்து வாங்கி விட வேண்டும். என வெறியோடு தான் டிவிஎஸ் பிப்டியை விரட்டினான்.

ஒதுக்குப்புறமாய் ஆற்றங்கரையோரமாய் இருளப்பனின் குடிசை. பகல் என்றால் சூரியனின் கதிர்கள் குடிசைக்குள் விழுந்து கிடக்கும். இரவென்றால் நிலவின் ஒளிக்கதிர்கள் கசிந்து கொண்டிருக்கும்.

மழையாகட்டும் வெயிலாகட்டும் எல்லாமே கேள்வி இல்லாமல் உள்ளே நுழைந்து விடும். ஒரே ஒரு தகர கதவு. இரண்டு பேருக்கு மேல் குடிசைக்குள் படுக்க முடியாது. சோறாக்குவது எல்லாம் குடிசைக்கு பின்னால் புளிய மரத்தடியில் கல்லடுப்பில் தான்.

சற்று தள்ளி பிரம்பு குச்சிகளால் ஆன அடைப்பு வளையம். அதற்குள் தான் சேப்பி எப்போதும் படுத்து கிடக்கும். சேப்பி சமீபத்தில் தான் ஏழெட்டு குட்டிகளை ஈன்றிருந்தது. குட்டிகள் கொழுக்கு முழுக்கென காணப் பட்டன. இன்னும் கொஞ்ச நாளில் குட்டிகள் பெருத்து விடும். அதனால் தான் சேப்பியை ஒழித்துக் கட்டிவிடலாம் என முடிவுக்கு வந்திருந்தான்.

நல்ல விலைக்கு கேட்டார்கள். அட்வான்ஸ்ஸை கைநீட்டி வாங்கி விட்டான். நாளைக்கு விடியற்காலம் வந்து கோணியில் சுற்றி கட்டிக் கொண்டுப் போய்விடுவார்கள்.

சேப்பியின் சம வயது கூட்டாளிகளையெல்லாம் இப்படித்தான் கொண்டு போனார்கள். வாங்கிப்போய்... அங்கே என்ன பண்ணுவார்கள் என இருளப்பனுக்குத் தெரியாது. அவன் அதை பற்றி கேட்க மாட்டான்.

தன் கூட்டாளிகளை எல்லாம் விரட்டிப் பிடித்து கோணியினால் சுருட்டிக்கட்டி தூக்கிக் கொண்டு போனதை சேப்பியும் பார்த்திருக்கும்... அதனால் தான் இந்த ஓட்டம் ஓடுகிறது. மரண பயம்... உயிர் பயம்... எல்லாவற்றையும் மீறி தன் குட்டிகளை பிரிந்து விடுவோமோ என்ற வேதனை தான் சேப்பியை ஓட வைத்தது.

விட்டு விட மாட்டானா என ஏங்க வைத்தது. பதற வைத்தது. ஆனால்... இருளப்பன் சலிக்கவில்லை ஒரு கட்டத்தில் முட்டு சந்து ஒன்றில் சேப்பி மாட்டிக்கொள்ள அங்கே இங்கே ஓட முடியவில்லை.

டிவிஎஸ் பிப்டியை நிறுத்தாமல் கீழே சாய்த்து விட்டு கீழே குதித்து ஓட்டமாய் ஓடி ஒரே அமுக்காய் சுவற்றோடு வைத்து அழுத்தி சேப்பியை மிதித்து கழுத்தில் சுருக்கை மாட்டி இறுக்கி தரதரவென இழுத்து வந்து டிவிஎஸ் பிப்டியின் முன்பக்க இடைவெளியில் திணித்து அமுக்கி... டிவிஎஸ் வண்டியில் ஏறி அமர்ந்து திருப்பினான்.

சேப்பியின் மீது கால்களை வைத்து மிதித்தபடியேதான் வண்டியை செலுத்தினான். இடையிலே டிவிஎஸ் வண்டி பெட்ரோல் இல்லாமல் நின்று விட்டது. ஆனாலும் மனம் தளராமல் தள்ளிக் கொண்டே குடிசை வரை வந்து சேர்ந்தான்.

சேப்பியைக் கீழே இறக்கி ஒரு நைலான் கயிறினால் சுற்றி கட்டி வயிற்றில் மிதித்து குடிசை ஓரமாய் உருட்டி தள்ளினான். குட்டிகள் தாய்க்கு நேர்ந்த சோகம் தெரியாமல் விளையாடிக் கொண்டிருந்தன.

இருளப்பனுக்கு எந்த வேலையும் தெரியாது. எங்கே வேலைக்கு போனாலும் அவனை ஓரங்கட்டி விடுவார்கள்.

ஒரு மாதிரியாகத்தான் பார்ப்பார்கள். அவனது தாய் அஞ்சலை இருந்த வரைக்கும் அவனை குடிசைக்குள் படுக்க வைத்தே சோறு போட்டு பழக்கப்படுத்தி விட்டாள். அஞ்சலை மூங்கில் கூடை பின்னுவாள், தடுக்கு பின்னுவாள், கோழி கூடாரம் பின்னுவாள்.

பனை ஓலையில் அத்தனை கைவினைப் பொருட்களும் பண்ணிவிடுவாள். தெரு தெருவாய் காலாற நடந்து போய் விற்று, அதில் கிடைக்கும் காசில்தான் அவள் வாழ்க்கையை ஓட்டினாள்.

நினைவு தெரிந்த நாளிலிலிருந்து அஞ்சலையின் முகம் மட்டும் தான் அவனுக்கு தெரியும். அப்பன் எப்போது செத்தான் என்று கூட தெரியாது. எந்த ஞாபகமும் இல்லை. அஞ்சலை இருந்த வரைக்கும் பசி என்றால் என்னவென்றே தெரியாது இருளப்பனுக்கு.

ஒரு மழை நாளில் தொடர்ந்து வயிற்றுப்போக்கு காரணமாக ஒரேடியாக போய்விட்டாள் அஞ்சலை. அவள் போன பிறகு தான் அவனுக்கு சகலமும் புரிந்தது. பித்து பிடித்தவன் போல கிடந்தவன். கொஞ்சம் கொஞ்சமாக எழுந்து நடமாட ஆரம்பித்தான்.

அவனைச் சார்ந்தவர்கள் தான் யாரும் இல்லாத அனாதை பெண்ணான பிச்சிப்பூவை இவனுக்கு பெண் பார்த்துப் பேசி முடிவு பண்ணி கல்யாணம் பண்ணிக் கூட்டி வந்தார்கள். மொடாக் குடிகாரனாகவே வளர்ந்து விட்டவனுக்கு யாரும் பெண் தரவில்லை.

தூரத்து உறவு பிச்சிப்பூ வீட்டிலும் வழியில்லை. மூக்கில் கூட, ஈர்க்குச்சிமாட்டி... மஞ்சள் கயிறு கோர்த்து இவனோடு அனுப்பியிருந்தார்கள்.

பிச்சிப்பூ இடி மழைக்குக் கூட பள்ளிக்கூடம் ஒதுங்கிய தில்லை, ஆனாலும் ரோசக்காரி. மனதில் ஈரம் அதிகம். அவனை மனுசனாக மாற்ற எவ்வளவோ முயற்சி பண்ணினாள் முடியவில்லை.

இருளப்பன் பார்க்கிற தொழில் அவளுக்கு பிடிக்கவே இல்லை. செப்டிக் டேங்க் சுத்தம் பண்ணுவதற்காக அவனை யாராவது கூப்பிட வந்தால் வயிறு கபகபவென எரியும். அடி வயிற்றுக்குள்ளிருந்து ஒரு ஓலம் கேட்கும்.

பெரும்பாலும் வீரைய்யன் இவனை கூட்டிப் போக வருவான். வீரைய்யனிடம் மினி வேன் இருக்கிறது, மோட்டார் இருக்கிறது. மோட்டார் வைத்து தான் சுத்தம் பண்ணுவதாக சொல்லுவான். ஆனால் அங்கு கூட்டி போன பிறகுதான் இவனை எடுபிடி வேலைகள் செய்ய வைத்து விடுவான்.

கல்யாணமாகி வந்த புதிதில் ஆசைஆசையாக ஒரு தடவை பிச்சிப்பூவும் அவனோடு சேர்ந்து மினிவேனில் ஏறிக்கொண்டுப் போய்விட்டாள்.

வீட்டுக்குப் பின்னால் இருந்தது செப்டிக்டேங்க். தாங்கள் சாப்பிட்டது. தங்கள் உடம்பிலிருந்து வெளியேறியதுதானே... என்ற நினைப்பே இல்லாமல் அந்த வீட்டின் நபர்கள் வேலை நடந்து முடியும் வரை வீட்டின் எந்த கதவையும் திறக்கவில்லை.

ஜன்னல்கள் வரை தாழிட்டு விட்டனர். வேலை முடிந்ததும் தான் கதவு திறந்தது. ஒரு தடவைக்கு நான்கு தடவை பேரம் பேசி தான் கூலியை கொடுத்தார்கள். மோட்டார் வைத்து இறைப்பதாக சொன்ன வீரைய்யன் பேருக்கு தான் மோட்டாரை கொண்டு வந்திருந்தான்.

மோட்டார் பாதியிலேயே நின்று விட்டது . எல்லா வற்றையும் இருளப்பன்தான் வாளி கொண்டு அள்ளினான்.

'இத்தனை நாட்களாக இந்த வேலையை தான் செய் கிறானா?' என வேதனையில் விம்மி போனாள். வீரைய்யன் முழு பணத்தையும் அவனே வாங்கிக் கொண்டான்.

ஐநூறு ரூபாய் தான் இருளப்பனுக்குக்கு கொடுத்தான். அடிமாட்டு சம்பளம். அனுபவிப்பது அவன். உழைப்பது இவன். என்ன கொடுமை இது!

"வேணாம்யா... நமக்கு இந்த ஈன பொழப்பு வேணாம்." இருளப்பனிடம் மன்றாடினாள். அவன் காதிலேயே வாங்கவில்லை.

"வேற என்ன பண்ண சொல்ற?"

"வேற வேலைக்கு போய்யா!"

"போனாலும் என்னய சேர்த்துக்கணுமே! விரட்டுறாங்களே! ஒரு மாதிரியா பாக்குறாங்களே!"

"மொத தடவ அப்படித்தான் பார்ப்பாங்க! அடுத்தடுத்து நீ தொடர்ந்து போனேன்னா கண்டிப்பா மனசுமாறி வேலைக்கு சேர்த்துக்குவாங்கய்யா" கிளிப்பிள்ளைக்கு சொல்வது மாதிரி எவ்வளவோ சொல்லிப் பார்த்தாள். இருளப்பன் கேட்பது போல இல்லை.

தெரிந்தும் தெரியாமலும் அந்த தொழிலுக்கு தான் போய்க் கொண்டிருந்தான். கிடைக்கிற பணத்தில் பாதியை குடித்துவிட்டு மீதியைப் போனா போகிறது எனக் கொண்டு வந்து கொடுப்பான்.

அவர்களுக்கு என ஒரு ஆண் குழந்தை பிறந்த போதும் பொறுப்பு வரவில்லை. சுடலை மாடனுக்கும் வயசு மூன்று ஆகிறது.

"நம்ம புள்ளையையாவது நல்லா படிக்க வைக்கணும்யா... வேலைக்கு அனுப்பனும்யா... ஒன்னைய மாதிரி அவன் ஆயிடக் கூடாது..." அழுது புலம்பாத நாளில்லை. பெரும்பாலும் குடிசையில் பிச்சிப்பூ மட்டும் தான் தனித்து இருப்பாள்.

சுடலைமாடன் பிறப்பதற்கு முன்பு வரை அவளுக்கு துணை சேப்பிதான். சேப்பி எங்கேயும் போகாது. ஊரையே சுற்றி வந்தாலும் அடிக்கடி குடிசைக்கு திரும்பிவிடும். பிச்சிப்பூவுக்கு அதுதான் துணை.

யாருமில்லாத பிச்சிப்பூவை பாதுகாக்கும் ஊழியனாய் சுற்றிச்சுற்றி வரும். பிச்சிப்பூவுக்கு ஒரு தோழி மாதிரி... என்று

தான் சொல்ல வேண்டும். சேப்பியை பட்டினிப் போடக் கூடாது என்பதற்காகவே... காய்கறி கழிவுகளையெல்லாம் வீடு வீடாகப் போய்கேட்டு அள்ளி வந்து கொட்டுவாள்.

அரிசி கழுவிய நீரையும், சாதம் வடித்த கஞ்சியையும் வாங்கி வந்து ஊற்றுவாள். சேப்பி உற்சாக மிகுதியினால் பிச்சிப்பூவை நன்றியோடு பார்த்து வினோத ஒலியை எழுப்பும். குதி குதி என்று குதிக்கும்.

பிச்சிப்பூ மீது சேப்பிக்கும், ஒருவித பாசம். புளிய மரத்தில் தொட்டில் கட்டி சுடலை மாடனை தூங்க போட்டுவிட்டு குளிப்பதற்கோ பாத்திரம் தேய்ப்பதற்கோ வாய்க்காலுக்கு போய் விடுவாள்.

அவள் திரும்பி வரும் வரை தொட்டிலுக்கு அருகாமையில் சேப்பிதான் படுத்து கிடக்கும். ஒரு நாயோ பூனையோ கிட்டே வர முடியாது. மரத்திற்கு கீழே சேப்பி படுத்திருந்தால் பறவைகள் கூட அந்த மரக்கிளையில் வந்து அமராது.

ஒரு முறை சபலப்புத்திக்கார கந்து வட்டிக்காரன் ஒருவன் போகும் போதும் வரும்பொழுதும் பிச்சிப்பூவை நோட்ட மிட்டு இருக்கிறான். கருப்பு தான் என்றாலும் பிச்சிப்பூ பேரழகி. மூக்கும்முழியுமாக லட்சணமாய் இருப்பாள்.

ஆள் இல்லாத குடிசை. கேட்க நாதியில்லை என்று நினைத்தானோ என்னமோ பைக்கை சற்று தூரத்தில் நிறுத்திவிட்டு குடிசைக்குள் வந்து விட்டான். பிச்சிப்பூவிடம் தகாத முறையில் நடந்து கொள்ள முயல சேப்பிதான் ஓடி வந்து அவளை காப்பாற்றியது.

சேற்றில் புரண்டு சகதியில் உருண்டு உருண்டு அந்த சேற்றோடு அவன் மீது முட்டி மோதி தள்ளி அவன் உடம்பு முழுக்க கழிவுகளை இழுப்பி முகத்தில் தேய்த்து அவன் வயிற்றைக் குமட்டிக்கொண்டு ஒரே ஓட்டமாய் ஓடி போனான்.

அதன் பிறகு இந்த பக்கம் அவன் தலை வைத்து படுப்பதில்லை. அவன் மோட்டார் பைக் கூட இந்த வழியே

போவதில்லை. அந்த சேப்பியைத்தான் இப்போது இருளப்பன் ஏழாயிரம் ரூபாய்க்கு விலை பேசி ஒருநாள் முழுக்க துரத்தி பிடித்து நைலான் கயிறினால் அழுத்தமாக இறுக்கி கட்டி இருந்தான். குடிசையோரமாய் உருட்டி விட்டிருந்தான்.

சேப்பியைவிற்ற ஏழாயிரம் ரூபாயில் ஒரு நீர் இறைக்கும் மோட்டார் வாங்க வேண்டும். தானும் வீரைய்யன் மாதிரி சொந்தமாய் செப்டிக் டேங்க் சுத்தம் பண்ணுகிற தொழில் செய்ய வேண்டும் என்பது அவனுடைய கனவு.

அட்வான்ஸாக கொடுத்த ரூபாயை கூட பத்திரமாய் பொட்டலம் கட்டி வைத்திருந்தான். அதிலிருந்து ஒரு ரூபாய் கூட தொடவில்லை பிச்சிப்பூவிற்கு இந்த விஷயம் தெரியாது. சேப்பியை துரத்தி பிடித்து மிதித்து அடித்து துவைத்துக் கட்டிப் போட்டிருப்பது அவளுக்கு தெரியவே தெரியாது.

எதார்த்தமாகத்தான் வெளியே வந்தாள். புளிய மரத்தில் தொட்டிலில் தூங்கிக்கொண்டிருந்த சுடலைமாடன் வீறிட்டு அழவே அவனை அள்ளி தூக்கி சமாதானப்படுத்தியபடி தான்... பிரம்பு குச்சி அடைப்பு பக்கம் பார்த்தாள்... குட்டிகள் மட்டும் கிடக்க சேப்பியை க்காணவில்லை.

‘எங்கே போய் தொலைஞ்சது? தெரியலையே!’ சேப்பி குட்டிகளை விட்டு எங்கும் போகாது . நேரத்திற்கு குடிசைக்கு திரும்பி விடும். என்ன ஆயிற்று?

அப்பொழுதுதான் அவள் அந்த காட்சியை பார்த்தாள். குடிசையின் ஓரமாய் சுருண்டு கிடக்கிற சேப்பி... தேகம் முழுக்க நைலான் கயிறு சுற்றி இறுக்கமாய் கட்டி ரத்தம் கசிய கிடக்கிற சேப்பி...

இயலாமை முனகலை வெளிப்படுத்தக்கூட திறனின்றி... வாய் பிளந்து கிடக்கிற சேப்பி... வாயிலிருந்து நுப்பும் நுரையுமாய் வழிந்து கொண்டிருக்க... கண்களில் இருந்து கண்ணீர்... கொட்டிக்கொண்டிருந்தது...

பறவையாக இருந்தாலும் மிருகமாக இருந்தாலும் மரமாக இருந்தாலும் மனிதராக இருந்தாலும் வலி ஒன்றுதான். அந்த

வலியை மனிதர்கள் சொல்லிவிடுவார்கள். பறவைகள் அலறி அதை வெளிப்படுத்தும், மிருகங்களும் அப்படித்தான். மரங்களுக்கு சொல்ல தெரியாது.

தேகத்தில் வலி, வதை என்பது எல்லோருக்குமே ஒன்று தான், உயர்திணையாக இருந்தாலும்சரி அஃறிணையாக இருந்தாலும் அது பொது. யாரும் யாரையும் வதைக்க உரிமை இல்லை.

யாரும் யாரையும் சித்திரவதை செய்யவும் உரிமை இல்லை..நட்டுவாக்கலி கடித்ததை போல. துடி துடித்துப் போனாள் பிச்சிப்பூ.

"ஒனக்கு கிறுக்கு முத்தி போச்சா? என்னத்துக்கு சேப்பிய கட்டி போட்டு வச்சிருக்கே?" என்றாள்.

"சேப்பிய ஏழாயிரம் ரூபாய்க்கு வித்துட்டேன். விடிகாலமே கிளம்பி வந்துடுவானுங்க. இதை கொண்டு போயிடுவான்க. கண்டதையும் தின்னு என்னம்மா பெருத்து கிடக்கு? ஊர் முழுக்க ஓடி ஓடி என்ன களைக்க வெச்சுடுச்சு. மிதி மிதின்னு மிதிச்சுப்புட்டேன்" என்றான். அவன் நிதானத்தில் இல்லை குடித்திருந்த போதையில் தான் இருந்தான். அவளை நிமிர்ந்து பார்க்கவே இல்லை.

"தபாரு... சேப்பிய அவுத்து விட்டுடு... அது பாட்டுக்கு ஒரு பக்கமா கடந்துட்டு போகட்டும்... ஒன்னைய என்ன பண்ணுது?"

"என்னது அவுத்து விடவா? ஊரு முழுக்க துரத்திப் புடிச்சேன். ஒன் வேலயப் போய் பாரு... அட்வான்ஸ கையை நீட்டி வாங்கிட்டேன்... சொளையா ஏழாயிரம் ரூவா... அத ஒன் அப்பனா தருவான்? நீ தான் அனாதை கழுதையாச்சே? ஒழுங்கா கம்முனு கெட எரிச்சலை கிளப்பாத!"

"நீ சேப்பிய அவுத்து விடப் போறியா இல்லையா?" அவளுக்கு ஆத்திரம் பெருக்கெடுத்தது. அழுகை முட்டியது. முறைப்பாக அவனைப் பார்த்தாள். அவன் எதையும்

காதிலேயே வாங்கவில்லை. அவளை ஒரு மனுசியாகவே மதிக்கவில்லை.

"நீ அவுத்து விடலைன்னா என்ன? நான் அவுத்து விடறேன்" கட்டப்பட்டு கிடந்த சேப்பியை நோக்கி வேகமாக போனாள்.

"ஒழுங்கு மருவாதையா குடிசகுள்ள போயிடு... இதுல தலையிடற வேலைய வுட்ரு.ஆமா...! நா மனுசனா... இருக்கமாட்டேன்..." பிச்சிப்பூ அவனை சட்டையே பண்ண வில்லை. சுருண்டு கிடந்த சேப்பியின் பக்கமாய் குனிந்து நைலான் கயிற்று முடிச்சை அவிழ்க்க முயன்றாள்.

எங்கிருந்துதான் அத்தனை அகங்காரம் வந்ததோ தெரியவில்லை. விருட்டென எழுந்து பிச்சிப்பூவை நோக்கி ஓடி அதே வேகத்தில் காலை உயர்த்தி ஓங்கி ஒரு உதை விட்டான். அடி வயிற்றில் உதை விழுந்திருந்தது. சுருண்டு போய் தூரமாய் விழுந்தாள் பிச்சிப்பூ.

"ஏன்டி இவ்ளோ சொல்றேன்... கேட்க மாட்டியா? புருஷனை விட இந்த பன்னிதான் ஒனக்கு பெருசா போச்சா?" திரும்பவும் உதைப்பதற்காக ஓடி வந்தான். வேட்டி அவிழ்த்து விழுந்தது. கால்சட்டையோடு காலை உயர்த்தினான். பிச்சிப்பூ உதைப்படாமல் இருக்க புழுதி தரையில் உருண்டாள்.

"ஒன்னையெல்லாம் அப்பப்ப அடிச்சு ஒதைச்சு மிதிச்சுப் போட்டுகினே இருக்கனும்.. சோறு ஆக்குறது, புள்ளைய பாக்குறதும் தான் ஒன் வேல" தலைமுடியை கொத்தாய் பற்றி ஓங்கி ஒரு அறை விட்டான்.

கண்களில் பூச்சி பறந்தது. ஒரே தள்ளாய் தள்ளினான். பிரம்பு குச்சிகள் அடைப்பு பக்கமாய் போய் விழுந்தாள். தொட்டிலில் கிடந்த சுடலை மாடன் இன்னும் வேகமாய் வீறிட்டு அழ... பிச்சிப்பூவுக்கு என்ன செய்வது என்று புரியவில்லை.

இவனிடம் அடி வாங்கி, உதை வாங்கி, மிதி வாங்கி சாகவா பெண்ணாய் பிறந்தோம்? படிச்ச பொண்ணா

இருந்தாலும் சரி, படிக்காத பெண்ணா இருந்தாலும் சரி மனசு ஒன்னு தானே? தன்மானம் ஒன்னுதானே?

“உசிரே போனாலும்சரி சேப்பிய காப்பாத்திடனும்” சேப்பியை இழக்க அவள் விரும்பவில்லை.

‘சேப்பியால் லட்ச ரூபாய் கிடைத்தாலும் அந்த ரூபாய் வேணாம், அந்த ரூபாய் வெறும் தூசி... தாளு... குப்பை... சகதி... சேப்பி என்னைக்கும் குடிசையை சுத்தி சுத்தி வரணும், எனக்கு தொணையா இருக்கணும், என் புள்ளைய பாத்துக்கணும். சேப்பிய... விக்க விட மாட்டேன்’ நெருப்பு பிழம்பாய் எழுந்தவள். திரும்பவும் சேப்பியை அவிழ்த்து விட ஓட இப்போது மிருகமாகவே மாறி இருந்தான் இருளப்பன். கொடூரமாக அவளை தாக்க வந்தான்.

புளிய மரத்தின் கீழே ஓரமாய் திருவைக்கல் கிடந்தது. அவனுடைய அம்மா அஞ்சலை மணியக்காரர் வீட்டில் ஓசியில் கொடுத்தார்கள் என்று வாங்கி வந்து போட்டு வைத்திருந்தாள்.

அரிசியோ உளுந்தோ உடைப்பதற்கு பயன்படக்கூடிய திருவைக்கல் கருங்கல்லால் ஆன பெரிய திருவையின் மேலடுக்கில் ஒரு குச்சி ஒன்று அடிக்கப்பட்டு இருக்கும். அழுத்தமான குச்சி முளைக்குச்சி மாதிறி அடிக்கப் பட்டிருக்கும்.

இருளப்பன்அதைக் கவனிக்கவில்லை வெறியோடு ஓடி வந்தவன் அந்த குச்சியில் தடுக்கிக்கொண்டு புளிய மரத்தின் மண்ணிற்கு மேலே முட்டிக்கொண்டு தெரிந்த கனத்த வேர்மீது போய் விழுந்தான்.

விழுந்தவனின் முட்டிகாலுக்கு கீழே புளிய மரத்தின் முரட்டு வேர் பதம் பாத்திருத்தது. அவனால் எழ முடிய வில்லை "அம்மா” என்று அலறினான். முட்டிக்கால்களுக்கு மேலே எலும்பு முறிந்து விட்டது. ரத்தம் வரவில்லை ஆனால் புசுபுசுவென வீங்கிவிட்டது அவனால் அசைய முடியவில்லை, ஆட முடியவில்லை, எழ முடியவில்லை.

உடம்பை இப்படிஅப்படி அசைத்தான். பிச்சிப்பூ அவனை நெருங்கி வந்து பார்த்தாள்.

“என்னயத் தூக்கி விடுபுள்ள...” கெஞ்சினான். அலட்சிய மாய் பார்த்து விரக்தியாய் சிரித்தாள்.

“வேணும் ஒனக்கு நல்லா வேணும் காலு எலும்பு முறிஞ்சுப் போச்சுன்னு நெனைக்கறேன் நா பண்ண நெனைச்சத. புளியமரத்துவேரும் ஒங்காத்தா போட்டு வெச்சிருந்த திருவக்கல்லும் பண்ணிடுச்சு... வலியோட அப்படியே கெட, அப்பத்தான் மத்தவங்க வலிய... தெரிஞ்சிப்ப... நாளக்கி கம்மல அடவு வெச்சுட்டு ஆட்டோ புடிச்சு வெடங்கலூரு கூட்டி போயி மாவு கட்டுப் போட்டு கூட்டியாறேன், மூனுமாசத்துக்கு படுத்தேகெட. இனிமே செப்டிக் டேங்க் அள்ளற வேலைக்கி நீ போவ வேணாம்...! நா போறேன்... நூறு நாள் வேலைக்கு போறேன்... வயக் காட்டு வேலைக்கு போறேன்... செங்கல் சூளைக்கு போறேன்... நாத்து பறிக்க போறேன், நடவு நட போறேன்... சம்பாதிச்சு வந்து ஒனக்கும் சோறு போடறேன், நீ ஆடாம அசையாம இங்கேயே கெட, என் புள்ளையை பார்த்துக் கிட்டா போதும்...” உக்கிரமான காளியிடம் பயந்து நடுங்கு கிற பக்தனை போல மிரண்டு போய் கிடந்தான். அரண்டுப் போயிருந்தான்.

வலி உயிர் போனது... முட்ட முடியவில்லை, வாயைத் திறக்க முடியவில்லை, எதிர்த்துப் பேச முடியவில்லை... பிச்சிப்பூ குடிசைக்குள் ஓடிப்போய் கையில் அருவாள் மனையோடு வந்தாள்.

சரசரவென சேப்பிக் கட்டப்பட்டிருந்த நைலான் கயிற்றின் முடிச்சுகளை அறுக்க தொடங்கினாள்.

“பொழுது விடிஞ்சதும் சேப்பிய வாங்கிட்டுப் போவ.... அட்வான்சு... குடுத்தவனுங்க. வருவானுங்க.அந்த பணத்தை எடுத்து அவன் மூஞ்சியில தூக்கி வீசி எறிஞ்சிடுவேன் இனிமே எவனும் இந்த பக்கம் வரப்புடாது, ஒன் வாயாலேயே சொல்லிடு. காலு எலும்பு சேர்ந்ததும்... திரும்ப

ஒன் புத்தியக் காட்டுனேன்னு வெய்... நா எம் புள்ளய தூக்கிகிட்டு சேப்பிய ஓட்டிகிட்டு எங்காச்சும் போயிடுவேன்" குரலில் வைராக்கியம் சீறியது... உறுமினாள். அவள் கண்களின் அக்னியை நேருக்கு நேர்ப் பார்க்க முடியாமல் தலைக் குனிந்தான் இருளப்பன்.

பிச்சிப்பூவின் கையிலிருந்த அருவாள்மனையினால்... அத்தனை முடிச்சுகளும் அறுபட்டிருக்க சேப்பி விடுதலை ஆகி இருந்தது. அதனால் எழும்ப முடியவில்லை. தேகத்தை நீவி கொடுத்தாள். சேப்பி அவளை நன்றியோடு பார்த்தது... மெதுவாய் எழுந்து குட்டிகள் அடைக்கப்பட்டிருந்த பிரம்பு அடைப்பை நோக்கி ஓடியது. இப்பொழுது பிச்சிப் பூவின் கண்களில் கண்ணீர்... ஆனந்த கண்ணீர்.

22

உடனிருப்பவன்

சுரேஷ் பிரதீப்

1

ஆறு வருடங்களுக்கு முன் எனக்கு மணமான போது நாற்பத்து இரண்டு வயது. மாலினிக்கு முப்பத்தியெட்டு. அவளைப் பெண் பார்க்கச் சென்றபோது சலிப்புடன் தான் சென்றேன். தம்பி பதினேழு வருடங்களுக்கு முன்பு மணமுடித்திருந்தான். அவன் மகன் பெண் பார்க்கப் போகும் போது சில வருடங்களாகச் செய்வது போல அன்றும் "கன்கிராட்ஸ் பெரியப்பா" என்று செய்தி அனுப்பியிருந்தான். அதை அம்மாவிடம் காட்டிய போது அம்மாவும் வழக்கமாகச் செய்வது போல முகம் பூரித்து புன்னகைத்தாள். அப்பா வழக்கம்போல மென்மையாகச் சிரித்தார். நானும் வழக்கம் போல இம்முறை பெண் பார்த்து வந்த பிறகு அம்மா அப்பாவிடம் சற்று கடுமையாக 'இனிமேல் என்னைப் பெண்பார்க்க அழைக்காதீர்கள்' என்று சொல்ல வேண்டும் என எண்ணிக்கொண்டே சென்றேன். வழக்கம் போல அம்மாவும் அப்பாவும் ஏற்கனவே பெண்வீட்டையும் பெண்ணையும் பார்த்து வந்த பிறகு வீடு அவர்களுக்கு ஏற்றது போல இருப்பதாகவும் மாலினி எனக்கு ஏற்றவள் போல இருப்பதாகவும் சொன்னார்கள். நானும் வழக்கம் போல அதை அந்தக் கணத்தில் நம்பினேன். வழக்கத்துக்கு மாறாக நிகழ்ந்தது

மாலினி இதுவரை பார்த்த பெண்களை விட அழகாகத் தெரிந்ததுதான். ஒரு காப்பி நிறத்திலான சேலையைக் கட்டிக்கொண்டு மாலினி வந்து நின்றபோது அவளிடம் வெட்கம் படபடப்பு போன்ற உணர்வுகள் தோன்றா விட்டாலும் எனக்கு அவளை கைப்பற்றிக்கொள்ள வேண்டும் என்ற பதற்றம் உருவாகிவிட்டது. முப்பத்தியெட்டு வயதில் அவளிடம் அத்தகைய உணர்வுகளை நான் எதிர்ப்பார்த்திருக்க மாட்டேன் என்று எண்ணி என்னைப் பார்த்தவள் கொஞ்சம் அதிர்ந்து குழப்பமடைவது தெரிந்தது. நான் முதன்முறையாக காதலைச் சொல்ல அல்லது சொல்வதா வேண்டாமா என்று முடிவு செய்ய இயலாத நிலையில் இருக்கும் ஒரு பதின்வயது காதலனின் படபடப்புடன் அவளைப் பார்த்துக் கொண்டிருந்தேன். என்ன நினைத்தாளோ திடீரென அவளும் எனக்கு மட்டும் புரியும் விதமாக படபடக்கத் தொடங்கிவிட்டாள்.

அப்படிப் படபடத்தவாறே நானும் அவளும் பேசிக் கொண்டோம். எவ்வளவு பேசியும் மாலினியை நேரில் பார்க்கும்போது படபடப்பு நீங்கியபாடில்லை. ஏன் ஒருவகையில் மணமுடித்து சில வருடங்கள் வரைகூட அப்படித்தான். இருந்தாலும் எங்கள் வயது குறித்த பிரக்ஞை எங்களுக்கு இல்லாமல் இல்லை. முதல் முறை உடலுறவு கொண்டது இருவருக்கும் திருப்தியைத் தரும் என்று நாங்கள் எண்ணிப் பார்க்கவேயில்லை. மாலினி அந்த முதல்நாள் இரவுக்குப் பிறகு நான் அவளைக் காதலித்ததை விட என்னை அதிகமாகக் காதலிக்கத் தொடங்கிவிட்டாள். அம்மாவிடமும் அப்பாவிடமும் தன்மையாக நடந்து கொண்டாள். வேலைக்கும் சென்று வந்தபடி வீட்டு வேலைகளையும் அவளே கவனித்துக் கொள்ளத் தொடங்கி னாள். எப்போதும் ஏதோவொன்றை குறை சொல்லியபடியே இருக்கும் அம்மாவுக்குக் கூட மாலினியிடம் முழுத்திருப்தி ஏற்பட்டிருந்தது. திருப்தியை மேலும் பெருக்கும் விதமாக மாலினி கருவுற்றாள். ஏற்கனவே அவளின் மாதவிடாய் சுழற்சியை கவனித்துக் கொண்டிருந்தேன் எனும்போதும் அதை என்னிடம் அவள் சொன்னபோது எனக்கு உடற்

சிலிர்ப்பு உண்டானது. சில மாதங்களாக மாலினி காலையில் எழுந்தவுடன் குளிப்பதில்லை என்பது ஒருவேளை அவளுக்கு மெனோபாஸ் வந்திருக்குமோ என்ற சந்தேகத்தை யும் ஏற்படுத்தியிருந்தது அந்தச் சிலிர்ப்புக்கு காரணமாக இருந்திருக்கலாம். அவள் கருவுற்றிருப்பதைச் சொன்ன சில கணங்களில் அவளைக் கட்டிலில் அமரவைத்து நான் தரையில் அமர்ந்து அவள் கைகளை அவள் மடியிலேயே எடுத்து வைத்து அந்த கைகளுக்குள் முகத்தை வைத்து அழுது கொண்டிருந்தேன். அவள் கனிவுடன் சிரித்தபடி என் உச்சந்தலையை தடவிக் கொடுத்துக் கொண்டிருந்தாள்.

எழில் என்றுதான் பெயர் வைக்க வேண்டும் என்று மாலினி முன்னரே முடிவெடுத்து விட்டாள். பிறந்தது பெண் என்பதால் அப்பெயர் மேலும் பொருத்தமாக இருந்தது. எழில் என்னைப் போல மாநிறமாக இல்லாமல் மாலினியைப் போல சிவப்பாக இருந்தாள். ஆனால் என்னைப்போல எடுப்பான முகம். குழந்தையைப் பார்ப்பவர்கள் எல்லாம் அவளது ஆரோக்கியமான சிரிப்பினைக் கண்டு ஆச்சரியப் பட்டுப் போனார்கள். மாலினியும் அம்மாவும் எழிலை எப்போதும் தூய்மையாகவும் நறுமணத்துடனும் வைத்திருந்தனர்.

அப்பாவோ நானோ வெளியே சென்று வந்து அப்படியே குழந்தையைத் தூக்க வந்தால், "கட்டக்கி கால்நீட்ற வயசு வந்துடுச்சே தவிர அறிவிருக்கா பாரு" என்று அப்பாவை அம்மா உரிமையாகவும் "அப்பா குளிக்கவேல்லடி பாப்பா. அழுக்கப்பா குளிச்சிட்டு வாப்பான்னு சொல்லுடி தங்கம்" என்று மாலினி என்னை செல்லமாகவும் கடிந்தனர். மனித முகங்கள் எழிலுக்கு கொடுத்த உற்சாகத்தை இன்னதென்று சொல்லி விளக்கிவிட முடியாது. வாசலைப் பார்க்கும்படி கூடத்தில் அவளைக் கிடத்திவிட்டு அம்மாவோ மாலினியோ சமையல் வேலையில் இருக்கும்போது வாசலில் யாரேனும் வந்து நின்றால், எழிலும் ஜிம்மியும் சேர்ந்து கொட்டும் கெக்கலியில் அம்மாவோ மாலினியோ வாசலுக்கு ஓடி விடுவார்கள். ஜிம்மிக்கும் மனிதர்களை அவ்வளவு பிடிக்கும்.

யாரும் வந்து, திறக்காத கேட்டுக்கு வெளியே நின்றிருந்தால் ஜிம்மி பொறுமையிழந்து குரைக்கத் தொடங்கிவிடும். அந்தக் குரைப்பைக் கேட்டு பயந்தவர்கள் பலர். ஆனால் ஜிம்மி விருந்தினரைக் காக்க வைக்கக்கூடாது என்று வீட்டில் உள்ளவர்களை அழைப்பதற்காக அப்படி குரைக்கிறது என்று வாசலில் நிற்பவர்களுக்குத் தெரியாது. வந்தவரின் மணத்தை முகர்ந்து உடையில் தென்படும் நீட்சியை மென்மையாகக் கவ்வி இழுத்து கையிடுக்கில் தொடையிடுக்கில் என தலையை நுழைத்து வந்தவர்களை மகிழ்ச்சியிலும் அச்சத்திலும் நிலைதடுமாறச் செய்துதான் வீட்டுக்குள் அழைத்து வரும். வந்தவர்கள் திரும்பும்போது முகத்தை தூக்கி வைத்துக் கொண்டு மூலையில் போய் படுத்துக்கொள்ளும். அரிதாக அழவும் செய்யும். ஜிம்மியைப் போலவே எழிலும் இருந்தாள். புதுமனிதர் யாரைப் பார்த்தாலும் உட்கார்ந்த வாக்கிலேயே கைகளைத் தூக்கிக்கொண்டு குதிப்பாள். 'ஆஆஆ' என சத்தம்போட்டு அம்மாவையோ மாலினியையோ அழைப்பாள். மிகைச்சத்தம் அவளுக்குப் பிடித்திருந்தது. நானும் மாலினியும் எப்போது சண்டையிட்டாலும் கை தட்டி சிரிப்பாள். அவள் சிரிப்பே சமாதான ஏக்கத்தை கொஞ்சமாகச் சுமந்தபடி சண்டையிடும் எங்களை சிரிக்க வைத்து விடும். சில சமயம் சாதாரண விஷயத்தைக் கூட எழிலைச் சிரிக்க வைப்பதற்காக சண்டையின் தொனியில் மாலினி சொல்வாள்.

எழிலுக்கு இரண்டு வயது கடந்தபிறகு மாலினி ஒரு இருசக்கர வாகனம் வாங்கச் சொன்னாள். அலுவலகத்துக்கு நான் பேருந்தில் சென்று வருவேன். மாலினி செல்வதற்கு ஒரு ஸ்கூட்டி வைத்திருந்தாள். குடும்பத்துடன் தூரமாக செல்வதற்கு ஒரு கார் இருந்தது. முன்பக்கம் பெட்ரோல் டேங்க் இருக்கும்படியான ஒரு கியர் வண்டியை மாலினியின் கட்டாயத்தில் வாங்கினேன். அதன்பிறகு வண்டியிலேயே அலுவலகம் சென்று வரத்தொடங்கினேன். அதுகூட ஒருவகையில் நன்றாகவே இருந்தது. பாப்பாவை வண்டியின் முன்புறம் வைத்துக் கொண்டு மாலினி அடிக்கடி வண்டியை எடுத்துக் கொண்டு வெளியே செல்வாள். சிலசமயம் என்னையும் ஏற்றிக் கொள்வாள். எதிர்காற்று முகத்தில்

பட்டால் பாப்பா சிரிசிரியென சிரிப்பாள். முகம் கூச டேங்கில் குப்புற படுத்துக்கொள்வாள். அவளது அந்த விளையாட்டுக்கென்றே நானும் மாலினியும் அடிக்கடி இருசக்கர வாகனத்தில் வெளியே சென்றுவரத் தொடங்கினோம்.

ஒருநாள் அலுவலகம் முடிந்து வண்டியில் திரும்பிக் கொண்டிருந்த போது சாலையில் கொட்டிக்கிடந்த வேஸ்ட் ஆயிலில் வண்டி சறுக்கி முகம் சாலையில் பதியும்படி கீழே விழுந்தேன். கையை ஊன்றியதால் குவிந்து நீண்டிருந்த வாய் சாலையில் முட்டியது. முன்பற்கள் உடைந்தன. உப்புச் சுவையுடன் ரத்தம் வாயிலிருந்து கொட்டத் தொடங்கியது. முதலில் எலுமிச்சை கடித்தால் எச்சில் ஊறுவது போல வந்த ரத்தம் சற்று நேரத்துக்கெல்லாம் கொழகொழவெனத் திரண்டு கட்டி கட்டியாக கொட்டத் தொடங்கியது. மயக்கம் வரும் என நினைத்தேன். ஆனால் அப்படி எதுவும் நடக்கவில்லை. சாலையில் யாரையும் கூப்பிட்டு உதவி கேட்கவும் மனம் வரவில்லை. தங்களை காத்துக் கொள்ளும் இறுதிப் போராட்டத்தில் உதட்டில் பற்கள் நன்றாகக் குத்தியிருந்தன. உதடு கட்டைவிரல் தடிமனுக்கு வீங்கியது. வாய்க்குள்ளிருந்து வரும் ரத்தம் மட்டும் நிற்கவில்லை. ரத்தத்தின் புளிப்புச்சுவை அந்த நேரத்திலும் மனதுக்குச் சற்று இதமளித்தது. வலது கையில் சிறிது காயம்பட்டிருந்தது. கர்ச்சீப்பை எடுத்து வாய்க்குக் குறுக்கே கட்டிக்கொண்டு மருத்துவமனைக்குச் சென்றேன். செல்லும்போதே மாலினிக்கு செய்தியைச் சொல்லியிருந்தேன். அவளும் அம்மா அப்பாவிடம் காட்டிக்கொள்ளாமல் மருத்துவ மனைக்கு வந்துவிட்டாள். மேலும் கீழுமாக முற்பற்கள் ஆறும் உடைந்து நொறுங்கியிருந்தன. மாலினி என் முகத்தைப் பார்த்ததும் அழத்தொடங்கினாள். பலமுறை முகத்தைப் பார்க்க வேண்டும் என்று கண்ணாடி கேட்டும் யாரும் எனக்குக் கண்ணாடி தரவில்லை. நீலத் தாள் ஒட்டியிருந்த மருத்துவமனை கண்ணாடிக் கதவில் முகம் மங்கலாகத் தெரிந்தது. முதன்முறையாக அவனை அப்போது தான் சந்தித்தேன்.

2

முதலில் அவன்தான் கண் விழிக்கிறான் என்று எனக்குத் தெரிகிறது. நான் கண் விழிக்கும் போது கண்கள் தள்ளிய பீளையாக வாய் வடித்தக் கோழையாக அருவருப்பூட்டும்படி அவன் எழுந்து கொள்கிறான். என் செயல்கள் எதற்கும் என்னால் பொறுப்பேற்றுக் கொள்ள இயலவில்லை. செய்தது நானா அவனா என்ற தயக்கம் உண்டாகிறது. அன்று மருத்துவமனையில் இருந்து முதல்நிலை சிகிச்சை மட்டும் பெற்றுக்கொண்டு திரும்பியபோது மாலினி என்னை இறுக்கிக் கட்டிக் கொண்டிருந்தாள். அப்போதும் எனக்கு அவன் உடனிருப்பதைப் போலவே தோன்றியது. அவனை ஒரேயொரு முறை அந்த மருத்துவமனைக் கண்ணாடியில் பார்த்தது மீண்டும் நினைவுக்கு வந்தது. திடுக்கிட்டுப்போய் காருக்குள் இருக்கிறானோ என்று தேடினேன். அவன் இல்லை. மனம் சற்று நிம்மதி அடைந்தது. மாலினி அடுத்த கட்ட சிகிச்சைகளைச் சொல்லி என்னை ஆசுவாசப்படுத்திக் கொண்டிருந்தாள்.

“பல் மட்டும்தான் ஒடஞ்சிருக்கு வேற ஒன்னும் ஆகலன்னு சந்தோஷப்படுங்கன்னு டாக்டரே சொல்றாரு . நீ போட்டு சும்மா டென்ஷன் ஆயிட்டிருக்காத. இன்னும் ஒரு மாசத்துல இத சரி பண்ணிடலாம். அம்மாவ வெந்நீர் வைக்கச் சொல்லி இருக்கேன். கைகால் கழுவிட்டு படு. ஆஃபீஸ¬க்கு நான் லீவ் சொல்லிக்கிறேன். நீ எதையும் யோசிச்சிட்டு இருக்காத சரியா?” என்று அவள் சொன்ன போது அவள் குரலின் பின்னணியாக அவள் உடலின் சூடு இருந்தது. அவளின் பாதுகாப்பான நறுமணத்துக்குள் படுத்து அப்படியே உறங்கிப் போனேன். விழித்தபோது வீட்டு வாசலில் கார் நின்றிருந்தது. மாலினி என்னை எழுப்பிக் கொண்டிருந்தாள். மருத்துவமனை சென்று திரும்பியதும் மாலினியின் சொற்களும் மட்டுமே நினைவிலிருந்தன. அம்மா அழுதுகொண்டே என்னை நோக்கி ஓடிவந்தார். அப்பா முகத்தை வேறு பக்கம் திருப்பிக் கொண்டு

நின்றிருந்தார். பாப்பாவைத் தூங்க வைத்துவிட்டதாக அம்மா சொன்னாள். என்னைப் படுக்கையில் கிடத்திய மாலினி விபூதி பூசிவிட்டு நெற்றியில் முத்தமிட்டாள். பின்னர் வேறு பக்கம் திரும்பி கண்களைத் துடைத்துக் கொண்டு என்னைப் பார்த்துச் சிரித்துவிட்டு படுத்தாள். அவள் கை சென்று விளக்கை அணைப்பதற்கும் ஒளியணை வதற்குமான சிறு இடைவெளியில் மீண்டும் அவனை எங்கள் படுக்கைக்கு எதிரே இருந்த நிலைக்கண்ணாடியில் பார்த்தேன்.

வீட்டில் அவனை முதலில் அடையாளம் கண்டுகொண்டது பாப்பா தான். மறுநாள் காலை பாப்பா எழுந்த பிறகும் நான் தூங்கிக் கொண்டிருந்தேன். மாலினி வந்து என்னை எழுப்பியபோது அவளை எனக்கு முன்னே அவன் கண் திறந்து பார்த்தான். மாலினியின் முகத்தில் தெரிந்த முதுமையை அவன் கண் உடனடியாகக் கண்டு கொண்டது. ஆணின் விழிகளில் தன் உடல் குறித்த ஏக்கமும் ஏளனமும் ஊசிமுனையளவு தெரிந்தாலும் எந்தப் பெண் விழியாலும் அடையாளம் காண முடியும். மாலினி அவன் விழிகளை புரிந்து கொண்டாலும் விபத்தால் நான் மனம் குழம்பி இருப்பதாக அவள் எண்ணியது எனக்குப் பரிதாபமாக இருந்தது. ஆனால் அவன் அதற்கென நிம்மதியடைந்தான். அம்மா பாப்பாவைத் தூக்கிக்கொண்டு வந்தாள். பாப்பா என்னைப் பார்ப்பதற்கு முன் அவனைக் கண்டு விழிகளை விரித்தாள். பின்னர் அதிர்ச்சி அடைந்து அழத்தொடங்கினாள்.

'கவலைப்படாதே அப்பாவுக்கு அடிபட்டிருப்பதாக எண்ணி அவள் அழுவதாக அவர்கள் நினைப்பார்கள். அவளால் என்னைப் பார்த்ததை அவர்களிடம் சொல்ல முடியாது' என்று சொன்னான். நான் திடுக்கிட்டேன். அவன் குரல் எனக்கு ரொம்பவும் பழகியதாக இருந்தது. ஆனால் அது என் குரல் இல்லை. எப்போதாவது மாலினி என்னைக்கெட்டவார்த்தையில் ரகசியமாக அழைக்கும்போது நானும் அவளை அப்படி கூப்பிட நினைத்து கட்டுப்படுத்திக் கொள்வேன். அந்த எண்ணத்துக்கு குரல் கொடுத்தால் அது

இக்குரல் போலத்தான் இருக்கும். பாப்பா நான் இல்லாத போது வீட்டில் இயல்பாக இருப்பதாகவும் நான் வீட்டுக்கு வந்தால் அமைதியாகி விடுவதாவும் அவன் சொன்னான். அவன் சொல்லும் எதையும் நம்பக்கூடாது என்று நான் எனக்குச் சொல்லிக்கொண்டேன்.

'உன் அழகு வற்றிய மனைவி உன்னைப் பார்த்து சிரிக்கும்போது அவள் பற்கள் மட்டும்தான் அழகாக இருக்கின்றன. ச்சே எவ்வளவு வலிமையான ஈறுகள். அப்படியே முத்தம் கொடுக்க வேண்டும் போலிருக்கிறது' என்று சொன்னவன் மீது எனக்கு பொறாமையும் எரிச்சலும் ஏற்பட்டது. நான் மாலினியை உதட்டோடு முத்தமிட்டேன். பற்கள் உடைந்த புண்கள் வாயிலிருந்ததால் என் வாய் துர்வாடை வீசிக் கொண்டு இருந்தது. மாலினி சங்கடப்படுவது தெரிந்ததும் இன்னும் இன்னும் அவள் உதட்டை இழுத்து இறுக்கிக் கொண்டேன். அவள் மிகவும் பிரயாசைப்பட்டு என்னிடமிருந்து விலகினாள்.

"பிடிக்கல இல்லையா" என்று அவன் என்னை மாலினியிடம் கேட்கச் சொன்ன கணமே நான் கேட்டிருந்தேன். மாலினி யாரையோ பார்ப்பது போல என்னைப் பார்த்தாள்.

'நீயொரு முட்டாள். நாற்பத்தியிரண்டு வயதுவரை எந்தப்பெண் தொடர்பும் இல்லாமல் இருந்தாய். அவளும் அப்படி இருந்திருப்பாள் என நீ நம்புவது முட்டாள்தனமில்லையா? அவள் விளைய நினைக்கும் நிலம். விதைப்பவனைத் தேடிப் பயணித்திருப்பாள். வளர்ந்த மரத்தை முறித்து எறிந்தும் இருப்பாள். வாயில் நறுமணம் வீசும் ஆண்கள் அவளை முத்தமிட்டிருப்பார்கள். போயும் போயும் பல்லுடைந்து புண்பட்ட உன் வாயுடனா அவள் முத்தமிட வேண்டும்?' என்று சொல்லி அவன் சிரிக்கத் தொடங்கினான்.

ஒரு மாத விடுமுறைக்குப் பிறகு நான் அலுவலகம் புறப்பட்ட நாளில் மாலினி "முகம் ஒன்னும் வித்தியாசமா தெரியல மாமா. பேசினாத்தான் தெரியும். அதுவும் ஒரு

மாசத்துல பல் வச்சு கட்டிட்டா தெரியாது" என்று ஆறுத லாகச் சொன்னாள்.

'உன் முகத்தின் விகாரத்தை உன்னிடமிருந்து மறைக்கவே அவள் இப்படிச் சொல்கிறாள். யோசித்துப் பார். உங்களுக்கு மணமான பிறகு நீ கொஞ்சமாவது கட்டுகுலைந்திருக்கிறாயா? ஆனால் அவள் மாறிவிட்டாள். அவள் அங்கங்களில் அசைவுகளில் எங்கும் அழகின்மை தெரிகிறது. உன் அழகின் மையை அவள் ஆவலுடன் எதிர்பார்த்துக் கொண்டிருந்தாள். மாலினி எவ்வளவு மகிழ்ந்திருப்பாள் நீ இப்படி விகார மடைந்த போது! இப்போது கூட உன் மனம் தன் முக விகாரத்தை உணர்ந்து அதை மறைக்கும் மாற்று வழிகளை கண்டுவிடக்கூடாது என்றுதான் இவள் உன் முகம் சரி யாகவே இருப்பதாகச் சொல்லி உன் மனதை நம்ப வைக்க முயல்கிறாள்.'

"என் மூஞ்சி எந்த லட்சணத்துல இருக்குன்னு எனக்குத் தெரியும், நீங்க ஒன்னும் சொல்லத் தேவையில்லை" என்று சொல்லிவிட்டு பைக்கை எடுத்த என்னை மாலினி திகைத்துப் போய் பார்த்தாள். சத்தமான என் பேச்சைக் கேட்டு வெளியே வந்த அம்மாவைப் போலவே நானும் அதிர்ச்சி அடைந்திருந்தேன்.

அம்மாவைப் பார்த்து "இவ சொல்லித்தான இந்த வண்டிய வாங்கினேன். இதுல போயே அடிபட்டு செத்துப் போறேன்" என்று சொல்லி வேகமாக வண்டியை முடுக்கித் திருகினேன்.

'அவள் அழுவாளா? மனமுடைந்து உனக்காக கண்ணீர் விடுவாளா? அப்படி நீ நினைக்கிறாயா? அவள் நிச்சயம் அழமாட்டாள்' என்று அவன் சொல்லிக் கொண்டிருக்கும் போதே வீட்டுக்குத் திரும்பினேன். மாலினி வாசலிலேயே பிரம்மை பிடித்தது போல நின்றிருந்தாள். எனக்குத் திருப்தியாக இருந்தது. அவன் சலிப்படைந்தான். வண்டியை போட்டுவிட்டு காரை எடுத்துக் கொண்டு அலுவலகம் கிளம்பினேன். அலுவலகத்தில் என்னுடன் அவனையும்

சேர்த்தே பலர் பார்த்தனர். பலர் அவன் முகத்தைக் கண்டு திருப்தியும் மகிழ்ச்சியும் அடைந்தனர். அவனைக் கண்டு மகிழ்கிறவர்களின் எண்ணிக்கை நாளும் பெருகிக்கொண்டே இருந்தது. அவன் என்னை மெல்ல மெல்ல வென்று கொண்டே வந்தான். எப்போதும் என்னுடன் பேசிக் கொண்டே இருந்தான். நான் தேயத்தேய அவன் மெருகேறி வந்தான்.

அவனை பாப்பா விரும்பினாள் என்பது எல்லாவற்றை விடவும் எனக்கு அதிக துயரை அளித்தது. வெற்றிடமான வாயைக் காட்ட நான் தயங்கிக் கொண்டிருந்த போது அவன் பாப்பாவின் முன் 'ஈயென' இளித்து அவளை பயமுறுத்தப் பார்த்தான். ஆனால் அவள் சிரித்தாள். "ம்மா ம்மா த்த த்த" என வீட்டில் பிறரை அழைத்து என்னைக் காண்பித்தாள். எனக்கு அழுகை வந்தது. ஆனால் அவனுக்கு சுள்ளென கோபம் ஏறியது. அவன் கோபத்தை நான் ரசிக்கத் தொடங்கிய போது இப்படிச் சொன்னான்.

'உன் பெண்ணுடைய பற்களையும் அவளைக் குப்புறப் போட்டு பின்மண்டையில் மிதித்து உடைத்து நான் மகிழட்டுமா?'

ஒருநாள் என்னிடம் 'எனக்கு இன்னிக்கு பல் வைக்கப் போறாங்க' என்று சந்தோஷப்பட்டான். பற்கள் வைக்கப் பட்ட நாட்களிலிருந்து என்னை எப்போதும் இழுத்துச் சென்று கண்ணாடி முன் நிறுத்தி தன்னைப் பார்த்துக் கொண்டான். நான் அதிர்ச்சியும் பதைபதைப்புமாக அவனில் என்னைத் தேடிக்கொண்டே இருந்தேன். 'இது நானில்லை, இது நானில்லை. என்னைக் கண்ணாடியின் முன் இழுத்து வராதே' என்று அவனிடம் கெஞ்சினேன். அவனுக்கு என் கெஞ்சல்கள் கேட்கவில்லை. விபத்தன்று உள்ளடங்கியவனாக எனக்கும் மட்டும் கேட்கும்படி பேசிக்கொண்டு இருந்தவன் இப்போது எல்லோருக்கும் கேட்கும்படி பேசத் தொடங்கினான்.

"ஆக்ஸிடெண்ட்டுக்கு அப்புறம் ஆளே மாறிட்டீங்க சார்."

“இப்படி விபத்து நடக்குறதும் நல்லதுதான் தம்பி. ஏதோ நல்லது நடக்கப் போகுதுன்னு அர்த்தம்”

“முன்னவிட இப்பதான் ஸ்மார்ட்டா இருக்கீங்க”

அவனது செய்கைகளுக்கான எதிர்வினைகளை மட்டுமே நான் பெற்றுக் கொண்டிருந்தேன். என் வீடு அவன் விரும்பியது போல மாறியிருந்தது.

“காஃபி கேட்டு எவ்வளவு நேரமாகுது. என்னடி பண்றீங்க அங்க” என்று அவன் பேசுவதை கேட்பதற்கு எனக்கு அச்சமாக இருந்தது. எப்போதும் சத்தம் கேட்டுக் கொண்டே இருக்கும் வீட்டில் இப்போது பரிபூரண அமைதி நிலவுகிறது. இந்த அமைதிதான் தனக்குப் பிடித்திருப்பதாக அவன் என்னிடம் சொன்னான். ஆனால் அவனைக் கோபப்படுத்த பாப்பாவால் முடிந்தது. அவளால் அவனில் என்னை அடையாளம் காண முடியவில்லை. முற்றிலும் புதிய ஒருவருடன் பழகுவதே போலவே அவனை அவள் அணுகினாள் என்பது ஒரே நேரத்தில் எனக்கு ஆறுதலாகவும் வருத்தமாகவும் இருந்தது. பாப்பா அவனிடம் மெல்லிய விரோதம் கொண்டிருப்பது போல எனக்குத் தோன்றிய போதெல்லாம் அவன் கோபம் கொண்டான்.

“ஏய் இவ ஏன் மூஞ்ச பாத்துட்டே உட்கார்ந்திருக்கா? அந்தாண்ட தூக்கிட்டுப் போடி. வயசு தான் ரெண்டு தாண்டிடிச்சுல்ல? இவள ஏதாவது கிண்டர் ஸ்கூல்ல போட்டா என்ன? எல்லா வேலையும் நான்தான் செய்யணுமா?”

என் செல்லத்தை என் வாய் அவள் இவள் என பேசிக் கொண்டிருப்பதை நம்ப முடியாதவனாக அமர்ந்திருந்தேன். என்ன நினைத்தாளோ பாப்பா என்னைப் பார்த்து அழத்தொடங்கினாள். எழுந்து சென்று அணைத்துக் கொள்ள எண்ணிய என்னை அதே இடத்தில் அமர வைத்து அவன் சிரித்தான். அவன் சிரிக்கச் சிரிக்க பாப்பா மேலும் மேலும் ஓங்கிக் குரலெடுத்து அழுதாள். மாலினி அவளை தூக்க வந்தபோது அவள் கையை உதறி வெறி பிடித்தது

போல சத்தமாக அழுதாள். அவன் நிறைவு கொண்டான். அந்த நிறைவு என்னுள்ளும் பரவுவதை அச்சத்துடன் பார்த்துக் கொண்டிருந்தேன்.

அவன் மாலினியின் மனதை ரொம்பவும் புண்படுத்திவிடும் நாட்களில் தாங்க முடியாமல் அழுது கொண்டு படுக்கையில் படுத்திருப்பாள். ஒருநாள் அவ்வழுகையுடன் திரும்பிப் படுத்திருந்த என் மீது கையைப்போட்டு "ஏம்மாமா இப்படி பண்ற" என்று அவன் உறங்கிக்கொண்டிருந்த போது கேட்டாள். நான் அவள் பக்கம் திரும்பிப் படுப்பதற்குள் எழுந்து கொண்டவன் "ச்சீ கைய எட்றீ" என்றான். மாலினி உடனே கையை எடுத்துக் கொண்டாள். அன்று முதல் மாலினியின் ஒவ்வொரு அசைவிலும் என்னைத் தொடக்கூடாது என்ற கவனம் கூடியிருந்தது.

3

அன்று சென்ற திருமணத்திலும் கடைசி வரிசைக்கு இழுத்துச் சென்று என்னை அமர வைத்துக் கொண்டேன். அவனைக் கட்டுப்படுத்த முடியாமல் ஆனபோது இப்படியொரு முடிவை எடுத்துக் கொண்டேன். யாரிடம் பேசத் தொடங்கினாலும் பேசுபவர் என்னை சற்று வித்தியாசமாக பார்ப்பதாகப்பட்டது. அதன்பிறகே என்னை அவர்கள் பார்க்கவேயில்லை, அவனைப் பார்த்தே பேசு கின்றனர் என்று புரிந்தது. நான் ஒவ்வொருவர் முன்பாக சென்று நிற்க நிற்க அவன்தான் பேசிக்கொண்டிருந்தான். ஆண்களைக் காணும்போது அவர்களது உயரம் வயது உடல் வலிமை என ஒவ்வொன்றாக அளவெடுக்கத் தொடங்கினான். நான் ஐம்பது வயதை நெருங்கிக் கொண்டிருந்தேன். ஆனால் அவனைக் கண்ணாடியில் பார்க்கும்போது நாற்பது வயது என்றுகூட சொல்ல முடியாதெனத் தோன்றும். திறந்த உதடுகளும் விரிந்த கண்களுமாகவே அவன் எல்லோரிடமும் பேசினான். இயல்பாகவே அவனிடம் பிறர் பணிந்து பேசத்

தொடங்கினர். அவன் மதிப்பு உயர்ந்தது. பெண்களைப் பார்க்கும்போது அவர்கள் உணரும்படி முலைகளை வெறிப்பான். அவர்கள் சங்கடப்படுகிறார்கள் என்ற உணர்வே அவனிடம் தோன்றாது. பெண்களின் உடைகளை விட்டு வெளித்தெரியும் ஒவ்வொரு உறுப்பையும் குறிப்பெடுத்துக் கொள்ளாத குறையாக கவனிப்பான். என்னிடம் வர்ணிப்பான்.

'இவள் கிட்ட வரும்போதே கவிச்சி வாடை அடிக்கிறது. புணர்வில் கெட்டியாக இருப்பாள்.'

'வயதேறியும் உடலை வழித்து எடுத்தாலும் ஒரு கைப்பிடி சதை கூட கிடைக்காதபடிக்கு இருக்கிறது பார் அவள் உடல். இவளைப் போன்றவர்களை படுக்கையில் ஒரு ஆணால் கையாளவே முடியாது. இந்தச் சிறுக்கிகளுக்கு வீரியம் அதிகம்'

'உடலெடை குறையக் குறைய முலைகளின் எடை கூட வேண்டும். அப்படியொரு உடல் வாய்த்திருக்கிறது இவளுக்கு'

'இவள் வெளிப்பார்வைக்கு சாதாரணமாகத்தானே தெரிகிறாள். கருப்பாக. சற்று பூசிய உடலுடன். ஆனால் அவளுக்கு உடல் பூசினாற்போல மட்டும் இல்லை. பெரிய முலைகளும் இருக்கின்றன. அவள் தொடைகள் வலுவானவை. இவளிடம் படுக்கையில் போராடாமல் களித்திருக்கலாம்'

'இவள் கணவன் பாக்கியம் செய்தவன்'

அவனைக் கட்டுப்படுத்தாமல் விடுவது எனக்கு நல்லதாகப் படவில்லை. பிறரது முகம் பார்த்து பேசப்பேசவே அவன் தன்னம்பிக்கை பெருகுகிறது என்று கண்டு கொண்டேன். அவன் என் வழியாகவே பேசியாக வேண்டும் என்பது எனக்கு அவன் மீது மெல்லிய அதிகாரத்தைக் கொடுத்தது. யாரையும் பார்க்காமல் பேசாமல் இருக்க கூடுமானவரை முயன்றேன். அவன் பலமிழக்கத் தொடங்கி

னான். எங்கு சென்றாலும் கடைசி இருக்கையில் அமர்ந்து கொண்டு தலையைக் குனிந்து கொள்வேன். ஆனால் அப்படி ரொம்ப நாட்களுக்கு குனிந்து அமர்ந்திருக்க அவன் அனுமதிக்கவில்லை. அவன் முன் அமர்ந்திருப்பவரின் முதுகினைப் பார்க்கத் தொடங்கினான்.

'முகத்துக்கு முகம் பார்த்து மனிதர்கள் பேசிக்கொள்ளும் போதே அவர்களின் முதுகுகளும் பேசிக் கொள்கின்றன. உடல் வெளிப்பாடு மொத்தமும் முகத்தில் திரண்டிருப்பதாக நம்புகிறவன் முட்டாள். உடலில் முகத்தின் மீது மட்டுமே மூளைக்கு கட்டுப்பாடு உண்டு. முகத்தால் நீ காட்டும் உணர்ச்சிகள் உன்னிடம் காட்டப்படும் உணர்ச்சிகள் மீதெல்லாம் மூளையின் கட்டுப்பாடு உண்டு. மூளை கட்டுப்படுத்தும் முகத்தை மட்டுமே கவனித்துப் பழக நாம் கற்றுக் கொண்டிருக்கிறோம். தூரமாய் நிற்கும் போது நிறைய அறிய முடியும். நிலையானவற்றையும் அறிய முடியும். நாம் தூரத்தில் விலகி இருப்பதுகூட நல்லதுதான். நான் இன்னுமதிமாக அறிந்து கொள்ளப்போகிறேன்'

முதுகுகளை நான் உன்னிப்பாக கவனிக்கத் தொடங்கினேன். முதலில் நான் புறக்கணிக்கப்பட்டு வெளியே நிறுத்தப்பட்டிருப்பதன் சாட்சி போல முதுகுகள் தெரிந்தன. பெண்களின் முதுகினைக் கண்டபோது என்னுள் ஆங்காரம் எல்லையற்றுப் பெருகியது. ஆனால் நாட்கள் செல்லச் செல்ல முதுகுடன் உரையாட நான் பழகிக்கொண்டேன். வெகு நேரமாக எப்பெண்ணின் முதுகில் கண்களை நிலைக்க விட்டாலும் அவள் திரும்பிப் பார்த்தாள். ஆண்கள் ஏன் தங்கள் முதுகினை காண்பிப்பதில்லை என்று எனக்கு கோபம் வந்தது. நெருங்கிய நண்பர்களுக்குப் பரிசாக பெரும்பாலும் முதுகினை சற்று வெளிக்காண்பிக்கும்படியான டி-ஷர்ட்டு களைக் கொடுத்தேன். அதை அணியச் சொல்லி அவர்களைக் கட்டாயப்படுத்தினேன். ஆனால் ஆண்கள் முதுகினை காண்பிப்பதில் ஆர்வமற்றவர்களாகவே இருந்தனர்.

சேலையணிந்த பெண் முதுகுகளே எனக்கு அதிகமாக பார்க்கக் கிடைத்தன. அவை என்னுடன் பேசவும்

தொடங்கிவிட்டன. மென்மையான பொன்மயிர் பரவிய முதுகுகள் என்னை ஈர்க்கவில்லை. பொன்னிறமான வழுவழுப்பான முதுகுகள் அழகாக இருந்தாலும் அவற்றில் தென்பட்ட புள்ளிகளால் அவற்றை ரசிக்க முடியவில்லை. எருமைத்தோல் போன்ற கறுத்த முதுகுகளே எல்லாவற்றிலும் அழகாக இருந்தன. ஆண் கடித்த தடங்களும் அடிபட்டத் தழும்புகளும் டாட்டூக்களும் பச்சை குத்தல்களும் முதுகில் தென்பட்டாலும் கூட கருநீர்த்துளி போல தெளிக்கப்பட்டிருந்த மச்சங்களே அழகினை அதிகம் காட்டின. முதுகினை வைத்தே ஒரு பெண்ணின் முக அமைப்பு எப்படியிருக்கும் என ஊகித்துக் கொள்ளத் தொடங்கினேன். சட்டை அணிந்திருந்தாலும் ஆண்களுக்கும் இந்த கண்காணிப்பை விரிவுபடுத்தினேன். நிமிர்ந்து நடப்பவர்களின் முதுகு தளர்ந் திருந்தது. கூன் விழுந்தவர்களின் முதுகுகள் உயர்ந்திருந்தன. சினிமா கொட்டகையின் பின்பக்கம் அமர்ந்திருப்பவனைப் போல என் அன்றாடம் நகர்வதாக அவன் சொன்னபோது நான் திடுக்கிட்டேன்.

நள்ளிரவில் பெண்கள் பின்பக்கமாக சரிந்து என் மீது விழுவது போல கனவுகள் கண்டேன். முதுகுகளை எண்ணி சுயமைதுனம் செய்வது போல நான் கனவு கண்டு கொண்டிருந்தேன். அக்கனவில் மாலினி வந்து என்னைப் பார்த்துவிட்டு அருவருப்புடன் எனக்கு முதுகு காட்டியபடி திரும்பி அமர்ந்திருந்தாள். அவள் முதுகை கவனிக்கக்கூடாது என்று எண்ணமிட்டேன். எண்ணம் கொண்ட உடனேயே மாலினியின் முதுகினைப் பார்த்தேன். தொய்ந்து தளர்ந் திருந்தது. முதுகுக்கு இருபுறமும் எலும்புகள் முட்டித் துருத்தித் தெரிந்தன. அவளது ஆரோக்கியமான உடலை நினைத்துப் பார்த்தேன். அவள் இப்படி தளர்ந்து சுருங்கி அமர்ந்திருப்பது எனக்கு நிறைவினைக் கொடுத்தது. பின்னர் அவளது அந்த தளர்ந்த உடல் என்னைக் கிளர்த்தியது. அவளை நோக்கி எழுந்து செல்ல நினைத்தேன். ஆனால் அவன் என்னை எழவிடவில்லை. இக்கனவு முடிந்ததும் மாலினியிடம் சென்றுவிட வேண்டும், அவள் காலில் விழுந்து அழ வேண்டும் என்றெல்லாம் எனக்குத்

தோன்றியது. நிகழ்ந்து கொண்டிருப்பவை கனவு என்று நான் உணரத் தொடங்கியதும் அவன் நடுக்கம் கொள்வது எனக்குத் தெரிந்தது.

"இது எதுவும் உண்மையில்லை" என்று சத்தமாகவே சொன்னேன். மாலினி திரும்பி அமர்ந்தபடியே ஓங்கிக் குரலெடுத்து அழத்தொடங்கினாள். அவள் அழுகை சத்தம் கேட்டதும் பாப்பா "அம்மா அம்மா" என்று கதவைத் தட்டினாள். மாலினி மேலும் உரக்க அழுதபடி லாஃப்ட்டில் இருந்த நைலான் கயிறொன்றை எடுத்து சீலிங்கில் மாட்ட முனைந்தாள்.

'உன்னுடன் இத்தனை நாள் இருந்துவிட்டேன். உன் மனைவியின் மீது நீ வைத்திருந்த அன்பு எனக்கு இப்போது நன்றாகப் புரிந்துவிட்டது' என்று சொன்னவனின் தொண்டை அடைத்தது.

'நான் உங்களைவிட்டுச் சென்றுவிடுகிறேன். ஆனால் என்னால் உன் மனைவியை நேசிக்க முடியவில்லை' என்று சொன்னவன் அழத் தொடங்கினான். மாலினி கட்டிலில் இருந்த மெத்தையை விலக்கிப் போடுவதையும் உயரமான ஸ்டூல் போட்டு நைலான் கயிற்றை சீலிங்கில் மாட்டுவதையும் நான் பார்த்துக் கொண்டிருந்தேன். நான் திறந்த வாயுடன் அரை நிர்வாணமாக கழிவறையில் அசையாமல் அமர்ந் திருந்தேன்.

'எனக்காக ஒரேயொரு உதவியைச் செய்' என்று அழுது அரற்றும் குரலில் கேட்டான்.

"செய்கிறேன்"

'நீ நம்புவது போலவே இது உன் கனவு. நான் நிஜத்தில் வெறுக்கும் உன் மனைவியை இக்கனவிலாவது எனக்காக சாக விடு. நாங்கள் இருவரும் அவள் இறப்பினூடாக மட்டுமே மீள முடியும்'

பாப்பா கதவை ஓங்கி ஓங்கித் தட்டினாள். "அம்மா அம்மா" எனத் தெளிவாக அலறுமளவு அவள் குரலில்

தெளிவு கூடியிருந்தது. அவள் அலற அலற மாலினி நெஞ்சு நடுங்கி கை தளர்ந்தாள். பின்னர் உறுதி கொண்டவளாய் கண்களைத் துடைத்துக் கொண்டு மீண்டும் தூக்கிட முயன்றாள். மூடியிருந்த அந்த தேக்குக் கதவின் மேல் பாப்பா எதையெதையோ கொண்டுவந்து எறிந்து கொண்டிருந்தாள். அப்பாவும் அம்மாவும் இப்போது இணைந்து கொண்டு கதவைத் தட்டுவது எனக்குக் கேட்டது.

அவன் மாலினியைக் கூப்பிட்டான். அவள் திரும்பினாள். பற்கள் தெரியும்படி சிரித்தான். மாலினியின் முகம் வெறுப்பில் கோணியது. கழிவறைக் கதவை சாத்திவிட்டு, கதவைத் திறக்க மாலினி சென்றாள். கனவு முடியாமல் நீண்டு கொண்டே இருந்தது. முடியாத இக்கனவில் இப்போது சில சுவர்களும் சில கம்பிகளும் மட்டுமே இருக்கின்றன. கூடவே அவனும். ●

23

கோட்டவம்

அலையாத்தி செந்தில்

சிலுசிலுவெனத் தென்னங்காத்து கோட்டவத்துக் காவாளப் பூண்டையும் உப்பளருகையும் வருடிக்கொண்டு வந்து பெரிய வரப்பைத் தாண்டி, கயித்துக் கட்டிலில் படுத்திருந்த கோயிந்தக் கோனாரைத் தழுவியது. பசுக்கெட கோயிந்த கோனார்ன்னு கேட்டாக்க, தில்லைவிளாகத்தச் சுத்திருக்க பத்துப் பதினைஞ்சி ஊருல பொட்டுப்பொடுசு வரைக்கும் தெரியும். கோட பொறந்து அறுவட முடிஞ்சதுமே மரப்படி மாட்டையும் கிடேரியையும் கெடயில ஓட்டிவிட எப்ப எப்பனு இருப்பாங்க.

“கோனாரே எப்பக் கெடசேக்கப் போறீய?”னு விசாரிக்காத ஆளே பாக்கியிருக்காது.

இப்ப கோனாருக்கு வயசு எம்பதாயிட்டு. இப்பவோ அப்பவோனு காட்டுக்கும் வீட்டுக்குமா காலம் இழுபடுது. கருவக்காட்டுக்குள்ற பூந்து ஆத்துக்கரமேல ஏறப்போற கெடய, ரெண்டே தாண்டுல ஓடிப்போய் கரமேல ஏறி, கெடயமறிச்சி நின்னு, மூங்கிக்கம்ப தலைக்கு மேல சொலட்டி ‘அக்றேய்ய்ய்’னு ஒரு அதட்டுப் போட்டு, மாடுகள மடக்கிக் கோட்டவத்துக்குள்ற உட்ட காலம்போய், இப்ப அதே கம்ப ஊனிகிட்டு காலெடுத்துப் போடுற காலமாயிப் போச்சி.

நடுகோட்டவத்துல கெடைக்குக் காவலா கயித்துக் கட்டில்ல ஒத்தயிலப் படுத்துருந்தவருக்கு, வானத்து

வட்டநெலா பெரும் ஆறுதலைத் தந்தது. பெரியவன் ஊடு பெருசா வாட்ட இல்ல, எளையவன் ஊட்டுலதான் நெதம் சாப்பாடு. இன்னைக்கு ராச்சாப்பாடுச் சாப்டுறப்ப வீட்ல நடந்த பேச்சு அவரு மனசுக்கு ஒப்பல. எப்ப அவரு பொண்டாட்டி வேதாம்பா போய்ச் சேந்தாளோ, அப்பையிலேருந்து தெனந்தெனம் அனுபவிக்கிறதுதான். “மகராசி வந்த கள மாறாம பூவோட பொட்டோட போயி சேந்து, வருசம் ரெண்டாவப் போவுது”னு முணுமுணுத்தார். கோனாருக்குக் கடைசி காலங்குறது இப்புடித்தான் நவரும்னு முன்னமே தெரியுங்கிறதால எதுக்கும் பெருசா மொகங்குடுக்குறது இல்ல.

கையிரண்டையும் தலைக்கு அணைவாக வைத்துக் கொண்டு நிலாவப் பாத்துக் கொண்டிருந்தவர், தீடீர்னு “நானும் அவகூடவே போயிச் சேந்ருக்கனும். ஆனா, விதி யார உட்டுச்சி?”னு வாய்விட்டுச் சொல்லிக் கொண்டார்.

“இந்த வருசந்தான் கடசி சொல்லிப்புட்டேன் ஆமா, அடுத்தவருசம் எங்கயாலும் வட்டிக்கு வாங்கியாவது டெஸ்ட் அடிச்சி நா சிங்கப்பூரு ஏறிடுவேன். இனி மாட்டுப் பின்னாடி லோல்பட நம்மால முடியாது. இந்தக் கெடயோட ஆள உட்ரு”னு கோனாரு எளையமகன் பொதுவுட இதோட நூறு மொற சொல்லிருப்பான்.

அந்தச் சேதி தகப்பனுக்குத்தான்னாலும் நேரா மொகம்பாத்துச் சொல்றது இல்ல. கூடத்துல சாப்ட்டுட்டு இருக்கும்போது யாருக்கோ சொல்றமாதிரி சொல்றது.

அதுக்கும் கோனார்ட்டேருந்து பதிலுக்கு ஒத்த வார்த்த வராது. ஒடனே தன்னையறியாமல் காதுமடல்ல சொருகிருக்கும் பீடியைக் கை தானாகத் தேடும். கடசி ரெண்டு வருசமா வைரப்பங்கடயில போயி, ஒவ்வொரு முறையும் செய்யதுபீடிக் கட்டை வாங்கும் போது ‘இதுதான் கடசிகட்டுப் பீடியா இருக்கணும். அடுத்தக் கட்டு வாங்குற நெலம வரப்புடாது, போய்ச் சேந்தரணும்’னு நெனச்சிக்குவார்.

ஒவ்வொரு பீடி அணையும்போதும், கார்ன எச்ச துப்பிவிட்டு “நமக்கொரு சாவு வரமாட்டேங்குதே, இந்த ஏமன் ஏடெடுத்து இன்னுங்கூப்ட மாட்டங்குறானே”னு வாய்விட்டுச் சொல்லிக்குவார். இப்படி இவர் சாவுக்கு ஏங்குவது இந்த உலகவாழ்க்கையின் மீதான வெறுப்பில் மட்டுமல்ல, எல்லாக் கடமைகளும் முடிந்து விட்டது, அப்பறம் ‘எதுக்கு பூமிக்கும் தன்னயச் சேந்தவங்களுக்கும் பாரமா?’ங்குற நெனப்புலயுந்தான்.

“ஓல வந்தா கோல வீசிட்டுப் போய்ரலாம், அதுவர கம்ப விடப்புடாது” னு தனக்குத்தானே சொல்லிக்கிட்டு புதுக்கட்டப் பிரிச்சிப் பீடிய பத்த வைப்பார். கல்யாணம் முடிச்சி நாலு புள்ளப்பேறு பாத்தாச்சி, அதுல மூத்த பொண்ணு சகுந்தலாவ காமேஸ்வரத்துலக் கட்டிக்குடுத்து பேத்தியெடுத்துட்டு, எளைய பொண்ண கரியாபட்ணத்துல கட்டிக்குடுத்து அதுல பேரனப் பாத்தாச்சு, மூத்தவன் பெருமாளுக்கு மச்சினம் மொவளையேக் கட்டி, அதுல ரெண்டு பேரனத் தூக்கிக் கொஞ்சியாச்சி. எளையவன் பொதுவுடைக்குத்தான் ரொம்பநாளா பொண்ணு கெடைக்காம அல்லாடுனுச்சி அதுக்கு முழு காரணமும் இந்தக் கெடதான்.

அதனாலதான் அவனும் கெடமேல இவ்ளோ வெறுப்பா இருக்காங்குறது கோயிந்தக் கோனாருக்குப் புரியாம இல்ல. ஏன்னா, செருவயசுலேருந்தே அவனப் பாத்தவரு. எளையவன் பொதுவுட, பெரியவன் மாதிரி இல்ல, மாட்டுமேல அவ்ளோ பிரியமா இருப்பான். செனமாட்டுல கன்னுகுட்டி இழுக்க, கொம்படிக்க, நொடவைத்தியம் பாக்க, சரடுகுத்த, அம்மாஞ்சி முடிச்சிப் போட்டு கழுத்து மணிகட்றப் பாடம்வர ஒன்னொன்னையும் அவ்ளோ ஆர்வமாக் கத்துகிட்டான். ஆனா, கடசில எப்டிப் பேரு வெளங்குனுச்சினு கேட்டா “மாட்டுகாரப்பயலுக்கு எப்டி ஏம்பொண்ணக் கட்டிகுடுக்குறது?”ன்னு காதுபடவே பலரும் சொல்லக் கேட்டு கோயிந்தக் கோனார் ரொம்ப வேதனப்பட்டார்.

இந்த வெளிமுழுக்க அலைஞ்சி, வயசு முப்பதத் தொட்டதும் மனசுவிட்டுப்போச்சி. அப்பறம் தகட்டூரு மாமங்காரன் செல்வராசப் புடிச்சி கருப்பம்பொலத்துல ஒரு ஊடு தேடிக்கண்டு "தாலி கட்னதும் கம்பெடுக்குறத விட்டுறேன்"னு அவனே நேர்ல போயி வாக்குக்குடுத்தப் பொறவுதான் கட்டக் கடசியா அந்தச் சம்பந்தம் தெவஞ்சது. இப்பதான் மூணுமாத்தைக்கு முன்ன பரக்கலக்கோட்டப் பொதுவுடையார் கோயில்ல கல்யாணம் முடிச்சி, இப்ப இருவதுநாளா குளிய தள்ளிப்போயிருக்கதாப் பேசிக்கிறாங்க. நேத்து பாதில அணச்சி காதோரம் சொருவிருந்த பீடி இருக்கானு தொட்டுப்பாத்துக் கொண்டார். இடுப்பில் வத்திப்பொட்டி இருக்கானு தேடிப்பாக்கையில இன்னும் ரெண்டுபீடி மீதமிருப்பதையும் உறுதி பண்ணிக்கிட்டார்.

பொதுவுடை சாப்புட்டு முடிச்சதும் தெருப்பக்கத்துல போய்க் கையக் கழுவிட்டு "சங்கரி, டீப்போட்டு கேத்தல்ல எடுத்துட்டியா?"ன்னு வாசல்லேருந்து ஒரு சந்தங்குடுத்தான்.

"அந்தா நெலப்படிக்குப் பக்கத்துல இருக்கு பாருங்க"ன்னு கொல்லப்புறத்திலிருந்து குரல் கேட்டது. நெலப்படி பக்கத்துல இருந்த சின்னக் கேத்தலோட காதப் புடிச்சித் தூக்கிக் கோனார் கையில் குடுத்து, "இப்ப நீ என்ன காவகாக்கபோற? இல்ல, தெரியாமத்தான் கேக்குறேன்? இந்தக் காலத்துல நடு கோட்டவத்துக்கு எந்தக் கோமவரத் தான் மாடு களவாங்க வரப்போறான்? இங்க செத்தத் திண்ணைல அசந்து கெடந்தாத்தான் என்ன?" என்ற பொதுவுடை கேள்வியில் நூத்துக்கு நூறு நியாயம் இருந்தாலும் கை லேசான நடுக்கத்தோடு துண்டை விரித்து உடம்பில் போத்திக்கொண்டே, "அதுக்கென்ன, ஒன்னால பைக்ல கொண்டாந்து வுடமுடியலனா செத்தப் படு, நான் அப்டியே மெதுவா பொடிநடயா கோட்டவத்தப் பாக்க போயிடுறனே"ன்னு கோனார் சொல்லவும், "ம்க்கூம் திருத்தமுடியாது சரி வா" எனக் கேத்தலைக் கையில் குடுத்துவிட்டு சந்துல நிறுத்திக்கிடந்த எமகா ஆர் ஒன் பை வை செல்ப் ஸ்டார்ட் செய்தான்.

ஒருகையில் கேத்லோடும் இன்னொரு கையில் கம்போடும் திண்ணையிலிருந்து இறங்கிக் கடைசி வாசப்படி மேலயே கோனார் நின்றுகொண்டார்.

பொதுவுடை, கட்டுத்தறி வேப்பமரத்தை யூட்டேர்ன் அடித்துகொண்டு, கோனார் பைக்ல ஏறி ஒக்கார ஏதுவாக வாசப்படி ஓரமாக வந்து நிறுத்தினான். கம்பை சைலன்சர் பக்கமாக ஊனி அப்டியே காலத் தூக்கிப் போட்டுக்கொண்டு ஒக்காந்து கம்பை எடுத்து மடியில் கிடைமட்டமாக வைத்துக்கொண்டார்.

பொண்ணுவூட்லேருந்து சீதனமா வாங்கிக் குடுத்த பைக்கு. அவ்வொ, எந்த வண்டி வேணும்னு கேட்டதுக்கு இதான் வேணும்னு சொல்லி வாங்கிருக்கான். ஒவ்வொருமுறை இந்த பைக்ல ஒக்காந்து போகும்போதும் கோனாருக்கு எப்படா எறங்குவோம்னு இருக்கும். மனசுல நெனச்சிக்குவார் 'நம்ம பெருமழ மாப்ளயுந்தான் பைக்கு வச்சிருக்காரு, எவ்வளவு பாந்தமா இருக்கும், இருக்குற எடத்துல இருந்தே காலத்தூக்கிப்போட்டு ஏற ஏதுவா இருக்கும். வண்டி போவுதா மெதக்குதானே தெரியாது. இது ஒரு வண்டி, இதுக்குக் குதுர தோத்துடும். ஒயரம் மட்டுமா? கருமம், வண்டிமாடு பொலிகாள வாங்குறப்பயும் செரி, பசுமாடு வாங்குறப்பயும் செரி, தட்டு அம்மலா இருந்தா கழிப்புதான். அதுக்காவ இவ்ளோ தட்டு தூக்கலா ஒரு மாட்டையும் பாத்தது இல்ல'னு மனசுக்குள் நினைக்கும்போது கோனாருக்கு சிரிப்பு வந்தது.

கூடவே பைக் தூக்கித்தூக்கிப் போட்டதும் கோட்டவம் வந்துட்டுனு நினைவு வந்தவராகத் தலையை நிமிர்ந்து பாத்தார். பைக் அட்டக்கண்ணிப் புள்ளையார் கோயிலடிய ஒட்டி கோட்டவத்தில் இறங்கி வண்டிசோட்டுல போய்க் கொண்டிருந்தது. கூடவே பட்டிவாய்க்கா தெக்காக்க வந்து கொண்டிருந்தது. வாய்க்காலில் ஓடுதண்ணியாகப் போய்க் கொண்டிருந்ததைப் பாக்கையில், 'ஆத்ல தண்ணி வந்துட்டு இந்த வாரத்தோட கெடயக் கலச்சூட்ற வேண்டியதுதான்' என மனதுக்குள் நினைத்துக்கொண்டார். இப்பவே

வெளியூர் ஆளெல்லாம் ஒண்ணு ரெண்டுனு வந்து மாட்ட ஓட்டிகிட்டுப் போவத்தான் செய்யிதுவோ. வாரவங்க கிட்டலாம் பொதுவுட மாட்டுக்கு தொண்டு, சரடு மாத்திக் குடுத்து கவுத்தப் புடிச்சி குடுக்கக்குள்ற “அடுத்தவருசம் நம்ப கண்டிப்பா கெட சேக்கப்போறதில்ல. எனக்கு சிங்கபூருக்கு ஏற்பாடாவது. வேற எங்கயாலும் பாருங்க”னு சொல்லிச் சொல்லி ஓட்டிவிட்டான்.

கெடையிலேருந்து பறிபட்டு இழுக்குற மாட்டோடத் தலக்கவுத்தக் கையில் புடிச்சிகிட்டே, மாட்டுக்காரவுங்க கொஞ்சம் தூரத்துல நிக்கிற கோனாரெ பாவமாப் பாப்பாங்க.

கோனார் பதிலுக்கு எதுவும் சொல்லமாட்டார். வேற பக்கமாகத் திரும்பி நின்னு தென்னகாத்துக்கு மொகங்குடுத்து கண்ண மூடிக்கொண்டு நிப்பார். பைக் செத்தநேரக் குலுங்கலில் கெடையடி வந்துட்டு. இந்த ஒருமாதத் தினசரி பயணத்தில் புரிந்தவனாக இறங்க ஏதுவாக பெரிய வரப்புப் பக்கமாக அணைத்துப் பைக்கை நிறுத்தினான். ஏறுனது போலவே பெரியவரப்பில் இடது காலை வைத்து வலதுபுறம் கம்பை ஊனி மெதுவாகக் காலை எடுத்துப்போட்டு எறங்கிக் கொண்டார்.

பொதுவுட எதுவும் பேசிக்கல. அத்தோடத் திரும்பிக்கூடப் பாக்கல. அப்டியே வண்டி திரும்பி சீறிக்கொண்டு போனது. பெரிய வரப்பிலிருந்து இறங்கிக் கட்டிலைப் பாக்க நடக்குறப்ப. கெடையிலிருந்து பத்துப் பதினஞ்சி மாடுகள் “ம்மா ம்மா”னதும் கோனாருக்கு மனசு லேசானது. கிடைய நோட்டம் விட்டார். லைட் அடிச்சிப் பாக்கணும்ன்னு அவசியமே இல்ல. நல்ல நெலவு, சொரப்புவிட்ட மடில ஊட்டும் கன்னுகுட்டி வாய்லேருந்து வழியும் பால்நொரையா நிலா கோட்டவம் முழுக்கப் பொழிந்து கொண்டிருந்தது. அட்டகண்ணிப் புள்ளையார் கோயிலடியப் பாக்கத் திரும்பிப் பார்த்தபோது பைக் வெளிச்சம் ரோட்டில் ஏறி கிழக்கு முகமாகத் திரும்பியது. இவ்ளோ வேகமா போவ வேண்டியதில்லனு நினைச்சாலும் மனசுக்குள் சிரித்துக் கொண்டார்.

போய் கட்லுக்குப் பக்கத்துல கம்பை வைத்துவிட்டுக் கேத்தலையும் கட்லுகால் ஓரமாக அணைவாக வைத்துவிட்டு, வெள்ளசாக்குல ஒறபோட்டு இருந்த தலவாணியைச் சரிபண்ணி செத்தத் தலையச் சாய்த்தார். வானத்தைப் பார்த்ததும் இதுமாதிரி எத்தன முழுநிலாவை பாத்துருக் கோம்னு நெனைக்க நெனைக்க மனசு பூரித்தது.

இந்த நெலா தேஞ்சி தேஞ்சி வளர்ற மாதிரி எத்தனை இருட்டையும் எத்தனை வெளிச்சத்தையும் இந்தத் தில்லைவிளாகம் தனக்குத் தந்துருக்குனு நெனைக்க நெனைக்க கண்ணுல நீர் கோர்த்து நிலவின் பால்வெள்ளைக் கலங்கி வானம் முழுதும் ஒளிவெள்ளமானது.

கம்ப கைல எடுத்தது எப்பனா, ஒரு பன்னெண்டு வயசு இருக்குமா? நந்தன வருசக் கடசிலதான் அப்பாரு வேலுக் கோனார் விரியம்பாம்பு கடிச்சி செத்தாரு. அப்பதான் கம்பு கைக்கு வந்துச்சி. அப்பன்னா நந்தனாவோட நந்தனா அறுவது, அத்தோட ஒரு பன்னெண்ட கூட்னாக்க எழுவத்ரெண்டு. இப்ப நடப்பு விகாரினு வச்சிகிட்டு ஒரு ஏழச்சேத்தாக்கா எழுவத்தொம்போது முடிஞ்சி எம்பத நெருக்குது. ஆமா, ‘காடு வா வா ங்குது வீடு போ போ ங்குது’.

கீழகாட்டுத் தேவரூட்டு மாட்டுப் பண்ணைக்குத்தான் அப்பா வேலுக்கோனாரு மாடு ஓட்டுனாரு. பன்னெண்டு வயசுல கம்பு கைக்கு வந்ததும் இவரும் அங்கயே போனார். செறுவயசுலயே மாட்டுப்பாடம் ஒன்னொன்னும் அத்துபடி. மாட்டப்பத்தி ஒவ்வொரு குறிப்பையும் வெளக்கம் சொல்லி முடிச்சதும், கீழகாட்டுத்தேவரு மணியாரு வீரையனப் பாத்து, “வீரையா பயலப் பாத்தியா? மீங்குஞ்சிக்கு நீந்தக் கத்துக் குடுக்கணுமா என்ன? பய ஜோரா வருவாம் பாரு”ம்பார்.

கோனார் பதுலுக்கு எதுவும் பேசமாட்டார் “எவ்ளோ கத்துக்கிட்டாலும் தெக்கத்தி மாட்டுல கரகண்டவன் இல்ல”ன்னு கும்பகோணம் பக்கம் ஒரு பண்ணையாரு

சொன்னதா அப்பா வேலுக்கோனார் சொன்னத நெனவு படுத்திக்குவார்.

கீழகாட்டுத் தேவரு சொன்னமாதிரி மாட்டோட ஒவ்வொரு அசைவும் கோனாருக்கு அத்துபடியாகிப் போனது. மாட்டுப் பின்னாடி நடந்து நடந்து மாட்டு வாசத்துலயும் சாணி வாசத்துலயும் மொதப் பத்து வருசம் ஓடுனதேத் தெரியல.

கீழகாட்டுத்தேவரு ஊருக்கு அகாசுகா. பகைச்சிக்கிட்டாப் பொல்லாத மனுசன். அதுவே, மாடுகன்னுன்னா மனுசனுக்கு உசுரு. அதுனால கோயிந்தக் கோனார் மேல எப்பவுமே பிரியமா இருப்பார். அதே மாதிரி ஊட்டுக்கு எதுத்தாப்லதான் வேதாரண்யத்துலேருந்து பட்டுகோட்டப் போறத்துக்கு ஒரே சால. பட்டுகோட்டச் சந்தைக்கு மாடு விக்கப் போவனும்னா கெழக்க உள்ள ஆளுவோல்லாம் அந்த ரோட்டுப் பாட்டை யிலதான் மாட்ட ஓட்டிட்டுப் போவுங்க.

வாரவாரம் ஞாயித்துக் கெழம மாட்டுச்சந்த. விடியகாலமே பந்தக்கொட்டாவைல நாற்காலிய தூக்கிக் கொண்டாந்து போட்டு தெக்காக்க ஒக்காந்து பாத்துட்டே இருப்பார். மாடுவோ ஒண்ணு பின்னால ஒன்னா சந்தைக்குப் போவும். வண்டிமாடு, கிடேரி, பசுமாடு, விருதாமாடு, காளக்கன்னுனு ஒண்ணு ஒண்ணுத்தையும் பாத்துகிட்டே இருப்பார். அதுவோ நடந்துபோற வேகம், தலைய ஆட்டிஆட்டிப் போறது, கால் எடுத்துப் போடுறது, எல்லாத்தையும் வச்ச கண்ணு வாங்காம பாத்துட்டே இருப்பார்.

அவரு மனசுல ஒண்ணு பட்டதும் கொக்கு மீனக் கொத்தன கொத்துவார். “ரெங்கா...”னு ஒரு பெருஞ் சத்தங் குடுப்பார். அவ்ளதான், ரெங்கன் ஒரு வேல் கம்போட சாலைக்கு ஓடி மாட்ட மறைச்சித் தோப்புக்குள்ற உடுவான். அவரு அங்க பந்தக்கொட்டவைல நாற்காலில கால் மேல கால்போட்டு ஒக்காந்துருப்பார். வண்டிப்பாதகிட்டயே வச்சி கோயிந்தக் கோனார் இங்க பல்லப்புடிச்சிப் பாப்பார். சுழிசுத்தம் பாப்பார், பாத்துட்டு மாட்டுக்காரன் மொகத்தப்

பாப்பார். அதுலயே அவருக்குத் தெரிஞ்சிடும் சொந்த மாடா? இல்ல அவம் பண்ணையூட்டு மாடான்னு. சொந்த மாடு, ஆளும் பாவமா இருக்கான்னா மாட்டுக்காரங்கிட்ட லேசாக் கண்ணக்காட்டிப்புட்டு. டக்குனு பந்தக் கொட்டாவையப் பாக்க திரும்பி "கருமம் எறங்குபூரான் தேவரே"ம்பார். செலவாட்டி குரலில் அவ்வளவு விரக்தியை காட்டி "எளவு பொண்டெழுந்தாஞ் சுழி தேவரே" ன்னு ஒரு சத்தங்குடுப்பார். பந்தக்கொட்டாவடில இருந்தபடியே கீழகாட்டுத்தேவர், "அந்தக் கருமத்த வெரட்டியுடு"ம்பார். இத எப்பவுமே பண்ணவும் முடியாது. அதுவே கோனார் வாங்கலாம்னு சைகக் குடுத்துட்டாப் போதும், கீழக்காட்டுத் தேவருக்கு மொகத்துல சந்தோசம் மின்னும். "ஆங் கவுத்த மாத்துக் கோய்ந்தா"ன்னு ஒரு சத்தங்குடுத்து மணியாரக் கூப்ட்டு. "அவனுக்கு ஏதாவது கைச்செலவுக்குக் குடுத்து வெரட்டியுடு"னுவார். அவ்ளவுதான் மாட்டுக்குப் பொறு மதிலாம் கிடையாது. மணியாரு குடுக்குறதுதான் காசு, எதுத்து ஒரு வார்த்தப் பேசமுடியாது. முண்டப்புடாது மொனங்கப்புடாது. குந்துனாப்ல குடுக்குறக் காச வாங்கிட்டு ஓடிரனும். அப்டி ஓடிட்டா மாட்டோடப் போச்சி. இல்லனா தென்னமரத்துல கட்டிவச்சி ஒத உளுவும்.

இதோட பெரியக் கூத்தெல்லாம் நடந்துருக்கு. கெழக்க ஒரு பண்ணையிலேருந்து பண்ணையூட்டுப் புள்ள ஒண்ணு மேற்க இந்தச் சால வழியாப் போயிருக்கு. பண்ணையூட்டுப் புள்ள பதினஞ்சி மயிலு நடந்தா போவும். பல்லக்குல வச்சி தோள்லத் தூக்கிட்டுக் குண்டுகுண்டுனு போயிருக்காங்க. நாலே ஆளு இவ்ளோதூரம் சொமக்க முடியாதுன்னு கூட நாலு ஆளும் வரும் ஒருத்த மாத்தி ஒருத்த தோள் மாத்திக்கிறது. எல்லாம் லொங்கு லொங்குன்னு ஓட்டமும் நடையுமாப் போறது, சொமதூக்குறவங்க களைப்புத் தெரியாம இருக்க எதாயிலும் பாடிகிட்டு அத இன்னொரு குருப்பு வாங்கிச் சொல்லிகிட்டேப் போறது போல "ஹோய் ஹோய்யா ஹோய்யா, ஹொய் ஹொய் ஹொய்யா"ன்னு இத பந்தக் கொட்டாவையிலேருந்து பாத்துக்கிட்டு இருந்த

கீழக்காட்டுத் தேவரு என்ன சொல்லிருக்கார்னா, சத்தமா "எலேய் ரெங்கா, என்னடா அழுவத்தேங்காய நாய் தூக்கிட்டுப் போவுதே"ன்னு, பல்லக்குல இருக்கவங்களுக்கு நல்லாக் கேக்குற மாதிரி ஒரு சத்தங் குடுத்துருக்கார். அந்தப் புள்ள பண்ணையில போய் ஒரே அழுக. ஆனா ஒரு ஆளு என்ன எவடம்னு கேட்டு வீட்டுக் குறுக்க வல்லயே? பண்ணயேப் பயப்படும்.

அதுலயும் மணியார் வீரையன் கடைஞ்செடுத்த வெசம். இங்க ஒண்ணுகேட்டா அங்க பத்தாச் சொல்லியுட்ருவார். ஒருவாட்டி அப்டித்தான் கோயிலடில ராஜபாண்டின்னு ஒரு எளவட்டம். மிலிட்ரிலேருந்து லீவுக்கு வந்துருந்தான். மணியாருக்கு பங்காளியூட்டுப் பையன்தான். ஆளு ரொம்பக் கிருத்துருவம். ஊருல ஒருத்தனயும் மதிக்கிறது இல்ல. பெரிய அடாவடி, எடுத்தொன்னே அடி தான், ரொம்ப ரகள பண்ணிட்டுத் திரிஞ்சான். ஒருநா கீழகாட்டுத் தேவரு கார்கோட்டவத்துக்குப் போயிட்டுக் கூட்டுவண்டில வாராரு, ரெங்கந்தான் வண்டிய ஓட்டிட்டு வாறான். தேவரு உள்ள ஒக்காந்துருக்காரு. பள்ளியமோட்டு பாலத்தத் தாண்டுனதும் இவன் நடுச்சாலையில பீடியப் பத்தவச்சி ஊதிகிட்டு சாலய மறச்சி நிக்கிறான். ரெங்கனுக்கு "இது ஏதுடா வெவகாரமா போச்சே"ன்னுப் படவும், லேசா வண்டிய அமத்தி "யப்பா செத்த வழிய உடுறியளா?"ன்னு எனமா சொல்றான். அப்பதான் தேவரு உள்ளேருந்து "யார்ரா இவன்"ன்னு பாக்குறாரு. உள்ர ஒக்காந்ருக்க தேவரப் பாத்துகிட்டே பீடிய வலிச்சி நெஞ்சுக்கு இழுத்துக் கண்ணமூடி வானத்தப் பாக்க ஊதிகிட்டு மெதுவா ஒதுங்கி வண்டிக்கு வழி உடுறான்.

மாட்ட அதட்டி ஓட்டபோன ரெங்கன் அப்டியே போயிருக்கலாம், மெதுவாத் தலக்கவுத்த இழுத்து மாட்ட அமத்திகிட்டே, பாண்டிகிட்ட "என்னதான் நீ பட்டாளத் தானா இருந்தாலும் ஊர்ப் பெரியமனுசனுக்கு எதுர இப்படி மட்டுமரியாத இல்லாம பீடிய ஊதுறியே? இதெல்லாம் நல்லாவா இருக்கு?"னான்.

பீடிய நுனி ஒதட்டுல தொடுத்தபடியே வச்சிகிட்டு "ஓ அப்டியா? நா பண்றது தப்புதான் என்ன மன்னிச்சிருங்க"ன்னு ரெண்டு கையையும் தலைக்கு மேல எடுத்துக் கும்புட்டு பீடிய கைல எடுத்துகிட்டு, "அப்ப பீடிய அணச்சிரட்டுமா"ன்னு சொல்லி, வெடுக்குனு மயிலமாட்டு திமில்ல பீடிக் கங்க வச்சி அழுத்திப்புட்டான்.

அவ்ளதாங் மாடு தடார்னு வெரண்டு குதிச்சதும் ரெங்கன் ரொம்ப நேக்காத் தலக்கவுத்த இழுத்து வண்டிய சரிகட்டிப்புட்டான். இல்லனா வேதநாயகஞ்செட்டி வாய்க்கால்ல கூட்டுவண்டி கொடயடிச்சிருக்கும். இதுக்குமேல இங்கன இருக்கது நல்லதில்லனு தலக்கவுத்த சுண்டியுட்டு நேரா ஊட்டப் பாக்க வெரசா உட்டுட்டான். வண்டி மாடுங்க வெரண்டு பிகிலுப்பிகிலாப் போவுது. வண்டி முன்ன போனதும் பின்னடி தேவரப் பாத்து சிரிக்கிறான் பட்டாளத்தான்.

அன்னைக்கு ராத்திரியே கூலிப்படக்கி சொல்லியுட்டுட்டாரு கீழக்காட்டுத் தேவரு. "மணியாரே பீடிய இழுத்து ஊதுனான்ல அந்த வலது கைய வாங்கிப் புடணும்"னத்துக்கு, "பீடி வலிச்சது ஒருகைனாலும் வத்திப்பொட்டிய எடுத்து பத்தவச்சது ரெண்டு கையும் தானே? அதுனால ரெண்டு கையையும் வெட்டிப்புடலாம்"னு மணியாரு சொல்ல, ஒத்தக் கைக்கு முந்நூறுவா மினி அறநூறுவாப் பேசி, மறுநாளே கூலிப்பட எறக்கியாச்சு. பொழுதுசாய பட்டிவாய்க்கா பாம்புப்பாலத்துக்கிட்ட ரொம்ப மல்லுகட்டி, ஆறுபேர் கூடிதான் ஆளப் புடிச் சாங்களாம். பெரிய அடிதடியாகி, மூணுபேரு ஆள அமுக்கிகிட்டு ரெண்டு பேரு ரெண்டு கையையும் இழுத்து பாம்புப்பாலத்து மதவுத்தளவுல வச்சி மணியார் சொன்ன மாதிரியே பட்டாளத்தான் ரெண்டுகையையும் மூட்டோட வெட்டி எடுத்தாச்சு.

மணியாருக்கும் கோனாருக்கும் சுத்தமா ஆவாது. அதோட கோனார்மேல கீழகாட்டுத்தேவரு பிரியமா இருக்கறது மணியாருக்குச் சுத்தமாப் புடிக்கல. கெழக்க

உள்ளவங்க பெரும்பாலும் கீழக்காட்டுத் தேவருக்கு பயந்துகிட்டே சந்தைக்கு இந்தப் பக்கமா மாடு ஓட்றது இல்ல. பெருமழ வழியா எடையூரு போய் அங்குட்டால சுத்திகிட்டு மாடுவோ போவும்.

எட்டுகண்ணும் உட்டெரிச்ச காலம் அது, கோனார் காலமும் பத்துவருசம் ஓஹோன்னு போனுச்சி. கீழகாட்டுத் தேவருக்கு ஒத்த பொண்ணுதான். நம்மங்குறிச்சிலேருந்து மாப்ளப் பாத்து வீட்டோட மாப்ளயாக் கொண்டு வந்தாங்க. இனி மொத்த சொத்துக்கும் அவருதான் வாருசு. அடுத்த ரெண்டு வருசத்துல கீழகாட்டுத்தேவரு போய்ச் சேந்துட்டாரு. மொத்தப் பண்ணையும் நம்மங்குறிச்சியாரு நிர்வாகத்துல வந்துச்சி. ரொம்பத் தங்கமான மனுசன் ஆனா தங்கத்தையும் ஒரசிப்பாக்க கல்லு இருக்கத்தானே செய்யிது? அப்படிதான் கோனார்க்கு நடந்துச்சி.

கோனார் மாட்ட தோப்பூட்டுத் தேவரு நாத்தங்கால்ல கெட அமத்தியிருந்தார். மணியார் வீரையாத்தேவர் கெடையடிக்கு வந்து "கோயிந்தா நாளைக்கு நம்மங்குறிச்சி தம்பி வடக்குவேலிக்குக் கெட அமத்தச் சொல்லுது, கெடய வடக்க ஓட்டு"ங்கவும், "மணியார இங்க லாவகெடக் கட்டியாச்சி. தோப்பூட்டுத் தம்பி நாலு மடக்கு நாத்தங் காலுக்குதான் கேக்குது. நாலாம் நாளு மாட்ட வடக்க ஓட்டிரனே"ங்கவும், "ஓகோ அந்தளவுக்கு வந்துட்டா? கீழக்காட்டுத் தேவன் சாவும்போது ஒங்கிட்ட சொல்லிட்டுச் செத்தானாக்கும்? 'வீரையங் கெடக்றான் பேப்பெய, நாம்போய்ச் சேந்ததும் நீயே மணியார் உத்யோவத்த எடுத்துப் பார்ரா கோய்ந்தா' ன்னு ஆங்," இப்டி ஏறுக்குமாறாப் பேச்சு வந்துச்சி.

ரொம்பப் பொறுமையா "நாந்தான் நாலுநாள்ல கெடய கொண்டாரனுட்டனே அப்பறம் என்ன? தண்ணிவர இன்னும் நாலு மாசங்கெடக்கு ய்யேம் மணியாரே, தேவையில்லாதப் பேச்சு பேசுறீங்க?"ன்னு இவரு சொல்ல, "தேவையில்லாத பேச்சா? அது சரி, வீரையாத்தேவம் பேசுறது இப்ப ஒங்களுக்கு தேவையில்லாத பேச்சாதான்

இருக்கும். இருக்கட்டும் இருக்கட்டும்” ன்னு அடுத்த பதில் வந்தது.

பதுலுக்கு இவர் எதுவும் வா தொறந்து நீ கடுவான்னு ஒரு வார்த்த பேசல. மறுநா காலைல கெடையடிக்கு ரெங்கன் வந்தான். “கோனாரே ஒங்கள நம்மங்குறிச்சித் தம்பி கையோடக் கூட்டியார சொன்னீச்சி”ன்னு சொல்லி மெதுவா கொரலக் கம்மி பண்ணி, “மணியாரு ஒண்ணுக்கு மூனாப் பொனச்சூட்டாரு”ங்கவும், பொடுபொடுனு நேரா வடக்காக்க நடந்து கீழக்காட்டுத் தேவரூட்டடி போய்ச் சேந்தார்.

தேங்கா பட்றயில நின்னுகிட்டு இருந்த நம்மங்குறிச்சித் தம்பி கோனாரப் பாத்ததும் வேகுவேகுன்னு நேரா வந்து என்ன எவடம்னு ஒரு வார்த்தக் கேக்கல, ஓங்கி ஒரே அறைச்சலா அறைஞ்சி, “யாண்டா அவ்ளோக் கெப்புறு வச்சிபோயிட்டா ஒனக்கு”ன்னு கேட்டதுந்தான் தாமதம். கோனாருக்கு எங்கேருந்துதான் அந்த வேகம் வந்துச்சோத் தெரியல, கையில இருந்த கம்பத் தேங்காப் பட்றயில உட்டெறிஞ்சிட்டு கட்டிருந்த முண்டாச அவுத்து, துண்ட ஓதறித் தோள்ல போட்டுகிட்டு தோப்புலேருந்து வெளி யேறிட்டார். போம்போது வேலியடில நின்ன மணியார்ட்ட, “எடப்பய ஒண்ணும் சோத்துக்குத் தொண்ணாந்து ஒங்கள்ட்ட வந்து நிக்கல”ன்னு சொல்லிட்டுப் பொடு பொடுனுனு வீட்டப்பாக்க வந்துட்டார்.

அடுத்த ரெண்டு வருசம் சொந்தமா இருந்த ஆறுமாவ தம்பிக்காரனோட சேந்து சாவடி பண்ணார். யாருக்கும் மாடு வேணும்னா கோனாரத் தேடித்தான் வருவாங்க. தரவுக்குப் போவார். தரவுக்காசு பெருசா அறுத்துப் பேசி வாங்கமாட்டார். மாட்டுகாரவங்களா குடுக்குறத வாங்கிக்கு வார். அந்த வருசத்துலதான் பங்காளிமக்க கூடிச் சம்மந்தம் போட்டுக் கோயிந்தக் கோனாரோட பெரியப்பார் மகளோடப் பொண்ணு வேதாம்பாள கல்யாணம் முடிச்சி வச்சாங்க. அக்கா மகளோடு குடும்பம் நடத்தி அடுத்தவருசமே பெருமாள் பொறந்தான். புள்ளையத் தூக்கியெடுத்துக் கொஞ்சுனாலும் மனநிம்மதி இல்ல.

போவப்போவ வேதாம்பாளுக்கு எல்லாம் புரிஞ்சிட்டு. அந்த வருசம் அறுவட முடிஞ்சதும், கைப்புள்ளயா இருக்க பெருமாளையும் தூக்கிக் கிட்டு பக்கத்தூட்டு வாய்மோட்டக் காவயும் கூட்டிக்கிட்டு திருத்றப்பூண்டி வேதயாப்பத்தரு கடக்கிப் போயிட்டா. அங்க கவரிங்ல நாலு புடிக்கு கழுத்துச்சங்கிலி ஒண்ணு எடுத்துகிட்டு,வெள்ளில ஒரு ராமர்தாலிய வாங்கி, ஊட்லேருந்து கொண்டுபோன சுருக்குபைய அவுத்து மஞ்சக்கவுர எடுத்து அதக் கோத்ததும், பக்கத்துல இருந்த வாய்மோட்டக்காவுக்குக் கண்ணு கலங்கிட்டு.

“யாண்டி ஒனக்கு எங்கேருந்து வந்துதுடி இந்தோ நெஞ்சழுத்தம். புருசந்தவறுனாதான்டி மாங்கல்யத்துலயே கைய வைக்கனும்”ன்னு பத்தரு காதுக்குக் கேக்காம முணுமுணுத்தா. வெள்ளித்தாலியக் கயித்துலக் கோத்து சங்கிலில முடிஞ்சி கழுத்துலப் போட்டுகிட்டு. ஏற்கனவே போட்ருந்த மூணு பவுனு தாலிக்கொடிய மொகத்துல எந்த வாட்டமும் காட்டாம முடிச்ச அவுத்து அதுல இருந்த ரெண்டு பிராங்காசு, ரெண்டு குண்டு, ஒரு மாங்கா, அப்பறம் ராமர்தாலி எல்லாத்தையும் ஒன்னொன்னா உருவுனா. அத இல்லாம போனவருசம் பெருமாள் காப்புக்குப் போட்ட சின்னக் குணுக்கு ஒருசோடி அதையும் சுருக்குப் பைலேருந்து எடுத்து மொத்தப் பவுனயும் நெறுவ கிண்ணத்துலப் போட்டு வேதயாப்பத்தரப் பாக்கத் தள்ளுனா.

பத்தரு மாங்காவ மட்டும் எடுத்துப் பின்னாடி இருந்த அரக்க நெம்பி எடுத்துட்டு திரும்ப நிறுவையிலப் போட்டு பிடித்தம் போவ ரொக்கத்த எண்ணி வேதாம்பாக் கைல குடுத்தார்.

பணத்தப் பத்தரமா முடிஞ்சிகிட்டு ஒரு தோள்ல சாஞ்சி தூங்குற கைப்புள்ளமேல இன்னொரு கையப் போட்டு தட்டிகுடுத்துகிட்டே, வேதாம்பா சன்னல் ஓரமா பஸ்ல ஒக்காந்து வாரப்ப, பாண்டிகோட்டவத்து காத்து மூஞ்சிலப் பட்டு விசிறியடிக்கிது, தலமுடிய ஒடுக்கிக் கிட்டு குனிஞ்சி

காத்துக்கு ஓதுங்குன மாராப்ப சரிபண்ணகுள்ற, ரெட்ட நாமத்தோட வெள்ளித்தாலி மினுங்கியது. இன்னமட்டும் மண்டைக்குள்ற ஓடியடங்கிய ஒத்தநாமத்தாலி நெனப்பு மறுபடிக் கெளம்பியது, வாய்மோட்டக்காவப் பாக்க திரும்பி, "யக்கா புருசந் தவறுன பொறவுதான் தாலில கைய வைக்கணும். அது புரியாத பொம்பளல்ல நா. ஆனா எம்புருசன் நா வந்த நாள்லேருந்தே நடப்பொணமாத்தாங்க்கா இருக்கான்"னு சொல்லி பேச்ச வளத்தாம முடிச்சிகிட்டா.

அதுக்குள்ற இந்தச் சேதி எப்டியோ கோனார் காதுக்குப் போயிட்டு. "எதுனால இப்படிப் பண்ணா? எதயும் ஒண்ணுக்கு பத்துமொற யோசன பண்ணிச் செய்ற குடுத்தனக்காரியாச்சே"னு அவருக்குப் பொட்டுல அடிச்ச மாதிரி இதே நெனப்பு ஓடுது. மத்தியானம் ஊடு வந்ததும் கோனாராக் கூப்ட்டு சாமிமாடத்துக்கு முன்ன நின்னு, பணத்தக் கைல குடுத்து "ஆடுன காலும் பாடுன வாயும் சும்மா இருக்காதும்பாங்க. நீ இத வச்சிகிட்டு காள ஒண்ணு வாங்கிக் கெட சேரு. ஆவுறதப் பாத்துக்கலா"ங்கவும் கோனாருக்கு அப்பதான் புதுசாப் பொறந்தமாதிரி இருந்துச்சி.

ரொக்கத்த மடில கட்டிகிட்டு கண்ணையாத் தேவரத் தேடிப்போனார். அவரும் கோனாருமாதிரி மாடுமேல பித்துகொண்டு திரியிறவர்தான். எங்க மாடு வாங்க போறதுனாலும் அவரையும் கூட்டிக்கொண்டுதான் போவார். ரெண்டுபேரும் ஒருத்தருக்கு ஒருத்தர் சளச்சவங்க இல்ல. ஊர்ல பாத்துக்கிற எடத்லல்லாம் மாட்டப் பத்தியேதான் பேச்சு. எளவு ஊட்லக் கோட மாட்டுப் பேச்சுதான் போவும். பக்கத்துல நிக்கிற ஆளுவோ "ஆகா வலத்துமாடும் எடத்துமாடும் ஒண்ணுகூடிட்டு, அவ்ளதான், கழுத்துலச் சலங்கயக் கட்டிக்கிட்டு குதிக்க ஆரம்பிச்சிருவானுக. இனி சுத்திருக்க ஒருத்தனும் வேற எந்தச் சேதியும் பேசமுடியாது"ன்னு சொல்லிச் சிரிப்பாங்க

உம்பளச்சேரி, தலக்காடு, கொற்கை, ஆய்மூர், அவரிக்காடு, தலஞாயிறு, கரியாபட்டணம்ன்னு உம்பளச்சேரி

வகமாட்டோட தாய்க்கிராமம் முழுக்க திரிஞ்சி அதச் சுத்தியும் பத்துப்பயஞ்சி ஊரு தரவு ஆளுவோலயெல்லாம் நேர்ல போய் ரெண்டியேரும் விசாரிச்சி ஊரு ஊரா அலஞ்சாச்சி, நாயலைச்ச பேயலைச்ச. ஆனா காள தெவயல. ஒவ்வொரு மாட்டுலயும் ஒவ்வொரு கழிப்பு. நெத்திப்பொட்டு, வெடிவாலு, வெங்கொளும்பு, தாடில எறசப் புள்ளி, நடுவட்டிரேகன்னு எல்லா அடையாளப் பொறுப்பு இருந்தாலும் தட்டுல பலம் இருக்காது. இல்லனா தட்டு அம்மலா இருக்கும். அதுவும் இருந்தா அடுத்து வெத கருப்பா இருக்கனுமேம்பார். வெத கருப்பா இருந்தா தார முடி வெள்ளயா இருக்கணும். அதுவே தார கருப்பா இருந்து வெத வெள்ளயா இருந்தா கழிப்பு. சந்துல மற இருந்தா கூட ஏத்துக்கலாம். பாக்க நல்லாதான் இருக்கும். ஆன நடுமுள்ளு வளையப்புடாது. அதோட முக்கியமா காளைக்கு நீர்ச்சுழி இருக்கப்புடாது. நீர்த்தாரைக்கு நேரா மேல நடுமுதுவுல விரல நிறுத்துனா அங்க ஒருச் சுழி கெடக்கணும், அது தாரைக்கு முன்னடி குல்லாப் பக்கமா கெடக்கணும். அதான் கணக்கு. அப்டி இருந்தா அதப் புள்ளையார் சுழிம்பாங்க. அதுவே முன்னடி இல்லாம தாரைக்கு பின்ன தட்டுப்பக்கம் கெடந்தா பின்சுழிம்பாங்க, செலபேரு நீர்ச்சுழிம்பாங்க அது கழிப்பு. ஆனா, இந்தக் கணக்கு பசுவுக்குக் கெடயாது. இருந்தாலும் கண்ணையாத்தேவரு பசுமாட்லயும் பின்சுழிய ஏத்துக்கமாட்டார். கோனார் வாதம் பண்ணுவார்.

“கண்ணையா பசுமாடு நீருடுறது பின்னடிதான? அதுல என்ன ஒனக்கு பிஞ்சுழிக் கணக்கு?”ம்பார். அதுக்கு கண்ணையாத் தேவரு, “எலேய் கோய்ந்தா, பேய்ப் புள்ளயானாலும் தாய் தவப்பன்ல பாதிம்பாவோ, பிஞ்சுழிப் பசு, போடுற காளக்கன்னு பிஞ்சுழியாதானடாப் போடும். இல்ல ஒனக்கு குல்லாவுல சுழியோட மெத்தச் சுழியாவா போடப்போவுது. செரி ஒனக்கு பிஞ்சுழிக் கழிப்புங்குற கணக்கு எதுக்காவங்குற? அந்தக் காளைக்கு எறங்குற கண்ணெல்லாம் ஒழவுல முண்டி இழுக்காது, பிந்துங் குறத்துக்காவதான? அப்பறம் தந்தைக்கு உண்டானதுதானே

தாய்க்கும்” ம்பார். பதிலுக்கு கோனார் “ஆமா ஆமா ஏத்துகுறேன்”ன்னு தலய ஆட்டிக்குவார்.

பொலிகாளைக்கும் செரி. பசுவுக்கும் செரி இந்த நீர்ச்சுழி ஆவாது. இது கழிப்புச்சுழி, இத இல்லாம இன்னும் அஞ்சு கழிப்புச்சுழி இருக்கு அதெல்லாம் இருக்குற கன்ன, காளைக்கே நிறுத்திருக்க மாட்டாங்க. செரினு இந்த சுழிகணக்கெல்லாம் சரியா இருந்தாலும் சிலக் கன்னுக்கு பின்னங்கால்ல பலம் இருக்காது. ஒடனே துண்ட ஒதறித் தோள்ல போட்டுக்கிட்டு, “வாடா கண்ணையா, வெள்ளிக் கெடங்குல ஒரு மாடு கெடக்குன்னாய்ங்க பாப்போம்”ன்னு கெளம்பிடுவார். ஆமா, காள, மாட்டுமேல ஏறி உழும்போது முழு ஒடம்பு எடயும் பின்னங்கால் ரெண்டுலதானத் தாங்கும். அப்ப அந்த கால் ரெண்டும் பலமா இருக்கனும்ல? அதுலயே இன்னொரு கணக்கும் இருக்கு, அப்படிக் காள ஏறி உழுவுறப்ப காளையோட வாலு தரயத் தொடப்புடாது. ஆமா, அதுக்கு மாடு தந்தரயில நாலுகாலயும் ஊனி நிக்கிறப்ப பின்னங்கால் மூட்டு மட்டத்துக்கு வால் நீளம் இருந்துச்சினு வைங்க அதாஞ் சரியான கணக்கு. அதுவே ஒரு நூல் கொறச்சி இருந்தா, காள நல்ல லட்சணம். ஆனா, மூட்டுக்கு கீழ மட்டும் வாலு எறங்கபுடாது, இதாம் பாடம்.

பின்னடி இந்தக் கணக்குனா முன்னடி பார்வைக்கு மொகம் கட்ட மொகமா இருக்கனும். வாழக்கா மாதிரி நீட்டமா இருக்கப்புடாது. பொட்டு அரசலமாதிரி எடமா இருக்கனும். அதுல ஒரு சுழிக் கெடக்கணும், ஒத்தையாதான் கெடக்கணும். இவ்வளவு இருந்தாலும் அந்த காள பாச்ச மாடா இருக்கப்புடாது. பதமா இருக்கணும். புடிக்கக் கொள்ள ஏதுவா இருக்கணும். கெடயில் காள அவுத்து நிக்கிறப்ப கோட்டவத்துலச் சனங்க போவ வர இருக்கக்குள்ற, அவங்களப் பாஞ்சிபுட்டுனா, வெரட்டுனா, பெரிய கரைச்சல், கெட்டபேரு. அதுக்குதான் ஊட்டுமறப்புக் கன்னா பாத்துப் புடிக்கணும். அது கன்னா இருக்கப்பப் பாத்தாலே தெரியும் எப்டி அமச்சலா வரும்னு. அப்டிப் பொடிக்கன்னாப் புடிக்கணும். பாச்சகாட்டாமப் பழக்கி

ஊட்டுப் பொம்பளயாளு புடிக்கக் கொள்ள கட்டுத்தறிக்கு நாலுபேரு வந்துபோவ பாத்துப் பழகுனா பக்குவத்துக்கு வந்துடும். இருந்தாலும் கொணக் கேடான மாடெல்லாம் இருக்கும். அதுவோள முழித்தெறிப்பா இருக்கதுலயும் பார்வையிலயுமே கோனாரு கண்டுக்குவார். இது எல்லாம் பாத்துப்பாத்து ஒன்றமாசம் அலஞ்சி ஒருவழியா ஒரு காளைய ஆய்மூர்ல புடிச்சார்.

அவருக்குத் தோதான காளையா ரெண்டு பல்லுலயே அத்தன அம்சத்தோடயும் ஒண்ணு அம்புட்டதுல கண்ணையாத்தேவருக்கும் ஏக சந்தோசம். இந்த அலைச்சல்ல அவரிக்காடு பக்கமா கண்ணையாத் தேவரும் ரெண்டு கிடேரி ஓட்டிகிட்டார்.

காளையக் கொண்டாந்து தில்லைவிளாகம் இடையர் காட்டுல கட்டுனதும் அந்தப்பக்கமா போற வார சனங்கல்லாம் கோனாருட்டத் திரும்பிப் பாக்காம போவாதுங்க. தெனம் வேதாம்பா காலயில் வாசத்தெளிச்சிக் கூட்ட வாசலுக்கு வாரப்ப, எதுத்தாப்ல கட்டுத்தறி கவணையில கெடக்ற காள, வாலச்சொழட்டி தலயத்தூக்கி அப்டி ஒரு சிலுப்பு சிலுப்பிப் பாக்கறதும், அங்குட்டு இங்குட்டுமா ஆங்காரமா நடபோடுறதையும் பாக்குறப்ப வேதாம்பாவுக்குப் பெரும பொங்கும். அப்டியே வெளக்கமாற தூர வீசிட்டு கோலமாவு கிண்ணத்தக் கீழ வச்சிட்டு முத்தத்துல இருந்தவடியே வழிச்சி நெட்டி முறிச்சிக்குவா.

அந்தவருசமே நூத்தியறுவது மாடு சேந்துச்சி. அடுத்தடுத்த வருசத்துல பக்கத்து ஊரெல்லாம் கேள்விப்பட்டு மாடு கொண்டாந்துட வந்ததுல மேய்க்கிறதுக்கு மேக்கொண்டு மூனாளு தேவப்பட்டுச்சி. அப்படியே கீழக்கரக்கோட்டவத்து லேருந்து மாட்ட அவுத்து ஓட்னாக்க மேலத்தொண்டயக்காட்ல உட்டு மேற்காக்க ஓட்டி தெக்காடு, அரமங்காடு, கழுவங் காடுனு போய் நாலு கோட்டவத்தையும் வளச்சி மத்தியான தண்ணிக்கு மூக்கறப்புள்ளையாரு கொளத்ல கொண்ட எறக்கலாம். அதுதான் ஏந்தளமா மூணு பக்கமும், வய மட்டத்துக்குக் கர கெடக்கும். மூணு பொறமும் நின்னு

மாடுவோ தண்ணிகுடிக்கிற அழக எங்கேருந்துப் பாக்கணும்னா? நேரா மேக்கரையில ரோட்டுப்பாட்டையில நிக்கிற புளியமர நெழல்ல நின்னு பாக்கணுமே! கம்பத் தரயில ஊனி கோனாரு அப்டியே ஒரு தலப்புலேருந்து பார்வய ஓட்டுவாரு, அடடடா! எத்ன நெத்திபொட்டு? எத்ன வெடிவாலு?

கெடக்கி வந்த பத்தாநாளு மாடு ஒன்னொன்னும் கெழங்குமாதிரி ஆயிடும். எங்கயாலும் நாலஞ்சு ஊரு தள்ளிருந்து செலத் தலயீத்துக் கிடேரி முத்திப்போய் வரும். வளுவடிக்கிறப்ப ஒரு உருப்படியானக் காள கெடைக்காம அங்க மேச்சத்தளவுல நிக்கிற ஊட்டுமறப்பு காளக் கன்னுட்டிவோ ஒயரம் பத்தாம ஏறி உளுந்து ஒண்ணுக்கும் ஆவாம திரிஞ்சிருக்கும். ஒழுங்கா நேரத்துக்கு பலம்பட்ருந்தா இந்நேரம் கறவையில இருக்கவேண்டிய மாடு. மாட்டுக் காரனுக்கும் ஒரு வருசம் கட்டியிழுத்தது நட்டம், மாடும் மாடாவாம கெடைக்கு வந்து சேரும்.

கெடைக்கு வந்து சேந்து பருவத்துல வளுவடிச்சதும் காள மோந்துகிட்டு கிடேரிக் கிட்ட போனாக்க வெரண்டு ஓடும். காளையும் கெடைக்குள்ற உளுந்து வெரட்டிப்போய் நாலு திருப்பம் தாண்டி கிடேரி களைச்சி நிக்கிறப்ப ஏறி மிறிக்கும். ஒரு மிறிதான், ஒரே மிறி, கிடேரி அப்டியேக் குன்னிப்போவும். அப்பயே பலம்பட்ரும். ஆனி பொறந்து கோரயாத்துல தண்ணி வந்ததும் கிடேரி ஓட்ட வாரவோ மயிர்முறிச்சி நெறம்மாரி செனயா நிக்கிற தலயீத்துக் கிடேரியப் பாத்துட்டு அடையாளந் தெரியாம, “கோனார என்ன பரியாயம் பண்றியளா, இதுதான் எங்கக் கிடேரியா என்ன?”ன்னு கேக்க, வதுலுக்கு சிரிச்சிகிட்டே, “வித்து நல்வித்தா இருக்கப்போயிதான்டா வெளச்ச கண்ணப்பறிக்கிது அவுத்து ஓட்டும்” பார்.

கொஞ்சநாள்ல சுத்துபட்டு ஊர்ல இதே அரசலபொட்டு, கட்டமொகம், வெடிவாலோட நிறைய மாடுகன்னுக பொழங்க ஆரம்பிச்சிட்டு. ஒருவாட்டி கண்ணையாத்தேவர் என்ன பண்ணார்னா, பஞ்சினிக்கொளத்துல அவரு

மாமனாரூட்ல எள்ளு ஒரு பத்துமூட்ட இருப்புல இருந்துச்சி, அத மதுக்கூரு சந்தைக்கு ஏத்திட்டுப் போவனும்னு கோனாரக் கூப்ட்ராரு. செரினு சந்தையில எள்ளு விக்க மூட்டையள ஏத்திகிட்டு ரெண்டு பேரும் போறாங்க. கோனாருதான் பாலையாத் தேவரூட்டு செம்பனாவூரு கோர்வ வண்டிய ஓட்டிகிட்டுப் போறாரு. போறவழில பெருகவாழ்ந்தானுக்கு அங்குட்டு இவரு காள சாயல்லே ஒரு எடத்துமாடு கொம்படிச்சி, மோரசூடு சுட்டுத் தொடச்சூடு இழுத்து மோத்தடிய கழுத்துல தாங்கி ஏர்ல போறதப் பாத்துட்டு மாட்டுவண்டித் தலக்கவுத்த இழுத்து, "ஓ... ஓ..."னு நிப்பாட்டி செத்தநேரம் எள்ளுமூட்ட மேல ஒக்காந்தவுடியே ஒழவுல போற மாட்டயேப் பாத்துட்டு இருந்தாரு.

ஒழவுல நின்ன ஆளு மேழிப் புடிச்சி உழுதுகிட்டே அடுத்த விளா பாத ஓரமா வரும்போது இவர நிமுந்து பாக்கவும், கோனாரு, "ஐயாபுள்ள எடத்து மாடு முழித் தெறிப்பா இருக்கே எங்கடி வாங்குனிய?"னுக் கேக்கவும், பதிலுக்கு, "முத்துப்பேட்டைக்கு அங்குட்டு தில்லாளத்துல வாங்குனதுய்யா. வலத்துமாடு ஆறாம்பல்லு ஆனா, இது என்னமோ நாலாம்பல்லுதான். இருந்தாலும், ஒழவுல ரசகண்டன், ஆறாம்பல்லுக்கு ஈடுகுடுத்து முண்டிப்போவும் தங்கமான மாடு"ங்கவும் கோனார் பின்னடி திரும்பி கண்ணையாத் தேவரப் பெரும பொங்கப் பாத்தார். கண்ணயாத் தேவரு வாயெல்லாம் பல்லாத்தெரிய சந்தோசமா சிரிச்சி, "இன்னும் பத்து தலமொறைக்கு நம்மச் சக்கரம் சுத்தும். நீ ஓட்டு கோயிந்தா"ங்கவும் கோனார் தலக்கவுத்தச் சுண்டி "அக்க்ரேய்" னார்.

கோனார் ஒரு கைய கட்லுக் கால்ல ஊனி மெதுவா அழுத்தங்குடுத்து எழுந்து ஒக்காந்தார். அன்னாந்துப் பாத்தபோது, ரோகினி பெரண்டு நெலவு உச்சியில் கெடந்தது. நடுச்சாமத்த தாண்டிட்னு மனசுக்குள்ற சொல்லிக்கிட்டுக் கேத்தல எடுத்து மூடியத் தொறந்து டீத்தண்ணிய ஊத்தி ஊதிவிட்டுக் குடிக்க ஆரம்பிச்சார்.

ஊதக் காத்தா இருந்தது, இப்ப அமந்து, லேசா வருடிக் கொண்டு போனது திரும்பிக் கிடையப் பாத்தார். ரெண்டொன்னு வரப்பத் தாண்டி ராமேச்சல்ல நின்னுச்சி. பெரும்பாலும் படுத்து அசவெட்டிகிட்டுக் கெடந்துச்சி. கடசி மொணறு டீயக் குடிச்சிட்டு கேத்தல வச்சிட்டுக் காதோரம் இருந்த பீடியப் பத்தவச்சிக்கிட்டார். திரும்பத் தீப்பெட்டிய இடுப்புல வைக்கும்போது ரெண்டு பீடி மீதமிருப்பது விரலுக்கு உறுத்தியது.

“போய்ச் சேந்துருக்கணும்” ஏதாவது ஒரு முடிவுல போயிருந்துருக்கலாம். இருவது வயசுல கெடய மறைக் கிறேன்னு கருவக் காட்டுக்குள்ற பூந்து போம்போது நல்லபாம்பக் கால்ல மிறிச்சாச்சு. வால மிறிச்சிருந்தா அப்படியே திருப்பிக்கிட்டு கெண்டக் கால்ல புடுங்கிருக்கும். நிம்மதியா மூனேமுக்கா நாழில போய்ச் சேந்திருக்கலாம். அப்பன் வேலுக் கோனானுக்கு விரியம்பாம்பு, தலப்புள்ள கோயிந்தக் கோனானுக்கு நல்லபாம்புனுப் பேரெடுத்துருக் கலாம். ஆனா, கெட நடுவக் கெடந்து சாவுற மாதிரி யோகம் எல்லாக் கோனானுக்கும் வாய்க்குமா என்ன? ஏன்னா பாம்ப மிறிச்சது என்னமோ நல்லா நடு படத்துல மிறிச்சாச்சி, பாம்பு காலச் சுத்திட்டு, இடுப்புல இருந்த சூரிய எடுத்து குதிகால்ல மிதிபட்டருந்த பாம்பத் தலயறுத்துக் கொத்தித் தூர எரிஞ்சிட்டு, மாட்டப் போய் மறச்சி கெழக் காக்க மடக்கியுட்டது நெனவு வருது. அப்பயே போயிருந்தா இப்ப என்ன கெட்டுப்போயிறப் போவுது? இந்த நெலவுதான் வராதா? இல்ல நாளைக்கு பொழுதுதான் விடியாதா? கடசி இழுப்பு இழுத்து, கட்டுலுக் கால்ல தேய்ச்சி அணைச்சித் தூரவீசினார்.

இல்லனா ரெண்டு வருசத்துக்கு முன்னடி ஒரு கொள்ள நோயி வந்துச்சேக் கொரனானு. கஜாபுயல்ல நல்லா காச்சமரமெல்லாம் மடார் மடார்னு ஒடிச்சிகிட்டு உளுந்தமாதிரி, ஊருல நல்ல மனசு காரனுவோல்லாம் மாக்குமாக்குனு செத்தானுக. அதுதான் வேதாம்பாவையும் கொண்டு போனுச்சி. பெத்த ஆத்தாளக் காலராக் கொண்டு

போனுச்சி. கட்டுன பொஞ்சாதியக் கொரனா கொண்டு போனுச்சி. ஆனா, நமக்கு அந்த எளவு வந்துருக்கப்புடாதா? நம்பளும் பத்துநாளு இழுத்து பாத்துட்டு செத்துருக்கலாம். அந்தக் கொடுப்னையும் நமக்கு இப்பைக்கு இல்லனு நெனைக்கிறேன். இன்னும் இருக்கப்போற சொச்சகாலத்துல என்னலாம் அனுவவிக்கக் காத்துருக்கோ இந்த ஏமனுக்கு இன்னுமா ஓல வல்ல?ன்னு நெனச்சதும் கண்ணுல தண்ணிக் கோத்தது.

மேல போத்திருந்த துண்ட எடுத்து கண்ணத் தொடச்சிக் கிட்டு தலைக்கி முண்டாசா இறுக்கிக் கட்டினார். இப்பக் கொஞ்சம் தெம்பு வந்தது. இதுக்குமேல இந்த நெனப்ப ஓட்டப்புடாதுனு நிமுந்து கெழக்கையும் மேற்கயும் பாத்துட்டு எச்ச காரித் துப்பிட்டு தொண்டயக் கனச்சி ஆரம்பிக்கிறார்,

"தா..னான தன்னா னன்ன தன்னானா.... யே... தன்னானா...."னு ராகம் கூட்டிப் பாக்குறார்.

ரொம்ப மனசு சந்தோசமா இருந்தாதான் கோனார் வாயத் தொறந்து ராகம் கூட்டிப் பாடுவார். இப்படிப் பாடி பலகாலமாயிட்டு. பெரும்பாலும் அவரா சொந்தமா இட்டுக்கட்டிதான் பாடுவார். அதுல வார வார்த்தைங்க பெரும்பாலும் அவருடைய அப்போதைய மனநிலை சொல்வதாக இருக்கும்.

"தா..னான தன்னா னன்ன தன்னானா.... யே... தன்னானா...." ம்ம்ம்ம்....புடிபட்டுட்டு...முகம்மலர... உச்சத் துக்குக் குரலெடுத்தார்

"கோனாரு ஆட்டுக்குட்டி கத்துதே - அது
கூட்டை வளைத்துக்கொண்டு சுத்துதே...
கூடி சனங்கலெல்லாம்-குந்தி
ஓலமிட்டு அழுவையில்
இது ஆவாத கதையென்று கத்துதே - வெட்டி
தும்பருத்து துள்ளிக் கிட்டு சுத்துதே..."

ரெண்டுவரி பாடுனதும் மனசு லேசாகி சிரிப்பு வந்தது கோனாருக்கு. கயித்துக் கட்டிலில் ஒக்காந்தபடியே கை ரெண்டையும் தலைக்கு மேலாகக் குவித்துத் தாளத்துக்குத் தக்க தட்டிக்கொண்டு தன்னை மறந்து அதே வரிய திரும்பப் பாடிப்பார்த்தார்.

பாடி முடித்ததுமே அடுத்தவரி பிடிபட்டது ... ம்ம்ம்ம்....

“கோனாரு ஆட்டுக்குட்டி கத்துதே - அது
கூட்டை வளைத்துக்கொண்டு சுத்துதே
ஆத்தங்கரை மீதினிலே -கூடு
ஆகுதியில் வேகயிலே -இனி
ஆனந்தம் மட்டுமென்று கத்துதே - ஆட்டுக்குட்டி
ஆட்டம் போட்டுக்கொண்டு சுத்துதே...
கோனாரு ஆட்டுக்குட்டி கத்துதே - அது

கூட்டை வளைத்துக்கொண்டு...”ன்னு, பாட்டுல முழுசா மூழ்கி பாடிட்டு இருக்கும்போது “ம்மா... ம்மா... ம்மா...”ன்னு கத்தியபடி பின்னடி கெட மாடெல்லாம் வெடவெடனு வெறிச்சி எழுந்தது. கோனார், பதட்டமாகி முண்டாச அவுத்துக்கிட்டுத் திரும்பித் பார்த்தார்.

என்னடாது? பாம்பா இருக்குமோ? இல்ல உடும்பா இருக்குமா? வேற ஏதும் கெடைக்குள்ற பூந்துட்டா?, ஒருவேள நரி கிரி ஏதும் பூந்துருக்குமோ?ன்னு பாக்கையில ஒடனே அடுத்த நொடியே மாடுங்க எல்லாம் அமைதியாகிப் பொடுபொடுனு குந்துனாப்ல படுக்குது. இது இன்னும் ஆச்சரியமா இருக்கு. இத்தன வருச அனுவத்துல இப்படி ஒண்ணு நடந்ததே இல்ல. எப்டி பதட்டமான கெட அடுத்த நொடியே அமைதியாவும்? பாத்துகிட்டே இருந்தார். ஆனா, பயப்புடல. ஒவ்வொரு மாடா படுத்து வடக்குக் கடசி நெறையில நின்ன மாடுவோலும் படுத்த பிறகு தெரியிது, அங்க பங்குத்தளவடில பெரியவரப்படில ஒரு நல்ல மொரட்டு எருமக்கிடா ஒண்ணு தலையத் தூக்கிப் பாத்துகிட்டு நிக்கிறது தெரியிது. நெலவு எரிக்கிறதுக்கும்

அதுக்கும் அதோட அத்தன அசைவும் நல்லாத்தெரியிது, தலய ஒருச் சிலுப்புச் சிலுப்பிட்டு பெரியவரப்புல குமிஞ்சி பரட்டுப்பரட்டுனு மேஞ்சி மறுவுடி தலயத் தூக்கி நிமுந்துப் பாக்குறது கோட நல்லாத் தெரியிது.

இது எங்க இங்க வந்துச்சி. சந்தனக் கோனாங் எருமக்கெடயிலேருந்து வந்துட்டா? அது எப்டி கெட மாட்ட உட்டுட்டு வரும்னு நெனக்கிறப்பயே, இது அவம்மாடு இல்லயே, அதோட இது ஒரு பங்கு மொரடா இருக்கேனு நெனைக்கிறப்பதான் பக்கத்துல கொஞ்சம் தள்ளி ஒரு ஆளு ஒக்காந்து ஒண்ணுக்கு இருக்கது தெரிஞ்சிது. இருந்துட்டு அந்தாளு எந்திரிச்சி தெக்காக்கத் திரும்பி இவரு படுத்துருக்க எடத்தப் பாக்க வாராப்ல. நெஞ்சி நல்லா எடம்மொழமா இருக்கு. ஆளு, நல்லா வாட ஒசந்த ஆளு. நம்மூருல இப்டி ஒரு ஆளப்பாத்ததே இல்லையேனு கோனார் நெனச்சிட்டு இருக்கப்பயே,

"என்ன கோனாரே சவுரியமா இருக்கியளா?" ங்கவும், கொரல்ல அவ்ளோக் கனிவு. பழக்கப்பட்ட கொரலு மாதிரியும் இருக்கு ஆனா ஆளு யார்னுப் புடிபடல. கோனார் தொண்டைய "ம்க்கூர்ம்ம்"னு செருமிக்கொண்டு "பெரியாணு நீங்க யார்னு கெழவனுக்குப் புடிபடலயே" ங்கவும், எதிரில் வந்து நின்னு இடுப்புல ரெண்டு கையக் கொடுத்து கோனாரப் பாத்து மெலிதான ஒலியில் சிரித்தது அந்த உருவம்.

நெலாவெளிச்சத்துல கிட்ட நெருங்கி வந்ததும்தான் உருவம் புரியிது. நெத்தில பட்ட, தலமுடி நல்லா வளந்து தோள்ல கெடந்து காத்துல அலயிது. மொகத்துல கொத்துமீச, எடது தோள்ல சுருக்குக் கவுரு தொங்குது, இடுப்புல ஒல சொருவிருக்கு. கோனாருக்குச் சிரிப்பும் சந்தோசமும் பொங்கியது. "அடடே வாப்பா வாப்பா! இப்பதான் தெசக் கண்டுபுடிச்சியாக்கும். ஒக்காரு ஒக்காரு"னு கயித்துக் கட்டில்ல நவந்து ஒக்கார எடங்குடுத்தார்.

"இல்ல கோனாரே நேரம் நெருங்கிட்டு, கௌம்பு வோமா?"ங்கவும்

"அட செத்த ஒக்காரப்பா, வெள்ளி காரிச்சதும் கௌம்புவோம். நடுச்சாமத்துல யாங் கெடய உட்டுட்டுப் போவானா"ங்கவும், சரினுட்டுக் கயித்துக்கட்டிலை நெருங்கி வந்து இரண்டு கைகளாலும் அழுத்திப்பாத்து "என்னோட எடயத் தாங்குமா கோனாரே"ங்கவும்,

"நல்லக்கத, நீயொரு ஆளப்பா, நொச்சிக் கம்புல கோத்தது. ஒங்க எமலோகமே தாங்கும். ஒக்காரு, ஒக்காரு" என்றார். எமதர்மராசன் சிரித்துக் கொண்டு தெக்கப் பாக்க ஒக்காந்தான். கோனார் ஒத்தக்கால மடிச்சி கட்டில்லப் போட்டு மறுகாலத் தொங்கப்போட்டு எமனப் பாக்கத் திரும்பி ஒக்காந்தார்.

கோனார் எமனை வச்சகண்ணு வாங்காமப் பாத்தார். சும்மா ரெழவக்காளமாரி என்ன ஒரு வாளிப்பான ஒடம்பு, உட்டா ஒரு வண்டி மாட்ட தலயக்குடுத்து ஒண்டியா தூக்கிருவான் போலயே?! என்னத்தத் திம்பான் ஒரு வேளைக்கு? ஒரு செம்பிலியாட்ட முழுசாத் திம்பானோ'ன்னு நெனச்சி மனசுக்குள்ற சிரிச்சிக்கிட்டார்.

எமன் வெறுமனே தென்னக்காத்துக்கு முகம் குடுத்து மூச்சை இழுத்துக் கொண்டார்.

"அப்பறம், மேல மழதண்ணியெல்லாம் எப்டி? சாவடி சரிகட்டையல்லாம் எப்படிப் போவுது?"ன்னு தன் மொழங் கொட்டாச்சத் தடவிக்கொண்டு கோனார் உற்சாகமாக ஆரம்பித்தார்.

"எல்லாம் அமோகமாப் போவுது கோனாரே, நீங்க இல்லாதது ஒண்ணுதான் கொற"ங்கவும்

"அது சரி"ன்னு கோனார் சிரித்துக்கொண்டே சொல்ல, இருவரும் சிரித்துக் கொண்டனர். "இந்தா, குளுருக்கு ஒரு பீடியப் பத்தவை"ன்னு எமனுக்கு ஒண்ணு குடுத்துட்டு இன்னொரு பீடிய சந்தோசமா ஒதட்ல பொருத்திக்கொண்டு

பத்தவைத்தார். நெருப்பு அணையாம கையக் காத்துக்கு அணைவா வைத்துக் கொண்டு எமனிடம் நீட்டினார். குனிந்து தீயில் பீடி காட்டி இழுக்கையில் எமன் முகம் தீயில் பளபளத்தது. மாசுமருவில்லா மொகம். பெத்த புள்ளய பாக்குறமாதிரி கோனாருக்குத் தோணுச்சி. கண்ணு கலங்கியது.

பீடிய வலித்துகொண்டு எமன் சொன்னான், "கோனாரே நீங்க வாழ்க்கபூரா புடிச்ச தொழில மனமொவந்து பண்ணிருக்கீங்க. ஆனா இப்ப இங்க எவனுக்குமே 'ஜாப் சேட்டிஸ்ப்பேக்ஷனே' இல்ல, தெரியுமா?"

"சாப் சாட்டிசேப்சனா அப்டினா?"

"அதாவது, அவனுவோ செய்யிற வேல அவனுவோளுக்கேப் புடிக்கல கோனாரே, பல பேரு 'ஸ்ட்ரெஸ்'ன்றானுக 'ஒர்க் டென்ஷன்'றானுக மண்டையப் பிச்சிகிறானுக. ஒண்ணு தற்கொல பண்ணிக்கிறானுக, இல்ல ரத்தக்கொழா வெடிச்சி மேல வந்துறானுக. இப்ப எளஞ்செட்டுகள நா கீழ வந்து அழைச்சிட்டு போவ வேண்டிய அவசியமே இல்ல"

"சர்த்தான் வேல மிச்சம் உடு"ன்னு கோனார் சிரிக்கவும், அதற்கு எமன் பதிலுக்குச் சிரிக்காமல் சோகமாக முகத்தை வைத்துகொண்டு, "ஆனா ஒங்களுக்கு ஒண்ணுத் தெரியுமா? எனக்குமே நான் செய்யிற வேல புடிக்கல அயோக்கியப் பயலுகள அள்ளிட்டுப் போவையில இருக்க சந்தோசம், பூவையும் பிஞ்சையும் ஆஞ்சிட்டுப் போறப்ப இல்ல. நல்ல மனுசமக்கள கொண்டுபோறதுக்கும் சிவனார் கட்டளப் போடுறார் மீற முடியல. மனசு சங்கடமா இருக்கு" என்று சொல்லும்போதே எமனுக்குக் கண்ணு கலங்கியது.

கோனார் மெலிதாக சிரித்தபடி, பொலிகாளத் திமிலு மாதிரி இருந்த எமன் தோள்ல கைய வச்சி "பெரியாணு, வெதப்புனு ஒண்ணு இருந்தா அறுப்புனு ஒண்ணு இருக்கனும்தானே. நாலுமாவுக்கு ஒரு கோட்ட நாத்துதான் புடிக்கும்னா அவ்ளதான் உடமுடியும். அத்தோட சொல்றத முடிக்கிற வெறும் கருவிதான் நீ. இத நீ மண்டையிலப்

போட்டுக்காம வேலைல கண்ணா இரு”ன்னு கோனாரு முடிக்கவும் எமன் கொஞ்சம் ஆசுவாசமடைந்தான்.

அதற்குள் எரும தெக்காக்க மேஞ்சிக்கொண்டே இவர்கள் இருக்குமெடம் வந்து சேந்தது. எருமயப் பாத்துக்கொண்டே கோனார், “கெடா நல்ல வாளிப்பா இருக்கு. ஆனா சரடு குத்தல, தொண்டுக் கவுரு போடல மொட்டயா நிக்கிதே!”னு கேட்டதுக்கு, “அது என்னோட சொல் பேச்சு கேக்கும் கோனாரே. ஆனா அங்க மேல சொன்ன பேச்சிக் கேக்காத பத்துப் பயஞ்சி சண்டி மாடுவோ இருக்கத்தான் செய்யிது” ன்னார்.

“அதுசெரி, மேல கெட சேக்குறத நடமொறயெல்லாம் உண்டா?”ன்னு கேட்டார் கோனார்.

“இல்ல, இப்ப அந்த நடமொற உட்டுப்போச்சி. இங்கக் கீழேருந்து வேலுக் கோனாரு, முத்தையாக் கோனாரு, ராமசாமிக் கோனாரு, வீரமுத்துக் கோனார்னு நெறையப்பேரு வந்தாக. வெகுகாலம் பாத்தாக. அப்பறம் ஒருநா சிவனார் வந்து எமலோகத்துல தங்கிப் பேசுனதக் கேட்டதும், பூரா பேரும் ஒஞ்சி தவத்துல எறங்கிட்டாக. இப்ப மாடுவோ எல்லாம் அங்க அலங்க மலங்கடிச்சிக் கெடக்குது”

“ங்கொப்புறான ஊரக் கெடுக்குற சாமி, செரி தவத்தச் சொல்லிக் குடுத்துட்டு அவ்வொக் குண்டிய எதுல வச்சி சிவலோகம் போனாவோளாம்? வெடமேலதான. மாட்ட பெருக்காமப் பழக்காம இருந்தா எப்டிச் சவாரி போறதாம்? நா வந்தனா நாக்கப் புடுங்குற மாதிரி நாலு கேள்வி கேப்பேன்”ங்கவும், எமன் சிரிப்பை அடக்க முயற்சி பண்ணி நாக்கக் கடித்துக் கொண்டான். சிரிக்கப்புடாதுனு மனசுக்கு சொல்லிக்கிட்டாலும், கணத்துக்குக் கணம் ஏழு லோகத் துலயும் நடக்குறது அத்தனையும் சிவனார் ஞானதிருஷ்டியால் அறிவார் என்பதால் இதுவே நேர்ல கேட்டமாதிரிதான்னு எமனுக்குத் தோணுச்சி.

கோனார் எதற்கோ தயாரானதுபோல ரெண்டு கையாலயும் தாந் தலயக் கோதிக்கொண்டு, “செரி செரி,

முறுக்காத்தி தோது பண்ணனும் தும்பு, சரடு, குதிகவுறு கோணியூசியெல்லாம் இருக்கா இல்ல நா கொட்டாவடில போயி எடுத்துட்டு வரவா?"னு கேக்க, அதுக்கு எமன் சிரிச்சி "ஏதே கோணியூசியா, இங்கேருந்து காதறுந்த ஊசியகோடக் மேலக் கொண்டுவரப்புடாதுனு சிவனார் சொல்லிருக்காரு, மருதவாணங் கததான் தெரியுமே ஒங்களுக்கு" ங்கவும்

"அதுசெரி. நல்லக் கதகாரனப்பா அவன், அங்கபோய் சத்துரத்துல மல்லாக்கப் படுத்துருக்கன்னா வெறுங்கைய வீசிகிட்டு வரலாம். மாடு வெரட்டுறதுனா என்னக் கோமணத்த அவுத்து சூச்சூ சூச்சூங்கறதாமா"ன்னு கோனாரு கேட்கவும், எமன் திடுதிடுதிடுனு சிரிக்க ஆரம்பிச்சிட்டான். மறுபடி மாடுகள் வெறித்துக் கிளம்பின. எமன் கிடையப் பாக்கத் திரும்பி வாய்குவித்து காத்தை "ப்பூ"ன்னு ஊதவும் மந்திரத்துக்குக் கட்டுப்பட்டதுபோல கிடை அடங்கியது.

கீழ்வானில் வெள்ளி மினுங்கியது. கோனார் எழுந்து எருமைய நோக்கி மெல்ல நடந்து நாக்கை மடித்துப் போட்டு கடவாய் வழியாக "ழக் ழக் ழக்"னு ஒலிகூட்டினார். எருமை திரும்பிப் பாத்தது "ஆயிம்பா ஆயிம்பா"ங்கவும் கிட்ட வந்து கோனார் பொறங்கைய நக்கியது. எமதருமராசன் கட்ல ஒக்காந்தவடியே உதட்டில் மென்சிரிப்புக் கோடாக இழுபட, வந்த வாகனத்தையும் கோனாரையும் வச்சகண்ணு வாங்காம பார்த்திருந்தான்.

கோனார் பெரியவரப்பில் ஏறி வடக்காக்கத் திரும்பி நின்னு இடுப்புல சுத்திருந்த நாலுமொழ வேட்டிய அவுத்து, கோமணத்தோட நின்றபடி 'படார் படார்'ன்னு ரெண்டு ஒதறு ஒதறினார். ஒதறிபுட்டு வேட்டிய இடுப்புல நல்லா ஏத்தி கட்டி இறுக்கிக்கொண்டார். பெருந்துண்டா முண்டாசு கட்டிருந்தத அவுத்து அதையும் ஒரு ஒதறு ஒதறி போத்திக்கொண்டு முகமெல்லாம் சந்தோச ரேகையைப் படர விட்டு எமனைப் பார்த்தார்.

எமன் கட்டில் பக்கத்தில் கெடந்த மூங்கிக் கம்பை எடுத்துக் கொண்டு நடந்துபோய் கோனார் கையில்

கொடுத்துவிட்டு எருமைமேல் ஏறி பெரிய வரப்புப் பக்கத்தில் கோனார் ஏறி ஒக்கார வாகாக நிறுத்தினார். கோனார் கம்பை ஊனி மாட்டுமேல ஒக்காந்து எமந்தோள்ல கைய வச்சிகிட்டு மூங்கிக் கம்பை கிடைமட்டமாக மடியில் வைத்துகொண்டார்.

எரும தெக்கப் பாக்க மெதுநடையாக நடந்தது.

எமன்,"கோனாரே இந்தக் கம்ப வீசுங்க. அந்தாளு நசநசம் பாரு"ங்கவும் "யேன் அவன் மட்டும் இந்த வெளிமுழுக்க சூலாயிதத்தோடதான் திரியிறான். நம்ப ஏதாவது கேட்டமா? நீ போ நாம்பேசிக்கிறேன்"ன்னாரு அழுத்தத் திருத்தமாக. "என்னவோப் பண்ணுங்க சிவராத்திரி அன்னைக்கு ஏழு லோகமும் பார்வயிடப் போறப்ப அங்கயும் வருவாரு அப்ப நீங்களாச்சு அவராச்சு"னு எமன் முடிச்சிக்கிட்டான்.

எருமை மெதுநடய ஒதறி நாலுகால் பாச்சலில் வேகமெடுத்தது. ஆத்துக்கரயில ஏறித் தெக்காகத் திரும்பி வெரசாப் போனது. அலுங்கல குலுங்கல. தொண்டயக்காட்டுப் பாலத்தத் தாண்டி தெக்க அளத்தத் தொட்டதும், வான்தாவி காலெடுத்துப் போட்டது. கோனாருக்கு, கெழதாங்கியாத்து இழுப்புத்தண்ணில தண்ணியோட தண்ணியா இழுத்துட்டுப் போறமாதிரித் தோணுது. எதுத்தாப்ல அலையாத்திக்காடும் ஓடவும் ஒன்னறிபின்னறியாக் கெடக்கு. அதுக்குங்தெக்க பாத்தாக்க கங்கொள்ளாக் காச்சி, செறுவயசுல இவரு ஆயா தயிரு சிலுப்பகுள்ள, சலேர் ச்சலேர் னு அங்குட்டு இங்குட்டும் நொறயாப் பொங்கும், அதுமாதிரி கெத்து கெத்துனு கடல்த்தண்ணி அலயடிக்கிது. மேலேர்ருந்து பாக்ககுள்ற நெலா வெளிச்சத்துக்குக் வெள்ளவெள்ளேர்னு பாலாக் கெடக்கு. ஏதோ நினைவு வந்தவராக திரும்பி வானத்திலிருந்துக் கோட்டவத்தக் குனிஞ்சிப்பாத்தார், கிடைமாடுகள் எல்லாம் வான்பார்த்து அண்ணாந்து நின்றன.

விடியகாலம் கோயிலடி சவுந்துரு கடையில டீ குடிச்சிட்டுருந்த பொதுவுடைக்குப் போன்ல சேதி வந்ததும் எமகா கோட்டவத்தை நோக்கி விரைந்தது

"நெஞ்சடில இன்னும் கதகதப்பு இருக்கு. ஆனா, மூச்சு சுத்தமா இல்ல, உள்ளங்கால் சல்லுட்டுப் போயிட்டு. இப்பதான் முடிஞ்சிருக்கும் போல" போன்ல வந்த சேதி, பொதுவுட காதில் மறுபடி மறுபடி ஒலித்தது. கண்ணுலேருந்து வழிஞ்சு எதிர்காத்துக்கு பக்கவாட்டில் கிடைமட்டமாக கோடாக இழுபட்டுப் பயணமாகி காதுமடலைத் தொட்டு விசிறியடித்தது, கண்ணீர். ●

உயிர் எழுத்து, நவம்பர் 2024

24

உறுமீன்

தேவிலிங்கம்

பாலு! எதிர்த்த டீக்கடையில மூணு டீ சொல்லேன். என்று பாலுவை நிமிர்ந்துக்கூட பார்க்காமல் வேலையில் மும்முரமாக இருப்பதாக காட்டிக்கொண்டு, எதிரே ஸ்டூலில் உடல் முழுவதும் பொருந்தாமல், அசௌகரிகமாக, மிதிவண்டியின் கேரியரில் ஏற்றப்பட்ட உப்பு மூட்டை போல புட்டங்கள் இருபுறமும் கொஞ்சமாக சரிந்து கொண்டிருக்க, அசைந்து அசைந்து ஸ்டூலின் மையத்தில் சரியாக பொருத்திக்கொள்ள முயன்றவாறே! மோதிரங்கள் அடங்கிய டிரேயை பார்த்துக் கொண்டிருந்த பெண்ணைப் பார்த்து

"அக்கா டீ குடிக்கிறீங்களா? காபி சொல்லவா?

இங்க டீ சூப்பரா இருக்குங்கா, இஞ்சியெல்லாம் தட்டிப்போட்டு, குடிச்சிப்பாருங்க, பாப்பா உங்க பொண்ணா?

டீக் குடிக்குமா? பால் சொல்லவாக்கா? என்று சிரித்த முகமாக கேட்டுக் கொண்டிருந்தான் ரத்ன வேல்.

எங்கையோ பார்த்தவாறு, எதோ யோசனையில் இருந்த பாலு, வேலுவின் குரலுக்கு சட்டென சிறிது அதிர்ந்து நிகழ்காலத்துக்கு வந்தவனாய்", என்ன! என்ன சொன்ன வேலு? என பதறி தன்னிடம் டீ சொல்லச் சொன்னது உண்மையா என அதிர்ந்து வேலுவை பார்த்தான் பாலு.

அங்கே பாதியாக உடைக்கப்பட்ட பானையில் உமி நிரப்பப்பட்டு, ஊதுகுழலால் நன்றாக ஊதி, தங்கம் உருக்கப்பட்டுக் கொண்டிருந்தது. சிவந்த நெருப்பில் உருகத் தொடங்கிய மஞ்சள் தங்கக் குழம்பென, கொதிக்கத் தொடங்கிய இதயத்தோடு, யோசனையாக பதில் எதுவும் சொல்லாத வேலுவைப்பார்த்துக்கொண்டே, சிறிது தளர்ந்து வேட்டியை அவிழ்த்து நன்றாக முடிந்துக்கொண்டே, டீ சொல்வதற்காக எதிர்த்த கடைக்கு சென்றான் பாலு.

கடை ஓரமாக, வியாபாரத்துக்கு எந்த இடையூறும் இல்லாமல், இரண்டு நாற்காலிகள் போடப்பட்டிருக்கும். அது தினம் ஊரில் நடக்கும் பிரச்சனைகளைப்பற்றி பேசிப்போகும் நண்பர்கள், உதவிக்கேட்டு வரும் உறவினர்கள், சாயங்கால நேரத்தில், கடையில் உள்ளவர்கள் டீக்குடிக்கும் நேரத்தில் வந்து கலந்துக் கொண்டு கிளுகிளுப்பான கதைகளை சொல்லிச் சிரித்து டீயும், வடையும் இலவசமாக சாப்பிட்டு விட்டுச் செல்பவர்கள், சும்மாவேனும் கடையை எட்டிப் பார்த்துவிட்டு செல்பவர்களுக்கானது. அங்கு தான் எப்பொழுதாவது பாலு வந்து அமர்வான்.

பாலுவும், ரத்னவேலுவும் பங்காளி வீட்டு அண்ணன் தம்பிகள். பாலுவின் பெரியப்பா பையன் தான் வேலு என்றாலும், இருவரும் நண்பர்கள் போலத்தான் இருப்பார்கள். எங்கு சென்றாலும் இருவரும் ஒன்றாகத்தான் செல்வார்கள். விளையாடுவார்கள். பாலுவின் தந்தை இராமசாமிக்கு ஐந்து பையன்கள். பாலு மூன்றாவது பையன். வேலுவின் தந்தை துரைக்கு ரொம்ப காலம் குழந்தை இல்லாமல் வெகுநாள் கழித்துதான் வேலு பிறந்தான்.

வீட்டிற்கு ஒரே பையன் என்பதால் இருபத்தியோரு வயதிலே வேலுக்கு திருமணம் முடிந்து, வரிசையாக மூன்று பெண்குழந்தைகள். வேலுவின் அப்பா, வேலுக்கு பெண்பார்த்த போது பெருக்கிக்கிடந்த சொத்தனைத்தையும் நிர்வாகம் பார்க்கும் பெண்ணாக தேடினார். அழகுக்கு முக்கியம் தரவில்லை. வயதுக்குறைந்த பெண்ணாக

இல்லாமல், வேலுவின் வயதிற்குசமமான வயதுடைய பெண்ணாக தேர்ந்தெடுத்து, திண்டுக்கல்லிருந்து பெண் பார்த்து திருமணம் செய்து வைத்தார்.

பாலுவிற்கோ, இரண்டு அண்ணன்களுக்கும் திருமணமாகி, மூன்றாவதாக இவன் முறை வரும் போது, மூன்று குழந்தைகளுக்கு தந்தையாகியிருந்தான் வேலு இருப்பினும் இரண்டு பேரும் மிக நெருங்கிய நண்பர்கள் போலவே இருந்தனர்.இருவருக்குள் எந்த ஒளிவு மறைவும் இருந்தது கிடையாது. பாலுவின் மனைவி கமலா, வயதில் மிகச் சிறியவள் கிராமத்து பெண், அழகி, கணவன் பட்டறை வேலை செய்து கொண்டு வரும் சொற்பப் பணத்தில் குடும்பம் நடத்திக்கொண்டு, அழகான மூன்று பெண் குழந்தைகளை பெற்று வளர்த்துக்கொண்டு, வருமானம் கையைக் கடிக்கும் பொழுது, மாடு வளர்த்து, பால் கறந்து விற்று, கட்டுச்செட்டாக, குடும்பத்தை கரையேற்றிக் கொண்டிருக்கிறாள்.

சென்ற வருடம் திருவிழாவுக்கு, மூன்று பெண் குழந்தைகளையும் கூட்டிக் கொண்டு நாகப்பட்டினம் நெல்லுக்கடை மாரியம்மன் கோவில் திருவிழாவுக்கு சென்று வந்தாள் கமலா. அங்குதான் கமலாவின் அக்கா ராணி இருக்கிறாள். இராணியின் கணவன் அங்கு மிகவும் பிரபலபமான நகைக்கடையில் வேலைப் பார்த்து வந்தான்.

திருவிழாக்கு வந்த நகைக்கடை முதலாளியின் மனைவி சியாமளா கண்களில் பாலுவின் மூத்த மகள் தாரிணி தென்பட்டிருக்கிறாள். எத்தனை பெரிய இடம். எவ்வளவு வசதியானவர்கள். திடீரென ஒரு நாள் வீட்டிற்கு வந்து அவர்களது மகனுக்கு, தாரிணியைப் பார்த்து பூ முடித்து நிச்சயதார்த்த நாளை குறித்துவிட்டு சென்று விட்டனர்.

பாலுவிற்கு எதுவுமே புரியவில்லை. எல்லாம் நாடகத்தில் நடப்பது போலிருந்தது. இன்னும் ஒருவாரம் தான் நிச்சயதார்த்ததிற்கு நாள் இருந்தது. கையில் எதுவும் இல்லை. அங்கையும், இங்கேயும் போட்டு பொரட்டி தாரிணிக்கு கழுத்தில் போடுவதற்கும், கையில் போடுவதற்கும் கொஞ்சம்

நகைகளை செய்து வைத்திருந்தான். பணக்கார சம்பந்தம் நிச்சயதார்த்ததின் போது, கல்யாண செலவிற்காக ஒரு ஐம்பதாயிரம் பணமாவது கொடுக்க வேண்டுமென்று சகலை முத்து கட்டாயமாக சொல்லி விட்டான்.

காலையில் எழுந்ததும் பணத்திற்கு என்ன செய்வதென்று தெரியாமல், வேலுவிடம் கேட்டுப் பார்க்கலாம் என யோசனை தோன்ற காலையில் சாப்பிடாமல் கூட, வேலுவின் நகைக் கடைக்கு வந்து விட்டான்.

என்னதான் மிகவும் நெருக்கமான நண்பர்கள் எனினும், இதுவரை எந்தக் கஷ்டமாக இருந்தாலும் ஒரு பைசாக்கூட பாலு வேலுவிடம் கேட்டதே இல்லை.

டீக்கடையில் மூன்று டீ சொல்லிவிட்டு, கண்ணாடி சீசாவில் கைவிட்டு இரண்டு ஊட்டி வருக்கிகளை வேலு கணக்கில் சொல்லிவிட்டு எடுத்துக்கொண்டான் பாலு. காலையில் சாப்பிடாமல் வந்தது வயிறு உள்ளே குழைந்து பசிக்கத் தொடங்கியது. இந்த பசிதான் எத்தனை மானங்கெட்டது. வேலு தன்னைப் பார்த்ததும் உணவருந்த அழைப்பான் என எண்ணி சாப்பிடாமல் வந்தது எவ்வளவு பெரிய தவறு. இங்குதானே பக்கம் என்று நயா பைசா எடுத்து வரவில்லை. இந்த பசி எவ்வளவு மானங்கெட்டது என்றால் அவமானப்படுத்தியவனை, அவமானத்தை ஒரு பொருட்டாவே எண்ணாமல் அவன் காசுலேயே திங்க சொல்கிறது. மரத்தடிக்கு கீழே மிகப்பசியில் உணவருந்தும் வேளையில் இடதுகையில் விழுந்த புறா எச்சத்தை தவிர்த்து உண்பது போல் என நினைத்துக்கொண்டான்.

எப்பொழுதும் கடைக்கு வந்தால் "வா பாலு என்று அழைக்கும் வேலு இன்று அழைக்கவே இல்லை. என்ன செய்தோம் ஏன் இவ்வாறு புறக்கணிக்கிறான் என ஒன்றுமே நினைவுக்குள் இல்லை. ஆனால் அவமானப்படுத்திகிறான் என்பது மட்டும் புரிந்தது.

குனிந்து கம்யூட்டர் தராசில் எடைப்போட்டுப் பார்த்துக் கொண்டிருந்த வேலு அரைக் கண்ணால் பாலு டீக்கடைக்கு

செல்வதைப் பார்த்துக் கொண்டிருந்தான். குழம்பிய முகத்தோடும், சிறிது அவமானத்தோடும் அவன் நகர்ந்து செல்வது வேலுவுக்கு மகிழ்ச்சி அளித்தது. நேற்றிரவு பிரேமா சொன்னது நினைவுக்கு வந்தது.

"ஏங்க தினமும் உங்களுக்கு தேவைப்படுதே, அலுக்கவே இல்லையாங்க,

இல்லைடி அப்பறம் எதுக்கு உன்னை உடம்பு முழுக்க நகைய போட்டு அலங்கரிச்சி. எதுகேட்டாலும் செஞ்சி கொடுத்து. சாப்பாடு போட்டு வச்சிருக்கேன். வான்னா வரணும், நில்லுன்னா நிக்கணும். படுன்னா படுக்கணும் புரியுதா? பேசாம வாய மூடிட்டு படுடி என்றவனிடம் இப்பொழுது எதுமே பேசமுடியாது என்று நன்கு அறிந்திருந்தாள் பிரேமா.

சிறிது நேரம் கழித்து களைத்து, தண்ணீர் கேட்டவனிடம் தண்ணீரைக் கொண்டுவந்து கொடுத்துவிட்டு மெதுவாக ஆரம்பித்தாள் பிரேமா "ஏங்க உங்களுக்கு விசயம் தெரியுமா? உங்க தம்பி பாலுவோட பொண்ணுக்கு கல்யாணமாம். நாம நம்ம பொண்ணுக்கு பேசிப் பார்க்கலாம்ன்னு வச்சிருந்தோம்ல்ல நாகப்பட்டினம் வரன். அந்த இடம் தானாங்க... நம்ப பொண்ணை விட ஐந்து வயசு இளசு தாரிணி. அதுக்கு என்ன இப்ப கல்யாணத்துக்கு அவசரம்? அதுவும் நம்ப பார்த்து வச்சிருக்கிற இடமே தான் முடிக் கணுமா? உங்க தம்பி இதைப்பத்தி எதாவது சொன்னாரா? அந்த கல்லூளி ஊமச்சி கமலா நேத்து வரைக்கும் கொல்லைல வந்து அடுப்பெரிக்க விறகெடுத்துப் போறா, நானும் வாயத் தொறந்து சொல்லுவா சொல்லு வான்னு பார்க்கிறேன். வாயத் தொறக்கலைங்க அப்பறம் சௌந்தரவல்லி அத்தை வந்திருந்தாங்க, அவுங்க சொன் னாங்க, பணத்துக்கு ரொம்ப அலைஞ்சிட்டு இருக்காங்களாம். உங்கள்ட்ட கேட்க வந்தாலும் வருவாரு. பணம் கொடுப் பீங்களா, மாட்டீங்களான்னு எனக்கு தெரியாது. நான் சொல்லிட்டேன் அவ்வளவு தான்" என்று கூறிவிட்டு வேலுவின் முகத்தை ஆராய்ந்தாள் பிரேமா. அவன் முகம்

இன்னதென புரிந்துக் கொள்ள முடியாத, உணர்விலிருந்தது ஜன்னலின் வழியாக படுக்கை அறைக்குள் ஒளிர்ந்துக் கொண்டிருந்தது தெருவிளக்கின் ஒளியில் நன்கு தெரிந்தது.

திரும்பிப்படுத்த பிரேமாவிற்கு, பாலுவின் மனைவி கமலாவின் மேல் இனம் தெரியாமல் கோபம் கோபமாக வந்தது. இருப்பதிலேயே அழகானவன் பாலு. தான் திருமணம் செய்து வரும்போதே, பாலுவிடம் ஒரு பிரியம் தனக்கு இருந்தது. அவனையும் கட்டிக்கொண்டாள். அழகான மகள்களையும் பெற்றுக்கொண்டாள். இப்பொழுது தன் மகளுக்கு பார்த்த வரனையும் மகளின் அழகை காண்பித்து சாதித்து விட்டாள். ஆயிரம் சவரன்களை கொட்டி வைத்திருக்கிறோம். இங்கே விட்டு விட்டு அங்கு போய் திருமணம் செய்கிறார்கள் என மனதிற்குள் மருவி மருவி உறங்கிவிட்டாள்.

வேலுவிற்கு பிரேமா கூறியதைக் கேட்டதும், வெகு நேரம் உறக்க வரவில்லை. இதுவரை எந்த விசயத்திலும் பாலுவிடம் தோற்கும் இடம் வாய்த்ததே இல்லை. இது முதல் முறை. தன் மகளுக்கு முன்னாடி இளையவளான பாலுவின் மகளுக்கு திருமணமா? மெல்லிய வெறுப்பொன்று சிறிது சிறிதாக அனல் வீசி பெரிதாகத் தொடங்கியது.

காலையில் பாலு வந்ததுமே, காசுக்காக தான் வந்திருக் கிறான் என வேலுவுக்கு நன்கு தெரிந்து விட்டது. இன்னும் சிறிது நேரத்தில் எதுவாவது சொல்லி கையேந்தப் போகிறான் என வேலுவைப் பார்த்தாலே எரிச்சலாக வந்தது பாலுவுக்கு, எப்படியும் தனித்திருக்கும் போதுதான் பணம் கேட்பான். அதனால் இருவரும் தனித்தில்லாமல் எதாவது ஒருவரை கூட வைத்துக்கொண்டு எதோ ஒன்றை பேசிக்கொண்டே இருந்தான் வேலு.

அதன் உச்சமாகத்தான் பாலுவை டீ வாங்கி வரச் சொன்னது. பாலுவும் நிலைமையை நொந்துக் கொண்டு டீயை வாங்கி வந்து கொடுத்துவிட்டு, எதுவும் பேசாமல் போய் நாற்காலியில் அமர்ந்து விட்டான்.

இன்று வேலுவிடம் பணம் வாங்கினால் தான் சமையல்காரருக்கு, பந்தல்காரருக்கு அட்வான்ஸ் கொடுக்க முடியும். அம்மாவாசை முடிந்து வளர்பிறையில் தான் அட்வான்ஸ் கொடுக்க வேண்டும் என கமலா சொன்னாள். மண்டபம் தேவை இல்லை. எதிர்த்த செல்லப்பா வீட்டு மாடியில் நிச்சயதார்த்தம் வைத்துக் கொள்ள சொல்லி விட்டார்கள். அப்பாடி மண்டப பணம் மிச்சம் என எண்ணியவன். தன்பக்கம் பார்க்கிறானா என வேலுவைப் பார்த்தான். அவன் இவனிடம் திரும்பிப் பார்க்கவே இல்லை.

காசுக்கு இல்லேன்னாலும் இதுவரை கௌரவத்து எந்த குறைச்சலும் இருந்ததில்லை. இந்த சமூகத்துல பாலுன்னா தரமா நகை செய்யறவன் பேரு எடுத்தவன். அப்பா கோவிந்தசாமிப் பத்தர் காலத்துல சுத்து வட்டாரத்துல திருமாங்கல்யம் செய்யணும்னா எப்படி அப்பா கைதான் ராசின்னு திருமாங்கல்யம் செய்வாங்களோ, அதேமாதிரி தான் இப்பவும் பாலுவுக்கு திருமாங்கல்யம் செய்யறதுல கிராக்கி இருந்தது. காப்பவுன்ல்ல மா பவுனு எடுத்துப்பான் பத்தன் சொல்றதெல்லாம் சரிதான். அந்த மாப்பவுனுக்கு பொடி ஊதி குப்பை சேர்த்து . வாய்கால் வெட்டி அலசி எடுத்தா, அந்த அலசுன கூலிக்கு கூட அந்த பவுனு கட்டாது வராது. வர்ற காசுல சிக்கனமா சமைச்சி சாப்பிடவே பத்தல. போன வாரம் தங்கராசு பத்தர், நந்தன் குடும்பத்தோட சயனேட் சாப்பிட்டத நினைக்கும் போதே பகீர்ங்குது. இதுல எங்கேர்ந்து தான் இவனுங்க தண்ணியடிக்க கத்துகிறான்களோ, பாதி பயலுக குடலு அவுஞ்சே செத்தர்னானுங்க... என எதேதோ நினைச்சிட்டே, நிமிர்ந்து நிமிர்ந்து பார்த்துட்டே உட்கார்ந்துருந்தான் பாலு...

மணி ஒண்ணாகிட்டே வேலு சாப்பிடக் கிளம்பிடுவானே! எப்படி பணம் கேக்கறது. கமலா சொல்லி சொல்லி அனுப்புனாளே, எப்படியாவது கையில கால்ல விழுந்தாவது பணம் வாங்கியாரச் சொன்னாளே! நாம அவனை பார்க்கறது இந்நேரம் தெரியாம இருக்குமா? வேணுமின்னே பணம் கேட்க வந்தத தெரிஞ்சிகிட்டே தான் பண்றானே!

சே... சே... அப்படி இருக்காது.எவ்வளவு பண்பானவன். எத்தனை நாள் நமக்கு சோர்ந்திருக்கும் பொழுதெல்லாம் தைரியம் சொல்லிருக்கான். கேவலம் இந்தப் பணத்துக்காகவா இப்படி செய்வான். உண்மையிலேயே வியாபார மும்முரத்துல இருக்கான் போல, நமக்குதான் ஏன் இவ்வளவு கௌரவம். நாம தான் போய் கேட்டுப் பார்ப்போமே, என்று இருக்கையை சற்று பாலுவின் அருகே போட்டு விட்டு நகர்ந்தான் பாலு.

அதைக் கவனிக்காதது போல் கல்லாப் பெட்டியின் பூட்டைப் பூட்டி இழுத்துப் பார்த்துக்கொண்டு, "என்ன பாலு, அய்யய்யோ நீ உட்கார்திருந்ததையே மறந்துட்டேன் பாரு. சள்ளை வியாபாரம் ஒண்ணும் பெருசா இல்லை. மெட்டி வியாபாரம் வெட்டி வியாபாரம்பாங்க. மெட்டியும், கொலுசும் பேசிப் பேசி தொண்டை தண்ணி வத்திருச்சி. நூறு ரூபாய் இலாபத்து கிடந்து அல்லப்பட வேண்டியதா இருக்கு...' ஆசாரி சாப்பிட்டு வந்து வேலைய பார்த்துக்கலாம் கிளம்புங்க காலையிலேர்ந்து கடுமையான பசி, சாப்பிடப் போலாம், எல்லாரும் சாப்பிட்டு வாங்க" என்றதும் ஆசாரி ஊதிக்கொண்டிருந்த ஊது குழலை கிடைமட்டமாக வைத்து விட்டு, செம்புக்கம்பி, தங்கக்கட்டிகளை பத்திரமா டிராயரில் வைத்துப் பூட்டிவிட்டு திறந்திருந்த அலமாரிக் கதவில் தொங்கிக்கொண்டிருந்த சட்டையை எடுத்துப் போட்டுக் கொண்டு கிளம்பி விட்டார்.

பரிதாபமாக அமர்ந்திருந்த பாலு "இந்தாப்பா வேலு உன்ட ஒரு நல்ல விசயம் சொல்லணும்பா, நம்ப தாரிணிக்கு நல்ல வரன் ஒண்ணு தகஞ்சிருக்கு. எல்லாம் உனக்கும் பழக்கமான இடம் தாம்பா. வர்ற வியாழன் நிச்சயதார்த்தம் பண்ணலாம்ன்னு பேசிருக்கோம். நீதான் என்னை விட பெரியவன் நீதான் வாழ்வாங்கு வாழ்றவன். இராசியானவன். நீதான் முன்னாடி நின்னு செஞ்சிவிடணும்பா... அதுதான் எனக்கும் மரியாதை பார்த்துக்கோ" என்றான்.

"அதுக்கென்னப்பா அதெல்லாம் நிறைவா செஞ்சிடலாம்" ன்னு இரை வந்து விழுவதற்காக ஒற்றைக்காலில் நிற்கும்

கொக்கு மாதிரி பாலுவை அவமானப்படுத்துவற்கான சந்தர்ப்பத்திற்காக உன்னிப்பாக பாலுவைக் கவனித்துக் கொண்டே நின்றான் வேலு. அவன் உடலமைப்புக்கூட தலையை சற்று அமுக்கி மூக்கை நீட்டிக்கொண்டு, முதுகு வளைந்து கொக்கைப் போலவே நின்றது.

சடாரென நாற்காலியிலிருந்த எழுந்த பாலு, வேலுவின் கைகளை பிடித்துக் கொண்டு "எனக்கு ஒரு லெட்சம் பணம் வேணும். உனக்கு சும்மா கொடுக்க இஷ்டம் இல்லேன்னா, பாளவாய் பக்கம் மானவாரி நிலம் இரண்டு மா இருக்கு. அத அடகா வச்சிகிட்டு பணம் கொடு. தை மாசம் வந்ததும் நிறைய திருமாங்கல்யம் ஆர்டர் வரும் நிலத்தை திருப்பிக் கறேன்", என்று கூறினான். டம்ளரில் தண்ணீர் எடுத்துக் கொண்டு வேகமாக வரும்பொழுது, நீர் தழும்பி ஊற்றுமே அதுபோல கம்பீரமாக ஆரம்பித்த குரல் இரவல் கேட்டுத் தளும்பி தழுதழுத்து நின்றது.

அவ்வளவு எளிதில் இவனுக்கு பணத்தை கொடுத்து விடக்கூடாது.ஆனால் இவனை விட்டு விடவும் கூடாது சொந்தக்காரர்களிடம் மரியாதை மிக்கவன் இவன் என வியாபார புத்தி கணக்கிட்டது. சட்டென பதறியது போல் நடித்து" என்ன பாலு காலையிலேர்ந்து இங்க உட்கார்ந்திருக்க முன்னாடியே கேட்க மாட்டீயா? நீதான் பார்த்தியே வியாபாரமே ஆகல, நீ வேற லெட்ச ரூபாய் கேட்கற. இப்பதான் மதுரை வியாபாரிக்கிட்ட ஆர்டரும், பணமும், கொடுத்தேன் கொஞ்ச முன்னாடி சொல்லக்கூடாதா? சரி சாயங்காலம் வா, வியாபாரம் வருதான்னு பாப்போம். வந்தா உனக்கு பணம் தர்றேன்பா என்றபடி வாசலை நோக்கி, பாலுவை அலைக் கழிக்க வைத்துவிட்டு அவன் முகம் சோர்வடைவதைக் கண்டு உள்ளுக்குள் மிதப்பாக நடக்க ஆரம்பித்தான் வேலு.

பணம் கிடைக்குமா? கிடைக்காதா எனத் தெரியாமல், வேலுவை விட்டால் வேறு வழியும் இல்லாமல் யாரிடமும் பணம் கேட்டு பழக்கமும் இல்லாததால், என்ன செய்வ தென்றே தெரியாமல், "சரிப்பா சாயங்காலம் கட்டாயம்

தந்துடுவீயா? உன்னை நம்பிதான் நான் வேற யாருட்டையும் கேக்கல எனக்கு உன்னை விட்டா வேற ஆளு இல்லப்பா" என தயக்கம் விட்டு கெஞ்சத் தொடங்கினான் பாலு.

வேறு வழியே இல்லை எனும்போது கௌரவம் கூரையைப் பிரித்து வெளியே குதித்துவிடும். அனைத்தும் இருக்கும்போதுதான் அவையெல்லாம். காலையிலிருந்து சாப்பிடாமல் இருப்பது வேறு வயிற்றை காந்தியது. மயக்கம் வரும்போல இருந்தது. மதிய வெயில் உருகிய தங்கமென சிவக்க ஆரம்பித்தது. ●

25

வெசக்கடி.. சொம்பு.. பாவாடை..

கோ. அருணகிரி

வெளக்க கொளுத்துங்கடா... வெளக்க கொளுத்துங் கடா... வேதவள்ளி வீட்டு வேலியோரமா யாரோ ஓடுற மாறி இருக்குன்னு கீச்சிக்கொரலா கத்தும்போதே வெசக்கடி வேதரத்தினம்தான்னு தூங்காம முழுச்சிக்கி ட்டிருந்த சனங்களுக்குப் பு ரிஞ்சுட்டு. கண்ண கொண்டி லேசா மூடுனவங்க மட்டும் என்னம்மோ ஏதோன்னு வாரிசுருட்டிட்டு எந்திரிச்சாங்க...

எப்பவும் ராத்திரி படுக்கையில, தலமாட்டுல ஒரு லோட்டா தண்ணியும் தலகாணிக்கு அடியில நெருப்பு பொட்டியையும் இப்படி அவசர ஆத்திரத்துக்கு வெளக் கேத்தனுன்னா தடுமாறக் கூடாதுன்னு வச்சிக்கிட்டுத்தான் படுப்பாரு பாவாடைசாமி என்கிற கண்ணையன்.

வெசக்கடி விசயம் இல்லாம கத்தமாட்டான்னு பதட்டத்தில நெருப்புப் பொட்டிய தேடுறேன்னு லோட்டாவுல இருந்த தண்ணியத் தட்டிவுட்டுவாறு பாவாடைசாமி.

"தண்ணிய கொஞ்சம் தள்ளி வைக்காம எங்க வச்சிருக்கா பாரு கண்டாறஓலி பொடக்குள்ளன்னு... தா பொண்டாட்டியைத் திட்டிக்கிட்டே நெருப்புப் பொட்டிய கொளுத்துன்னா, அதுவும் ரெண்டு குச்சி அணஞ்சி மூணாவலு குச்சிக்குத்தா எரிஞ்சது. வக்காள ஓலி பயபுள்ள எரியுதா பாருனு அதயும் ரெண்டு" திட்டு திட்டினாரு.

"இவ நடவடிக்கை சரியில்லை. தலைக்கு ஓசந்த பொண்டுள் புள்ளையோ வச்சிருககோம் நாம. இவள நடுத்தெருவுல குடிவைக்காதீங்கன்னு தலமாட அடிச்சிக் கிட்டேன்... யாரு கேட்டா? இன்னக்கி தெருவுக்கே, ஆம்பளையோள வரச்சொல்லுற அளவுக்கு துளுருவிட்டுப் போச்சி..!

"வவுத்துல தூக்குனாப்புல வேட்டிய கட்டிக்கிட்டு வேதவள்ளி வூட்டு வேலியோரமா நின்னு வெசக்கடி சத்தம் போட்டுக்கிட்டு இருக்கையிலே பாவாடைசாமிக்கு புரிஞ்சுபோச்சு. இது ஏதோ அக்கப்போரு விசயந்தான்னு.

கடவாச படியிலேயே தலைய வச்சிப் படுத்திருந்தேன். நல்ல காத்தடிச்சதுல கண்ண சொருகுனுச்சி. அசந்து தூங் கிட்டா வேட்டி ஒரு பக்கம், நாம ஒரு பக்கமா கெடக்க வேண்டி இருக்கு. காலம்பற தண்ணிப் புடிக்க வர்ற பொண்டுவ திட்டுவாளுவோ. கனத்த ஒடம்ப கைய ஊணி, கால ஊணி பட்டுன்னு எந்திரிக்க முடியல. சரி உள்ள போயி படுத்துருவோமுன்னு நெனக்கையிலே வெசக்கடி கொரலு கேட்டுச்சின்னு சொல்லிக்கிட்டே வெறும் ஒடம்போட வவுத்த தள்ளிக்கிட்டு குண்டு ராஜேந்திரனும் வந்தாரு.

"எம்மா வேதவள்ளி... சித்தாளு வேலைக்குப் போறே... சமய வேலைக்குப் போறேன்னு நீ சொல்லிக்கிட் போயிட்டு வந்தாலும், எங்க போறே... ஓ வவுத்துப் பாட்டுக்கு ஏதோ செய்யி. நாங்க யாரும் ஒனக்கு படியளக்கப் போறதில்லே. இப்படி தெருவுக்கே ஆம்பளையோள வரச்சொல்றது நல்லவாம்மா இருக்கு..."

"என்ன பாவாடைசாமி... நல்ல பொம்பளைக்கு புத்தி சொல்ற வர்ற மாதிரி பேசிக்கிட்டு இருக்கீங்க. நாளைக்கு தெருவ காலிப் பண்ணிட்டு போடின்னு சொல்றிங்களா... இன்னக்கி இவ வூட்டுக் கதவ தட்டுறவன்.. நாளைக்கி எங்க வூட் கதவயும் தட்டமாட்டானா?"

“எம்மா... பொண்டு புள்ளைங்க எல்லாம் ஆளாளுக்கு ஒரு பேச்சி பேசாதீங்க. ஆம்பளைங்க கூடி ஒரு முடிவெடிப் பாங்க...”ன்னு சொல்லிச்சி கண்ணுமணியக்கா.

“ஆளு வந்ததா நீ பாத்த.. இல்லையா வெசக்கடி?”

“யார்றா.. யார்றான்னு கேட்டுக்கிட்டே உடியார்றேன்.. ஏ.. நெஞ்சு படபடப்பே நிக்கலையே நா. என்ன பொய்யா சொல்றேன்..?”

“எம்மா... வேதவள்ளி. நீ என்ன சொல்ற..?”

எனக்கு ஒன்னும் தெரியாதுங்கைய்யா. எல்லாரும் போல நானும் சத்தம் கேட்டுத்தான் வெளியே வந்தேன்னு.."

வாயமூடிமுந்தானையில்அழுதுக்கிட்டே பேசினிச்சி வேதவள்ளி.

ஏதோ இந்த வாட்டி வந்தவன் ஓடிட்டான். நீயும் தப்பிச்ச. அடுத்து இப்புடி ஏதும் நடந்துச்சி, வந்தவனப் புடிச்சி தந்திக் கம்பத்துல கட்டிப் போட்டுட்டு, ஒஞ் சாமாஞ்செட்டுவோள அள்ளித் தெருவுல வச்சிடுவோம் ஆமா சொல்லிப்புட்டேன். சரி.. சரி... எல்லோரும் போய் படுங்கைய்யானு.." எழுப்பிவிட்ட வெசக்கடி வேதரத்தினமே முடிச்சிம் வச்சாரு.

இதுல பெரிய வேடிக்கை என்னன்னா... காலாம்பற பொண்டுவக்குள்ள வேதவள்ளி பேசிக்கிட்டு இருக்கையில விசயம் என்னன்னு வெளியே வந்துச்சி. “யாரோ கதவ தட்டுனாப்புல இருந்துச்சி. யார்ன்னு இருட்டுல மூஞ்சி சரியா தெரியல. எதா இருந்தாலும் இந்த நேரத்துல நம்ம வூட்டு கதவத் தட்டுறவன் நல்லவனா இருக்கப் போற தில்லேனு, கடிக்கிகுடிக்கின்னு பேசிக்கிட்டே எடு வெளக்க மாறேன்னு வெளக்க கொளுத்துனா எனக்கு சொரேர்ன்னு ஆயிட்டு. இவரு நிக்கிறாரு.. யாரு வெசக்கடிதா!”

“ஒப்புறானா ஒப்பந்தன்னான.. இது என்னடி கூத்து..? அப்புறம்”

“எம் பொண்டாட்டி சீக்காளி. எனக்கு எந்த நல்லது கெட்டதும் இல்லேன்னு கையப் புடிச்சாரு. வாயில் நல்லா வந்துரும்னு வெளக்கமாத்தே ஓங்குனம்பாரு.. நா மசியலேன்னதும் தெருவுல போயி நின்னு யாரோ வந்தமாறி இருக்குன்னு இவரே கத்தவும் எனக்கு வேத்துப் போச்சி. ம்.. சரி இவன் நம்மள இங்க அசிங்கப்படுத்தப் போறான்து கம்முன்னு இருந்துட்டேன்.

“வேதரத்தினம் தா அவரு பேரு. நாய்க்கடி, எலிக்கடி, தேளுக்கடின்னு எல்லா வெசக்கடிக்கும் மருந்து அவரு தாத்தா காலத்துலேந்தே கொடுக்குறதால வெசக்கடி வீடுன்னு அவரு வீட்டுக்கே பேரா ஆயிட்டு. அவரு பேருக்குப் பின்னாடியும் அந்த அடைமொழி வந்துட்டு. வாய்யா வெசக்கடின்னு அவர செல்லம்மா கூப்புடுற கூட்டாளிகளும் உண்டு. வெசப்பயலாச்சே அவன்னு பின்னாடி விட்டு திட்டுறவுங்களும் உண்டு.

சீக்காளியான அவரு பொண்டாட்டிய வாசல்ல வச்சி குளிப்பாட்டி விடுறது, தலப்பின்னி வுடுறது எல்லாம் அவருதான். அவருக்கு ரெண்டு பய, ஒரு பொண்ணு, கல்யாணம் காச்சின்னு அதது அதது பாட்டுக்கு போய்ட்டு தண்ணி போட்டுட்டானுவோனா ரெண்டு பயலுவளும் வந்து சொத்த பிரிச்சிக் கொடுய்யான்னு அவரப் போட்டு அடிப்பானுவ. தெருசனமே அய்யோ பாவம்மேன்னு எரக்கப்படும். ஆனா காலையில் எதுவுமே நடக்காதது மாறி பட்ட அடிச்சிக்கிட்டு, வெள்ள வேட்டி கட்டி அவரு போறத ஆச்சரியமா பாக்கும் தெரு.

ஒரே பொண்ணு சாந்தா. கத வேறமாரி இருக்கும்.

“வூட்டுக்குப் பக்கத்துலேயே கொளத்துல கொறவ புடிச்சானுவ அப்பா. ஒனக்கு புடிக்குமேன்னு புள்ளை யோள பள்ளியோடத்துக்கு அனுப்பிட்டு அரக்கபரக்க சமச்சிட்டு ஓடியாந்தேப்பா,

“வெளியே கெளம்பிக்கிட்டிருந்த வெசக்கடி பொண்ணை யும் கொரவமீனு கொழம்பையும் பார்த்ததும் ரெண்டு

கையையும் முதுகுக்குப் பின்னே ஊனி சாஞ்சாப்புல ஒக்காந்தாரு,

"ஒம்மா சீக்குல படுத்தப்புறம் நீ வந்தா தான்மா எனக்கு நல்ல கொழம்புன்னு துண்டால கண்ணத் தொடச்சிக்கிட்டே சொன்னாரு."

அட நீ ஒரண்டப்பா. எல எடுந்தாந்திருக்கேன், ரெண்டு வறுத்தமீன தின்னு. அதுக்குள்ளாற நா சோறு வடிச்சிடுறேன்.."

"அப்ப இருந்துட்டுதா போவியாம்மா..?"

"ஆமாம்ப்பா ஒனக்கு வேட்டி துணிமணி எல்லாம் தொவச்சிப் போட்டுட்டு, அம்மாவுக்கு தல குளிப்பாட்டி நாளாச்சி. ரெண்டு நா இருந்து எல்லாத்தையும் செஞ்சிட்டுத் தான்ப்பா போவனும்.

'வூடு கட்டுற வேல நடக்குதுன்னு தானம்மா நீ ரெண்டு மாசமா வரல்ல..?

"அதெல்லாம் நிப்பாட்டியாச்சுப்பா...' ஏம்மான்னு வறுத்தமீன வாயில வச்சபடியே கேட்டாரு வெசக்கடி.

"நீ கொடுத்த ரெண்டாயிரத்துல முழுசுமா கட்ட முடியும். நாந்தா சாணித் தரையில கெடந்தேன். போன எடம் சிமிண்டு தர. எம்புள்ளையோவாவது மொசைக்கு தரையில கெடக்கட்டுமேன்னு பாத்தேன். ஆனா வூட்டுவேல பாதியிலேயே நிக்குதுன்னு" கண்ணு கலங்குன சாந்தாவ பார்த்ததும் கொரவ மீன வறுத்துக்கிட்டு பொண்ணு வந்த காரியம் புரிஞ்சது வெசக்கடிக்கு.

ஒரு பத்து நா பொறும்மா. நெல்லு போட்ட காசு வருது, எதோ ஏங்கையில கெடச்சத தாரேன். ஆனா, அண்ணனு வோளுக்குத் தெரியக்கூடாது. பொண்ணுக்கே தாரே எங்களுக்கு இல்லையான்னு, எரியுற ஒட்டுல புடுங்க வரலாமுன்னு வந்துருவானுவோ...

"ஆனா எப்படி யோ விசயம் தெரிஞ்சி மூக்குமுட்ட குடிச்சிட்டு ராத்திரி வந்துட்டானுவோ ரெண்டு பேடும்.

வெசக்கடி வெளில வாடா. பொண்ணுக்கு மட்டுந்தா நெல்லு போட்ட காசா? ஏ நாங்க ஒனக்கு பொறக்கலையா"

"ஏம்மா சாந்தா.. இவனுவோள சமாளிக்க குண்டு ராஜேந்திரனும் பாவாட பெரியப்பாவுந்தா சரியா வரும். ஓடிப்போயி கூட்டியாமா" ரெண்டு பேரையும். கூப்புட சாந்தா ஓடிச்சி.

'ஏலே..ஏலே.. படுபாவி பயலுவோள நல்லா இருப்பீங் களா நீங்க. இந்தப் பொண்ணு வந்து கூப்புட்டுச்சி. வாரதுக்குள்ள அப்பான்னு கூட பார்க்காம வேட்டிய அவுத்துக் கீழே தள்ளிப் போட்டு அடிக்கிறியேளாடான்னு பதறியபடி ஓடி வந்தாங்க குண்டு ராஜேந்திரனும் பாவாடைசாமியும்.

'வாங்கைய்யா நீங்க ரெண்டுபேரு தான் இந்த ஆளுக்கு மேம்பட கேட்க வருவீங்கன்னு தெரியும். இன்னக்கி ஒரு முடிவு தெரிஞ்சாகனும்.

கீழே வுழுந்து கெடந்த வெசக்கடிய நிமித்தி ஒக்கார வச்சி நெஞ்சத் தடவிவிட்டு தண்ணிக் கொடும்மா அப்பாவுக்குன்னாரு பாவாடைசாமி.

"ஒங்க ரெண்டு பேரு எச்சிபாலு குடிச்சப்புள்ள அது. அதுக்கு இருக்குற பாசம்கூட ஒங்களுக்கு இல்லையா?"

"அததான் நாங்களும் கேட்குறோம். எங்க எச்சிபாலு குடிச்ச அதுக்கு எல்லாஞ் செய்யுற இந்த ஆளு எங்களுக்கும் செஞ்சா என்ன?"

நானும் பாவாடையும் ஒங்க அப்பாவுக்கு சின்ன வயசு கூட்டாளியோ. நீங்க ரெண்டு பேருமே எங்களுக்குப் புள்ளையோதாண்டா. ஒப்பா காலத்துக்குப் பிறகு ஒங்களுக்குத் தாண்டா எல்லாம். இப்பயும் நெல்லு போட்ட பணம் வரட்டும். ஏதோ தர சொல்றேன்னு" குண்டு ராஜேந்திரனின் சமாதான வார்த்தையைக் கேட்டு அசமடங்கிப் போனானுவோ.

“ஏம்மா சாந்தா காலையில கொண்டாந்த வறுத்த மீன லேசா தோசக்கல்லுல சூடுபண்ணி கொண்டாம்மான்னு வெசக்கடி சாப்பிட ரெடியானாரு.

‘நம்மலா இருந்தா இப்ப நடந்தத நெனச்சி நெனச்சி ரெண்டு நாளைக்கி சோறு தண்ணி எறங்காது, இவனப் பாத்தியா மீன சூடு பண்ணி கொண்டாங்கிறான்னு’ குண்டு ராஜேந்திரனும் பாவாடையும் சொல்லி சிரிச்சுக் கிட்டே வாரேம்மா சாந்தானு கௌம்புனாங்க.

குண்டு ராஜேந்திரன், வெசக்கடி, பாவாடைசாமி மூணுபேருமே வாடா போடா கூட்டாளிங்கதான். பொண்டாட்டி புள்ளகுட்டியோ யாரும் இல்லாத தனிக் கட்டங்குறதால மத்த ரெண்டு பேரும் குண்டு ராஜேந்திரன் மேல தனிப்பாசமா இருப்பாங்க.

வீட்டு வாசலிலேயே ஒரு பொட்டிக்கட. அதுதா அவரு பொழப்பு; அவரு வூட்டு வாசலுல குடிதண்ணி பைப்பு இருக்குறதால தண்ணி புடிக்க, கடையில சாமஞ்சட்டு வாங்கன்னு பொண்டுவ கூட்டம் இருந்துகிட்டே இருக்கும், பச்சபுடிச்சவன்னு சில ஆம்பளைக திட்டுவதுண்டு. எந்த பொம்பளையும் அவர அப்படி திட்டுனது இல்ல. கால அகட்டி அகட்டி அவரு நடக்குறதே வேடிக்கையா இருக்கும். அதுக்கு காரணம் அவருக்கு வெதர்வீக்கம்னு சொல்ற ஓதப்புடுக்கு.

ஒரு கல்யாணத்துல யாரோ சொம்ப எங்கையோ வச்சிட்டேனு தேட, இத குண்டு ராஜேந்திரன் வேட்டிக் குள்ள வச்சிருக்கான் பாருன்னு அவரு கூட்டாளியோ வேடிக்கையாச் சொல்ல, வெளையாடாம சொம்ப கொடுங்கத்தான்னு பொண்டுவளும் கேட்க, கடுப்பானவர் ஒரு மசிரும் இல்லங்கடி.. அந்தக் கிராதக பயலுவதா வெவஸ்த கெட்டாப்புல சொல்றானுவன்னு நீங்களும் கேட்குறீங்க.. பாருங்கடின்னு வேட்டிய அவுத்துக் காட்ட ஒரே வேடிக்கையாப்போச்சி. அதுலேந்து அவர சொம்பு ராஜேந்திரன்னு கிண்டலா கூப்புடுறதுண்டு . சிலர் சுருக்கி சொம்புன்னும் சொல்றதுண்டு.

அவரு வெளுக்கி இருக்கப்போறதே ஒரு வேடிக்கைதான்.

"ஏய் சொம்பு ஏன்ய்யா ஆயி இருக்கப் போற நீ கையில அட்டைய எடுத்துட்டுப் போறே?"

"ம்... அத அங்க வந்து பாரு..."

"நீ போறத நா பாத்து என்ன பண்ணப் போறேன். போ.."

"நீங்கதாண்டா கேட்டிங்கன்னு இப்படி பல வம்புவழக்க தாண்டி போய் பீ காட்டுல நல்ல இடமா தேடுவாரு. எல்லோரும் பொண்டுவ வந்தா எந்திரிக்கனும்னு கருவமுள்ளு புதரு, எருக்கஞ்செடின்னு மறவாதான் போய் குந்துவாங்க. ஆனா ராஜேந்திரன் எடம் சுத்தமா இருந்தா நட்டநடு பாதையில கூட வேட்டிய வலிச்சிக்கிட்டு குந்திடுவாரு. குந்தும் முன்னாடி கையிலக் கொண்டுபோற அட்டையைக் கீழவச்சி அதுமேல படிமனான ஒரு கல்லை எடுத்து வைப்பார். அதுமேல அவரு ஓத புடுக்க தூக்கி வைப்பார். நல்ல எடமா தேடி, கல்லு தேடி மெல்லக் குந்தையில் பின்னாடி ஒளிஞ்சிக்கிட்டு சில பயலுவ பாம்பு பாம்புன்னு கத்துவானுவ. வெரண்டு எந்திரிச்சுப் பாத்துட்டு ஒண்ணுமில்லன்னதும் அந்தப் பயலுவ இந்தப் பயலு வளான்னு வாயில வந்தபடி திட்டுவார். ஓரமா மறவாப் போயி பேண்டாத்தான் என்ன.. நட்டுநடு பாதையில பொம்பளைக வாரப்பக்கூட எந்திரிக்காம, கூச்சநாச்சம் இல்லாம குந்தி இருக்கிறத பாருன்னு போற வாரப் பொண்டுவத் திட்டுனாக்கூட,

"ஒங்கிட்ட நா பாக்காததா..? எங்கிட்ட நீ பாக்காததா..? குந்துனா எந்திரிக்க முடியல. எந்திரிச்சா குந்த முடியல. எம்பாடு எனக்குத் தெரியும் போவியான்னு ஒரே போடா போடுவார்."

நல்ல வெயில் நேரம் தலையில தேச்ச எண்ணெ கண்ணுல வழிஞ்சி எரியுது. ஒரு சீயக்காய் பொட்டலம் வாங்கிக்கிட்டு ஆத்துக்கு குளிக்கப் போவோம்னு வந்த

பாவாடைசாமி, குண்டு ராஜேந்திரன் கடைவாசலுல சாக்கு தொங்குனதைப் பாத்துட்டு,

"ஏய் ராஜேந்திரா.. ஏய் குண்டா.. ஏய் சொம்பு யார்றான்னு கடையில சவுண்டு கொடுத்தாரு பாவாட. குண்டு ராசேந்திரன் கடைக்கு கதவெல்லாம் கிடையாது. ஒரு சாக்குபடுதாதான் தொங்கும். அவரு இருந்தா அது சுருட்டி மேல கட்டி இருக்கும். இல்லாதப்ப எறக்கி வுட்டிருக்கும். சாக்கு காத்துல ஆடாம இருக்க ஒரு நீட்ட மூங்கிக்குச்ச சாக்கோட அடிப்பாகத்துல சணலு கோத்துக் கட்டி இருப்பாரு. எங்க போயிருப்பான்னு சாக்க வெலக்கிக் கிட்டு கட உள்ளாறப் பாத்தாரு பாவாட. சொம்பு ராஜேந் திரன் லேசா தொண்டைய செருமுற சத்தம் கேட்டிச்சி.

ஏதோ பொம்பள குசுகுசுன்னு பேசுற சத்தமும் கேட்டிச்சி. ஆளு உள்ளே இருக்கிறத தெரிஞ்சுக்கிட்ட பாவாட, தலையில எண்ணெய வச்சிக்கிட்டு எவ்வளவு நேரமா நிக்கிறது. ஒரு அரப்புத்தூளு பொட்டலம் வேணுன்பா. காலம்பறையிலே இருந்து என்னம்மோ தலைய ஒருபக்கமா விண்ணுவிண்ணுன்னு வலிக்குது . நமக்கு ஒரு சுடுதண்ணி வச்சிக் கொடுக்க யாரு இருக்கா?"

"ஏதோ பாடி பரதேசிக நமக்கு ஒதவுதுவோ. இந்தப் பொண்ணு படுங்கப்பா தைலம் தேச்சி வுடுறேனுச்சு" அவுந்த வேட்டிய அரகொறையா வவுத்துலத் தூக்கிக் கட்டிக்கிட்டு வந்தாரு குண்டு ராஜேந்திரன்.

பாவாடைக்கு விசயம் புரிஞ்சுட்டு. "ம். சரி., சரி,,, நா அப்புறம் வாரேன்.."

"வந்துட்ட, வாங்கிட்டு போ சீயக்காய. எனக்கு முடியல படுக்கப்போறேன்.."

"சாயங்காலம் சாமிக்குத்துக்கு வா... ஒரு முடிகயிறப் போட்டு உடுறேன்னு" கௌம்புனாரு பாவாட.

அது என்ன.. சாமிக்குத்துக்கு வரச்சொல்றாருன்னு பார்க்குறிங்களா? அங்கதான்.. பாவாடைசாமின்னு ஒரு

சாமிய வச்சிக் கும்புடுகிறார். அதனாலதான் கண்ணையா என்கிற அவரோட பேரைக்கூட மறந்துட்டு பாவாடை சாமின்னு சனங்க கூப்புடுதுவோ. எங்கையாவது பொறம்போக்கு நெலம் கெடந்தா அதுல ரெண்டு ஓதியம் போத்த ஊணுவார், பாவாடைசாமி. பத்துநாள் பார்ப்பார். யாரும் எதுவும் கேட்காட்டி ரெண்டு கத்தரி கன்ன ஊனுவார். அப்பவும் ஏதும் பிரச்சனை இல்லன்னா.. இனி அது பாவாடைசாமி கொல்லையாயிரும்.

அப்படி ஒரு இடத்த ஆக்கிரமிக்கையில கொஞ்சம் ஊருக்குள்ள சலசலப்பு வர அந்த எடத்துல சாமிவச்சிக் கும்புட ஆரம்பிச்சார், மூங்கிக்குத்து போட்டார். அதுக்கு சாமிக்குத்துன்னு பேரு வச்சார். சாமி காரியமா இருக்குன்னு சிலர் பயந்து பின்வாங்குனாவோ. பயந்த கோளாறுன்னு வர்ற சனங்களுக்கு துன்னுரு போட்டார். முடிகயிறு கட்டி னார். அதுல என்ன வேடிக்கையின்னா ஆம்பளையோளுக்கு துன்னுற நெத்தியில பூசுவார். பொண்டுவளுக்கு மட்டும் துன்னுற வயித்துலதா பூசுவார். இத யாரும் கேட்டா..”

அதுக்கு புள்ளகுட்டியில்ல.. வயித்துல ஒரு புழுபூச்சி வக்கட்டும்முன்னுதான்...”

“சரி.. புள்ள இருக்கும் பொண்டுவளுக்கும் வயத்துல தானே பூசுறே...”

“அவளுக்கு வயத்து வலி”டான்னு கடுப்படிப்பார். பெரிசா காசு பணமுன்னு கேட்க மாட்டார். நாலு நல்ல வார்த்தை சொல்றாருன்னும், சிலருக்கு நல்லதும் நடப்ப தாலும் சனங்க பாவாடை சாமியத் தேடி மூங்கிக்குத்துக்கு வர்றாங்க.

அந்தப் பாவாடை சாமியத் தேடித்தான் குண்டு ராஜேந்திரனும் வந்திருக்கார். “நேத்து சாயந்தரமே ஒன்ன வரச்சொன்னேனே.. ஏன் வல்ல..?”

“அடிச்சுப் போட்டாப்புல ஒடம்பு வலி. கடையும் தொறக்கல. பேசாம படுத்துட்டேன்...”

'இருபத்தோரு முடிச்சி கயிறுலப் போட்டு, சாமிக்கிட்ட வேண்டிதா ஒனக்கு முடிகயிறு போடணும். செத்த குந்து,

"அங்க சாமிபடங்களோ, சிலைகளோ இருக்காது. அந்த மூங்கிக்குத்தில் ஒரு வேப்பமரம் இருக்கும், அதன் வேரடி யில மஞ்சள் குங்குமம் வச்ச பெரிய அருவா இருக்கும், அதுல ஒரு எலும்மிச்சப் பழத்தக் குத்தி வச்சிட்டு சாமி கும்புடுவார், அன்னைக்கி அப்படி ஒக்காந்து கண்ணமூடி முடிகயிறு முடிச்சி போட ஆரம்பிச்சார்.

அய்யா பாவாடைசாமி.. ஒங்க கூட்டாளி வெசக்கடி போயிட்டாரய்யா. ரெண்டு மூணுபேரு கத்திக்கிட்டு மூங்கிக் கொல்லக்குள்ள ஓடியாந்தாங்க. கயிறு முடியுறத அப்படியே போட்டுட்டு முழிச்ச முழி முழிச்சபடி பேயறஞ்சதப் போல பார்த்தாரு, பாவாடைசாமி, என்னடா சொல்றீங்கனு பதறிக்கிட்டு கேட்டாரு குண்டு ராஜேந்திரன்.

ஆமாங்குறேன். ராத்திரி கொல்லப் பக்கம் போயி ஒன்னுக்குப் போயிருக்காரு. தோளுமேல ஏதோ வுழுந்தபடி இருந்திருக்கு. தென்னங் குரும்பையோ, கூறாஞ்சியோன்னு தட்டிவுட்டுட்டு வந்து படுத்துருக்காரு. பொண்ணுகிட்ட சொல்லி இருக்காரு. அது வெளக்க கொளுத்தவா? தலையில ஏதும் தேச்சிவிடவான்னுருக்கு. இவரு காலையில பாத்துக்கலாம்னு படுத்துட்டாரு, காலையில பாத்தா வெறச்சிப் போயி கெடந்துருக்காரு. நல்லபாம்பு தீண்டி யிருக்கு. ஒடம்பெல்லாம் நீலம் பூத்துப்போச்சி.

அடப்பாவத்தேன்னு அடிச்சிப் புடிச்சிக்கிட்டு எல்லாரும் வெசக்கடி வூட்டுக்கு ஓடுறாவோ.

எல்லா காரியமும் முடிஞ்சி சுடுகாட்டாங்கரையில இருந்து வரயில குண்டு ராஜேந்திரனும் பாவாடைசாமியும் கொஞ்சதூரம் பேசாமலேயே வந்தவங்க,

"சின்னபுள்ளையிலே இருந்து தாயாபுள்ளையாக் கெடந் தோம். நம்மள வுட்டுட்டுப் போய்ட்டானய்யா வெசக்

கடின்னு கொரலு ஒடஞ்சிபோய் சொன்னாரு' குண்டு ராஜேந்திரன். பொறந்த பொறப்பாட்டாம் இருந்தான் வெசக்கடி. ஒரு பதினைஞ்சி நாளைக்கி கவுச்சி கிவுச்சி தின்னுறாதன்னார் பாவாடை. எப்படிய்யா மனசு வரும். எனக்கு பதினஞ்சி நாளென்ன. இனி ஆயுசு முழுக்கும் அவருக்குப் புடிச்ச கொரவ மீனத் திங்கமாட்டேன்ய்யா நா. அப்ப கெண்ட மீனத் திம்பேங்கிறே? இந்த கிருத்துரு வந்தான் வேணாங்குறதுன்னு அந்தத் துக்கத்துலேயும் சிரிச்சாங்க ரெண்டுபேரும்.

கண்ணாமூச்சி – கார்த்திகை 2023

26

உதிரி

மேரி சுரேஷ்

இரண்டு தெருவைத் தாண்டி அருகிலுள்ள சிறு குன்றைப் பார்க்கும் ஆர்வம் வெகு நாட்களாக அவளுக்குள் இருந்தது. இன்று எப்படியாவது போய்ப் பார்க்க வேண்டுமென முடிவெடுத்தாள். சாயங்காலம் பள்ளி முடிந்ததும் புத்தகப் பையோடு வீட்டின் திசைக்கு எதிராக நடந்தாள் ஆலிம்.

சாலை நெடுகலாகப் போக, அதை ஒட்டி ஆங்காங்கே கிளைகளும் போயின. அவள் ஒரு கிளையின் வழியாக குன்றின் அடிவாரத்தை நோக்கி நடந்தாள். அடர்த்தியாய் நிற்கும் மரங்கள் அவளை அழைப்பது போலத் தன் கிளைக் கரங்களை வைத்து அவளுக்கான சரியான திசையைக் காட்டி ஆதுரமாக அழைத்தது.

தூரத்தில் பார்த்தபோது குண்டுமணி போல் இருந்த குன்று நடக்க நடக்க ஊதுகிற பலூனைப்போல பெரிதாவதை பார்த்து வியந்தாள்.

ஏறிவிட்ட குன்றின் மேல் மிகச்சிறிய மொட்டை மலை. ஏகப்பட்ட குட்டிப் பாறைகள். இரு இடங்களில் மட்டும் பாறைகளை வெட்டி ஏறிச்செல்ல வசதியாக படிகளை உருவாக்கி இருந்தார்கள். ஒரு படி வழியாகச் சென்றால் கோவில்.

வேறொரு படி வழியே பார்த்தால் கிராமம் மரங்கள் செடிகளாகத் தெரியும்.

ஆர்வத்தோடு மேலே பார்த்த வண்ணம் குடுகுடுவென மேலே ஏறிவிட்டாள். மிக அழகான குன்று அசையும் பச்சைப் போர்வை போர்த்தியிருந்ததை கண்டதும் தன் கண்களை நம்ப முடியாமல் தள்ளாடினாள். இலைகளின் வழியே சூரிய ஒளிக்கதிர்கள் தரையில் பளபளத்தது. அணில்கள் தன்னந்தனியாக அங்குமிங்கும் தாவின. குருவிகள் அவைகளை பின்பற்றிப் பறந்தன.

நெருங்கிப் பார்த்தாள். உறைந்து போனாள். காற்று சுழன்றடித்தது. அங்கே அப்படியே சம்மனங்கால் போட்டு அமர்ந்து வியப்பாக சுற்றி முற்றி பார்த்தாள். பள்ளியில் அவளோடு படிக்கும் தோழிகள் சொன்னது போலவே இருந்தன. தூரத்தில் குத்துச்செடிகளாக தோன்றியவை அருகில் வந்து பார்த்ததும் பிரம்மாண்டமான மரங்களாக காட்சியளித்தன. கொப்பும் கிளையுமாக மா மரங்கள், கொய்யா மரங்கள் வளர்ந்திருந்தன. அவைகள் கிளை களாலும் பழங்களாலும் தன்னைத்தானே அலங்கரித்துக் கொண்டிருந்தன.

இப்பொழுதுதான் இது போன்ற குன்றினையும் பாறைகளையும் பார்க்கிறாள். கடலை பார்த்து வளர்ந்த வளுக்கு இது வேறொரு பிரபஞ்ச வெளியை காட்டியது. தொலை தூர இறக்கத்தில் உருவங்கள் கோடுகளாக காணப்பட்டன. ஜீவத்துடிப்புடன் கிளர்த்தெழுந்தது புதிய உணர்ச்சி அவளிடையே ததும்பி பாய்ந்தது.

பகல் பொழுது என்றாலும் ஆள் நடமாட்டம் இல்லை. ஒரு இளைஞன் தூரத்தில் ஆடுகளை ஓட்டிச் சென்றான். காலில் செருப்பு இல்லை. ஆடுகளை மேய்க்க ஒரு கையில் ஒரு கொம்பை வைத்திருந்தான். கொப்புக் கொழையா இலைகளை பறித்துக் கொடுத்தான். இவளும் பயமின்றி துணைக்கு ஒருவன் இருப்பதை உணர்ந்தவளாய் தைரிய மாக முன் சென்றாள். குன்றின் மேற்கு பக்க இறக்கத்தில் பச்சைப் பசேலென புற்கள் காடாக தரை விரித்திருந்தன.

அங்கே மாடுகள் மேய்ச்சலில் இருந்தன. அந்த இடை யனின் மந்தை தளதளவென்று கொழுத்து இருந்தன.

இவள் தனியாக வருவதைக் கண்ட ஆட்டு இடையன் வேலி தாண்டி பழங்களைப் பறித்து அவளிடம் கொடுத்தான்.

"இனிமே இந்தப் பக்கம் தனியா வராதே புரியுதா, போ."

எதுவும் பேசாமல் அவன் கொடுத்த பழங்களை மடி நிறைய வாங்கிக்கொண்டு இதழ் பிரியா புன்னகையோடு திரும்பி வேறு பாறை பக்கம் நடந்தாள்.

தன் பெரிய அண்ணனின் நினைவு வந்தது. சிறிய அண்ணன் முகம் மங்கலாகத் தோன்றியது.

திடீரென ஏதோ ஞாபகம் வர அவளுடைய மனம் கிழிந்து தொங்கும் வாழையிலையாக சோர்வடைந்தது. நீண்ட நேரம் அங்கேயே நடந்தாள். வலித்த கால்கள் தரையில் இழுபட்டன. சிறு கல் தடுக்கி கீழே விழுந்தாள். சுற்றும் முற்றும் பார்த்தாள். ஊர்க் குருவிகள் மரத்தின் மேலிருந்து கத்தின. முழங்காலில் சிராய்ப்பு சிவப்பாக இருந்தது.

அழுதாள். வழியும் கண்ணீரைத் துடைக்க வலது கையை முகத்தில் வைத்து அழுத்தினாள். அவளின் கோபம் மறைத்து வைத்த கல்லுக்காக புல்லின் மீது போனது. பொழுது மங்க ஆரம்பித்தது. இருள் கவ்வத் தொடங்கியது. பயத்தில் தள்ளாடினாள். அவன் பறித்துத் தந்த புளியம்பழம் இன்னும் நாவில் கசந்தது. ஆட்டுக்குட்டியாகப் பிறக்கணும் அடுத்த ஜென்மத்தில். மனம் நினைத்தது.

அடுத்த நாள், அதே நேரத்தில் மீண்டும் குன்றை நோக்கி ஓடிப் போனாள். ஆனந்தத்தில் அவள் இதயம் நிரம்பி வழிந்தது. கொடிகள் மரங்களில் பின்னி காற்றில் ஆடின.

வெள்ளை வெளேர் என்ற மேகங்கள் தூரத்தில் கலைந்து போயின. குளிர்ந்த காற்று அவள் முகத்தில் பட்டு சில்லிட வைத்தது. உடனே முகத்தை இரு கைகளாலும் மூடிக் கொண்டாள். ஒரு பாறையின் அருகே புங்கை மரம். அதை நோக்கி வேகமாக நோக்கி நடந்தாள். ஆனால் பறிப்பதற்கு பழங்கள் இல்லை.

சில்லிட்ட பாதையில் குளுகுளுவென்று வீசும் இள வேனிற் காற்றை அனுபவித்தாள். மேகங்களை அண்ணாந்து பார்த்தாள். மரம் மாதிரி இருந்தது. உடனுக்குடன் தனக்குத் தோன்றிய உருவங்களை மாற்றி மாற்றிக் கற்பனை செய்து பார்த்தாள். சில பொருந்திப் போயின.

தூரத்தில் தொரட்டி கம்பால் இலை தழைகளை இடையன் வளைத்துப் போட்டான். அவைகள் கூட்டமாக தின்பதை வேடிக்கை பார்த்தாள். தான் வீட்டில் யாவரோடும் சேர்ந்து உண்ட நியாபகம் இல்லை. பெருமூச்சு விட்டாள். கண்கள் அவற்றின் மேலேயே நிலை குத்தி இருந்தன. சிறிய ஓடையின் அருகே மந்தையை அழைத்துப் போனான். கூட்டமாக ஆசை தீரத் தண்ணீர் குடித்தன. மந்தையாக இருப்பதில் தானே ஆனந்தம். ஏன் தன்னை மட்டும் இங்கே தனியாக விட வேண்டும்? குழந்தைப் பருவம் விடை தெரியாத கேள்விகளால் மட்டுமே ஆனது போல.

தன்னை வழி தவறிய ஆட்டுக்குட்டியாக நினைத்துக் கொண்டாள்.

கால் பாதியாக உடைந்த நிலவொளியில் அந்தி வெளிச்சம் அவள் முகத்தை வசீகரிக்க வைத்தது. மின்மினி அவள் கண்களை கூசச் செய்து, கன்னங்களை வருடிச் சென்றது. மாறாக அவளின் தனிமை இம்முறை அளவற்ற ஆனந்தத்தை தந்தது.

திசை தெரியாத பறவையாகத் திரிந்தாள். புதிய தளிரின் மினுமினுப்பு. அவள் வியர்வையில் தெறித்தது.

அம்மாச்சி நினைவு வந்தது. திரும்பி விடலாமென தனக்குள்ளே சொல்லும் போது முகத்தில் நீர் தெளிக்க எழுந்து அமர்ந்தாள். முழுசா தூங்க விடமாட்டீங்க. முழுசா கனவு காணவிடமாட்டீங்க அம்மாச்சி. மனதுக்குள் சொல்லிக் கொண்டே முகத்தை திருப்பி எழுந்தாள்.

இவள் அம்மாச்சி ஊருக்கு புதிது. ஆலீமின் அக்கா ஒரு வயது தான் மூத்தவள். அவளால் நடக்க முடியாது.

அம்மா மீண்டும் கருத்தரித்தாள். ஆலிம் ரொம்ப சூட்டிகையாக விளையாட்டுத்தனமாக இங்கேயும் அங்கேயும் ஓடி ஆடிட்டு இருப்பாள். அக்கா எழுந்திருக்கவே மாட்டாள். உட்கார்ந்த இடத்திலேயே அம்மிக்கல்லென இருப்பாள்.

அதனால இரண்டு பிள்ளைகளையும் அம்மாவால் பார்த்துக் கொள்வது கடினமாக இருந்தது. அதனால் துருதுருன்னு இருக்கிற ஆலிமை தன்னோட அம்மா வீட்டுக்கு அனுப்பி வச்சாங்க.

ஆனால் ஆலீமை ரொம்ப அம்மாச்சிக்கும் தாத்தாவுக்கும் பிடிக்கும்னு சொல்லி அம்மா இவளை இங்கே விட்டுட்டாங்க.

அந்த ஊர்ல உள்ள ஸ்கூல்லயும் சேர்த்து விட்டுட்டாங்க.

அம்மாச்சி வீட்டுக்கு ஐந்து வயதில் வந்தாள். மூன்று வருடம் ஆகிவிட்டது. வருடத்திற்கு ஒரு முறை வீட்டுக்குப் போய் வருவாள்.

அவளுக்கு அம்மாவின் முகம் பாதியளவு மறந்து போயிருந்தது. இரு மாதத்திற்கு ஒருமுறை அப்பா வந்து தின்பண்டங்களோடு வந்து பார்ப்பார். தாத்தா காலையில் வேலைக்கு போனால் இரவுதான் வீடு திரும்புவர்.

ஆலீம் பள்ளி விட்டு வீடு திரும்பும்போது வீடு பூட்டியிருக்கும்.

அம்மாச்சி வீட்டு வேலை செய்துவிட்டு திரும்பி வரும் வரைக்கும் திண்ணையில் உட்கார்ந்து அமைதியாக வேடிக்கை பார்ப்பாள்.

அம்மாச்சி வந்த பின் இருவரும் வர காப்பி குடிப்பார்கள். குடித்தபின் அம்மாச்சி சொல்கிற கதைகளை கொஞ்ச நேரம் உட்கார்ந்து கேட்பாள். ஆறு மணி ஆனதும் அருகேயுள்ள மாதா கோவிலில் மணி அடிக்கும்.

அம்மாச்சி கோவிலுக்கு போயிட்டு வான்னு சொல்லுவாங்க. அவள் ஒத்தையாகவே போய் வருவாள்.

எல்லா நேரமும் தனியாவே போய் தனியாவே வருவாள். இது பயத்தையும் தைரியத்தையும் ஒரு சேர கொடுக்கும்.

அம்மாச்சி வழக்கமா லாந்தர் விளக்கு கொளுத்தி விட்டு ரெண்டு மணி நேரம் போல ஜெபம் பண்ணுவாங்க. தாத்தா வீட்ல இருக்க மாட்டாங்க.

எதிர் வீட்டு ரேடியோவில் இருந்து பாட்டு வரும். பழைய பாடல்கள் எல்லாம் கேட்கப் பிடிக்கும். பாட்டு கேட்டுகிட்டே எப்ப தூங்குவானு தெரியாது. இரவுல தாத்தா வந்து கூடத்தில் இருக்குற கயிறு கட்டிலில் படுக்க வைத்து விடுவாரு. அப்படியே தூங்கிடுவாள். எழும்போது பார்த்தா தாத்தா இருக்க மாட்டாங்க. அதி காலையிலேயே வேலைக்கு போயிருப்பாரு.

விடுமுறை நாளா இருந்தா முண்டாசு கட்டிகிட்டு வீட்டு வேலையெல்லாம் பார்ப்பார் தாத்தா. அவளுக்கு அம்மாவோடு வீட்டில் இருக்க ரொம்ப ஆசை. அண்ணன், அக்காவோடு பேசி சிரிச்சு விளையாடி சந்தோஷமா இருக்கணும்னு தான் நினைப்பாள். தெருவில் எல்லோருடனும் விளையாடனும் வெளியில போகணும்னு அவளுக்கு ரொம்பவே விருப்பம்.

ரெட்ட சடை போட ரொம்ப பிடிக்கும். அம்மாச்சிக்கு போடத் தெரியாது. பக்கத்து வீட்ல போயி ரெட்டை ஜடை போட்டுட்டு வான்னு சொல்லும் போது அம்மாவை நினைத்து ஏங்குவாள். உடனே அப்பாவின் நினைவு வரும். தன்னை தோள் மேல் தூக்கி கொஞ்சுவது நிழலாடும்.

ஆலீமின் அப்பா அருள் கனரக லாரி ஓட்டி வந்தார். டிரான்ஸ்பார்ம் ஏற்றிக்கொண்டு செல்லும் வேலை. வண்டி எடுத்துப் போனால் வீட்டிற்கு திரும்புவதற்கு இரண்டு மூன்று நாட்களாகும். குடும்பம் தான் அவருக்கு உலகம். வீடு உண்டு. வேலை உண்டென இருப்பார். குழந்தைகள் என்றால் கொள்ளைப் பிரியம்.

வீட்டில் இருக்கும் போதெல்லாம் மடியின் வலப்பக்கம் இடப்பக்கம் என இரண்டு இரண்டு பிள்ளைகளாக

வைத்து கால்களையாட்டி தாலாட்டுப் பாடுவார். வீட்டிற்கு வரும்போதே பிள்ளைகளெல்லாம் சாப்பிட்டார்களா? நீ சாப்பிட்டாயா என்ற கேள்விகளை அம்மாவிடம் கேட்காமல் உள்ளே வர மாட்டார். கைகளில் தீனி பொட்டலமும் பழக் கூடையும் இருக்கும்.

கறி சோறு சாப்பிடும் போது தனக்கு கிடைக்கிற ஈரல், கால் எலும்பில் உள்ள மஜ்ஜை எடுத்து பிள்ளைகளுக்கு ஊட்டுவார். குளிக்கும்போது பிள்ளைகளின் துணிகளை துவைத்துப் போடுவார். ஞாயிற்று கிழமையானால் தலைக்கு அரப்பு தேய்த்து குளிப்பாட்டி விடுவார்.

அம்மாவிற்கு துணையாக பாத்திரம் கழுவுவது, சமைப்பது என எல்லா வேலைகளையும் செய்வார்.

பல நேரம் குடும்பத்தை நினைத்து இரவு பகலாக உறக்கமின்றி உழைப்பார்.

அப்பா லாரியை விட்டு இறங்குவார். அடுத்த மூன்று மணி நேரத்தில், ஒரு வேலை வந்திருக்கு வா என்று வேலை பார்க்குமிடத்திலிருந்து அழைப்பு வரும். அதற்கு சொல்லும் காரணம், புள்ளகுட்டிக்காரனா இருக்கன். இப்ப சம்பாதிச்சா தான் உண்டு

அப்பொழுது அம்மா, அப்பாவை பார்த்து வந்ததும் வராததுமா' போறீங்களே என கண்களால் பேசுவாள். பதில் எதுவும் சொல்லாமல் பிள்ளைகளை ஜாடை காட்டி சட்டையை போட்டுக் கொண்டு போவார்.

அப்படித்தான் ஒருநாள் வேலை வந்தது. கிளம்பி திண்ணை வரை சென்றவர் வீட்டுக்கு ஓடிப்போய் அம்மாவின் நெற்றியில் முத்தமிட்டு வயிற்றை தடவிச் சென்றார். அப்போது வயிற்றில் சிசு எட்டு மாதம். ஐந்தாவது வாரிசு.

கடந்த வாரத்தில் ஐந்தாவதாக குழந்தை பிறப்பதாக தன் அண்ணனுக்கு சந்தோஷமாக கடிதம் எழுதினார். இதை பெருமையாக சொல்கிறாயா?

ஏற்கனவே ஒன்னுக்கு இரண்டா ஆண் பிள்ளையும் பெண் பிள்ளையும் பெத்து வச்சிருக்க. "ஐந்து பெற்றால் அரசனும் ஆண்டியாவான்" என்கிற பழமொழி உண்டு. கேள்விப்பட்டதில்லையா? என அண்ணன் திட்டி பதில் கடிதம் எழுதினார்.

“அரசன் ஆண்டியாவான் இந்த அருள் ஆண்டியாக மாட்டான்" என திரும்ப அப்பா கடிதம் எழுதினார்.

அன்று வேலைக்குப் போன அடுத்த நாளே அம்மாவிற்கு மூச்சுத் திணறி வலி வந்தது. அக்கம் பக்கத்தினர் அம்மாவை அழைத்துக் கொண்டு மருத்துவமனையில் சேர்த்தனர். பிரசவ நேரம் மிகவும் வயிற்று வலியால் சிரமப்பட்டாள்.

அப்பாவிற்கு தகவல் அனுப்பப்பட்டு அவர் ஓடி வந்தார். பல மணி நேர போராட்டத்திற்கு பின்பு குறை பிரசவம் ஆனது. வாழ்வா? சாவா? என்ற மிகப்பெரிய போராட்டத்தில் தாயும் சேயும் சாவுக்கு இரையாயினர் இறையிடம் சேர்ந்தனர்.

ஒரு மாதம் வரை அப்பாவின் அம்மாவான அப்பாயி வந்து வீட்டைப் பார்த்துக்கொண்டார்.

அவராலும் பார்த்துக் கொள்ள முடியாமல் தவித்தார்.

பின்னர் தனது ஊருக்கு ஆலிமின் அக்காவை அழைத்துச் சென்று விட்டார்.

அப்பா காலை போய் மாலைக்குள் வருமாறு வேலையை மாற்றிக்கொண்டார். இரு மகன்களை மட்டும் வீட்டில் தன்னோடு வைத்துக்கொண்டார். அப்பா மாதம் ஒருமுறை முதல் பெண்ணையும் அடுத்த மாதம் இரண்டாவது பெண் ஆலிமையும் போய்ப் பார்த்து வருவார். அம்மா இறந்து ஒரு வருடம் ஓடிவிட்டது.

அம்மாச்சி வீட்டு வேலை செய்துவிட்டு பொழுது சாய்கிற நேரம் சுள்ளிப் பொறுக்கி வழக்கம் போல் அடுப்பு மூட்டினாள். இரவு உணவு தயார் செய்வதாள்.

வயிற்றில் பசி இருந்தாலும் தண்ணீரைக் குடித்துக் கொண்டாள். அம்மாச்சி அருகே சென்றாள். அசைந்தாடும் அனல் ஒளியை சாவதானமாக உட்கார்ந்து வெறித்துப் பார்த்தாள். ஆலிமின் மனம் சூல் கொண்டு அசை போட்டது.

இரவு நேரம் தாத்தாவும் அம்மாச்சியும் கூடத்தில் அமர்ந்திருந்தார்கள். அருகில் படுத்திருந்த இவளுக்கு தூக்கம் வரவில்லை. கதவை திறந்து திண்ணையில் அமர ஆசை. பயத்தால் எழாமல் யோசித்தாள்.

இரவு உண்ட பின் அம்மாச்சி ஜெபம் செய்யும் போதே தூங்கியிருப்பாள். ஆனால் இன்றோ தூங்காமல் திடீரென யோசனை வந்தவளாக அம்மாச்சியிடம் கேட்டாள்.

"ஒருத்தர் கருப்பா தீனி வாங்கிட்டு வந்து எனக்குத் தருவாரே. ஏன் அவர் இப்ப வர்றதில்ல?"

அடுப்பில் எரிந்த கரிநெருப்பின் ஒளி மங்க ஆரம்பித்தது. ●

கொலுசு இதழ்

27

நடப்பா

கலைபாரதி

பாரதி பற்றி நாளைக்கு கட்டுரை எழுதணும். அதுக்காகப் படிக்கும் போது வியப்பாக இருந்தது. பாரதி மகாகவி, தேசியகவின்னு சொல்றாங்க... அவரு செத்தப்ப பதினோரு பேருதான் வந்தாங்களாம்... அதையே நினைத்துக் கொண்டிருக்கும் போதுதான், தாத்தா கூப்பிட்டார். "லே! என்னடா அங்க பண்ற... ஒங்க நடப்பா செத்துப்போயிட்டான்டே".

ஒரே ஓட்டமாய் வீட்டுக்கு ஓடினேன். வீட்டில் ஒரே கூட்டம்... அம்மா, நடம்மா, அண்ணன்கள், பக்கத்து வீட்ல உள்ளவங்க எல்லோரும் அழுது கொண்டிருந்தனர். நடப்பாவை நாற்காலியில் உட்கார வைத்திருந்தார்கள். வாயில் வெத்தலப் பாக்கு வச்சி கட்டியிருந்தனர். நெற்றி யில் ஒரு ரூபாய் காசு... ஒரே பத்தி நாத்தம்... சுவத்தோட மூலையில் கிழிஞ்ச தப்பு ஒன்று மாட்டி யிருந்தது... அங்கங்கே ஒட்டடை படிஞ்சு.

"ஏலேய்... சின்னப்பயலே... காலணித் தெருவுல போயி சொல்லிட்டு வாடா... இவன் பண்ணின காரியத்துக்கு எந்தப்பய வரப்போறான்... ஊருலேயும் ஒரே பிரச்னை... இருக்குற வரைக்கும் நமக்கும் நாலு சனஞ்சாதி வேணும்னு இருந்தானா? துக்குரித்தனமா நடந்துக்கிட்டான். இப்ப யாருமில்லா அனாதையா கெடக்கிறான். ஒறமொறைக்கு சொல்லி வுடக்கூட ஒரு பயலும் வரமாட்டானுவ..." இப்படியாய் பெரியப்பா அலுத்துக் கொண்டவுடன்,

எனக்கு நடப்பா வாழ்க்கையில் ஏதோ சுவாரஸ்யம் இருப்பது போல் பட்டது. அதனைத் தெரிஞ்சுக்கணும் என்ற ஆவலும் அதிக மானது.

"ஏம்பெரியப்பா... இப்படி அலுத்துக்குறீங்க... அப்படி நடப்பா என்ன தான் செஞ்சிச்சு..."

"ஏண்டா... அவன் கொஞ்ச நஞ்சம் காரியமா செஞ் சான், வாழ்நாள் முழுக்க ஒரே வம்பு... சண்டை.... இப்படித் தான் ஒருமுறை நம்ம சுப்பிரமணி சாராயம் வித்துட்டு இருந்தான். இவன் எங்கையோ எழவு சொல்லிட்டு களச்சு வந்தவன், அவன்ட்ட போயி சாராயம் கேட்ருக்கான்... அவன் கொடுக்க முடியாதுன்னுட்டு மோசமாவும் பேசிருக் கான். அவன்ட்ட கம்முன்னு இருந்துட்டு, ஊருக் குள்ள வந்து சுப்பிரமணி ரூபாய்க்கு ரெண்டு கிளாசு சாராயம் விக்கிறான்னு தண்டோரா போட்டுட்டான். இந்த சேதி ஊரு பூராவும் பரவிடுச்சு... ஒரே திமுதிமுன்னு கூட்டம். நம்மாளுவ எல்லோரும் மண்டிட்டாங்க... விசயம் போலீசுக்கு தெரிஞ்சு சுப்பிரமணிய புடிச்சுட்டு போயிட் டான்ங்கே... கோர்ட், கேசுன்னு அலஞ்சு... ரொம்பவும் திண்டாடிட்டான், ரெண்டு பேரும் ரொம்ப நாளா வஞ்சமால்ல இருந்தானுவ".

தெரிஞ்சவுங்க வேண்டியவுங்கன்னு ஒருசில பேரு வந்தாங்க. ஆனால் ஊருக் காரவுங்கதான் யாரும் அதிக மாக வரல, பக்கத்து தெருவுல உள்ள பட்டம்மா மட்டும் ரவா கஞ்சி வச்சி எல்லோருக்கும் கொடுத்துச்சு, பசி நேரத்துல ரவா கஞ்சி ரொம்ப எதமாக இருந்துச்சி.

"ஏம்பெரியப்பா இதுக்காகவா அத்தனப்பேரும் கட்டுப்பாடா வராம இருக்கான்ங்கே..." இன்னும் தெரிந்து கொள்ளணும் என்பதற்காகவே கேட்டேன்.

"ஏது... இந்தப்பய நம்மள வுடமாட்டான் போலிருக்கே... இந்த நோண்டு நோண்டிட்டிருக்கான்... மாரியக்கா கிட்ட போயி நானு ஒரு தரம் பொலவு கேட்டேன்னு வாங்கிட்டுவா" என்றார். ஒரே ஓட்டமும் நடையுமாக

போயி வாங்கியாந்து கொடுத்தவுடன் சொல்ல ஆரம்பிச்சார்.

“அவன் கொஞ்சம் ராங்கிக் காரன் தான்... ஒதட்டுல ஒன்னு மனசுல ஒன்னுன்னு வச்சிப் பேசமாட்டான். எது நியாயமாப் படுதோ, அத பட்டுன்னு போட்டு ஒடச்சுடு வான். அதனால அவன யாருக்கும் புடிக்கிறதுல்ல... ஒரே கெட்ட பேரு... அப்ப வெட்டும வேல இவன்தான் பார்த் துட்டு இருந்தான். அறுப்புக் காலத்துல கூலிப்பிச்சையா காப்படி நெல்லும் ஒரு அரி கதிரும் தான் கொடுத்துட்டு இருந்தான்ங்கே... ஒரு முறை இவன் பஞ்சாயத்துல,

“எங்களுக்கு கூலிப்பிச்சையா ஒரு படி நெல்லும் ரெண்டு கோட்டு கதிரும் வேணும்... காப்பொன்னுலயும் மாப்பொன்னாக் கொடுக்குற இந்த சம்பளத்துக்கெல்லாம் எங்களால வேலப் பார்க்க முடியாது”.

“ஏலே... பழனி... யாருக்கு எதிர்ல திமுரா பேசுறேன்னு தெரியுதா... ஒழுங்கு மரியாதையா பேசுனது தப்புன்னு நாட்டாம கால்ல விழுந்து மன்னிப்புக் கேளு...” தடிக்கம்பை ஓங்கிக் கொண்டு வந்தார் வைத்தி.

“எதுக்குய்யா... எதுக்கு நான் மன்னிப்பு கேட்கணும்? நானும் எங்க சாதி சனங்களும் இந்த வூருக்காக ஒளக் கிறோம். ஒங்க பொணம் நாறக்கூடாதுன்னு... ராத்திரில பொணத்தோட பொணமா கெடந்து நாங்க நாறுறோம், வூருல எவன் செத்தாலும் முன்னமே வந்து நாங்க நிக்கிறோம். ஆனா இந்த வூருல எந்த நிகழ்ச்சிலேயும் எங்களுக்கு பங்கும், மரியாதையும் கெடையாது. கோயில்ல மண்டாப்படி செய்யுற உரிமைகூட எங்களுக்கு கெடையாது. இத நான் கேட்டா நீங்க தடிக்கம்ப ஓங்கிட்டு வர்றீங்க, இந்த ஊருக்கு இனியும் நான் வெட்டும வேல பார்க்கல... ஒரு மயிரும் பார்க்கல...”பக்கத்துல சாச்சி வச்சிருந்த தப்ப ரெண்டா கிழிச்சு கழுத்துல மாட்டிட்டு கௌம்பிட்டான்.

“ஏய் பழனி...

போடா... போ...

ஒன்ன நான்
அப்புறம் பின்னாடி
பாத்துக்குறேன்".

"யோவ்... நீ என்ன அப்புறம் பின்னாடி பார்க்கப் போற... இப்பயே போறேன்... பின்னாடி என் சூத்தப் பாத்துக்கோ" அப்படின்னுட்டு அவன் வந்துட்டான்.

அன்னக்கி... இந்த ஊரு பூராவும் வச்சான்ங்கே, எவனும் இங்க வர்றது மில்லே... இவன் கூட பேசறதுமில்லே... கடைசி வரைக்கும் அதுக்காக இவன் கவலைப்பட்டதும் கெடையாது... ஊரு சாவுக்கெல்லாம் தப்படிச்சான். இவன் சாவுக்குத் தப்படிக்கக் கூட எவனும் வரல".

நாலு பேரு பாடைய தூக்கிட்டு முன்னாடி போக... பத்தோடு பதினோரு பேரா நானும் அவர்கள் கூடவே நடந்து கொண்டிருந்தேன். அன்றைக்கு யாரோ பேசுனது ஞாபகம் வந்துச்சு... மிகப்பெரிய போராளியோட சாவுக் கெல்லாம் கூட்டம் அதிகம் வராதாம். ●

கருக்கல் விடியும் – செப்டம்பர் 2012

28

நீர்க்கோழி

ஆர். காளிப்ரஸாத்

பெரியகுட்டி மாமா வந்துட்டுப் போனதிலேந்தே, இது என்றைக்காவது ஒருநாள் நடக்கப் போவதுதான் என தெரியும். ஃபேக்டரியில் நைட் ஷிப்ட் முடித்து வரும் வழியில் சிகரெட் ஒன்றைப் பற்ற வைத்துக்கொண்டு வாய்க்கால் பாலத்தில் அமர்ந்திருந்தேன். பக்கத்து குளத்திலிருக்கும் நீர்க்கோழி வாய்க்காலிலும் அவ்வப்போது தலையைக் காட்டும். அதைத் தேடினேன். நானும் அமுதனும் அல்வாணியும் இங்கு வைத்துதான் பீர் குடித்துவிட்டு கொய்யா இலை தின்று வாசம் தெரிகிறதா என மாறி மாறி பரிசோதித்துக் கொள்வோம். சமயங்களில் நீர்க்கோழி டக்கென எட்டிப்பார்த்து தலையை அமிழ்ந்து கொள்ளும். இதை வாத்துன்னும் கோழின்னும் நினச்சு அடிச்சு சாப்பிட முடியுதா பாரு.. அதுவும் ஜாலியா இருக்கு என்பான் அமுதன்.

சிகரெட் தீர்ந்த பின்னும் சிறிது நேரம் உட்கார்ந்திருந்து விட்டு காலனிக்கு வந்தேன். வரும் வழியில் அல்வாணி வேக வேகமாக எதிரில் வந்துகொண்டிருந்தான். லுங்கியை மடித்துக் கட்டினான். அது சரியாக மடங்காமல் ஏனோதானோவென இருந்தது. நான் அல்வாணியைப் பார்த்து மெல்ல சிரித்துவிட்டு வந்தேன். சும்மா பேச முற்பட்டேன். ஆனால் அவன் விறுவிறுவென சென்றான். காலனிக்குள் வந்தவுடன் மூலை போர்ஷனில் நின்றிருந்த

கூட்டத்தை பார்த்தபோது அனைத்தும் புரிந்திருந்தது. ஆஃபியாம்மா ஏதாவது செஞ்சிருக்கும். அதான் அவன் அப்படி போயிருந்திருக்கிறான். அது நினைத்தால் நினைத்தது தான். அது எப்பொழுதும் சாயங்காலம் அஞ்சரைக்கு டீ போடும். அந்த நேரத்தில் அல்வாணியோ அவங்கப்பாவோ இல்லைன்னா அத்தோட மறுநாள்தான் அவங்களுக்கு டீ. பாய் வீட்டுக்கு கலைஞரே வந்தாலும் அஞ்சு இருவத்தஞ்சுக்குள்ள வந்தாத்தான் பாயம்மா டீ தரும் என்பது ஏரியாவில் பிரசித்தமான சொல்வழக்கு. கூட்டத்தை விலக்கி உள்ளே பார்த்தபோது பாயம்மா மண் ணெண்ணை ஊத்திய தலையோடு நின்றபடி அல்வாணியை திட்டிக் கொண்டிருந்தது. 'தீப்பெட்டிய குடுறா மயிராண்டி! தீக்குச்சி எங்கடீ களுத!' என புலம்பலுக்கு நடுவே சுற்றி இருந்த மற்ற குடித்தனக்காரர்களுக்கு வசை விழுந்தபடி இருந்தது. 'பைக்கு தராஹ, வீடு தராஹ அப்புறம் என்னவாம்.. எந்தத் தூமத்துணி வசியத்தப் போட்டாளோ இப்படி கிடக்கிறானே. வுட்டுட்டுப் போயிருவேன்னா பெத்தவளப் பாத்துப் போடீ மூதேவீங்கிறான்.. எல்லாம் அப்படித்தான்.. சிதி காட்றவ சீதேவிதான்.. மொல கொடுத்தவ மூதேவிதான்..'

'தீப்பெட்டிய புடுங்கி வச்சிருக்காளே.. டீ நீயும் அவனுக்கு கூட்டாளிதானடி.. இங்க இல்லைன்னா உன் வீட்ல சோறு திங்கலாங்கிற தைரியத்துலதானடி என்னை திட்டிட்டுப் போறான்.. மரியாதையா குட்றீ அத...'

அம்மா கையை விரித்து காட்டினாள்.. 'அல்வாணிம்மா காத்தாயி ஆணையா என்கிட்ட இல்ல.. நீயே எங்க வச்சியோ தேடு..'

ஆஃபியாம்மாவிற்கு அங்கே வேறு வழிகள் இருப்ப தாகவே எனக்குத் தோன்றியது. லைட்டரை வைத்து கேஸ் அடுப்பை பத்த வச்சு.. என நான் யோசித்துக் கொண்டிருந் தேன். போய் அந்த லைட்டரை எடுத்துட்டு வாடா என்று கிசுகித்தார் நாச்சாமி மிமா.

நான் மெல்லப்போய் அதை எடுத்தேன்..

‘மரியாதையா குட்றா டேய்..’ எனக் கத்தியபடி பாயம்மா ஓடி வந்தாள்.. நான் அதை நாச்சாமி மாமா விடம் தூக்கியெறிந்தேன்.. அவர் பிடித்துக்கொண்டு பின்னால் ஓடினார்.

“மாட்டுவீங்க எல்லாரும் மாட்டுவீங்க.. அன்னைக்கு வாங்கிறேன் ஜவாப்பு..” என கத்தியபடி சுவரோரம் போய் உட்கார்ந்தாள் ஆஃபியாம்மா.. அப்படியே அழத் துவங்கினாள்.

அம்மா உள்ளே போய் டம்ளரை துழாவிக் எடுத்துக் கொண்டிருந்தாள்.

‘இந்தா தண்ணிய குடி..’

சலசலப்புக்கு இடையே வெளித்திண்ணையில் பெரியகுட்டி மாமா சம்மணம் போட்டு உட்கார்ந்திருந்தார். கருத்த உடலில் இன்னும் பளபளப்பாகத் தெரியும் நெற்றி வடு.. மேலே குல்லாய்.. ஜிப்பா சைடில் பீடிக்கட்டு தீப்பெட்டி எப்பவும் தயாராக இருக்கும். சலசலப்புகள் அடங்கி அனைவரும் தன்னைத்தான் பார்க்கிறார்கள் என்பதை உணர்ந்த சில நிமிடங்கள் அப்படியே உட்கார்ந் திருந்தார். பின் மெல்ல இடது தொடையை தூக்கி அபானத்தை வெளியேற்றினார்..

‘இன்ஷால்லா.. சரி நான் பேசிப்பார்க்கிறேனே’ என்றார்..

அமுதன் எங்கே என்று தேடினேன். அவன் வீட்டு ஜன்னல் திறந்திருந்தது. ஃபேன் ஓடிக்கொண்டிருந்தது. இந்த சத்தத்திற்கு இன்னும் ஜோராக தூங்கிக் கொண்டிருந் திருப்பான் என நினைத்தேன். எனக்குள் புன்னகைத்துக் கொண்டேன்

‘இதோ சிரிக்கிறான் பாரு... அவனோட உம்புள்ளை யுந்தான் கூட்டு’ என டம்ளரை என்னை நோக்கி வீசினாள் பாயம்மா.

*****

அமுதனும் நானும் போய் பார்க்கும் போது அல்வாணி பாலத்திலிருந்து கிளம்பிப் போய் படிக்கட்டில் உட்கார்ந் திருந்தான். பக்கத்து துறையில் விஜயாக்கிழவி துணியை கசக்கிப் பிழிந்து கொண்டிருந்தது. பாவடையை ஏற்றி மார்புக்கு மேலே கட்டியிருந்தது. அது வயசுக் கிழவிங்க எல்லாம் வெறும் சேலையோடு தான் இருக்கும். குளிக்கும் போதும் அப்படியேத்தான் குளிக்கும். இது மட்டும் இன்னும் ஜாக்கெட் போடும் பழக்கத்தை விடல. பாட்டு பாடிக் கொண்டே சோப் போட்டுக் கொண்டிருந்தது. ஏதோ முணுமுணுத்துக் கொண்டிருந்தது. கேஆர் விஜயா பாடலாக இருக்கும். அது தனக்கு நாற்பது வயது ஆன போது தன்னை பதினெட்டு வயதான கேஆர்விஜயாவாக நினைத்துக் கொள்ளத் துவங்கியது. இப்போது மாரியம்ம னுக்கு விரதம் இருக்கிறது.

“காலம் போன காலத்துல அந்தாளு ஏதோ தொடுப்பு வச்சுகிட்டான். அதுதான் சாக்குன்னு அன்னைக்கு முளுக்க ‘அன்னமிட்ட கைகளுக்கு அன்பு செய்த கண் களுக்கு உன்னை விட்டு போவதற்கு உள்ளம் இல்லை மகளே’ன்னு பாடிகிட்டி இருந்துச்சி.. மொத்தமா அங்கிட்டு போனவன ஒருநாள்ல அவளே அடிச்சு பத்திவிட்டுட்டா.. கிழம் சோத்துக்கு இவளை சுத்திகிட்டு திரியுது”, மெஹருனிசா அம்மாவும் என் அம்மாவும் விஜயாத்தா கதை பேசித்தான் சிநேகிதமானார்கள்.

காலையில் பாயம்மாவின் மண்ணெண்ணெய் காட்சியின் போது விஜயாக்கிழவி அங்கதான் இருந்தாள். எப்ப கிளம்பி இங்க வந்தாள்னு தெரியவில்லை.

“அவனை உசுப்பேத்தி விட்டுபுட்டு அப்டேட் கொடுக்க வந்துருச்சி பாரு” என்றேன் அமுதனிடம்.

இப்பொழுது ஆஃபியாம்மா பார்க்கிற பொண்ணை விட்டுட்டு மெஹரத்தான் கட்டுவேன்னு அல்வாணி நிக்க அவள் பேசின பேச்சும் ஒரு காரணம்.. யதார்த்தமாக பார்க்கும் ஒன்றிலும் ஏதாவது இழுத்துக் கோர்த்துவிடுவாள்.

“என்னடா அது உன்னை ஓரக்கண்ணால பார்க்கது.. ஒண்ணா மீன் வாங்க வறீங்க.. மீன் வேற துள்ளது.. ஆங்.. என்னா விஷயம்..ம்..ம்..ஆவட்டும்..ஆவட்டும்” என எதையாவது சொல்லிக் கொண்டிருப்பாள்.

மெஹருன்னிசா குடும்பம் முன்பு காலனியில் இருந்த போது “அவதாண்டா பொருத்தம்னு அமுதனிடம் கூட சொல்லிக்கொண்டே இருந்தாள். நீ அப்படியே தீர்க்க சுமங்கலி முத்துராமன்தான.. என்ன அது இஸ்லாமா போச்சு.. இல்லாட்டி உனக்கு அப்படி ஒரு பொருத்தம்.”

நிறைய நேரங்களில் தெருப்பெண்கள் கூட வேலையை முடித்துக் கொண்டு இந்தக் கிழவியின் விட்டுத் திண்ணைக்கு வந்துவிடுவார்கள்.

‘நேத்து அந்த பக்கத்து வீட்ல விட்டுவிட்டு மழை பெய்ஞ்சிருக்கு போலிருக்கே.. உங்க வீட்ல இல்லையாடி..’

‘எந்த பக்கத்து வீடு பாட்டி?’

‘அதாண்டி பின்னாடி பேண்ட்குள்ள காபி டபராவை கவுத்து வச்ச மாதிரி இருப்பானே, அவன் நைட் செக்யூரிட்டி வேலைதான பார்த்துகிட்டு இருப்பான். அவன் நேத்து ரவுண்டஸ் போலயாமே..’

கல்யாண வீடுன்னா அங்க அவளோட சபைதான். கல்யாண பெண்ணிடம் கறை நல்லதுன்னு உபதேசம் பண்ணிவைப்பாள். மறுநாளோ ஒரு வாரம் கழித்தோ மணப்பெண்ணை பார்த்து கைகொடுப்பாள். கைகொடுக்கும் போது பார்த்து மாடு பேரம் பேசுவது போல துணியை மூடி விரலை பிடித்து விசாரிப்பாள்.. ‘ஒண்ணுதானா.. என்னடி?’ என பாவமாக முகத்தை வைத்துக்கொள்வாள்.

“இவள் கத்தலை பொறுக்காமத்தான வீடு மாத்தி வேற ஊருக்கே போனா.. ஆனா இன்னும் அவதான் தூமத்துணி போட்டு மந்திரிச்சுட்டான்னு சொல்றாபாரு...” என அல்வாணியிடம் சொல்லிக் கொண்டிருந்தாள்.

அல்வாணிக்கு மொத்த வசனமும் கடத்தப் பட்டு விட்டது. எங்களைப் பார்த்ததும் அவன் எழுந்து நின்றான்

“பெரியகுட்டி வந்துச்சாடா” என்றான் அமுதன்

அல்வாணி ஏதும் பேசாமல் அப்படியே குதித்து நீந்தி அந்தப் பக்கம் போய் கரையேறிச் சென்றான்.

*****

அந்தக் குழப்பம் யாரும் எதிர் பார்க்காதது. அல்வாணிக்கு மெஹருன்னிசா மீது காதல் இருந்தது போலவோ அவள் பின்னால் அலைந்தது போலவோ ஏதும் இல்லை. பெண்பார்ப்பதாக சொன்னபோது இவங்களை கேட்கலாமே என்று சொன்னதும் அம்மாதான்.

‘மெசெஞ்ஜர் வேலைக்கு பொட்டிகடைகாரன் பொண்ணுன்னு எளுதிட்டாஹ போல.. என்னோட சண்ட போட்டுதான் அவங்க வீடு மாத்தினாஹன்னு விஸயா கௌவி கிளப்பிவிட்டுருச்சி.. அதுவாவது இல்லன்னு ஆவட்டும்’ என பாயம்மா சும்மா இருந்துவிட்டாள். “பாந்தமான பொண்ணு வேற..” என்றாள்.

அம்மா போனில் அழைத்துப் பேசி இரு பக்கமும் முடிவாகி பேச்சுவார்த்தையில் இருந்தபோதே அல்வாணி ஆபீஸில் இருந்து வீட்டுக்கு பத்து மைல் சுத்தி வரத் துவங்கியிருந்தான். பெண் பார்த்து பேச்சு வார்த்தையில் இருந்த காலத்தில் பெரியகுட்டி இன்னொரு சம்பந்தத்தோடு வந்தார். துபாயில் இருக்கும் குடும்பத்திற்கு காம்ப்ளைக்ஸை பார்த்துக் கொள்ளவும் பெண்ணைக் கட்டிக்கொடுக்கவும் அல்வாணி சரியாக இருப்பான் என்று சொல்லிவந்திருந்தார். ஆஃபியாம்மா அதைப் பிடித்துக் கொண்டது.

“ஏதோ மனசு தடம்மாறி போயிருச்சி. இந்தா நல்ல வழிய காமிச்சுட்டானே..”

ஆனால் அல்வாணி மட்டும் பிடி கொடுக்காமல் இருந்தான்..

“அது பெரிய இடம் பாயம்மா. அவன் தனியா வீடு பார்த்து போயிருவான்... ஆனா நீ இங்கயேதான் கிடக்கணும்.. பரவால்லயா.. அஞ்சரை மணிக்கு மேல வந்தா டீ கிடையாதுங்கிற அதிகாரம் கைவிட்டு போயிரும் பாத்துக்க..” என்றாள் அம்மா.

“அந்தப் பய நல்லா இருந்தா போதாதா.. நான் இங்கயே கெடந்துட்டுப் போறேன்..”

‘இப்படி திடீர்னு மாறினா சந்தேகமாத்தான் இருக்கு’ என்றபடி திரும்பி வந்தாள் அம்மா

“அது என்ன பொட்டிக் கடையா வச்சிருக்கு.. வரவன் போனவனை வசியம் பண்ணத்தான் வச்சிருக்கு.. அதான் இந்த காலனிக்குத் தோதுபடாதுன்னு தொரத்திவிட்டேன். அப்படி இருக்கறப்போ வீட்லயா சேத்துப்பேன்..”

“பாந்தமான பொண்ணுன்னியே..”

“அதான் பாறேன்... எனக்குமே வசியம் வச்சுட்டாங்க பாறேன்!!”

ஆரம்பத்தில் பிடிகொடுக்காமல் இருந்த அல்வாணி பின்னர் மெஹரைத்தான் கட்டுவேன் என மிகவும் பிடிவாதமாக இருக்கத் துவங்கினான்.

நானும் அமுதனும் பேச முயன்றாலும் அவன் தள்ளி ஓடினான்.

நாளாக நாளாக அல்வாணிக்கும் பாயம்மாவுக்குமான வார்த்தைப்போர் மண்ணெண்ணெயில் வந்து நின்றது. ஆனால் பாயம்மா தரப்பு ஓங்கியபடியே இருந்தது. பெரிய குட்டியும் சேர்ந்ததால் யாராலும் ஏதும் செய்யமுடியவில்லை.

அமுதன் அவனை சில நாட்கள் தனியாக விடுவோம் என்று கூறினான். சரி தானாக ஆறும் என நாங்களும் விட்டிருந்தோம். அப்படிச் சென்ற சில நாட்கள் கழித்து அல்வாணி வேலை பார்க்கும் ஆபீஸின் செக்யூரிட்டி வழியில் பார்த்துப் பேசினான்.

“அல்வாணி என்னங்க.. வண்டியை நிறுத்தி விட்டு உள்ளே போகும்போதும் வரும்போதும் அழுதுகிட்டே இருக்காப்லயே.. கண்ணு வீங்கி கிடக்கு..”

“ஸ்டாஃப் ரூமுக்குள்ள யாரும் இல்லாத நேரத்துல.. ஏதோ லெட்டர் எழுதிகிட்டு இருந்தாரு.. அப்புறம் போனை எடுத்து மெசேஜ் அடிக்கிறாப்ல. கண்ணுலேந்து நீராக்கொட்டுது. தேம்பி தேம்பி அழுவறாப்ல.. எனக்கு சங்கடமா போச்சு.. யாரும் வராம பாத்துகிட்டு அவருக்கும் தெரியாம நின்னுகிட்டு இருந்தேன். ஒரு பார்க்கிங் பிரச்சனைல முழங்கையால கார் கண்ணாடிய ஒடச்ச ஆளு. இப்படி பார்க்க சங்கடமா போச்சில்ல.. கூடவே இருக்கீங்க.. சொல்லக்கூடாதா.. உங்க இடத்துல நானா இருந்தா இப்படி பார்த்துகிட்டா இருப்பேன்.”

அதில் சற்று உந்தப்பட்டவனாக மீண்டும் அவனைப் பார்க்கச் சென்றேன்.

மதகில் உட்கார்ந்திருந்தவனிடம் பேச்சுக் கொடுத்தேன்

“லவ்வாடா பண்ணின.. சும்மா பொண்ணு பார்த்துக்கே இப்படி மூட்அவுட் ஆகி நிக்கிற.. பெரியகுட்டி மாமா உங்க குடும்பத்துக்கு என்ன தப்பா பண்ணுவாரு.. எல்லாம் நல்லதுக்குன்னு நினைச்சுக்கிட்டு வந்து நில்லுடா..”

“அந்தாளு பண்றது வேற ஒரு வேலைடா.. அவரு தன் பையன் துபாய் போகனும்னு இவ்வளவும் இழுத்துப் போட்டு செய்யறான்.. ஒருநாள் மூஞ்சில குத்தறேனா இல்லையா பாரு..”

“அதுக்காக செஞ்சாருன்னே கூட வச்சுக்கோ. தப்பு என்ன இருக்கு.. உனக்கு நல்லதுதான செய்யறாரு.. அந்தப் பொண்ணுக்கும் நல்ல வாழ்க்கை அமையாதா என்ன?..”

“அதையும்தான் அந்தாளு பார்க்கிறானே..”

நான் அமைதியக அவனைப் பார்த்தேன்.

“அமுதன் சேதி தெரியுமா.. மெஹரு அப்பாகிட்ட போய் பேசிருக்கான்.. பெரியகுட்டி ஆதரவும் உண்டு.. என்னை அங்க கோத்துவுட்டு இந்தக் குழப்பம் தீர்ந்த பின்னாடி சுன்னத்து பண்ணிகிட்டு வந்து நிக்கறேங்கிறானாம். பொண்ணு பேர்ல அஞ்சு லட்சம் போடறானாம்..”

“இங்க இருந்தப்பவே பேசிருப்பான் போலிருக்கு. அதான் அவங்க வீடு காலிபண்ணிட்டு கிளம்பி போயிருக் காங்க.. வச்சுகிறேன் எல்லாத்துக்கும்..”

கடைசியாக சொன்னது அவனது விருப்பக் கற்பனையாக இருந்திருக்கலாம். ஆனால் அமுதனின் தொடர் மௌனமும் பெரியகுட்டி பேசினாரான்னு கேட்டதும் கலந்து ஒரு தெளிவு உண்டானது போல இருந்தது எனக்கு.

“இங்க இருந்த வரைக்கும் அவ என்னைத்தாண்டா பார்த்துகிட்டு இருந்தா.. விஜயாக்கிழவிகிட்ட கேளு.. எல்லாம் தானா முடிஞ்சிருக்கும். இப்ப எப்படி ஆக்கிவிட்டான் பாருடா.. கூடவே இருந்து அவன் தட்டிருவானா..பார்த்துடலாம்டா..”

“என்கிட்ட மோதனும்னா நேரா மோத சொல்றா.. குஞ்ச கீறிகிட்டா அசல் முசல்மான் ஆயிருவானா..”

அல்வாணியிடமிருந்து வந்த ஆவேசம் எதிர்பாராததாக இருந்தது. சும்மா இருந்தால் அது அப்படியே போயிருக்கும். இப்ப நான் வேற ஏதோ பேசப்போய் என்னிடம் சொல்லி விட்டான். அதுதான் மூடியிருந்த பாட்டிலை திறந்து விட்டது போல ஆயிற்று.. பொங்கி வெளியேறிக் கொண் டிருந்தான். பேசிக்கொண்டிருந்தவன், ‘வுட்ரா!’ என எழுந்தான். எழுந்து விறுவிறுவென வீட்டிற்கு நடந்தான். அங்கு பெரியகுட்டி திண்ணையில் டீ சாப்பிட்டுக் கொண் டிருந்தார். இவனை நிமிர்ந்து பார்த்துவிட்டு மீண்டும் டீயைக் குடிக்க ஆரம்பித்தார். அல்வாணி வீட்டுக்குள் போன வேகத்தில் அங்கிருந்த டீவியை தலைக்கு மேல் தூக்கி சுழற்றி மடாரென சுவற்றில் அடித்தான். திண்ணை யில் டீ கீழே சிந்திவிட்டது.

“இந்தரு.. இன்னொருவாட்டி அந்த கெழட்டுப்பய சம்பந்தம் பார்க்கிறேன்னு வீட்டுக்கு வந்தான்னா கழுத்த நெறிச்சுபுடுவேன்னு சொல்லு. இங்கதான் கூப்ட்டு வருவேன். மெஹருதான் உனக்கு மருமவ...”

*****

மெஹர் அல்வாணி திருமண வேலை மீண்டும் துவங்கியது. இரு வீட்டுக்கும் பொது ஆளாக அம்மா பம்பரமாய் வேலை செய்தாள். அனைத்துப் பஞ்சாயத்தும் அவளே சரிசெய்தாள். அமுதன் எதிலும் ஒட்டாமல் வேலைக்குப் போவதும் வருவதுமாக இருந்தான். அவனுக்கான பத்திரிகையை அல்வாணியே நேரில் கொடுத்து அழைத்தான். அவன் மௌனமாக வாங்கிக் கொண்டான். நாச்சாமி மாமா "சிரஞ்சீவியா இருப்பா!' என வாழ்த்தினார்.

மெஹரின் ஊரில்தான் திருமணம் வைத்தார்கள். திருமண நாளன்று மண்டபத்திற்கு அவசரமாக வந்து கொண்டிருந்த அமுதன் மூடியிருந்த கேட்டை கடக்கையில் பைக்கோடு சேர்த்து ரயிலால் இழுத்துச் செல்லப்பட்டான். அவன் பையிலிருந்த போனை வைத்துப் பார்த்ததில் அவன் கடைசியாக அழைத்திருந்தது என் எண்தான் என்பதால் எனக்கு கால் வந்தது. நான் வந்தபோது இரவு ஏழு மணி ஆகியிருந்தது. கேட்தான் போட்டிருக்கே. பொறுமையா இருந்திருக்கலாம். அவசரமா வந்து விழுந்துட்டானே என அனைவரும் பச்சாதாபத்தில் இருந்தனர். ஆனால் எனக்கு மட்டும் அதில் குழப்பம்தான் இருந்தது. முக்கால்வாசி காலனி ஆட்கள் வந்துவிட்டிருந்தனர். கல்யாண மாப்பிள்ளைக்கு தகவல் சொல்லவில்லை என்றனர். நான் என் போனை எடுத்துப் பார்த்தேன். அல்வாணியிடமிருந்து பல மிஸ்டு கால்களும் எங்கடா இருக்கீங்கன்னு கேட்டு மெசேஜூம் வந்திருந்தது. சரியாக எட்டரை மணிக்கு அவனை அழைத்தேன்..

எங்கடா போனீங்க.. இப்பதாண்டா நாங்க சாப்பிட உட்கார்ந்தோம் என்றான்.

சொன்னேன்.

பெண் வீட்டிலேயே தங்கிவிட்டு பத்து நாட்கள் கழித்துத்தான் அல்வாணி காலனிக்கு வந்தான். அமுதன் வீட்டில் ராமேஸ்வரம் போயிருந்தார்கள். காலனி இயல்புக்கு திரும்பியிருந்தது. நான் விசாரிக்கப் போனபோது விஜயாக்கிளவி எதிரில் வந்தது. என்னமோ போ.. நீதான் அதுக்கு பொருத்தமா ஜெமினி மாதிரி இருந்த. ஆனால் உங்கம்மாக்காரி எப்படி நேக்கா அங்க திருப்பி விட்டா பாரு. சரிவிடு.. இனிம ஹேப்பி இன்றுமுதல் ஹேப்பிதான் என்றாள்

'போடி.. உன் கதைய நம்புற சின்னப்பயன்னு நினைச்சியா..' என்று நாக்கைத் துருத்தி சிரித்தபடி உள்ளே போனேன்.

'மெஹர் எதிரில் வந்தாள். வாங்கண்ணே எப்படி இருக்கீஹ' என்றாள். அமுதன் தானாக ரயில் முன் பாய்ந் திருப்பான் என்றே அந்த நொடி தோன்றியது.

சிரித்து வணக்கம் சொன்னேன்..

"அவுஹ வெளியே போயிருக்காஹண்ணே.."

அல்வாணி படித்துறைக்கு வெளியே மதகில் உட்கார்ந் திருந்தான். சோகமாக வாடிப்போய் இருந்தான். "மனசு சரியில்லடா.. எப்படி சுத்திகிட்டிருந்தோம்.. இப்படி போயிட்டானே" என்றான்..

"யாரும் சொல்லாம மறைச்சுட்டாங்கடா.. நீ மட்டும் சொல்லைன்னா மொத்தமா மறைச்சிருப்பாங்கடா..." என்றான்

பின் தானாக, "சுத்தமா மூடு இல்லடா.. இப்ப வரை அவன் நினைப்பாத்தான் இருக்கு. இன்னும் எங்களுக்குள்ள ஒண்ணுமே நடக்கல தெரியுமா.."

நான் ஒன்றும் சொல்லாமல் அமர்ந்திருந்தேன். மீண்டும் அங்கு நீர்க்கோழி தலை தெரிகிறதா எனப் பார்த்துக் கொண்டிருந்தேன்.

திரும்ப வீட்டுக்கு வரும்போது விஜயாக்கிழவி திண்ணையில் ஜமா கூடியிருந்தது. விஜயாக்கிழவி மெஹரின் கையை முந்தானையால் மூடியிருந்தாள். ஆத்தாடி என வாயில் உள்ளங்கையை வைத்திருந்தாள். உற்றுப் பார்த்தபோது தெரிந்தது, மெஹர் அவளின் மூன்று விரல்களைப் பற்றியிருந்தாள்.

புரவி – ஜூலை 2022

29

நரை விதை

லோகேஷ் ரகுராமன்

நாணாவுக்கு விழிப்பு தட்டியது. அரைமயக்கத்தில் அருகில் ஜன்னல் கம்பிகளின் இடைவெளிகளில் காலை ஒளி கசிவதைப் பார்த்துக்கொண்டிருந்தான். மயக்கம் தெளிந்த பிறகு, ஏதோ வித்தியாசமாக இருப்பதை உணர்ந்து கீழே படுக்கை விரிப்பைத் தடவிப் பார்த்தான். நறநறவென்று இருந்தது. அவனது நெற்றியிலும் உடம்பிலுமிருந்து ஆங்காங்கே போடப்பட்டிருந்த மஞ்சள் பத்து காய்ந்துப் பெயர்ந்து படுக்கைவிரிப்பில் உதிர்ந்து கிடந்தது. அவன் வெற்றுடம்பில் கன்றிய அரச இலைகள் ஒட்டிக்கிடந்து சரசரத்தன. நேற்று மாலை எங்கோ விளையாடித் திரிந்து விட்டு வந்தவன் உடம்பை சொறிந்த படியே வீட்டுக்குள் நுழைந்திருக்கிறான். பாட்டியும் தாத்தாவும் அவனைக் கண்ட போது உடம்பில் கைகால் முதுகென தடித்துப் போய் இருந்தது.

"ஏதோ பூச்சிப் பொட்டு பட்டிருக்குமோ?" என்றார் தாத்தா. "எதாவது செரங்கா இருக்கப் போறது. இவன் அம்மா வந்து கேட்டா நம்ம என்ன சொல்றது? வீட்டுக் குள்ளேயே கட'னா கடக்க மாட்டேங்கிறான் கடங்காரன். சதா சர்வ காலமும் அந்த அரைக்காப்படி பயலோட சேர்ந்துண்டு தெருப்புழுதிலேயே கடந்து, கட்டி உருண்டா?" என்று நீட்டி முழக்கினாள் பாட்டி.

"நீ வேற உடனே ஆரம்பிக்காத. அதலாம் ஒன்னும் இருக்காது. ஏதோ அலர்ஜி மாதிரி தான் தோன்றது."

"எதுக்கும் அவன் தூங்குறதுக்கு முன்னாடி அரச எலையில வேப்ப எண்ணெயத் தடவி அங்கங்க அவன் உடம்புல மஞ்சள் பத்து போட்டு விட்டுடலாம். காலம்பற சரியாகிடும்."

நாணா போர்வையை விலக்கி எழப்போனான். நேற்று இருந்த தினவு அடங்கி இருந்தது போல உணர்ந்தான். அம்மா எப்போ வருவாள்? மூன்று நாள் கழித்து அவனைக் கூட்டிப் போவதாக சொல்லியிருக்கிறாளே.

படுக்கையுள்ளில் ஏற்பட்ட சலசலப்பு கேட்டு பாட்டி எங்கேயோ இருந்தவாறே "நாணுக்கண்ணா எழுந்துண்ட்டியா? இரு பாட்டி வரேன்" என்றாள்.

பின்னர் தாத்தா ரேழியில் இருந்து சைக்கிளை கீழிருக்கும் சத்தம் கேட்டது. எங்கோ கிளம்புகிறார் அவர்.

"நாளைக்கு ரதசப்தமி. நாளும் கெழமையுமா இருக்கு. நெனைவு இருக்கா? மறந்துடாதேள்" என்றாள் பாட்டி.

"நன்னாவே ஞாபகம் இருக்கு. முந்தா நாளே பஞ்சாங்கத்த பாத்துட்டேன். சரி நான் போய்டு வந்துடறேன். பேராண்டிய பாத்துக்கோ."

பாட்டி எதையோ டவரா டம்ளரில் ஆத்திக்கொண்டு அறைக்குள் நுழைந்தாள்.

"பாட்டி, தாத்தா எங்கப் போறா?"

"எரவாஞ்சேரிக்கு போறா டி தங்கம்"

"இந்தா இதை வெறும் வயித்துல குடி. அப்புறம் பல் தேச்சதும் கோதுமை ரவா கஞ்சி போட்டுத் தரேன்."

"பல் தேய்க்க வேணாமா பாட்டி?"

"இல்ல வேணாம்"

"இப்போ அரிப்பு நின்னுடுத்தா?"

"ஆமாம் பாட்டி. எழுந்துண்டதுலேந்து அரிக்கல."

நாணா பாட்டி கையில் இருந்ததை யோசிக்காமல் வாங்கிக் குடித்தான். ஏதோ கசாயம் தான். ஒரு சொட்டு நாவில் பட்டவுடன் கடுத்தது. கசந்தது. ஆனால் பரவாயில்லை. நாவில் பட்டுக்கொள்ளாமல் அண்ணார்ந்து நேராக தொண்டைக்குள் ஊற்றிக்கொள்ள நாணா பழகியிருந்தான். ருசி தெரியவில்லை. மிதமான சூடு. ஒரே மடக்கில் குடித்துவிட்டான். பின்னர் தொண்டையை கையால் பிடித்து நிறுத்தி ஒரு செருமல். கசாயம் குடித்த சுவடே இப்போது அவனுக்கு தெரியவில்லை.

"காய்ச்சல், தலை வலிலாம் ஏதும் இல்லையே?" என்றாள் பாட்டி.

"அதலாம் இல்ல பாட்டி"

"சரி ஒரு ஒன்பது மணியாகட்டும். வெந்நீர் போடறேன். கஞ்சி சாப்பிட்டு உடம்புல இருக்கற மஞ்சக் கரைலாம் போற அளவுக்கு நன்னா தேச்சு குளிக்கலாம். சரியா?"

*****

தேவவிரதன் தூரத்திலிருந்தே, கங்கைக் கரையை ஒட்டியிருந்த மண் அரித்திருந்து, கரையோரமாய் நின்றிருந்த கடம்ப மரங்களின் வேர்கள் வெளிதெரிவதைக் கண்டு கொண்டான். இருபக்கமும் இருந்த மணல் மேடுகள் வெட்டுபட்டது போல சரிந்து விழுந்து கங்கையின் ஒழுக்கால் அடித்துச் செல்லப்பட்டுக் கொண்டிருந்தது. திடீரென என்ன ஆயிற்று? இமயப் பனிப் பாறைகள் இந்த காலத்தில் உருகாதல்லவா? இது மழைக்காலமும் இல்லையே? கங்கையின் நீள அகல விரிவுகளை அதன் வளைவுகளை இவன் நன்கு அறிவான். கங்கையின் வழித்தடத்தில் அமைந்த ஒவ்வொரு கூழாங்கல்லின் குளிர்ச்சியையும் இவன் அறிவான். இன்று புதிராய் கங்கை அவன் கண் முன்னே பெருக்கெடுத்து ஓடிக் கொண்டிருக்கிறது.

"அன்னையே" என்று உள்ளுக்குள் சொல்லிக்கொண்டான். பிறகு தன் புரவியில் இருந்து கீழிறங்கி கங்கைக்கு அருகே

சென்று பார்த்தான். நாணல் புதர்களின் முனைகளில் ஆடும் வெண்பூக்கள் நீரில் அமிழ்ந்து முழுகும் அளவுக்கு நீரின் உயரம் அதிகரித்திருந்தது. நீர்மட்டம் கூடியிருந்தது. நாணலுக்குத் தெரியும். அது கங்கையை நன்கறியும். கங்கையின் உயரம் தெரிந்தே அதுவும் வளரும்.

தூரத்தில் சுழித்துச் சென்று கொண்டிருந்த கங்கையின் பரப்பில் ஒரு பெருங்கொப்பரையின் அடியை ஒற்றி எடுத்தாற் போல ஒரு நீர்ச்சுழல் பள்ளம் உருவாகிவிட்டிருந்தது. அது பெருக்காமலும் சிறுக்காமலும் ஒரே அளவினதாய் அவன் கண் முன்னே ஊர்ந்து சென்று கொண்டிருந்தது.

"வெள்ளம். வெள்ளம். ஆம், அதுதான்."

"கட்டுக்குள் கொண்டு வர வேண்டும். ஆம் கட்டுக்குள் கொண்டு வரவேண்டும்"

சட்டென அவன் புரவியில் ஏறி புரவியை கங்கைக்கரையில் அமைந்த அந்த கடம்ப வனத்தினுள் கங்கை ஒழுகும் திசையிலேயே விரைவாகச் செலுத்தினான். கங்கை பெருக்கெடுத்துக் கொண்டிருக்கும் அந்த சுழல் மையப் பகுதியைக்

கண்டடைந்து விரைவாகவே நெருங்கிவிட்டிருந்தான்.

அங்கே அவன் ஒன்றைக் கண்டுகொண்டான். அந்தச் சுழிமையத்தின் முன் விளிம்பில் கங்கையின் ஆற்றொழுக்கில் ஆயிரம் ஆயிரம் இளஞ்சிவப்பு நிற மீன்கள் துள்ளிச் சென்று கொண்டிருந்தன. நீருக்கு அடியில் இன்னும் இன்னும் என அவை அணிவகுத்துச் சென்று கொண்டிருந்தன. அதன் ஒவ்வொன்றின் பின்னாலும் கங்கையின் ஒழுக்கு அலையலை யென எழுந்து அடங்கிக் கொண்டிருந்தது. இவை தான் காரணமா? ஆம். இவை தான் கங்கையை இழுத்துக் கொண்டு வந்திருக்கின்றன. ஒவ்வொரு மீனும் அதன் வால் துடுப்பில் கங்கையை கட்டி இழுத்து வருவது போல கங்கையில் எழுந்த அலைக்கோடுகள் தெரிந்தன. ஒரு கணம் மீன்கள் கங்கையை தன் வாலாகவே மாற்றியிருந்ததோ என்றும் கூட அவனுக்குத் தோன்றியது.

இந்த மீன்கள் எங்கிருந்து வந்தன? எப்படி இப்படி திடீரென பெருகின? எதற்காக வந்திருக்கின்றன? தேவ விரதனுக்கு ஒன்றும் புரியவில்லை. ஆனால் இவை தான் வெள்ளத்திற்கு காரணம். அது மட்டும் நன்றாகப் புரிந்தது.

அவன் பிறிதொரு நாழிகை தாமதியாமல், தன் குடிலுக்கு விரைவாக புரவியைச் செலுத்தி இலக்குக்கு வேண்டிய அம்புகளை கணித்து தன் அம்பறாத்தூணியில் நிரப்பிக் கொண்டான். பிறகு சாய்த்து வைக்கப்பட்டிருந்த தன் வில்லை எடுத்துக்கொண்டான். பின்னர் விரைவாகவே சுழல் பள்ளம் ஊர்ந்து கொண்டிருந்த அவ்விடத்திற்கு மீண்டும் வந்து சேர்ந்தான். தோள்பட்டையில் மாட்டியிருந்த தன் வில்லினை எடுத்தான். தன் புரவியில் அமர்ந்திருந்தவாறே முதுகுக்குப் பின் கட்டியிருந்த அம்பறாத்தூணியில் இருந்து அம்புகளை எடுத்து வில்லில் வைத்து ஒவ்வொன்றாய் குறிப் பார்த்துத் தொடுத்தான்.

இனி அந்த மீன்களா என் அம்புகளா? பார்த்துவிடலாம். என் அம்புகள் காற்றுவெளியை அறுத்துச் செல்லும் பிறிதொருவகை மீன்கள் தான். அவன் அம்புகள் சரமாரி யாக அம்மீன்களைச் சென்று தாக்கின. துள்ளி எழுந்த மீன்களை அவன் அம்புகள் காற்றிலேயே வைத்து குத்திக் கிழித்துப் பதம் பார்த்தன. நீருக்குள் ஊடுருவிச் சென்ற அம்புகள் மீன்களை நீருக்கடியில் இருந்த நிலத்தோடு சேர்த்துக் குத்தி நின்றன. முன் சென்ற அம்புகளின் வால் துடுப்பு இடைவெளிகளில் பின் வந்த அம்புகள் சொருகி நின்றன. இப்படி பக்கவாட்டிலும் மேலிலும் அடுக்கடுக்காக அம்புகளால் ஆன அரண் எழுந்து நீரின் வேகத்தை குறைத்தது. சில நாழிகைக்குள்ளாகவே கங்கையின் குறுக்கே அம்புகளினால் ஆன தடுப்பணை ஒன்று உருவாகியிருந்தது. கங்கையின் ஒழுக்கு கட்டுப்படுத்தப்பட்டிருந்தது.

அவன் தன் எண்ணங்களை அம்புகளாக்கிக் கொண்டிருந் தான். மேலும் மேலும் என தன் எண்ணங்களை ஒழிந்து கொண்டிருந்தான். அவன் தன் மனத்தை ஒரு காலி அம்பறாத்தூணியாக ஆக்க முற்படுவதுபோல செயல்பட்டுக்

கொண்டிருந்தான். கங்கையின் ஒழுக்கை சீர் செய்து விட்டோம் என்று உணர்ந்த போது சற்று பெருமூச்சுவிட்டான்.

அவன் கை அவனை அறியாமலே தன் முதுகுப் பக்கம் அம்பிற்காக துழாவிக் கொண்டிருந்தது. அவனுக்கு இன்னும் ஒரு அம்பு எஞ்சியிருப்பது போல இருந்தது. ஆனால் அம்பறாத்தூணி ஒழிந்து கிடந்தது.

அப்போது எதிரே கங்கையில் சட்டென அவன் அமைத்து வைத்திருந்த அம்பு வேலியை தாண்டி ஒரு இளஞ்சிவப்பு மீன் துள்ளிச் சென்றது. இவனும் தன் முதுகில் இன்னும் அந்த ஒற்றை அம்பின் எடையை உணர்ந்தவனாக அம்பை எடுக்க கையைத் துழாவினான். ஆனால் அம்பு கைக்கு அகப்படவில்லை.

அவன் அந்த மீன் சென்ற திசையிலேயே மீண்டும் அதன் துள்ளல் கண்ணில் படுகிறதா என்று நோக்கினான். அவனால் அதனைப் பின் தொடரமுடியவில்லை. அவன் அமைத்த வேலியே அதனை பின்தொடர முடியாமல் செய்துவிட்டதோ என்று ஒருகணம் எண்ணினான். உண்மையில் ஒரு மீன் துள்ளிச் சென்றதா என்ன என்று மறுகணம் தன்னிடமே கேட்டுப் பார்த்துக்கொண்டான். இல்லவே இல்லை. இருக்கவே இருக்காது.

பிறகு ஒருகணம் அவன் முதுக்குச் சுமையை இறக்கி கண்களால் தன் அம்பறாத்தூணியை துழாவிப் பார்த்துக் கொண்டான். அதில் அம்பு எதுவும் இருப்பதாய்த் தெரிய வில்லை. ஆனால் அவன் கணக்கில் இன்னும் ஒரு அம்பு மிஞ்சியிருப்பது போல இருந்தது. எங்கே சென்றது அது?

தேவவிரதன் தன் புரவியை வந்த வழியில் திருப்பினான். எதிரில் கங்கையின் மறுகரையில் ஏதோ ஒரு முழக்கம் கேட்டது. ஒளியை நாணும் அடர் பசுங்கானகம் அது. ஏதோ ஒரு காட்டு விலங்கின் தோல் அதிர்வது போலிருந்தது அவ்வொலி. அவன் அதனைக் கேட்டிராதவனாக தன் புரவியை மெதுவாய் நகர்த்திச் சென்றுகொண்டிருந்தான்.

*****

“தாகம், தாகம்” என்று உறக்கத்தில் நா உழல அவரது தொண்டை நலுங்கியது. முலை ஊறிய தாய் போல மண் அருகில் நெகிழ்ந்தது. அதில் சிறு துளை. அதில் ஈரம் சுரந்து வந்து சிறிது நேரத்திற்குள் நீர் பீய்ச்சி அடித்தது.

“பிதாமகரே உங்களுக்கு தாகம் என்றால் இதில் உங்கள் அன்னை கனிவாள்” என்று சொல்லி அர்ஜூனன் தன் அம்பை அருகில் இருந்த வெற்று நிலத்தில் செலுத்தி துளை ஏற்படுத்தி வைத்துச் சென்றிருந்த ஊற்றுமுகம் அது.

அவர் "அன்னையே” என்று ஒருமுறை தனக்குள் எண்ணிக்கொண்டு பிறகு கிடைமட்ட நிலையில் இருந்து கொண்டே அந்த ஊற்றுநீரை அருந்தினார். படுத்தே இருந்து குடித்ததனால் நீரை வயிற்றுக்கு கடத்த சிரமப்பட்டார். அவரது நெஞ்சு விம்மி அடங்கியது.

அந்த ஊற்றின் உச்சியில் வழியும் நீர் திரண்டு இறுகி மெழுகு போலாகி அதில் ஒரு மனித முகம் தோன்றியது. அதுவும் ஒரு பெண் முகம். அது வாய் திறந்து அவரைக் கண்டு "மகனே” என்றது.

“அன்னையே தங்கள் பொற்பாதம் பணிகிறேன். சிரம் தாழ்கிறேன்” என்றார் அந்த முகத்தைக் கண்டு கம்மி இருமியபடி.

அந்த முகம், “கடினப்படுத்திக் கொள்ளாதே மகனே. புறை ஏறிவிடப் போகிறது. என் ஆசி என்றும் உனக்கு உரித்தாகுக” என்று பதிலளித்தது.

“நான் என் கடைத்துயிலை வெகுவிரைவாகவே எட்டி விட வேண்டும் என்று ஆசியளியுங்கள் அன்னையே.”

“என்னால் எப்படி அது இயலும் மகனே?”

அந்த நீராலான முகத்தின் கண்களில் கண்ணீர் துளிர்த்து வருவதை அவர் கண்டார்.

“கங்கை கரிக்கக் கூடாது அன்னையே. கரையாதீர்கள்” என்று அவர் தாயைத் தேற்றினார்.

மேலும், "நான் வந்த வேலை முடிந்தது. இனி என்னை தாங்கியிருக்கும் இந்த அம்புகளுக்கும் இம்மண்ணுக்கும் நான் வெற்று பாரம் தான் இல்லையா?"

"மகனே நீ இம்மண்ணுக்கானவன். இந்த பாரத வர்ஷத்திற்கே உரித்தானவன். நீ எப்படி இங்கே வெற்றுச் சுமையாகிப் போவாய்? உன்னை இனிவரும் அத்தனை தலைமுறைகளும் எண்ணும். நீ ஒரு விதை மகனே. இந்த அம்புகள் உன்னை இந்த மண்ணில் ஊன்றியிருக்கின்றன. உனக்கு அழிவில்லை. நான் இருக்கும் வரை நீ இருப்பாய். நான் பாய்ந்தோடும் நிலங்களில் மட்டுமல்ல நான் பாய்ந்தோடாத பாலை நிலங்களிலும் உன் பெயர் நிலைக்கும். வறள் பாலையின் ஒவ்வொரு வேரும் தன்னகத்தில் கங்கையை அறியும். அவை மண்ணுக்கடியில் தேடித் துழாவுவது இக்கங்கையை தான். கங்கை அறியாத வேர் இப்பாரத வர்ஷத்தில் உண்டா சொல் மகனே? உன்னை நான் தழைக்கச்செய்வேன்."

"எதுவெனினும் தாய்க்கு தன் மகன் சளைத்தவன் இல்லை தானே?" பிதாமகர் நகைத்தார்.

"அப்படியல்ல மகனே"

"விடுங்கள் அன்னையே. என்னை இந்த உயிர்ப்பீடை பீடித்து வைத்திருக்கின்றது. விட்டொழியமாட்டேன் என்கிறது. ஆனால் என் உடலோ உயிரற்ற ஊனத்தில் தான் திளைக்க விழைகிறது. இச்சை மரணம் என்றார்கள். நீயாகவே உன் மரணத்தை முடிவெடுக்கலாம் என்றார்கள். இதோ ஐம்பத்தியேழு இரவுகள் இப்படுக்கையிலேயே கிடந்து கழித்துவிட்டேன். பகலவன் வடதிசை நோக்கி தன் தேர் சகடங்களைத் திருப்பி புறப்பட்டுவிட்டான். அவனது எழுதேர் புரவிகளும் என் காதுகளில் தடதடக்கின்றன. ஆனால் இன்னும் என் இன்னுயிர் பிரியவில்லை. என்னை என்னைத் தவிர வேறெவரும் கொல்ல இயலாது என்பது போய் என்னை என்னாலேயே விடுவித்துக் கொள்ள இயலவில்லையே ஏன்? இது வரம் தானா? போதும் அன்னையே இப்புவி புளித்துவிட்டது."

"அரற்றாதே மகனே"

பிதாமகர் மௌனமானார். தாகம் அடங்கி நெஞ்சுக் குழியின் விம்மல் அடங்கியிருந்தது. நீராலான மெழுகு முகம் தளர்ந்து நீர்த்து உருகி ஊற்றின் ஒழுக்கோடு கலந்து விட்டிருந்தது. ஊற்று கொஞ்சம் கொஞ்சமாய்ச் சுருங்கி அத்துளைக்குள்ளேயே சென்று மறைந்துவிட்டது. பிதாமகர் கண்களை மூடினார்.

*****

"நீங்கள் கனவு கண்டதுண்டா? உங்கள் கடைசி கனவு எது? நீங்கள் கண்ட கனவுகள் எல்லாம் நினைவிருக்கிறதா?" வேதவியாசர் பீஷ்மரிடம் உசாவினார். அவர் அவ்வப்போது பிதாமகரைக் காண வருவார். ஓய்ந்த பொழுதுகளில் உடன் இருந்து பிதாமகருடன் நட்பு பேசிச் செல்வார்.

பிதாமகர், "விளையாடுகிறீர்களா வியாசரே? நான் இருக்கும் இந்த நிலைக்கு இதனை தெரிந்து கொண்டு என்ன செய்யப் போகிறேன்? இது அவசியம் தானா? என் நிலையை நன்றாக உணர்ந்தவர் நீங்கள். நீங்களா இப்படிக் கேட்பது? என் இச்சை மரணம் பொய்த்துக் கொண்டு வருகிறதே அது பற்றிச் சொல்வீர்கள் என்று பார்த்தால் இதையெல்லாம் கேட்கிறீர்களே..."

"இல்லை. யோசித்துப் பாருங்கள். பதில் தெரிந்தால் சொல்லுங்கள்..."

பிதாமகர் ஆழ்ந்து யோசித்தார். தான் கண்ட கடைசி கனவு எது? சட்டென நினைவு வரவில்லை. முதலில் கனவு என்கிற ஒன்றைக் கண்டதாகவே நினைப்பில்லை. அப்படியிருந்தால் தானே என்ன கனவு என்பதை நோக்கி நகரலாம். எவ்வளவு யோசித்தும் பதிலே கிடைக்கவில்லை.

"இல்லை வியாசரே என் நினைவில் எதுவும் தங்கவில்லை."

"ஞாபக மறதியோ? மூப்பின் பொருட்டு நினைவுகள் அழிந்திருக்கக் கூடுமல்லவா?"

"எனக்கா? மறதியா? இல்லை அப்படிச் சொல்ல முடியாது. நான் கனவே கண்டதில்லை என்று தான் நினைக்கிறேன்"

"அது சரி" என்று சொல்லி வியாசர் நகைத்தார்.

தான் கனவே கண்டதில்லையா? என்ன இது? மனிதப் பிறவியில் இது சாத்தியம் தானா? ப்ரதிஞ்ஞை, அரசு பொறுப்பு, போர் என்றே காலம் கடத்திய தனக்கு கனவென்று எதுவுமே இல்லையா? இல்லை நினைவு மழுங்கிவிட்டதா? பிதாமகர் துணுக்குற்றார்.

ஆனாலும் தன் எண்ணத்தை வெளிக்காட்டிக் கொள்ளாமல் மறுதலிப்பவராக வியாசரிடம்,

"அது எதற்கு இப்போது வியாசரே? என் பிரச்சினைக்கு வழி சொல்லுங்கள் என்றால்"

"இல்லை பீஷ்மரே. காரணமாகத் தான். உங்கள் பிரச்சினைக்கு அங்கு தான் வழியிருப்பதாக எனக்கு தோன்றுகிறது. ஏதோ எனக்கு மனதில் பட்டதைக் கேட்டு வைத்தேன். வேண்டாம் என்றால் விட்டுவிடுங்கள். நான் இனி கேட்கவில்லை"

வியாசர் அருகில் இருந்த சேவகனிடம், "பிதாமகருக்கு உணவளியுங்கள்" என்று ஆணையிட்டார்.

"உணவருந்திவிட்டு நன்றாக துயிலுங்கள் பிதாமகரே. பிறகு நிதானித்து யோசித்து பாருங்கள். நான் மாலை வந்து பார்க்கிறேன்" என்று சொல்லிவிட்டு அமர்ந்திருந்த மனையில் இருந்து எழுந்து கொண்டார்.

"கோபித்துக் கொண்டு விட்டீர்களா?"

"இல்லை இல்லை. பொழுதேறிவிட்டது அல்லவா? செல்லவேண்டுமே"

"சரி செல்லுங்கள். என்னால் உறுதியாக சொல்ல முடியும். என் நினைவில் பிசகில்லை. நான் கனவென்று எதனையும் கண்டதே இல்லை. நிச்சயமாக சொல்வேன்" என்று உரக்கச் சொன்னார்.

"சரி" என்று சொல்லி வியாசர் நகைத்துக் கொண்டே வெளிநடந்தார்.

*****

மாலை வியாசர் வந்து பார்த்த போது பிதாமகரின் கண்களில் அத்தனை துடிதுடிப்பு. விட்டால் எழுந்து அமர்ந்துவிடுபவர் போல தென்பட்டார். உடலில் ஆங்காங்கே வழக்கத்துக்கு மாறான அசைவுகள். உயிர் ஒரு சிறுவனின் துள்ளலை அவரிடம் அப்போது வழங்கியிருந்தது.

அவர் வியாசரைப் பார்த்து, "அமருங்கள் வியாசரே. நான் கனவு கண்டிருக்கிறேன். நான் கனவு கண்டிருக்கிறேன்." என்று தழுதழுத்தார்.

வியாசர் மெல்லிய நகையுடன், "நல்ல முன்னேற்றம் தான்." என்றார். சில நாழிகைகள் கழித்து எதையோ யோசித்து அசைபோட்டபடி இருந்த பிதாமகரிடம் "எப்போது? என்ன கனவு?" என்றார்.

"என்ன கனவு என்பது நினைவில் இல்லை. ஆனால் நான் பீஷ்மன் என்று அறியப்படும் முன்பு என்று தோன்றுகிறது"

வியாசர் நன்றாகவே நகைத்து, "நான் யூகித்திருந்தது சரி தான்". என்றார்.

"என்ன யூகித்திருந்தீர்கள்? எது சரி? இச்சை மரணத்திற்கும் இதற்கும் என்ன சம்பந்தம்?" பிதாமகர் உரத்த குரலில் வெளிப்பட்டுக் கொண்டிருந்தார்.

"உங்களுக்கு இன்னும் விளங்கவில்லை. நீங்கள் இன்னும் உங்கள் மரணத்தை இச்சிக்கவில்லை. அதற்கு இன்னும் ஒழுங்காக ஆசைப்படவில்லை. அதனால் அது இன்னும் பலிக்கவில்லை"

"நீங்கள் உளறுகிறீர்கள் அல்லது என்னை மேலும் நிம்மதி யிழக்கச் செய்கிறீர்கள்."

"இல்லை நான் உளறவில்லை. இச்சை என்பது அடிமனம் ஆழ்மனம் சம்பந்தப்பட்டது. உங்கள் ஆழ்மனத்தை நீங்கள் இன்னமும் உணரவில்லை. அது தான் நான் சொல்ல வருவது"

பிதாமகர் புருவத்தைச் சுருக்கினார். "அரசு அரியணை மணிமுடி மனைவி மைந்தன் இது எதுவுமே வேண்டாம் என்று நீங்கள் எடுத்த ப்ரதிஞ்ஞை உங்கள் ப்ரக்ஞையோடு நின்றுவிட்டது. ப்ரக்ஞையைத் தாண்டி ப்ரதிஞ்ஞை உள் செல்லவில்லை"

வியாசர் சற்று நிதானித்து மௌனமானார். பிதாமகர் இடிந்து போனவராய் காணப்பட்டார். தன் ப்ரதிஞ்ஞையின் மேல் அவருக்கிருந்த கட்டுறுதியை பிடிமானத்தை வியாசரின் அவ்வாக்கியம் அசைத்துப் பார்த்துவிட்டதாக, கலைத்துப் போட்டுவிட்டதாக எண்ணி கனத்துப் போயிருந்தார். அவரது மேனி வியர்த்து வழிந்தது. உடல் நடுக்கம் கண்டது. அந்த நடுக்கம் அவரைத் தாங்கியிருந்த அம்புகளில் திகழ்ந்தது. நிலத்தை தொட்டுக் கொண்டிருந்த அவற்றின் கூர் முனைகள் உடைப்பட்டு நொறுங்கிவிடும் என்பது போல கனம் கண்டிருந்தன அந்த அம்புகள்.

வியாசர் மீண்டும், "ஆம் அது அவ்வாறு தான் நிகழும். வேறு வழியில்லை. நீங்கள் உங்களை பூட்டிக் கொண்டு விட்டீர்கள். அது அந்த நிகழ்வு மூலம் நடந்தேறியிருக்கிறது. அதற்கு முன் இருந்த நீங்கள் வேறு. அதற்கு பின் இப்போது இருக்கும் நீங்கள் வேறு. நீங்கள் இப்போது வெறும் மேல் மனத்தால் இயங்கிக் கொண்டிருக்கிறீர்கள். உங்கள் பதிலும் உறுதிப்பாடும் அதில் இருந்து எழுபவையே. நீர்நிலைகளில் நின்றிருக்கும் அல்லி மலர் நீரில் அமிழ்ந்திருக்கும் தன் தண்டை அறியாது, அடிச்சேற்றில் பாவியிருக்கும் அதன் வேரினை அறியாது இருப்பது போலத் தான் நீங்களும். நீருக்கு மேல் அலைக்கழிக்கும் காற்றும் தேனுண்ண மொய்க்கும் தும்பிகளும் தான் உங்களுக்கு தெரிந்திருக்கிறது. வெறும் மேல்மனம். வெறும் மேல்மனம். ஆழ் மனம்,

நனவிலி இவற்றையெல்லாம் நீங்கள் ஏற்ற ப்ரதிஞ்ஞை மறத்துப் போகச் செய்துவிட்டது"

"என்ன சொல்கிறீர்கள் வியாசரே? இனி நான் செய் வதற்கென ஏதுளது?" பிதாமகரின் அக்கேள்வி கேவலாக ஒலித்தது.

"நீங்கள் உங்கள் ஆழ்மனதை திறக்க வேண்டும். உங்களுக்கே யான ஏக்கம், உங்களுக்கேயான ஆசை, உங்களுக்கேயான காமம், உங்களுக்கேயான குரோதம் என்று ஏதேனும் உளதா என்று நோக்க வேண்டும்."

"செருக்களத்தில் பாண்டவப் படையினரின் ஆயிரம் ஆயிரம் வீரர்களை கொன்றேனே. அவ்வஞ்சம்?"

"இல்லை அவையெல்லாம் உங்களுக்கானதல்ல அல்லவே. அது நீங்கள் நெறியின் கண் நின்றதனால் ஏற்பட்டதன் விளைவு. அது உங்கள் குரோதம் இல்லை. அடையை கலைத்தால் தேன் குளவி கொட்டுமே அது போன்றதொரு வஞ்சம் தான். ஓர் உடனடி எதிர்வினை. அந்நேரத்திற்கானது. அதில் உங்களுக்கென எதுவும் இல்லை. வெறும் போர் வீரன் தான் அதில் நீங்கள். பீஷ்மர் வெறும் காற்றின் திசையில் ஆடுபவர். உங்களை காற்று உபயோகித்துக் கொண்டது மட்டும் தான் நிகழ்ந்திருக்கிறது. ஆம் அது மட்டுமே."

"இனி நான் என் கடையேற்றத்தை எப்படிக் கண்டு கொள்வது வியாசரே?"

"பீஷ்மருக்கு தனக்கெனவென்று எதுவுமே இருந்திடாது. அவர் தனியானவர். ஏதும் அற்றவர். அதனால் பீஷ்மரால் அது முடியாது. ஆனால்... "

"ஆனால் என்ன? சொல்லுங்கள் வியாசரே."

"அது தேவவிரதனால் முடியும். நான் கணித்தது அது தான். அவனுக்கு ஆசைகள் இருந்திருக்கும். காமக்ரோத மோகங்கள் இருந்திருக்கும். அவை அவனுக்கேயானவை.

ஆசைகள் இருப்பதனால் கனவுகள் இருந்திருக்கும். அவன் நிச்சயம் கனவு கண்டிருப்பான். பீஷ்மர் கனவுகள் அற்றவர். ஆனால் அவன் அப்படி இல்லை.”

“உங்கள் ஆழ்மனம் அடைபட்டுக்கொண்டுவிட்டது. அதனின் தாழ் நீங்கியாக வேண்டும். உங்கள் ஆழ்மனதை திறக்க அவனிடத்தில் இருக்கிறது சாவி. உங்கள் ஆழ்மனம் திறந்து கொண்டால் உங்கள் இறுதி விழைவு நடந்தேறும். இச்சை மரணம் சித்திக்கும். அவனை நீங்கள் அடையக் கூடுவது அவன் கண்ட கனவு வழியாகவே. அக்கனவை நினைவுப்படுத்திப் பார்த்தல் வழியாகவே. அவனை நீங்கள் முற்றிலுமாக தொலைத்துவிடவில்லை என்றே நான் நம்புகிறேன். அவன் இல்லாமலாகிவிடவில்லை. இருக்கிறான். அது போதும் அல்லவா? ஆனால் உங்களுக்கு வெகு தொலைவில் இருக்கிறான். அவனை அருகணையுங்கள். அவனை உங்களுக்கு நினைவுப்படுத்திப் போவது மட்டுமே என் பணி. நான் அதனை செய்துவிட்டேன். என்னால் சொல்ல இயன்றது இவ்வளவு தான் பிதாமகரே. இனி உங்கள் கையில். அவனாக இருந்த போது நீங்கள் கண்ட ஒரு கனவு. ஒரே ஒரு கனவு. அது இருந்தால் போதும். அது உங்களைக் கொண்டு சென்றுவிடும். அப்படியொரு கனவை உங்கள் நினைவுகளில் தேடி மீட்டெடுங்கள்.”

*****

பீஷ்மரின் குருகுலத்தில் வில்வித்தை பயின்ற மாணவர்களிடத்தில் ஒரு நெறி புழங்கி வந்தது. அவர்கள் ஒவ்வொரு முறையும் பொருதும்போது அவர்களுக்கான அம்புக்கணக்கை முன் கூட்டியே அவர்கள் அறிந்திருக்கவேண்டும். அப்படி அறிந்து அவர்கள் தத்தமது அம்பறாத்தூணிகளை நிரப்பிக் கொள்ளவேண்டும். பயிற்சியின் போது அவர்களின் வில்வித்தை திறத்தை நிர்ணயிப்பது அவர்களது காலி அம்பறாத்தூணிகளாகவே இருந்தது.

ஒரு இலக்கு குறைந்தபட்சம் இத்தனை அம்புகளில் வீழ்த்தப்படவேண்டும். இலக்கு வீழ்த்தப்பட்டும் தூணியில்

அம்புகள் இன்னும் மிச்சம் இருப்பது பிழையாகக் கருதப்பட்டது. அதில் வீரன் இலக்கை குறைந்த அம்புகளில் வீழ்த்தியிருந்தாலும் அவனது இலக்கைக் குறித்த முன்கூட்டிய மதிப்பீடு தவறானது என்று அதுவும் கருத்தில் கொள்ளப்பட்டு, அது ஒரு படி குறைவாகவே கருதப் பட்டது. அதனை தவிர்க்கவே 'ஒரு தேர்ந்த வில்லாளன் என்பவன் இலக்கையும் காலி அம்பறாத்தூணியையும் ஒரு சேர ஒரே நேரத்தில் எட்டவேண்டும்' என்கிற பொன்விதி வகுக்கப்பட்டது. அதனால் அவரது குருகுலத்தில் வில்லாளர்கள் பொருதிய பிறகு காலி அம்பறாத்தூணியை மறுக்காமல் நோக்கும் நோன்புமுறை கடைப்பிடிக்கப்பட்டது. அது மனப்பயிற்சியாய் சடங்காய் இயற்றப்பட்டது.

வேற்று குருகுலத்தவர்கள், "இவர்கள் பீஷ்மரின் மாணாக்கர்கள்" என்று எளிதில் அடையாளம் கண்டுகொண்டுவிடும்படி இருந்தது அந்த நெறி. சமயங்களில் பிதாமகர் அவரது மாணவர்களிடம், பயிற்சிப் பொருதின் முடிவில் தன் காலி அம்பறாத்தூணியை காண்பித்து அதனை நோக்கி, "நான் என் எண்ணங்களையும் அம்புகளையும் ஒரு சேர ஒழிந்திருக்கிறேன். இனி ஒன்றிலும் மிச்சமில்லை" என்று நூற்றியெட்டு முறை கூறியும் அவர்களை கூறச்செய்தும் அவர்களுக்கு அந்நெறியை பயிற்றுவிப்பார்.

*****

அந்த இரவில் பீஷ்மர் சிந்தை ஒழிந்து அம்புப்படுக்கையில் கிடந்தார். அவருக்கு எந்த துப்பும் கிடைக்கவில்லை. அவருக்கு மூளை வறண்டது, நினைவுகள் வறண்டன. காலம் வறண்டது. வெளி வறண்டது. இப்படிச் சிந்தை ஒழிந்து கிடத்தலே பெரிய விடுதலை என்று எண்ணினார். எதுவோ தோன்றி அவர் தனது உடம்பைத் தைத்திருக்கும் அம்புகளை ஒவ்வொன்றாய் எண்ண ஆரம்பித்தார். தன்னை இலக்காகக் கொண்டு துளைத்த அம்புகள் இத்தனை என்று எண்ணி முடித்த பிறகு அந்த எண்ணிக்கையை தனக்குள் சொல்லிக்கொண்டார்.

முன்பொரு முறை எப்போதோ அவரே அவரை இலக்காக்கி கற்பனை செய்துகொண்டு ஒரு எண்ணிக்கையை கணித்திருந்தார். அந்த எண்ணிக்கையும் இப்போது எண்ணியிருந்ததும் சரியாக ஒத்திருந்தது. அது அவரை ஒரு கணம் பெருமை கொள்ளச் செய்தது. அவரது கவலையில் இருந்து விடுவித்து ஆசுவாசப்படுத்தியது.

"என் எண்ணிக்கை எப்போதும் தவறியதில்லை."

சட்டென துணுக்குற்று, "அப்படியா தவறியதே கிடையாதா?" என்று அவர் பொருதிட்ட அத்தனைப் போர்களையும் பயிற்சிப் பொருதுகளையும் காலத்தில் பின் சென்று அலசிப் பார்த்தார்.

சட்டென தேவவிரதனாக இருந்த போது கங்கைக்கு குறுக்கே அம்பணை கட்டிய நிகழ்வு நினைவுக்கு வந்தது. அதில் ஒரு அம்பு தவறியதல்லவா? ஆம் தவறியது போன்ற பிரமை எழுந்தது அன்று. அந்தத் தவறிய அம்பை அவர் பல இரவுகளில் கனவுகளில் தேடித் துரத்தியிருக்கிறார் என்பதை கணம் பொறாமல் நினைவு கூர்ந்தார். அந்த அம்பு அவரை எங்கெங்கோ கூட்டிச் சென்றிருப்பதை நினைவு கூர்ந்தார். ஆனால் எந்த சித்திரமும் முழுமையாக துலங்கி வரவில்லை. பீஷ்மனாக மாறிய பிறகு எப்படி இந்தக் கனவுகள் சுவடே தெரியாமல் மறைந்து இல்லாமலாயின? இவ்வெண்ணத்தால் அவர் நடுக்கம் கொண்டிருந்தார். மறுநாள் பிதாமகர் தன் இன்னுயிரை ஈந்துவிட்டிருந்தார்.

*****

நாணா தனக்கு எப்படி இந்த தடிப்பு ஏற்பட்டது என்று ஊஞ்சலில் ஆடியவாறே யோசித்துப் பார்த்தான். நேற்று அரைக்காப்படி பயலுடன் எங்கெல்லாம் அலைந்தோம் என்று பட்டியலிட்டான். அரைக்காப்படி தெற்குத் தெரு சிறுவன். சற்று குட்டையானவன். சட்டையே அணிந்திருக்க மாட்டான். தோள்பட்டைகளில் இருந்து இரு பட்டிகளால் பிடித்துக்கொள்ளப்படும் டவுசர் ஒன்றை மட்டும் தான் அணிந்திருப்பான். அவனுக்கு சற்று தெற்றுப் பல்.

எப்போதுமே அவன் நாவால் அப்பல்லை தெற்றித் தெற்றித் தான் பேசுவான். நாணா ஊருக்கு வந்தது தெரிந்தால் அவனைத் தேடி அரைக்காப்படி வீட்டு வாசலிற்கு வந்து நிற்பான். இவனும் அவனோடு தான் வயல் வாய்க்கால் காடு கரை என்று சுற்றுவது.

நேற்று மதியம் அந்த அரைக்காப்படிப் பயல் தொட்டி மேட்டருகே உள்ள காய்ந்த வயக்காட்டில் வைத்து அவன் கையில் பதுக்கி வைத்திருந்த தாத்தா பூச்சிகளை தன் சட்டைக்குள் விட்டது நாணாவுக்கு சட்டென நினைவு வந்தது. "அரைக்காப்படி நாயே ஏன்டா இப்படி பண்ணின?" என்று எதிரில் இளித்துக் கொண்டிருந்த அரைக்காப்படியை திட்டி தன் சட்டையை கழற்றி உதறி சரி செய்து கொண்டான்.

"டேய் லூசு, அந்த பூச்சி கடிச்சுபுட்டுனா என்ன பண்றது? இப்படீலாம் வெளையாடாத."

"நாணு, தாத்தா பூச்சி நம்மள கடிக்காது டா. அதுக்கு வயசாயிட்டுல்ல. பல்லு போயிருக்கும். நம்மள ஒன்னும் பண்ணாது."

நாணாவுக்கு முதலில் அரைக்காப்படி அவன் சட்டைக் குள் தாத்தா பூச்சிகளை விட்ட போது அவை எதுவும் செய்தாமாதிரி தெரியவில்லை. சாதாரணமாகத்தான் இருந்தது. அதற்கு பிறகு இருவரும் எங்கெங்கோ சுற்றித் திரிந்துவிட்டார்கள். அப்போதெல்லாம் எதுவும் தெரிய வில்லை. அரைக்காப்படி சும்மா அவனைச் சீண்டி விளையாடியிருக்கிறான் என்று தான் நாணா நினைத்துக் கொண்டிருந்தான். பிறகு, 'ஒன்னும் ஆகலையே' என்று கூடச் சேர்ந்து சுற்றவும் ஆரம்பித்துவிட்டான். அந்த நிகழ்வையே நாணா மறந்துவிட்டிருந்தான். ஆனால் நேற்று வீட்டுக்கு வந்து சேர்ந்த போது உடம்பு அரிக்க ஆரம்பித்து விட்டது.

"அந்த படவா'னால தான் இது எல்லாம். வரட்டும், அப்ப தெரியுஞ் சேதி" நாணா.

உத்தரக் கயிற்றை இறுக்கிப் பிடித்து ஊஞ்சலை நிறுத்தி விட்டு எழுந்து போனான்.

அன்று பின் மதிய வேளையில் படுக்கையுள்ளில் கிடந்த நாணாவைக் காண அரைக்காப்படி வாசல் ஏறி திண்ணையில் வந்து கம்பி ஜன்னலுக்கு அருகே நின்றான். ஜன்னல் கம்பிகளுக்கிடையில் தன் முகத்தை ஒட்டி வைத்துக்கொண்டு,

“லேய் அம்பி, தாத்தா பூச்சி அங்க கொல கொலயா கூடு கட்டி வச்சுருக்குடா. என்கூட சேந்து அத பாக்க வரியா?” என்றான்.

“டேய் வரமுடியாது போடா. உன்னால தான்டா இப்படி படுத்து கெடக்கேன். நான் உன்னோட இனி சேரமாட்டேன். என்னை கூப்பிடாத. நான் வரல. தாத்தா பூச்சி கடிக்காதுன்னு தானே சொன்ன. நேத்து நைட்டு என் கை காலெல்லாம் தடிப்பு தடிப்பா வந்து அரிப்பெடுத்துட்டு தெரியுமா?”

“லேய் அம்பி என்னடா சொல்ற? எனக்குலாம் ஒன்னும் ஆகலயே”

“டேய் புளுகாணி மூட்டை என்கிட்டயே பொய் சொல்லாதடா. நீ நேக்கா அதப் புடிச்சி என் சட்டைக்குள்ள போட்ட”

அதற்குள் பாட்டியின் குரல் கேட்டது. “அங்க என்ன சலசலப்பு அரைக்காப்படி பயலா அது. இன்னைக்கும் வந்துட்டானா?”

அரைக்காப்படி கையில் வைத்திருந்த ஒரு தாத்தா பூச்சியை ஜன்னல் வழியாக நாணா இருந்த அறைக்குள் ஊதிவிட்டு உள்ளிருந்து வெளிப்பட்ட பாட்டியின் குரலுக்கு பயந்து சட்டென திண்ணையில் இருந்து இறங்கி கீழே குதித்து ஓடிவிட்டான். இருட்டு அறையில் மின் விசிறிச் சூழலில் அந்த தாத்தா பூச்சி அங்கும் இங்குமென அலைந்தது. நாணா எழுந்துகொண்டு அது தன் மேல் பட்டுவிடக்கூடாது என்பது போல அறைக்குள் சுழன்றுச் சுழன்று ஓடிக்கொண்டிருந்தான்.

*****

தேவவிரதன் அன்று கங்கை நதி தீரத்தில் அமையப் பெற்றிருந்த அவன் குடிலுக்கு வந்தான். புரவியை அருகில் இருந்த சேனத்தில் கட்டினான். பொழுது அணைந்து கொண்டிருந்தது. குடிலுக்குள் வந்த பிறகும் ஒரு முறை தன் அம்பறாத்தூணியை பார்த்துக் கொண்டான் . அதில் எதுவும் இல்லை.

அதன் பிறகு ஒவ்வொரு முறையும் தன் வில்லைத் தாழ்த்தும் போது அந்த ஒற்றை அம்பின் எடையை உணர்ந்தவனாக தன் காலி அம்பறாத்தூணியைப் பார்க்கும் வழக்கத்தைக் கொண்டிருந்தான். அந்த வழக்கம் அவனிடம் தொடர்ந்து கொண்டே வந்தது. ஒரு கட்டத்தில் தான் ஏன் இப்படிச் செய்கிறோம் என்பதையே உணராமல் வெறும் பழக்கம் மட்டுமே என அது அவனிடம் எஞ்சியது. அது அவனது நினைப்பில் படிந்துப்போய் உள்ளிருந்து கொண்டு அவனை இயக்கியது. அவன் அப்படி நோக்குவதை ஒரு சடங்காகவே ஆக்கிக்கொண்டுவிட்டான்.

பிறிதொரு சமயத்தில் இருந்து தொடர்ந்து அவனுக்கு பல கனவுகள் வரத் துவங்கின. அக்கனவுகளில் வெவ்வேறு நிலப்பரப்புகளில் நித்தம் ஒரு ஒற்றை அம்பு வந்து கொண்டிருந்தது. அவன் அந்தக் கனவுகளில் அதனை துரத்திச் சென்றுகொண்டிருப்பவனாகவே இருந்தான். இமய மலையின் வெண்பனிச் சிகரங்களில். காந்தார தேசத்தின் சுடர்ந்த வறள் பாலைகளில். தென்முனைப் பீடபூமிகளில் என அவன் அதனைத் துரத்திச் சென்றான். ஒரு முறை அவன் காதில் பறையொலிச் சத்தம் அதிர விழித்துக் கொண்டான். அன்று அவன் எந்த அம்பையும் துரத்தி யிருக்கவில்லை. பிறகெப்போதோ மீண்டும் ஒருமுறை அந்த பறையொலிச் சத்தம் அவன் கனவில் எழுந்தது. அதனை அவன் செவியால் பின் தொடர்ந்து சென்றான். அவன் இது கங்கையின் மறுகரை தான் என்று உறுதிபடுத்திக் கொண்டான். இது நாள் வரை அவன் அந்த மறுகரைக்கு வந்ததே இல்லையோ அதனை அறிந்ததே இல்லையோ என்று எண்ணிக்கொண்டான். அந்தப் பறையொலி காட்டெருதின் தோல் அதிரும் ஒலி என்று உணர்ந்து

கொண்டான். அவ்வொலி தாள லயத்தோடு வெளிப்பட்டுக் கொண்டிருந்தது.

அவன் கங்கையின் மறுகரையில் அமைந்திருந்த அப்பசுங்கானகத்திற்குள் ஒரு இலைநுனிக்கு வழுக்கிச் செல்லும் துளியாய் சலசலத்திராமல் நடந்தான். பசுமை கருமையென அக்கானகத்தில் ஒழுகிக் கொண்டிருந்தது. பசிய இருள் அவனைச் சூழ்ந்திருந்தது. அவன் ஏதோ ஒரு மரத்தின் பின் நின்று, இலை மறைவில் இருந்து கொண்டு அக்காட்சியைக் கண்டான்.

தூரத்தில் அப்பசுங்காட்டில் வாழும் வனமக்களில் இளையவர்கள் இருபக்கமும் நின்று கொண்டு காட்டெருது தோலினால் ஆன பறையை அடித்துக்கொண்டிருந்தனர். அவர்களின் நடுவே கனல் மூட்டியிருந்து ஓராள் உயரத்திற்கு தீ எறிந்து கொண்டிருந்தது. இந்த மக்களைப் பற்றி தொல் கதைகளில் இருந்து அவன் அறிந்திருக்கிறான். அவர்களைச் சுற்றியும் வனப் பெண்கள் அவர்களது குழந்தைகளுடன் நின்று கொண்டு குலவை ஒலி எழுப்பினர். அக்குழந்தைகள் அதனைப் பார்த்து சிரித்துக் கொண்டிருந்தன.

அவர்கள் மூட்டியிருந்த தீ அவன் கண்முன்னே சுடர்விட்டு எரிந்து கொண்டிருந்தது. தேவவிரதன் அத்தீயின் தழலாட்டங்களுக்கு இடைஇடையே அதன் பின்னால் நடந்துகொண்டிருந்தவற்றைப் பார்த்துக்கொண்டிருந்தான்.

தீயின் தழல் அதன் உச்சியில் காற்றை நீர்த்திரை போலாக்கி அலைவுற்று நெளிந்து கொண்டிருந்தது. விண்ணோக்கி ஓடுகின்ற நீரலைகள். அது திரையென அவன் முன் நின்றது. அந்நீர்த் திரைக்குப் பின்னால் நடந்ததெல்லாம் மங்கலாகத் தான் அவனுக்குத் தெரிந்தது.

வன மக்களுள் முதியவர் ஐவர் இளையவன் ஒருவனை அழைத்து வந்தார்கள். அவர்கள் அவனை கல்லால் ஆன மனையொன்றில் அமரச் செய்தார்கள். அவனுக்கு பின்னில் ஒரு பெரும் பாறை. அதில் அவன் நிமிர்ந்து சாய்ந்து அமர்ந்து கொண்டான். பிறகு அந்த ஐந்து முதுமக்களும்

பின் நகர்ந்து சென்றார்கள். சில கணங்களுக்கு பிறகு அதே ஐந்து முதியவர்கள் அவர்களின் கைகளில் மகுடப்பூக்கள் கோர்த்து கட்டப்பட்டிருந்த அந்த மணிமுடியை அவன் தலையில் வைக்கக் கொண்டு சென்றார்கள். குலவையொலியும் பறைச்சத்தமும் ஒன்றை ஒன்று நிரவி நேர்ந்து ஒற்றை ஒலியாகி உச்சத்துக்கு சென்று கொண்டிருந்தது. சட்டென அவன் கண்முன் நெளிந்த அந்த நீர்த்திரையை இரண்டெனக் கிழித்து ஏதோ ஒன்று ஊடுருவியது. அது அவர்கள் அந்த தலைமகனுக்கு அணிவிக்கவிருந்த மகுடப்பூ மணிமுடியை கழுகின் அலகினைப் போல கொத்திச் சென்று பின் இருந்த பாறையில் சொருகி நின்றது.

அது வேறொன்றும் இல்லை. அவன் கனவுகளில் துரத்தி ஓடிய அதே அம்பு தான். அந்த அம்பின் நுனியில் இளஞ்சிவப்பு நிறத்தில் மீனின் சிறகு அசைந்து துடித்துக் கொண்டிருந்தது. அம்பு மீனை ஊடுருவி அந்த மகுடப்பூ மணிமுடியையும் ஊடுருவி பாறையைத் துளைத்து நின்று ஆடிக்கொண்டிந்தது தழலாட்டத்தின் இடைவெளிகளில் அவனுக்குத் தெரிந்தது.

பறையொலியும் குலவையொலியும் அறுந்து விழுந்தது போல சட்டென இல்லாமல் ஆகி அங்கு நின்ற அனைத்து விழிகளும் ஒருசேர தேவவிரதன் மேல் திரண்டது. சட்டென அவன் பார்வையை விலக்கிக்கொண்ட போது கனவு கலைந்து எழுந்து கொண்டான்.

*****

நாணா பழையபடி மாறியிருந்தான். மறுநாள் காலை பாட்டி அவனை எழுப்பி விட்டு குளிக்கச் சொன்னாள். அடுக்கிய சில இலைகளையும் அதில் கொஞ்சம் அரிசியையும் குளியலடியில் அவனுக்காக வைத்து விட்டுச் சென்றாள்.

“நாணுக்கண்ணா இந்த ஏழு எலையையும் உச்சந்தலைல வச்சுண்டு, தோ அந்தப் பக்கம் தான் கெழக்கு, அந்த பக்கமா பாத்து நின்னுண்டு தலைக்கு தண்ணிய விட்டுக்கோ” என்று சொல்லி சமையல் அறைக்குள் சென்றாள்.

நாணா அவள் சொன்னபடியே குளித்து முடித்து துண்டைக் கட்டிக்கொண்டு சமையல்யுள்ளுக்குள் நுழைந்தான்.

"பாட்டி பாட்டி, இன்னிக்கு ஏன் இப்படி குளிக்கணும்?"

பாட்டி தன் கூந்தலில் கட்டியிருந்த துண்டை எடுத்து உதறிவிட்டு கூந்தலை முடிந்து கட்டிக் கொண்டு, அவனுக்கு தலை துவட்டிவிட்டாள்.

"அதுவாடா கண்ணா, இன்னிக்கு ரதசப்தமியோல்லியோ, மஹாபாரதத்துல பீஷ்மாச்சாரியார் இருக்காரோனோ, அவர் இன்னிக்கு தான் தனக்கு உகந்த நாளுன்னு உத்தராயண புண்ய காலத்துலே ரொம்ப நாளா அம்புப் படுக்கையில கிடந்தவர், தன் உயிர விட்டார். பாவம் நல்ல மனுஷன். சொல்லுக்காக நின்னவர். ஆட்சி அதிகாரம் குடும்பம்ன்னு எதுவும் கெடையாது அவருக்கு"

"அஸ்தினபுரிக்கே ராஜாவா ஆகியிருக்க வேண்டியவர். ஆனா அரசபதவி வேண்டாம்ன்னு இருந்துட்டார். தன்னோட தம்பி பசங்களுக்காக எல்லாத்தையும் விட்டுட்டார்"

"யாராவது ராஜா பதவியை வேணாம் ன்னு சொல்வாளா பாட்டி?"

சிறிது நேரம் கழித்து, "அவருக்கு ராஜா ஆக ஆசை இல்லையா என்ன?" என்றான்.

சட்டென போன முறை வந்திருந்த போது ஏதோ ஒரு விளையாட்டில் அரைகாப்படி அவனை ராஜாவாக விடாமல் தோற்கடித்தது நினைவுக்கு வந்து தழைந்த குரலில் கேட்டான். "அவர யாராவது தோற்கடிச்சுட்டாளா பாட்டி?"

பாட்டி சொன்னாள். "அவரை அவரே தோற்கடிச் சுண்டுட்டார்"

நாணா புரியாமல் நின்று கொண்டிருந்தான்.

பாட்டி தொடர்ந்தாள். "என்ன பண்றது? ப்ராரத்தம்ன்னு ஒன்னு இருக்கு. சில பேருக்கு அப்படி தான் இருக்கும். ஏன், உன் தாத்தாவோட பெரியப்பா, அதாவது உன் பெரிய

கொள்ளுத் தாத்தா அவரே அப்படி தான். எல்லாத்தையும் ஆண்டு அனுபவிக்க தெரியல அவருக்கு. ஆஸ்தி அந்தஸ்துன்னு எல்லாத்தையும் தம்பி பசங்களுக்கே எழுதி கொடுத்துட்டார். நல்லாவே வாழ்ந்துருக்க வேண்டிய மனுஷன் தான் அவரும். ஆனா வாழலை. என்னமோ பற்றுதல் இல்லாம போயிடுத்து அவருக்கு"

"தன்னைச் சுத்தி எல்லாமே தெரண்டு கனிஞ்சு வரும் போதும் அதுகிட்டேந்துலாம் இருந்து தன்னை மொத்தமா மூடி வச்சுண்டு இருப்பா சிலபேர். யார் கண்டா. உள்ளுக்குள்ள ஆசை இருந்திருக்குமா இருக்கும். இன்னும் இதழ் விரியாத பூ தன் மொட்டுக்குள்ள தேக்கி வச்சுகிற மாதிரி. ஆனா பெரியவாளாச்சே. அவா பண்ணின தியாகங்களை மறந்துட முடியுமா என்ன?"

"பீஷ்மாச்சாரியாருக்கும் உன் பெரிய கொள்ளுத்தாத்தா மாதிரி கொழந்தேள் இல்ல. கல்யாணம் பண்ணிக்கல. ஆனா நாமெல்லாருமே அவரோட கொழந்தேள் தான். அவர் நெனச்சுண்டுதான் நாம எல்லாரும் இன்னிக்கு இப்படி குளிக்கறோம். நாளைக்கு பீஷ்மாஷ்டமி தாத்தா அவருக்காக தர்ப்பணம் பண்ணுவா பாரு"

"அது என்ன எலை பாட்டி?"

"அது எருக்க எலை"

"அத ஏன் வச்சுக்கறோம்?"

"அதுக்கு தான் நாம செஞ்ச பாவத்த எல்லாம் போக்கற சக்தியிருக்குன்னு ஐதீகம். நம்பிக்கை. பீஷ்மாச்சாரியார் அப்படி வச்சுண்டு தான் இறந்து போனார்."

*****

நாணா மறுநாள் மாலை சைக்கிளின் பின்னிருக்கையில் அமர்ந்து கொண்டு தாத்தாவுடன் அதம்பாவூர் சாலையில் சென்று கொண்டிருந்தான். சுற்றிலும் திறந்த வயல்வெளி. அவன் வழிநெடுகிலும் ஆங்காங்கே தாத்தா பூச்சிகள் பறந்து கொண்டிருப்பதைக் கண்டான்.

"தாத்தா தாத்தா நில்லு. அன்னிக்கு இந்த பூச்சிப் பட்டு தான் எனக்கு தடிப்பு தடிப்பா வந்தது. இது தான் கடிச்சுருக்கு" என்றான்

தாத்தா குழப்பமாய் சைக்கிள் மிதிப்பலகைகளை அழுத்திக்கொண்டிருந்தார்.

"தாத்தா தாத்தா பாத்துப் போ. அது நம்ம மேல பட்டுட போறது"

தாத்தா என்னவென்று அறிய ஓரமாக சைக்கிளை நிறுத்தினார். அவனை இறக்கிவிட்டு,

"இது பூச்சி இல்லடா கண்ணா. பயப்படாத"

"அரைக்காப்படி இத என் சட்டைக்குள்ள போட்டானே. அதுக்கப்புறம் தான் எனக்கு தடிச்சுது"

"ஓ அப்படியா? அப்போ இது பட்டு உனக்கு அலர்ஜியா யிருக்கும்"

"அலர்ஜின்னா என்ன தாத்தா?"

"அலர்ஜின்னா... ரொம்ப குளிருத்துனா சளிப் புடிக்கற தோனோ அது ஒரு அலர்ஜி தான். குளிர் உன்னை தெரிஞ்சுக்கறதுன்னு அர்த்தம். அது மாதிரி இதுவும் உன்னை தெரிஞ்சுக்கறது. பயப்பட தேவையில்லை. சரியாகிடும்."

"புரிலேயே தாத்தா. பூச்சி இல்லைன்னா இது என்ன?"

"இது விதை. எருக்க விதை. அது தான் காத்துல இப்படிப் பறந்திண்டிருக்கும். பஞ்சு மாதிரி தான் இதுவும்"

"எருக்க விதைனா?"

"எருக்கஞ் செடி இருக்குல்ல. சொடுக்கு பூ மொட்டு இருக்குமே. அந்த மொட்டு மூடிண்டு இருக்கும். நம்ம அத சொடுக்கினா பட்டுபட்டுன்னு வெடிக்குமே பாத்தது இல்லையா?"

"ஞாபகம் இல்லையே தாத்தா"

"நீ கூட நேத்திக்கு அந்தச் செடியோட எலைய தலைக்கு வச்சு குளிச்சிருப்பியே. பாட்டி அட்சதையோட கொடுத் திருப்பாளே"

"ஆ.. ஆமாம் தாத்தா"

தாத்தா சுற்றியும் முற்றியும் பார்த்தார். எங்கேனும் தன் பேரனுக்கு அந்தச் செடியை காண்பித்து விட்டால் நலம். சுற்றியும் பசுமை நிறம். இங்கு எருக்கை எங்கே தேடுவது?

சற்று இன்னும் தொலைவு போகலாம். பேரனை ஏற்றிக்கொண்டு சைக்கிளை மிதித்தார். தொலைவில் ஒரு வெடித்த நிலத்தைக் கண்டார். அங்கேயும் அந்த விதைகள் பறந்து கொண்டிருந்தன. அந்நிலத்தை சுற்றியிருந்த வரப்பின் ஒரு மூலையில் ஒரு எருக்கஞ் செடியை கண்டு கொண்டுவிட்டார். சைக்கிளை சாலை ஓரமாக நிறுத்திப் பேரனை அழைத்துக்கொண்டு வரப்பிலேயே நடந்தார்.

நாராயணன் தூரத்தில் இருந்தே கண்டு கொண்டு விட்டான். அந்தச் செடியின் கிளைகளின் ஓரங்களில் காய்த்திருந்தது வெடித்து காற்றின் திசைக்கேற்ப உதிர்ந்து உதிர்ந்து பறந்து சென்று கொண்டிருந்தது. அவன் அதன் எது மேலிலும் பட்டுவிடக் கூடாதென பதவீசாக தாத்தாவைப் பின் தொடர்ந்து நடந்து வந்தான்.

அதை உணர்ந்து கொண்டு தாத்தா மெலிதாக சிரித்தார். "இனிமே அது ஒன்னும் பண்ணாது. பயந்து பயந்து நடக்காதே. அது உன்னை தெரிஞ்சுண்டுடுத்து."

அவன் மீண்டும் தாத்தாவிடம் "இது பூச்சியேயில்லையா விதையா?" என்றான்.

"அப்படின்னா இந்த விதைக்கு ஏன் நரைச்சுருக்கு?"

இருவரும் அந்தச் செடியின் அருகே வந்துவிட்டனர். அது பெரிய எருக்கம் புதர். இரண்டு ஆள் உயரத்திற்கு இருந்தது. தாத்தா அதன் இலையை காண்பித்தார். பின்னர் தன் கை உயரத்தில் இருக்கும் நுனி மொட்டுகளை

விரல்களால் வெடிக்கச் செய்து காண்பித்தார். “பட்” என்று சப்தம் வந்தது.

“நாங்கல்லாம் எங்க சின்ன வயசுல இதையே வெளையாட்டா வெளையாடுவோம். மொத்த மரத்துலயும் ஒரு மொட்டுகூட மூடியிருக்காத மாதிரி பண்ணிடுவோம்”

“நீயும் ஒரு வாட்டி வெடிச்சு பாரு”

அவனும் ஒரு கொத்தைப் பிடித்தான்.

“பாத்து, பாத்து அதை வளைக்கணும். ஒடஞ்சா பால் கையில பட்டுடும்” என்றார்.

அவன் பதூசாக அந்தக் கொத்தைப் பிடித்து ஒவ்வொரு மொட்டாய் உடைத்தான். அது உடைபடும் போது எழும் சத்ததைக் கேட்க காதிற்கு அருகில் வைத்துக்கொண்டு உடைத்தான். உடைத்த மொட்டுக்குள் இருப்பது என்ன என்பதை அவன் பார்த்திருந்ததாக தெரியவில்லை. விளை யாடி முடித்த பிறகு அவன் சற்று அண்ணார்ந்து அச்செடி யின் உச்சியைப் பார்த்தான். எவர் கையுமே தொடமுடியாத உச்சிக் கூம்புகளில் இதழ் விரிந்து கிடந்திட்ட நூறு நூறு மகுடப்பூக்களை அவன் கண்டுகொண்டிருந்தான்.

30

அச்சாணி

மணி கணேசன்

"யோவ் முத்தையா. உம் மவன் மூர்த்திக்கு என்ன கிறுக்காப் புடிச்சிருக்கு?"

விடிந்தும் விடியாதுமாக அந்த அதிகாலைப் பொழுதில் தண்டபாணியின் குரல் ஆலையில் ஊதும் சங்காக முத்தையாவின் காதைப் பிளந்தது.

"ஏ.......ன்? என் மூர்த்திக்கு என்னாச்சு?"

வார்த்தையில் நடுக்கம். குரலில் பதட்டம். முகத்தில் ஒரு விதமான கலவரம். எங்கேயோ கூவும் ஒரு குயிலின் சோகப் பாட்டும், அடிவானத்தில் இன்னும் முளைக்காத சூரியக் கதிரும் முத்தையாவை அந்த கண நேரத்தில் படுத்தித்தான் எடுத்தது.

தண்டபாணி நிதானமாகப் பதிலளித்தார்.

"அவனவன் காசு கொஞ்சம் சேர்ந்ததும் தங்கத்துலேயோ பங்கு மார்க்கெட்டிலேயோ போட்டு பணத்த சுளையாக அள்றான். இல்லேனா வெளஞ்ச நெலத்த மனையாக்கிக் காசக் குவிக்கிறான். உம் மவன் என்னடான்னா... நல்ல நெலம் வேணுங்கறான்! வெவசாயம் பண்ண!"

சுற்றி வளைத்த இந்தப் பேச்சு ஆரம்பத்தில் முத்தையாவைப் போட்டு பிசைந்தாலும் இறுதியில் தெளிவை உண்டாக்கி விட்டது.

பெருமூச்செறிந்தவாறு முத்தையா,

"நல்ல சேதி தானே?" என்று குதூகலித்தார்.

ஆனால் மனத்தில் முன்பைவிட இப்போது பலமடங்கு குடைச்சல் அவருக்கு. தண்டபாணி முன்னாடி அதை யெல்லாம் வெளிக்காட்டிக் கொள்ள முடியாது. ஏனென்றால் அப்பாவிற்கும் பிள்ளைக்கும் உள்ள தனிப்பட்ட விடயம் அது.

மூர்த்தி எப்போதும் ஒரு புரியாத புதிர்!

சிறிய வயதிலிருந்து அப்படியொரு பிடிவாத குணம் அவனுக்கு. நினைத்ததை சாதித்துக் காட்டி விடுவான். உடும்புப் புடி தோற்றுவிடும். அவனது தீர்க்கமான முடிவுக்கு!

இந்தப்போக்கு நல்லதோ, கெட்டதோ? அவனைப் பொறுத்தமட்டில் நல்லதே விளைந்திருக்கிறது. தன் விருப்பு; தன் உழைப்பு; தன் உயர்வு. இதுதான் மூர்த்தியினுடைய வாழ்க்கை வெற்றி ரகசியங்கள்.

சுருங்கச் சொன்னால் 'ஊரோடு ஒட்டி வாழ்!' என்று சொல்கிறவர்களை 'மாத்தி யோசி' என்று யோசிக்க வைக்கும் மன இயல்பில் உறுதியாக இருப்பவன் மூர்த்தி என்று அடித்து சொல்லலாம்.

முத்தையாவிற்கு தம் பிள்ளையின் இந்த விபரீத (?!) புத்தி காவிரியாற்று வெள்ளம்போல் உள்ளுக்குள் பெருக்கெடுத் தாலும் அவனுடைய பிழைக்கத் தெரியாத்தனம் மடையாகக் கசிய ஆரம்பித்து விட்டது மெதுவாக.

"ஏங்க, நீங்களாச்சும் நம்ம நடுத் தம்பிக்கு புத்தி கித்தி சொல்லக் கூடாதா?"

"எனக்கே தண்டபாணி சொல்லித்தானே தெரியும்!"

தன் மனைவியிடம் அங்கலாய்த்தவாறு அகலக் கை விரித்தார் முத்தையா.

"இந்தக் காலத்துல வெவசாயம் எல்லாம் நமக்கு சரிப்படுங்களா மாமா? ஏதோ ஆண்டவன் புண்ணியத்துல

சேத்து வச்ச பணத்தக் கொண்டு நல்ல எடமாப் பாத்து நாலு வூடு கட்டினாக் கூட போதும். ஆயுசுக்கும் பஞ்சமில்ல. அத வுட்டுட்டு...."

நீட்டி முழக்கி ஆதங்கப்படும் தம் மருமகளுக்குப் பதிலேதும் சொல்லத் தெரியாமல் முழித்தார் முத்தையா. 'தொலைக்காட்சி நாடகங்கள்ல முழுவி கெடந்த நேரம் ஒரு நொடி' 'ஒலக உணவு பத்தாதுகிறங்கற சேதி கண்ணுல தட்டுப்பட்டிருந்தா இப்பிடியா பேசத் தோணும்!" என்கிற இந்த எண்ணம் அவர் மனத்தில் மின்னலாகத் தோன்றி மறைந்தது.

"வெவசாயம் இந்த மனுசங்ககிட்ட எத்தன தீட்டுப் பொருளா மாறிப் போய்டுச்சு. ஒரு பிடிச் சோறு கெடைக் காட்டிப் போனா உசுரோட கதி தான் என்ன? எறும்புக்குக் கூட ஒரு பருக்க வேண்டியிருக்கே !....

ஆகாசத்துல வூடு கட்டி வாழ்ந்தாலும் வயித்துப் பசி இல்லாது போய்டுமா? ஒலகப் பேச்சுக்கும் ஏச்சுக்கும் அல்லவா நாம ஆளாகிப் போய்ட்டோம். இன்னைக்கு. நாளய தலமுறைக்கு சொத்து, சுகம் மட்டும் தேடி வச்சாப் போதுமா? சோறு ?.....

முத்தையாவுக்கு நா துடிதுடித்தது. 'பாவம். மருமவ! மனசு கோணிக் கொள்வா' என்று ஒன்றும் பேச முடியாமல் அமைதியடைந்தார்.

பரம்பரை பரம்பரையாக விவசாயம் செய்த நிலம் தானே தன்னையும், தன்னை நம்பி வந்தவளையும் தன்னோடு நான்கு பிள்ளைகளையும் காப்பாற்றி வயிற்றை நிறைத்து ஆளாக்கி விட்டது. பிள்ளைகளுடைய படிப்பிற்காகவும் வேலைக்காகவும் அதைக் கொஞ்சம் கொஞ்சமாக அடமானம் வைக்கவும் பிறகு மொத்தமாக விற்கவும் நேர்ந்துவிட்டது. என்னக் கொடுமைத் தெரியுமா அது! இப்போது நினைத்துப் பார்த்தாலும் நெஞ்சம் சுக்குநூறாக வெடித்துவிடும்!

தாயில்லாத வாழ்க்கைத் தரிசு என்றால் உழவு இல்லாத வாழ்க்கை வெறுமை என்று தான் என்னைக் கேட்டால் நான் சொல்வேன்.

நிலத்தைப் பறிகொடுத்தக் கிராமத்தான் வாழ்வென்பது நித்தமும் சுனாமியில் அகப்பட்டுச் சீரழிவது போல் தான். அவ்வளவு மோசமானது! அதனால் தான் வாழ்ந்த வீட்டை மிகக் குறைந்த வாடகைக்கு விட்டுவிட்டு நகரத்து துர் நாற்றத்தில் கடைசிக் காலத்தைக் கழிப்பது என்று வந்து விட்டார் முத்தையா!

நான்கு பேரில் மூர்த்தி மட்டும்தான் சுமாரான பதவி. பள்ளிக்கூட தலைமையாசிரியர்! வசிப்பதும் சுமாரான ஊர். முதல்நிலை நகராட்சி. இதுவே போதுமென்று மனம் ஒப்பியதால் மூர்த்தியின் பத்துக் குழிக்கும் மேலாகக் கட்டி யிருக்கிற பங்களாவில் தான் இப்போது வாசம். பிள்ளைங் களுடன் நச்சரிப்பும் தொந்தரவும்தான் அதற்கு முழுக் காரணம். அதேபோல் எல்லா மருமகள் பிள்ளைங்களுக்கும் அரசாங்க வேலைதான்.

ஆளுக்கொரு திக்கில் கிடந்தாலும் பாசத்துக்கும், நேசத்துக்கும் ஒரு நாளும் பஞ்சமில்லை முத்தையாவிற்கு. செல்பேசி தொலைபேசி என்று பொழுது செலவழிந்தாலும் பண்டிகைக் காலங்களில் மட்டும் மூர்த்தியின் வீடு வேடந்தாங்கலாக மாறிவிடும்.

தங்கக் கூண்டானாலும் கிளிக்கு மகிழ்ச்சி மரப்பொந்து தானே?

'ஆனாலும் இந்த கமலம் இப்புடியா வெளுத்துப் போட்ட சட்டையா மாறிப் போவா?'

பழம் வாசனை துளிக் கூட இல்லாமல். பரவாயில்லை, அவளை எந்த நினைப்பும் எழாதவாறு ஏராளமான தொலைக்காட்சி அலைவரிசைகள் பார்த்துக் கொள்கின்றன. நம் வாழ்க்கை தான் தாமரை இலையில் தவழும் தண்ணீராக மாறி போய்விட்டது.'

"மாமா, நீங்க சொன்னாக் கண்டிப்பா அவர் கேப்பார்."

'பெரும்பாரத்தைத் தூக்கித் தலையில் சுமத்திப் போகிற வரிடம் இனி நாம் சொல்ல என்ன இருக்கிறது?'

இருதலைக் கொள்ளி எறும்பாக இப்போது முத்தையா.

கமலமும் ஒரு கவலையுமற்று மருமகள் முந்தியைப் பிடித்தவாறே போய் வீட்டுக்குள் அடைந்து கொண்டது முத்தையாவிற்கு கலக்கத்தை உண்டுபண்ணியது.

நாட்கள் எல்லாம் நாழிகைகளாகக் கடந்தன.

மூர்த்தியிடம் முத்தையா இது குறித்து ஒன்றும் கேட்கவில்லை. அத்தனை பயம். தப்பு என்றால் தைரியமாகத் தட்டிக் கேட்கலாம். சரியை எப்... படி....? அந்த பயம்தான் அவருக்கு.

விருப்பத்தைத் தானே வெளியிட்டிருக்கின்றான் மூர்த்தி. ஒன்றும் நிறைவேற்றி விடவில்லையே! நம்மிடம் சொல்லும்போது கண்டிப்பாகக் கேட்கலாமென்று சற்று ஆறப் போட நினைத்தார் முத்தையா. அதற்குள்_

"கவிதா மொதல்ல என்ன மன்னிச்சுடு..." என்று மூர்த்தி படுக்கையில் படுத்துக் கிடந்ததுலிருந்து இலேசாகக் கிளம்பி தன் இடக்கையால் தன் மனைவியைத் தொட்டுச் சொன்னான்.

பிள்ளைகள் இரண்டும் அந்த அகலக் கட்டிலில் நன்றாக அசந்துத் தூங்கிக்கொண்டு இருந்தன. பள்ளிக்குப் போன களைப்பு போல என்று எண்ணிக் கொண்டான். இரவு விளக்கு பச்சை ஒளியைக் கக்கிக் கொண்டிருக்க கண்ணுக்குத் தெரியாத, நச்சுக்காற்றை நிரப்பிக் கொண்டிருந்தது. 'ஆல் அவுட்'!

உச்சியில் மின்விசிறி ஒன்று சீராக ஓடிக்கொண்டிருந்தாலும் புழுங்கிய உடம்புடன் கணவனை ஏறிட்டுப் பார்த்தாள் கவிதா. முன் நெற்றி ஏறிய மஞ்சள் முகம் மங்கிய வெளிச்சத்தில் பளபளத்தது. புரியாத ரேகைகளுடன் பிறகு சுதாரித்துக் கொண்டவளாக -

'சொல்லிட்டு இருந்தீங்களே!..... அத முடிச்சுட்டீங்களா?..." பதட்டமும் ஆவலும் மேலோங்க படபடவென்று அவள்

கேட்டு முடித்ததும் ஒருவித தயக்கத்துடன் மூர்த்தி, "அதுக்குத்தான் இந்த ....'

சொல்லி முடித்ததுதான் தாமதம். அப்படியே பொத் தென்று மல்லாக்க மீண்டும் படுக்கயில் விழுந்தாள் கவிதா. எந்தவித சலனமுமில்லாமல். குற்ற உணர்ச்சியில் மூர்த்தி மிகவும் துடித்துப் போய்விட்டான்.

"கவி ... கவி ..." மிகவும் தாழ்ந்திருந்தது குரல். "

அதிக நேரமாகியும் அவளிடமிருந்து ஒரு பதிலுமில்லை. சற்று உற்றுக் கவனித்துக் கேட்ட போதுதான் அவள் விம்மியழுவதும் கண்ணீரை மாற்றி மாற்றித் துடைப்பதும் தெரிந்தது.

இப்போது அவளிடமிருந்து எந்த சத்தமுமில்லை. ஒரே அமைதி. கடிகாரத்தின் காலடிச் சத்தம் மட்டும் இரண்டு பேர் காதிலேயும் விடாமல் அறைந்துக் கொண்டிருந்தது. கொஞ்சநேர அமைதிக்குப் பின்னால் -

"கவி நீ என்னை என்ன நெனச்சுக்குவியோ இல்ல இத எப்புடி புரிஞ்சிக்குவியோ எனக்குத் தெரியாது. என் மனசுல பட்டத தெளிவாச் சொல்றேன். கேட்டுக்க. கேட்குறீயில்ல கவி ...." என்றதும்,

"ம்ம்" என்றாள். அழுகை அடங்கியிருந்தது. குரலில் மட்டும் இலேசாகக் கமறல். திடமானான் மூர்த்தி முன்பை விட.

"நீ நகரத்திலேயே பொறந்து வளர்ந்த பொண்ணு. அதனால இத நீ உணர்வுப்பூர்வமா ஒணராட்டிப் போனாலும் நா சொல்றத வச்சி அறிவுப்பூர்வமா ஒணர முடியும். வெள்ளாமங்கறது கிராமத்துல வாழ்ற மனுஷங் களோட உசுர் மூச்சு ! எங்களுக்காக எங்க அப்பா பொறந்த ஊர, பாத்த வெவசாயத்த ஏன் வாழ்க்கயையே தொலச்சுப் புட்டு அம்போனு நிக்கிறார். ஒனக்குத் தெரியுமா? கவி. ஒவ்வோர் நாளும் அவரு மாடியில போயி இந்த ஊரயே கண்ணுக்கெட்டிய தூரம் வர வெறிச்சு அண்ணாந்து அழுவுறது?....."

மூர்த்தியுடைய குரல் இப்போது நொறுங்கி உருண்டோட ஆரம்பித்தது. ஒழுகும் மூக்கை தம்மேல் போர்த்தியிருந்த துண்டால் அழுத்திச் சிந்திக்கொண்டான்.

அசைவற்ற நிலையிலேயே கிடந்தாள் கவிதா. நெஞ்சில் இன்னும் தீராத வலி. வேதனை. அது கோபமாக வெளிப்பட்டு இப்போது தான் பைய ஆறத் தொடங்கியது.

மாமனாரின் தீராவலியை அவள் மெதுவாக உணரத் தலைப்பட்டாள். 'அப்படியென்ன தான் காத்து வாங்கலோ?' என்று அவர் மேல் கொண்ட தப்பெண்ணம் தனக்குள் ஒரேயடியாக சரிந்து விழுவதை நினைத்துக் கண் மெல்லக் கலங்கியது அவளுக்கு.

"கவி!....." கெஞ்சலான குரல்.

"ம்ம் சொல்லுங்க !...." அழுத்தம் திருத்தமாகக் கேட்டாள் கவிதா.

"அவருக்கு மகன்கிற பேருல நா திரும்ப செய்யறக் கடன்னு இருக்கட்டும். இதுதான் அந்த ஆத்மாவுக்கு நாஞ் செய்யுறப் பேருதவி."என்று தன்னிரக்கப் படுபவன் பக்கமாக சாய்ந்து தன் மெல்லிய வலக்கரத்தால் வாஞ்சையோடு அவன் தலைமுடி கோதினாள் கவிதா. ஒரு தாய்மையுடன். வானத்தில் முளைத்திருந்த வெள்ளி சன்னலில் ஒளிர்ந்துக் கொண்டிருந்தது.

அன்று வெள்ளிக்கிழமை. அரசு விடுமுறை வேறு. சம்பா நடவு நேரம்.

"அப்பா, நாத்துக் கட்டு எனக்கு தான் மொதல்ல."

"இல்ல எனக்குத்தான் மொதல்ல."

அந்த சேற்று மணம் வீசும் நடவு வயலில் மூர்த்தி பிள்ளைகளிடம் புதுநாற்று முடிச்சை வாங்க ஏகப் போட்டி நிலவியது.

"சரி சரி சண்டை வேணாம். அம்மா ஒனக்கு. அப்பா ஒனக்கு". என்று சேறு வடியும் அந்த பிஞ்சு நாற்றுக் கட்டை

ஆளுக்கொருவராகப் பங்குபிரித்துக் கொடுத்தார்கள் மூர்த்தியும் கவிதாவும். சேறு பதிந்த கால்களோடும். மகிழ்ச்சி பொங்க.

முத்தையாவும், கமலமும் அங்கு வேலை செய்து கொண்டிருந்த ஆளோட ஆளாக ஒருத்தரை ஒருத்தர் பார்த்துப் பூரித்துப் போனார்கள்.அப்போது வரப்பில் தூரத்திலிருந்து இதைக் கண்டும் வாயைப்பிளந்தும் நடந்து வந்துக்கொண்டிருந்த தண்டபாணி -

"யோவ், முத்தையா! உம் பேரப் புள்ளைக செய்யுறதப் பாத்தா மனசு நெறைவா இருக்குய்யா, யோவ். ஒன்னு மட்டும் உறுதியாச் சொல்றேன். வேணா.... எல்லாரும் குறிச்சு வச்சுக்கோங்க. நம்ம வெவசாயம் சாகாது. பொழச்சுக்கும்யா!" என்று ஆனந்தக் கண்ணீர் சொரிந்தார். நட்ட வயல்களில் நின்றுக்கொண்டிருந்த புதுநாற்றுகள் எல்லாம் அவருடைய வாக்கிற்கு மெதுவாகத் தலையசைப்பது போல் குளுமையான காற்றை அள்ளி வீசத் தொடங்கி இருந்தன. ●

உண்மை – நவம்பர் 1–15, 2009

31

நிறையாத நாட்காட்டி

ம.செ. லோகநாதன்

விடியற்காலை 4:00 மணி இருக்கும் தூக்கம் வராத சீனிவாசன் புரண்டு, புரண்டு படுத்து கொண்டிருந்தார். எவ்வளவு முயற்சித்தும் சீனிவாசனால் தூங்க முடிய வில்லை, எழுந்து படுக்கையிலேயே உட்கார்ந்திருந்தார் பக்கத்தில் ராஜம் நன்கு அயர்ந்து தூங்கிக்கொண்டு இருந்தாள்.

எப்படி இவளால் மட்டும் தூங்க முடிகிறது என்று யோசித்தவாரே அறையில் இருந்து வெளியே வந்தார்.

அங்கு சாத்தி வைக்கப்பட்டிருக்கும் மடக்கு சாய்வு நாற்காலியை எடுத்துக்கொண்டு வீட்டின் வெளியே காம்பவுண்ட் கதவு பக்கத்தில் அமர்ந்தார்.

சீனிவாசன் வீடு அந்த பிரதான தெருவில் மூன்றாவது வீடு. வீட்டில் காம்பவுண்ட் சுவரை ஒட்டி வேப்பமரம் ஒன்று வைத்திருப்பார் நன்கு தழைத்த வேப்பமரம் என்பதால் காற்றுக்கு பஞ்சமில்லை.

சீனிவாசனுக்கு தூக்கம் வராத சமயத்திலும், மாலை எட்டு மணி முதல் அந்த மரத்தடியின் கீழ் தான் சாய்வு நாற்காலியில் அமர்ந்திருப்பார்.

கிட்டடத்தட்ட முப்பது வருடங்களுக்கு மேல் அதே வீட்டில் அதே தெருவில் வசிப்பதால் இங்கு யாவருக்கும் அவர் பரிச்சயம்.

30 வருடத்திற்கு முன்பு மின்சாரத்துறையில் வேலை மாற்றலாகி சென்னைக்கு குடிப்பெயர்ந்தார் சீனிவாசன்.

சீனிவாசனை போல் அந்த தெருவில் வாழ்ந்து வரும் அக்கம்பக்கத்தினர், இவரை கடக்கும் போது சற்று பேசி விட்டு செல்வார்கள். அந்த ஒரே பொழுதுபோக்கை நம்பி தான் சீனிவாசன் எட்டு மணிக்கு சாய்வு நாற்காலியுடன் ஆஜர் ஆகிவிடுவார்.

ஸ்ரீனிவாசனுக்கு ராஜம் என்ற மனைவியும் ஸ்ரீதர் என்ற மகனும் உண்டு.

எப்போதும் போல் காற்று வீசவில்லை சிறிது நேரத்தில் அங்கு அமர்ந்திருப்பது அவருக்கு எரிச்சல் ஊட்டியது, எழுந்து அந்த தெருவிலேயே இரண்டு முறை நடந்தார்.

நேரம் ஐந்தாகிவிட்டது. வீட்டின் உள்ளே வந்த சீனி வாசன் சட்டையை மாட்டிக்கொண்டு பையில் பணம் உள்ளதா என்று தொட்டுப் பார்த்துக் கொண்டார். மெது வாக கதவை சாத்திவிட்டு நாற்காலியை எடுத்து மரத்தின் ஓரமாக வைத்துவிட்டு காம்பவுண்ட் கேட்டை பூட்டி, நடக்கத் தொடங்கினார், அது அவருக்கு வழக்கம் தான்.

எப்போதும் அதிகாலையில் சீனிவாசன் ராஜத்தை எழுப்பாமல் சேகர் டீ கடைக்கு சென்று டீ குடிப்பது வழக்கம்.

இன்றும் அதே வழக்கமாக டீக்கடையை நோக்கி நடந்தார்.

“என்னய்யா இன்னிக்கு வெள்ளனமா வந்துட்டீங்க” - டீக்கடை சேகர்.

“எங்க தூக்கம் வருது சேகரு அதான் அப்படியே காலாற நடந்து வந்தேன்” - சீனிவாசன்.

“உக்காருங்க ஐயா கொஞ்ச நேரம் ஆகும” - சேகர்

“நீ பொறுமையா போடு ஒன்றும் அவசரம் இல்லை” - சீனிவாசன்.

“பையன் வரார் என்றதுமே தூக்கம் வரலையா சார்” - சேகர்.

சத்தமான சிரிப்புடன் “ஆமாம்பா ரொம்ப நாள் கழிச்சு வரான்”.

சீனிவாசனுக்கு இன்னும் நம் மகனைப் பற்றி சேகர் கேட்க மாட்டானா நம் மகனைப் பற்றி அவனிடம் பேசிக் கொண்டிருக்க மாட்டோமா என்று ஆவலாய் இருந்தார். சேகரோ பால் காய்ச்சுவதிலும், டீ போடுவதிலும் மும்முர மாக இருந்தான்.

சற்று நேரத்தில் தினத்தந்தியும், தினமலரும் வந்தன.

“இரண்டு புரட்டு புரட்டுங்கள் சார் டீ போட்டு விடுறேன்” என்றான் சேகர்

எடுத்து படிக்கத் தொடங்கினார் சீனிவாசன்.

சீனிவாசனுக்கு சற்று நேரத்தில் டீயும் வந்தது கடைக்கு கூட்டமும் வந்தது. சேகர் பிசியானான். டீயை அருந்தி விட்டு வீடு திரும்பினார் சீனிவாசன்.

இன்னும் ராஜம் எழவில்லை. மறுபடியும் மடக்கு நாற்காலியை போட்டு உட்கார்ந்தார்.

சீனிவாசன் மகன் தற்போது அமெரிக்காவில் இருக்கிறான், பி.இ. முடித்துவிட்டு சென்னையில் பிரபல சாப்ட்வேர் கம்பெனியில் வேலைக்கு சேர்ந்தான். நான்கு வருடங்களுக்கு முன்பு தான் ஸ்ரீதர்க்கு திருமணமானது.

திருமணமான முதல் இரண்டு வருடம் சீனிவாசனுடன் தான் இருந்தான். கடைசி இரண்டு வருடம் தான் அவனுக்கு கம்பெனியில் ப்ராஜெக்ட்காக அமெரிக்கா செல்ல நேரிட்டது.

எவ்வளவு முயற்சித்தும் அதை அவனால் தடுக்க முடியவில்லை. தன் மனைவியுடன் அமெரிக்கா பறந்தான் ஸ்ரீதர். இந்த இரண்டு வருடத்தில் ஒருமுறைதான் சென்னை வந்துள்ளான்.

“என்னங்க, என்னங்க, மோட்டர் போடுங்க” - என்று அடுப்பாங்கரை பக்கம் சென்றாள் ராஜம்.

மோட்டாரை போட்டுவிட்டு உள்ளே ஹாலில் இருக்கும் லேண்ட் லைன் ஃபோனில் ஸ்ரீதருக்காக எண்ணை சுழற்றினார் ஸ்ரீனிவாசன்.

தொடர்பு எல்லைக்கு வெளியே உள்ளார் என்றே பதில் வந்தது.

“எட்டு மணிக்கு தான் பிளைட் வரும் அவன் செக்கிங் முடிச்சிட்டு வெளியே வரவே பத்து மணி ஆயிடும் அதுக்குள்ள போன் பண்ணினா என்ன அர்த்தம்” என்றாள் ராஜம்.

தலை குனிந்த வாரே சோபாவில் உள்ள செல்போனில் ஏதேனும் மெசேஜ் வந்திருக்கிறதா என்று பார்க்க துவங்கினார் சீனிவாசன்.

விறுவிறுவென காலை வேலைகளை பார்க்கத் தொடங்கினாள் ராஜம். சில்லறை வேலைகளை முடித்துவிட்டு காபி போட்டுக் கொண்டு ஹாலுக்கு வந்தாள்.

இருவரும் காபி குடித்துக் கொண்டிருந்தனர்.

சீனிவாசன் தொலைபேசிக்கு ஸ்ரீதரிடம் இருந்து ஒரு குறுஞ்செய்தி வந்தது. *“flight delay two hours will reach home by afternoon”* என்ற செய்தியை மனைவி ராஜத்திடம் படித்துக் காட்டினார் ஸ்ரீனிவாசன்.

“போச்சுடா மதியம் வரை உங்க தொல்லை தாங்க முடியாது” என்று அலுத்துக் கொண்டாள் ராஜம்.

பதில் ஏதும் கூறாமல் காப்பி குடித்துக் கொண்டிருந்தார் சீனிவாசன்.

“என்னங்க எனக்கு நிறைய வேலை இருக்கு, சும்மா தொந்தரவு பண்ணக் கூடாது பையனும் மருமகளும் வீட்டுக்கு தான் வருவாங்க. நீங்க சாப்பிட்டுட்டு ஒரு குட்டி

தூக்கம் போடுங்க பையன் வந்துருவான்" என்று சொல்லி காபி டம்ளரை எடுத்துக்கொண்டு அங்கிருந்து கிளம்பினாள் ராஜம்.

கடிகாரம் வெகு நேரமாக ஒரே இடத்தில் இருப்பதாக தோன்றியது சீனிவாசனுக்கு. வெளியே சென்று பார்க்கிறார், நடக்கிறார், டிவி போடுகிறார், பேப்பர் படிக்கிறார், நேரமே ஓடவில்லை.

ராஜத்தை கூப்பிட்டால் திட்டுவாள் என்று தனது அறைக்குச் சென்று மெத்தையில் சாய்ந்து உட்கார்ந்தார்.

கண்ணாடிக்கு பக்கத்தில் ஸ்ரீதரின் சிறு வயது புகைப் படம் மாட்டி இருந்தது. அதை பார்த்ததும் ஸ்ரீனிவாசனுக்கு பழைய ஞாபகங்கள் வர தொடங்கின.

"ஸ்ரீதர் எப்போதும் அப்பா பிள்ளை. தனக்கு எது வேண்டுமென்றாலும் என்னிடம் தான் கேட்பான் அவன் சின்ன பிள்ளையாக இருந்தபோது எதற்கெடுத்தாலும் கேள்வி கேட்பான் நானும் பொறுமையாக பதில் சொல்வேன்.

ஒரு முறை கூட அவன் கேள்வி கேட்பதை நான் நிறுத்தியது கிடையாது கடிந்ததும் கிடையாது. பொறுமையாக எல்லா கேள்விகளுக்கும் பதில் சொல்வேன். அது மட்டும் இல்லாமல் நிறைய கதை சொல்வேன் நான் படித்ததையும் அந்த சமயத்தில் தோன்றியதையும் கதையாக அவனுக்கு சொல்வேன். அவனும் பொறுமையாக கேட்பான்.

ஒருமுறை திரையரங்கு அழைத்துச் செல்லும் போது வழக்கம் போல அவன் கேள்விகள் கேட்க ஆரம்பித்தான். நானும் ஏதேதோ கதைகள் சொல்லி சமாளித்தேன். ஒரு பேச்சுக்காக திரைக்குப் பின் நடித்துக் கொண்டிருக்கிறார்கள் என்று சொல்லிவிட்டேன், உடனே பின்னால் சென்று அவர்களைப் பார்க்க வேண்டும் என்று அடம் பிடித்து விட்டான்.

இப்படி அவனுக்கான கதைகள் நீண்டு கொண்டே இருக்கும். நான் வேலை முடிந்து வீட்டுக்கு திரும்பியவுடன் என்னிடம் கதை கேட்காமல் தூங்க மாட்டான்.

நான் அன்று நடந்த விடயத்தையோ வேறு கதை களையோ கதையாக பின்னி அவனுக்கு சொல்வேன். இப்படி எங்களுக்குள் அப்பா பிள்ளை பாசத்தை தாண்டி கதைகளும் வளர்ந்தன. நான் தாமதமாக வந்தால் கூட அதற்கு ஒரு கதை சொல்வேன் அதை அப்படியே நம்புவான். நாட்கள் செல்ல செல்ல ஸ்ரீதர் வளர வளர நான் சொல்லும் கதைகள் தான் என்று தெரிந்தாலும் கேட்டு சிரித்து விட்டு செல்வான்.

அவனிடம் சொல்வதற்காகவே பல கதைகளை உரு வாக்குவேன். இப்படி எங்களுக்குள் அப்பா மகனை தாண்டி ஒரு உறவு பின்னப்பட்டிருந்தது.

அவனும் எதுவாக இருந்தாலும் முதலில் என்னிடம் தான் சொல்லுவான். ஒருமுறை பரிட்சையில் காப்பி அடித்து மாட்டிக்கொண்டதை தைரியமாக என்னிடம் சொல்லி பள்ளிக்கு அழைத்துச் சென்றான். நான் அந்த விஷயத்தை, அவனை கையாண்ட விதத்தில் அவன் மறுபடியும் எந்த பரிட்சையிலும் காப்பி அடிக்கவில்லை என்று கூறினான்.

இவ்வளவு ஏன் அவன் தற்போது மணமுடித்திருக்கும் வந்தனாவை காதலித்ததை கூட என்னிடம் தான் முதலில் சொன்னான். ராஜத்திற்கு பிடிக்கவில்லை. வந்தனா வீட்டிலும் பயங்கர எதிர்ப்பு.

இருவரையும் சமாளித்து திருமணம் முடித்து வைப் பதற்குள் போதும், போதும் என்று ஆகிவிட்டது இப்படி என் உலகம் இவர்களைச் சுற்றியே சுழன்று கொண்டிருந்தது. எனக்கு வேறு உலகத்தை பற்றி தெரியாது.

காலங்கள் மாறியதும் ஸ்ரீதர் வேலைக்கு போக தொடங்கி யதும் அவன் கதைகள் சொல்ல ஆரம்பித்தான், நான் கேட்க ஆரம்பித்தேன்.

என்னைப் போலவே நன்றாக கதை சொல்வான். தாமத மாக வருவதற்கு ஒரு கதை, சனி ஞாயிறு விடுமுறைக்காக ஒரு கதை என்று அவன் கதைகள் நீளும். அது கதைகள்

தான் என்று தெரிந்தாலும் அந்த கதைகளுக்கு நானும் அடிமை ஆனேன்.

ஸ்ரீதர் இந்த இரண்டு வருடங்களாக அமெரிக்கா சென்ற பிறகு எந்த கதைகளும் நானும் சொல்லவில்லை அவனும் சொல்லவில்லை.

அதனால் தானோ என்னவோ அவன் வருகைக்காக என் மனம் அலைந்தது", என்று எண்ணியவாறு ஸ்ரீனிவாசன் கண் அயர்ந்துவிட்டார்.

சாப்பாட்டுக்காக அறைக்கு வந்த ராஜம் ஸ்ரீனிவாசன் அயர்ந்து தூங்குவதை பார்த்து எழுப்பாமல் சென்று விட்டாள்.

மதியம் 12 மணி இருக்கும் காலிங் பெல் அடிக்கும் சத்தம் கேட்டது, தன்னை அறியாமல் வாசக்கதவை நோக்கி ஓடினார் சீனிவாசன்.

மகனும் வந்தனாவும் வாசலில் நிறைய பைகளுடன் நின்றிருந்தனர்.

அவர் நினைத்த பொழுது வந்தது, அதுவரை நகரா மலேயே நின்று கொண்டிருந்த பொழுதுகள் எல்லாம் நொடியில் கரைந்தது.

ஸ்ரீதருக்கும் வந்தனாக்கும் முதல் இரண்டு நாட்கள் தூக்கத்திலேயே போய்விட்டது. அடுத்த வாரம் வந்தனா வீட்டிற்கு செல்ல வேண்டி இருந்தது.

திருமணம் ஆகி நான்கு வருடங்களாக குழந்தை இல்லாத தால் பல கோயில்களுக்கு பட்டியல் போட்டு வைத்திருந்தாள் ராஜம்.

சீனிவாசனுக்கும் ஸ்ரீதருக்கும் இடையே பல கதைகள் பரிமாறப்படாமலேயே காத்துக் கொண்டிருந்தது.

ஒரு வாரம் கழித்து ஒரு நாள், ஸ்ரீதர் அப்பாவின் அறைக்குள் வந்தான்.

அங்கு படித்துக் கொண்டிருந்த பேப்பரை மடித்து வைத்துவிட்டு,

"வாப்பா வா" என்று அழைத்தார் ஸ்ரீனிவாசன்.

இதற்காகவே காத்துக்கொண்டிருந்த இருவரும் நெடு நேரம் பேசிக்கொண்டே இருந்தனர்.

"ஒருமுறையாவது நாங்கள் அமெரிக்காவில் இருக்கும் போதே நீங்களும் அம்மாவும் வாங்கப்பா சுத்தி பார்த்து விட்டு வந்துடலாம்" - ஸ்ரீதர்,

"பார்க்கலாம் பா எனக்கு அவ்வளவு சௌகரியப்படுமா என்று தோணல" - சீனி

அதற்குள் அங்கு வந்த ராஜம், "தூங்கலையா மணி 12 ஆகுது" என்றாள்.

உடனே ஸ்ரீதர் "என்னப்பா இவ்வளவு நேரம் பேசிட் டோம் நீங்க ரெஸ்ட் எடுங்க என்று எழுந்தான்"

"உட்காரு ஸ்ரீதர் ஓர் இரு நாட்களில் நீ கிளம்பிடுவ அப்புறம் யார் கூட பேச போறேன் தனியா தான் அந்த மரத்தடியில் உட்காரணும், ராஜம் நீ ஒண்ணு கவனிச்சியா ஸ்ரீதர் வந்ததிலிருந்து மரத்தடி பக்கமே நான் போகல"

ஸ்ரீதரும் மௌனமாக அப்படியே அமர்ந்தான்.

ராஜம் எதுவும் பேசாதவாறு வெளியே சென்று விட்டாள்.

சீனிவாசனுக்குள்ளும் ஸ்ரீதர் இடமும் இருக்கும் கதைகளுக்கு சிறகு முளைக்கத் தொடங்கியது அன்று இரவு முழுவதும் பறந்து கொண்டே இருந்தது.

நாட்கள் மிக வேகமாக ஓடியது.

ஸ்ரீதருக்கு ராம் விலாஸ் ஹோட்டல் வடகறி என்றால் ரொம்பவும் இஷ்டம். காலை 8:30 மணிக்கு எல்லாம் தீர்ந்து போய்விடும். தவறாமல் சீனிவாசன் ஸ்ரீதருக்கு வடகறி வாங்கிக் கொண்டு வருவார்.

விடுமுறை முடிந்து ஸ்ரீதர் அமெரிக்க கிளம்பும் நாள் வந்தது.

அதற்கான வேலையும் நடந்து கொண்டிருந்தது.

வழக்கம்போல் ராஜம் ஏழு எட்டு பொடிகளுடன் வத்தல் குழம்பும் புலி சாற்றையும் கட்டிக் கொண்டிருந்தாள். இந்த முறை ஸ்ரீதர் சொல்லும் கதைகளை கேட்க விருப்பம் இல்லாதவராய் இருந்தார் ஸ்ரீனிவாசன்.

ஸ்ரீதர் அப்பாவின் கையைப் பிடித்து "எவ்வளவு விரைவாக வர முடியுமோ அவ்வளவு விரைவாக வந்து விடுவேன்".

"அடுத்து எப்ப லீவு, எப்ப வருவ" சீனிவாசன்.

"தீபாவளிக்கு கண்டிப்பாக வருகிறேன்" ஸ்ரீதர்.

டாக்ஸி வந்தது, கதைகள் முடிந்து பயணங்கள் தொடர்ந்தன..

மறுபடியும் கதைகளற்ற இரவாகவே ஸ்ரீனிவாசனுக்கு அமைந்தது.

வழக்கம்போல் விடியற்காலை டீ குடிக்க சென்ற சீனிவாசன் மனதில் இந்த வருடம் தீபாவளி எப்போ என்ற எண்ணம் வந்தது. வீட்டிற்கு போனவுடன் தீபாவளி எப்போ என்று காலண்டரில் பார்க்க வேண்டும் என்று நினைத்தவாறு வீட்டை நோக்கி நடக்க தொடங்கினார் சீனிவாசன்.

கதவை திறந்த சீனிவாசன் ராஜம் காலண்டர் பக்கத்தில் இருப்பதைக் கண்டார் சற்றும் புரியாமல் ராஜம் அருகில் சென்றார். அங்கு ராஜம் தீபாவளி வரைக்கும் காலண்டர் தேதியை கிழித்து வைத்திருந்தார். மகன் வரும் தேதியை தன் கைகளால் தடவிக் கொண்டிருந்தாள் ராஜம்.

அதுவரை தனிமையாக இருந்த ராஜத்திடம் பேச நிறைய கதைகள் இருந்தன... சீனிவாசனுக்கு... ●

32

உடற்றும் பிணி

அருணா சிற்றரசு

“உங்களுக்கு இவன் மட்டும்தானா? இல்ல..! வேற குழந்தைகள் இருக்கா?"

இந்தக் கேள்விக்குள் காத்திருக்கும் மாபெரும் இன்னலைக் கூடுமானவரைக் கணித்து விட்டாள் ரோகினி. மகனைப் பரிசோதித்துவிட்டு வந்த மருத்துவர் இந்தக் கேள்வியைச் சாதாரணமாகக் கூட கேட்டிருக்கலாம். ஆனால் அவள் அதை அப்படிக் கடக்கவில்லை. "வேறொரு பிள்ளை இருக்கிறதா?! மனதைத் தேற்றிக்கொள். உன் மகனுக்கு நாள்பட்ட நோய் ஒன்று உறுதியாகிவிட்டது" என்பதைச் சொல்வதற்கான முன்னோட்டமாகத்தான் அவர் அப்படிக் கேட்டிருப்பார் என்ற உறுதிக்கு மிக அருகில் இருந்தாள்.

"இந்த மருந்துகளைக் கொடுங்கள். ஆறு வாரம் கழித்துதான் நோயை உறுதி செய்ய முடியும்" எனச் சொல்லி அனுப்பி விட்டார் மருத்துவர். பத்து வயது மகனை இடுப்பில் தூக்கிக்கொண்டு தன் சொந்த இதயம் கனக்க படிக்கட்டுகள் வழி இறங்கினாள். மின் தூக்கி பற்றி சிந்திக்க அவளிடம் போதிய நிதானம் இல்லை.

மகனின் நோய் அறிகுறிகள் அத்தனையும் பொல்லாத நோய் ஒன்றிற்கான அம்சங்களை ஐந்தாறு பொருத்தங்களுடன் வைத்திருந்தது. துள்ளித் திரிந்த மகன் திடும் என நோயில் விழுந்ததில் தடுமாறித்தான் போயிருந்தாள் ரோகினி.

துவண்டிருந்த மகன் அவளின் இடது பக்க கழுத்தில் முகம் வைத்து சிரமத்துடன் மூச்சு விட்டுக் கொண்டிருந்தான். அவனின் நீண்ட கால்கள் அவள் இடுப்பிலிருந்து முன்னும் பின்னுமாக ஆடிக் கொண்டிருந்தன. இடுப்பில் வைக்கும் வயதைக் கடந்த குழந்தை அவன். நோய்க்குள் விழவில்லை யென்றால் இந்நேரம் படிகளைத் தாவிக் கடந்திருப்பான். இரண்டு நாள்கள் முன்பு வரை இல்லாத அந்த நோய் இப்போது ஆட்சி அதிகாரம் கைப்பற்றிய கொடுங்கோலன் போல் விருப்பம் போல் அவர்களை ஆட்டுவிக்கத் துவங்கியது.

காத்திருப்போர் அறையில் ஓர் இருக்கையில் மகனை உட்கார வைத்துவிட்டு, தான் பதிவு செய்திருந்த வண்டிக்காக காத்திருந்தாள் ரோகினி.

அந்த அறை முழுவதும் நோய். படிக்கட்டுகள், வாயி லோரம், ஜன்னலோரம் என மூலை முடுக்கிலும் நோய்கள். ஒருவர் முகத்திலும் இளக்கமே இல்லை. கையில் வண்ண வண்ண கோப்புகளுடன் நோய்களைத் தாங்கியிருந்தனர். பெரியவர்களின் நோய்க்கு இல்லாத சிறப்பு வகை கூர்மை யும் வலுவும் குழந்தைகள் நோய்க்கு உண்டு. அங்கே நிற்பவர் கள் அத்தனை பேரும் பிஞ்சுகளின் நோய்களைச் சுமந்து கொண்டு நின்றனர். பிறந்து ஐந்து நாள்களே ஆன குழந்தை ஒன்றின் மணிக்கட்டு நரம்புகளில் மருந்தேற்றத்திற்கான ஊசி, தைக்கப்பட்ட நிலையிலேயே இருந்தது. சீரழிந்த வாழ் வொன்றின் மிச்சமாக இருந்த நடுவயதுப் பெண் ஒருத்தி தன் மகளின் மூத்திரப்பையை அதற்கென வடிவமைத்த தோல்பை ஒன்றில் வைத்திருந்தாள். அவள் மகளின் கழுத்து ஒரு பக்கம் தொங்கியபடி நடுங்கிக் கொண்டே இருந்தது. அந்த நடுக்கத்துடன் ஏதேதோ தன் அம்மாவிடம் அவள் பேசிக்கொண்டே இருந்தாள். ஆம் இல்லை என்ற தொனி யில் மகளுக்கு பதில் சொல்லிக் கொண்டே தங்கள் முறை வருகிறதா என டோக்கன் அழைக்கும் பெண்ணைப் பார்த்துக் கொண்டிருந்தாள் அந்த அம்மா.

தன் பிள்ளையின் பரிசோதனை முடிவை வாங்கிய ஒரு தந்தை அப்படியே சரிந்து அமர்ந்தார். தலையில் கைகளை

வைத்து முடிகளைப் பிய்த்துக் கொண்டு பின் மெல்ல முகத்திற்கு கைகளைச் சரித்தார். மொத்த முகத்தையும் தன் இரண்டு கைகளுக்குள் புதைத்தவர் பின் இரண்டு கண்களையும் தேய்த்துக் கொண்டார். அவருக்கு நேர் எதிரே ஐந்து வயது என சொல்லத்தக்க பெண் குழந்தை ஒன்று வெள்ளை நிறக் கவுனில் நீலப் பூக்கள் விரவ நின்று கொண்டிருந்தாள். அவளின் அம்மா யாருடனோ மிகத் தீவிரமாக கைபேசியில் பேசிக்கொண்டிருந்தாள்.

அந்த நீலப்பூ குழந்தை ரோகினியை வைத்த கண் எடுக்காமல் பார்த்துக் கொண்டிருந்தது. ரோகினியும் அவள் பார்வையை அகற்றவில்லை. நீலப்பூவை ஊடுருவும் போதே ரோகினிக்கு அக்குழந்தையின் உருவம் வேறு ஒருவரின் சாயலைக் குழைத்துத் தந்தது.

ரோகினியுடன் ஏழாம் வகுப்பு படித்த இலக்கியாவின் தங்கையின் சாயல் அது. இலக்கியாவின் பெயர் நினைவில் இருக்கிறதே தவிர அவள் தங்கையின் பெயர் நினைவில் இல்லை. அந்த ஆண்டில் புது மாணவியாகச் சேர்ந்தவள் இலக்கியா. அவள் பள்ளிக்கு வந்த முதல் நாளில் இருந்தே தன் தங்கையையும் அழைத்து வருவாள். தூக்கித்தான் வருவாள் என்று சொன்னால் இன்னும் பொருந்தும்.

பிறந்து சில நாள்களே ஆன குரங்குக் குட்டி போலவே அவள் தங்கை இருப்பாள். பார்த்தாலே சொல்லிவிடலாம் தக்கை கூட அவளை விட கூடுதல் எடையாக இருக்கும். வட்டமான முகத்தில் கன்னங்கள் மட்டும் உப்பலாக இருக்கும். கண்களில் உயிரே இல்லாமல் இதோ இப்போது சாகப்போகிறேன் என்ற அறிவிப்பை ஒவ்வொரு நாளும் தெரிவித்துக் கொண்டிருக்கும். இலக்கியா சரியாகப் படிப்பதில்லை என ஆசிரியர்கள் திட்டிக் கொண்டிருந்தாலும் சிறுநீர் கழித்து விட்ட தன் தங்கையின் உடைகளைச் சரிசெய்து கொண்டிருப்பாள்.

விளையாட வந்தாலும் இடுப்பில் தங்கை, அங்காடிக்கு வந்தாலும் இடுப்பில் தங்கை ஆற்றுக்கு வந்தாலும் இடுப்பில் தங்கை என தங்கையை அவள் உடலின் ஒரு பாகமாகவே

வைத்திருந்தாள். இலக்கியாவின் தங்கையைத் தானும் தூக்கிப் பார்க்க வேண்டும் என்ற ஆசை ரோகினிக்கு. கோவிலுக்குத் தூக்கி வந்திருந்த ஒரு வெள்ளிக் கிழமையில் இலக்கியாவிடம் கெஞ்சிக் கொண்டிருந்தாள் ரோகினி. ஒரு கட்டத்தில் "ஒரு முறைதான் தருவேன், இனி கேட்கக்கூடாது" என்ற நிபந்தனையுடன் தங்கையைக் கைமாற்றினாள் இலக்கியா.

தன் இடுப்பில் வாங்கியபோதுதான் ரோகினி உணர்ந்தாள். அவள் நினைத்திருந்த வகையான எடை அல்ல அது. நன்கு கனத்தாள் தங்கை. அவள் மீது அழுகிக்கொண்டிருக்கும் தோலின் வீச்சம் இருந்தது. அவளின் உதடுகள் ஈரமற்று வெடிப்புகளுக்குள் புதைந்திருந்தன. எங்கேயாவது அமர வைத்தால் அப்படியே அமர்ந்து கொண்டிருப்பாள் தங்கை. கால்கள் மட்டும்தான் வேலை செய்யாது. மார்பு கூடாக முன்னோக்கி நீண்டு ஒரு கைப்பிடி அளவில் இருக்கும். கழுத்திற்கு கீழ் எலும்புகளின் இருப்பு அப்பட்டமாய்த் தெரியும். வயிறு உருண்டையாக உருட்டிக்கொண்டு சுரக்குடுக்கை போல் வடிவாய் இருக்கும். கைகள் அளவு குறைந்து உடலில் பெயருக்குக் குத்திவைத்தது போல் இருக்கும்.

குரல் ஏதோ ஒரு சிறு பிராணியின் குரல் போல் இருக்கும். அன்றுதான் ரோகினிக்கு அந்தத் தங்கை பேசுவாள் என்றே தெரியும். அதை விட அதிசயம் அவள் பாடியதைக் கேட்டது. பாஞ்சாலங்குறிச்சி படத்தின் "ஒன் ஒதட்டோர செவப்பே" பாடலை முழுவதுமாக பாடி முடித்தாள் அந்தக் குட்டிக் குரங்கு.

வீட்டிற்கு செல்வதற்குள் இலக்கியாவைக் கரைத்து அவள் தங்கைக்கு இருக்கும் நோய் பற்றித் தெரிந்து கொண்டாள் ரோகினி. அவளுக்கு இதயத்தில் ஓட்டை, வெகு சீக்கிரமே மரணித்து விடுவாள் இது மட்டுமே ரோகினிக்கு விளங்கியது.

அடுத்த நாள் முதல் இலக்கியாவின் வருகையில் அதிக ஆர்வம் காட்ட ஆரம்பித்தாள் ரோகினி. இடுப்பில்

தங்கையுடன் வந்தால் அவள் இன்னும் சாகவில்லை. தங்கை இல்லாமல் வந்தால் அவள் செத்துவிடாள். இந்தக் கணக்கில் ஒவ்வொரு நாளையும் அனுப்பிக் கொண்டிருந்தாள் ரோகினி.

ஒரு நாள் பள்ளியில் உணவு இடைவேளையில் குட்டிக் குரங்கு சாப்பிடாமல் மேசையில் முகம் சாய்த்துப் படுத்துக் கிடந்தது. தூரத்தில் இருந்து அதைக் கவனித்துக் கொண் டிருந்த ரோகினியை அதுவும் தலைசாய்த்த வண்ணமே பார்த்துக்கொண்டிருந்தது. ரோகினிக்கு மெல்ல அதன் கண்களில் இருந்த கருவிழி ஒளி மங்குவதைப் போல் தோன்றியது. ஒரு கட்டத்தில் கருவிழி மொத்தமும் மறைந்து வெள்ளைத் திரையாகப் பரவியிருந்தது. கருவிழி எப்படியும் மேல்நோக்கித்தான் புதைந்திருக்கும் மீண்டும் கீழிறங்கும் எனக் காத்துக் கொண்டிருந்தாள் ரோகினி.

ஆனால் கருவிழி புருவங்களைப் பிதுக்கி தலைக்கேறி குட்டிக்குரங்கின் ரிப்பன் வழியாகக் காற்றில் கலந்தது. இலக்கியாவிற்கு அதன் பிறகு சுமை தூக்கும் சுமை இல்லவே இல்லை. இலக்கியாவிற்கு இடது பக்க இடுப்பு மட்டும் கூடுதல் குழிவாகவே வளர்ந்தது.

அந்தச் சிறிய மரணம் கொடுத்த விடுதலை மிகப்பெரியது. தங்கை இல்லாமல் எப்பொழுதும் சோகம் அப்பிக் கிடந் தாலும் இலக்கியாவின் முகத்தில் சுடர் ஒன்று பிரகாசித்தது. ஏழாம் வகுப்பின் இறுதித் தேர்வில் இருந்த சோகம் எட்டாம் வகுப்பின் முதல் நாளில் இலக்கியாவிடம் அவ்வளவாக இல்லை. எட்டாம் வகுப்பின் காலாண்டுத் தேர்வில் வடிந்த அவ்வப்போதைய சோகமும் அரையாண்டு முடிந்ததும் முற்றிலுமாக இல்லை. தங்கையின் ஞாபகங்களை ஏற் படுத்திய பொருள்களும் வீட்டில் குறையத் துவங்கி மாலைப் போட்டிருந்த புகைப்படம் மட்டுமே தங்கை என்று மாறியது. வருடங்கள் ஓட ஓட வீடுகள் மாறியதில் தொலைந்த அந்தப் படத்துடன் தங்கையும் தொலைந்து விட்டாள்.

அந்தக் குட்டிக் குரங்கிடம்தான் முதன் முதலில் சாவின் சாயலைப் பார்த்திருந்தாள் ரோகினி. அதே சாயல் அந்த

நீலப்பூவிடமும் இருந்தது. நீலப்பூவின் அம்மாவை நினைத்து வருந்தினாள் ரோகினி. சாவைக் கடக்கலாம் நோயைக் கடக்க முடியாது என்று முடிவெடுத்தவாறே தன் மகனைப் பதற்றத்துடன் தழுவிக் கொண்டாள்.

ரோகினியின் காதல் கணவன் விபத்தில் மரணித்த போது அவள் மகனுக்கு வயது ஐந்து. "சீக்கிரம் வந்துவிடுகிறேன்" என போனில் சொல்லியவன் அடுத்த பத்து நிமிடங்களில் உயிருடன் இல்லை.

அழுது துடித்து, இரவுகளுக்கு அஞ்சி, துக்க விசாரிப்புகளில் காயப்பட்டு என முதல் இரண்டாண்டுகள் தன் உடலில் ஏதோ ஓர் திசுவில் மட்டும் உயிரை வைத்துக் கொண்டு அப்பனைக் கேட்டு அழும் மகனை மடைமாற்றிக் கொண்டிருந்தாள்.

சந்தன முல்லையும் கணவனின் சோப்பு மணமும் அவளைக் கண்டம் துண்டமாக வெட்டிப் போடும். நினைவுகளை அதி பாதாளத்திலிருந்தும் மீட்டுக் கொணர் பவை வாசனைகள். முல்லைப்பூவின் மணத்தில் அவனின் நுனி நாக்கின் ருசி அவளின் அடித்தொண்டைக்குள் இறங்கி யிருக்கும். அவனின் சோப்பு வாடையில் அவன் பின்னங் கழுத்தை முகர்ந்திருப்பாள். அத்தனையையும் கண்கள் விரிந்த நிலையில் ஏதோ ஓர் இறந்த காலத்தில் தீவிரப்புணர்வுக் கான நிகழ்வொன்றின் மீதிமிச்ச நினைவுகளுடன் தனக்குள் நிகழ்த்திக் கொள்வாள். நிகழ்காலத்திற்குத் திரும்பும்போது விழியோரம் உப்பு பூத்திருக்கும்.

இப்போது அந்த இறந்தக் கணவனே மீண்டு வந்தாலும் ரோகினி ஏற்கப் போவதில்லை. அவனின் இல்லாமையால் அவள் ஏற்படுத்தி வைத்திருந்த அந்த துர்வாழ்வு அவளுக்கு இணக்கமாக மாறிவிட்டிருந்தது. அப்பன் பற்றிய நினைவே மகனிடம் இல்லாத வண்ணம் முழுவதுமாகத் துடைத்து எடுத்தாள். அப்பனின் உருவப்படம் கூட வீட்டில் இல்லை.

காலம் அதற்கான சகல உடன்பாட்டையும் வார்த்திருந்தது. வாழ்வின் நிரந்தரமின்மையை ஓரளவிற்கு அனுபவங்கள்

வழிக் கற்றிருந்தாலும் மகனின் நோய் அவளைக் கத்தி கொண்டு செதுக்கிக் கொண்டிருந்தது.

வண்டி வந்துவிட்டதாக கைபேசி காட்டியது. மகனைத் தூக்கிக் கொண்டு வெளியேறினாள். இரவு ஒன்பது மணி. நல்ல கோடைக்காலம் என்பதால் அந்த இரவு கூடுதல் இதமாக இருந்தது. காரின் ஏசியை அணைத்து விட்டு சன்னலை விரியத் திறந்தாள். மகன் அவள் மடியில் உறங்கி விட்டான். மகனின் நோய் எங்கெல்லாம் சென்று முடிய வாய்ப்புள்ளது என கூகுல் வழித் தேடினாள். வழக்கம் போலவே கூகுள் கட்டற்று கால் பரப்பி எல்லாத் திசைகளிலும் கைகாட்டியது. அவளை மேலும் கலவரப்படுத்தியதே தவிர சிறிதும் ஆற்றுப்படுத்தவில்லை. போனை பைக்குள் போட்டுவிட்டு காருக்கு வெளியே முகம் நீட்டினாள். புறநகர்ப் பகுதியை அடைந்திருந்ததால் பெட்ரோல் டீசலற்ற காற்று அவள் வியர்வையை ஒற்றி எடுத்துக்கொண்டிருந்தது.

வியர்வையைத் திண்ணும் காற்று, தாகத்தைத் தணிக்கும் தண்ணீர், பசியைக் கொல்லும் உணவு இவையெல்லாமே துன்பம் வளர்த்து நிம்மதி கொடுப்பவை.

வியர்வையின்றி உணரும் காற்று அவ்வளவாக சிலாகிக்கப்படுவதில்லை. தாகமற்ற தண்ணீர் பழக்கத்தில் சேருமே தவிர நரம்புகளை ஊடுருவாது. பசியற்ற உணவிற்கு உணவுப்பாதையே கிடையாது.

நாள்பட்ட நோய்க்கு ஆட்பட்ட நபர்களைப் பற்றி சிந்திக்கத் துவங்கியது ரோகினியின் ஆன்மா. அவளின் பெரியப்பா ஒருவரைப் புற்று நோயின் கைகளுக்குள் கொடுத்து விட்டு அதன் பிடி தளர்த்த பெரியம்மா பட்ட வேதனையை நினைத்துக் கொண்டாள். பெரியப்பா ஒரு சிறந்த பேச்சாளர். அவருக்கு வந்ததோ தொண்டையில் புற்று. கடைசி ஓராண்டு காலம் அவர் காகிதங்கள் வழிதான் பேசினார். அவரை முழுவதுமாக குணமாக்க முடியாது என்றும் சாவை ஓராண்டிற்கு வேண்டுமானால் தள்ளிப் போடலாம் என்றும் மருத்துவர்கள் சொல்லி விட்டனர்.

இலட்சங்களைக் கொட்டி அவரை நோய்ப்படுக்கையில் உயிர் மட்டும் கண்களில் இருக்க தன்னுடன் வைத்திருந்தாள் பெரியம்மா. அவரால் நோயின் கொடுமையைத் தாளவே முடியவில்லை. தன்னால் "இதற்கு மேல் சிகிச்சைகளைத் தாங்க முடியாது நான் இறக்கத் தயாராக இருக்கிறேன்" என பெரியப்பா எழுதியே கொடுத்து விட்டார். ஆனாலும் பெரியம்மாவிற்கு அவரைப் பிரிய மனமில்லை. ஒரு நாள் பெரியம்மா குளித்துக் கொண்டிருந்தபோது தனது கை நரம்புகளை வெட்டிக்கொண்டு பெரியப்பா இரத்தமாகக் கிடந்தார். மருத்துவர்களை ஓடி அழைத்து பெரியம்மா கதறும்போது "என்னை மன்னித்துவிடு" என்று சொல்லும் விதமாக கையெடுத்துக் கும்பிட்டு விட்டு பெரியப்பா இறந்து போனார்.

அப்படியாகப் பயணித்த நினைவுகள் ரோகினியின் தோழியின் தந்தையிடம் வந்தன. ஓராண்டு சிகிச்சை அளித்தால் இரண்டாண்டு உயிரோடு இருப்பார் என்ற சிகிச்சை நிலை. அப்பாவை எப்படியாவது காப்பாற்றி வைத்துக் கொள்ள வேண்டும் என்ற ஆசை தோழிக்கு. போதிய பணவசதி இல்லை. அதுவரை ஆகிய செலவிற்கே இலட்சங்களில் சொந்த பந்தங்களிடம் கடனாகி இருந்தது அந்தக் குடும்பம். மேல் சிகிச்சைக்கு வீட்டை விற்றால் பணம் புரட்டலாம் . வீட்டை விற்கச் சொல்லி தோழி அவள் அம்மாவிடம் போராடிக் கொண்டிருந்தாள். அம்மா அந்த எண்ணத்திற்கு உடன்படவில்லை. எந்தக் கெட்டப் பழக்கமும் இல்லாத தன் கணவனுக்கு அப்படியொரு கொள்ளை நோய் வந்ததில் முற்றிலும் இடிந்திருந்தார் அம்மா. ஆனாலும் ஒரு கட்டத்தில் ஒரு முடிவிற்கு வந்திருந்தார்.

நோய்ப் படுக்கையில் கிடந்த கணவனே மன்றாடிக் கேட்டும் அம்மா வீட்டை விற்க சம்மதிக்கவில்லை. அந்த வீடு ஒன்றுதான் அவர்களின் சொத்து அதை விற்று கணவனின் உயிரை மீட்க முடியாது எனத் திட்டவட்டமாகத் தெரிந்து விட்டது. மரணத்தின் தள்ளி வைக்கப்பட்ட உறுதி பிள்ளைகளின் எதிர்காலம் நோக்கி அம்மாவைச் சிந்திக்க

வைத்தது. கணவனின் மரணத்திற்கு முற்றிலும் தன்னைத் தயார் படுத்தி வைத்திருந்தார் அந்த அம்மா. கடைசிக் காலத்தில் அந்த அம்மாவின் கைகளால் உணவு ஏதும் வாங்காமலேயே வீம்புடன் இறந்தார் அப்பா. கடன்களை யெல்லாம் அடைத்து பிள்ளைகளை யார் தயவுமின்றி வளர்த்து ஆளாக்கினார் அம்மா.

இவர்களையெல்லாம் மனக்கண்ணில் ஓட்டி முடிக்கையில் தன் கட்டிலில் மகனுடன் படுத்திருந்தாள் ரோகினி. ஆறு வாரங்கள் இன்னும் பெயர் சூட்டப்படாத அந்த நோயுடன் வாழ வேண்டும். அது பழக்கப்பட்ட அறைதான் என்றாலும் அன்று முற்றிலும் புதிய சூழலை ஏற்றிருந்தது. ரோகினியின் உடல் மீது அளவான தகிப்பில் நெருப்பு ஒன்று கனன்று கொண்டே இருந்தது. மகனின் மார்பில் அடிக்கடி கை வைத்து அவனின் இருப்பை உறுதி செய்து கொண்டாள்.

நன்கு தூங்கிக் கொண்டிருந்த மகன் திடீரென எழுந்து அமர்ந்தான். பதறியெழுந்து அவன் முகம் வடித்தாள் ரோகினி. குபுக்கென்று வாந்தி எடுத்தான். அப்படியே கைகளில் ஏந்தி வாங்கினாள். அவனை மெல்ல இறக்கியவாறே வாந்திக் கைகளுடன் கழுவும் அறைக்குச் சென்றாள். கைகளில் சூடாக இருந்த அந்த வாந்தியில் மகனின் உயிரின் பாகங்கள் ஏதேனும் இருக்கக்கூடுமோ எனத் தயங்கிக் கொண்டே கைகளையும் அவனையும் கழுவினாள்.

எவ்வளவு கடினம் என்றாலும் ஆறு வாரங்கள் என்பது கரையப் போவதுதான் என்பதை மூன்றாம் நாளில் உறுதிப்படுத்திக் கொண்டாள். மகனின் துள்ளலற்ற வீடு சிறையாகத் தோன்ற ஆரம்பித்ததும் ஒரு வார முடிவில் சிறைக்குள் வாழ முடிவெடுத்து விட்டாள். நோய்ப்படுக்கை ஒன்றை இரண்டாம் வாரத்தில் நேர்த்தியாக ஏற்படுத்தி இருந்தாள். மகனைக் கட்டி அணைக்கும் போதெல்லாம் விம்மும் மார்பை கல்லாகிப்போக பழக்கிக் கொண்டிருந்தாள். மகனை நினைவாக்கிக் கொள்ளும் திட்டம் ஒன்றும் அவளிடம் ஏற்பட்டு இருந்தது. மகனும் தானும் சேர்ந்தே மரணித்து விடலாமா என்ற எண்ணமும் அவளிடம்

இல்லாமல் இல்லை. மரணத்தின் தரிசனம் திட்டமிடலுக்கு ஆட்படுவதே இல்லை என்ற ஆன்ம அறிவால் அசட்டுத் தனங்களில் ஈடுபடவில்லை.

திகிலுற்ற மனங்களின் வடிகாலான பேய்க் கனவுகளுக்கு பஞ்சமில்லாமல் போனது. நிற்கும் இடங்களிலெல்லாம் மரமாய் நிலைப்பது அடுப்பங்கறை காரியங்களை கருக்கி வைப்பது அலுவலகப் பணிகளில் தவறுகள் செயவது என பேதலித்த கணங்களிலும் எதையோ ஒன்றைப் பற்றிக் கொண்டாள்.

ஆறாம் வாரத்தின் முடிவில் மகனின் நோயை ஏற்பதற்கான சகல ஏற்பாடுகளுடன் மருத்துவரைச் சந்திக்க மகனுடன் சென்றாள். அவளை மட்டும் அறைக்குள் அழைத்தார் மருத்துவர்.

அவளின் இதயத்துடிப்பு நோயின் பெயரைக் கேட்பதற் காகவே விரைந்துக் கொண்டிருந்தது. அந்தப் பெயர்தான் இனி அவளின் துயரத்திற்கான பீடம். மருத்துவர் தீவிரமாக பரிசோதனை முடிவுகளைப் பார்த்துக் கொண்டிருந்தார். அவளின் முகத்தை அவர் பார்த்த போது தீர்க்கமான தெளிவொன்றை வைத்திருந்தாள்.

"நாம பயந்த அந்த நோய்தான்னு உறுதியாகிருக்கு. அதுக் கேத்த மருந்துகளை ஆரம்பிக்கிறேன்" என்று கூறிக்கொண்டே நீட்டியும் சுழித்தும் ஏதேதோ எழுதினார்.

தன்னை வருத்தி வருத்தி அவள் சேர்த்திருந்த வலு கண்கள் வழி குமிழ்களாக வடிந்தன. நல்ல பெரிய பெரிய கண்ணீர்த்துளிகள். தேக்கப்பட்டிருந்த அத்தனை ஆற்றாமை யும் பெருகிப் பொழிந்தது.

வெளியே அமர்ந்திருந்த மகனை கண்ணாடிக் கதவுகளின் வழி பார்த்தாள். அப்படியே அவன் அப்பாவின் சாயலில் தெரிந்தான்.

கண்ணீர் செய்த சித்து வேலையாக இருக்கலாம். கண் களைத் துடைத்துக் கொண்டு மீண்டும் பார்த்தாள்.

அதுநாள் வரை மகனிடம் இல்லாத சாயல். அப்பன் அப்படியே அப்பிக் கிடந்தான். வெளியே வந்து மகனைத் தன்வசம் இழுத்து அணைத்துக் கொண்டாள்.

மின் தூக்கியைப் பயன்படுத்த அதனுள் நுழைந்து பூஜ்யத்தை அழுத்தினாள். கதவு மூடியது. மூடியக் கதவில் அவளும் மகனும் பிரதிபலித்தனர். மகன் முகத்தில் சவக்களையில் கணவன்.

அச்சம் அவள் நரம்புகளை விரைப்பாக்கியது. காலணிக் குள் கால்கள் குளிர்ந்து வழுக்கியது. மின் தூக்கி 3 என இறங்கிக் கொண்டிருந்தது. அவகாசம் இல்லாதவளாய் மகன் முகத்தில் இருந்த கணவனின் சாயலை அவன் தலை முடியைக் கலைத்து அழித்துப் பார்த்தாள். அவனிடத்திலிருந்து அப்பன் போகவே இல்லை. மின் தூக்கி 2 என இறங்கியது. மகனின் கன்னங்களைப் பிசைந்து அவன் முகத்தை வேறொன்றாக வடித்துப் பார்த்தாள். அப்பன் போகவே இல்லை.

மின் தூக்கி 1 என இறங்கியது. ரோகினியின் சுடிதாரின் கழுத்து வரம்புகள் நனைந்து அடர் நிறமாக மாறியிருந்தது. மகனின் முகத்தை இரண்டு கைகளாலும் உள்வாங்கி அவன் கண்களை ஆழக் கடந்து அவனுள் சென்றவள், சட்டென தன் நெற்றிப்பொட்டை அவன் நெற்றியில் ஒட்டினாள். அப்படியே ரோகினியின் சாயல்.

மின் தூக்கி பூஜ்யத்தில் வந்து நின்றது.

கதவு இரண்டாகப் பிளந்தது. பெரிய பாதை கிடந்தது. அம்மாவும் மகனும் வெளியேறினர். ●

33

அதே சுமை

அஜய்சுந்தர்

வரிசையில் இன்னும் தனக்கு முன் எத்தனைபேர் நிற்கின்றனர் என எட்டிப் பார்த்துக் கொண்டிருந்தான் அறிவுடைநம்பி. வரிசை நகர்வதுபோலவே தெரியவில்லை என மனதிற்குள் நினைத்த அதேநேரத்தில் அவனுக்குப் பின் நின்றவரும் அதையே சொன்னார். அறிவுடைநம்பிக்குப் பிடிக்காத விசயம் என்று ஒரு பட்டியலைத் தயாரித்தால் அதில் காத்திருப்பதற்குதான் நிச்சயம் முதல் இடத்திற்கு முந்தைய இடம் கிடைக்கும். இதன் காரணமாகவே இதுவரை அங்காடி பக்கமே வந்தது கிடையாது அவன். 'மழைக்குக் கூட அங்காடி பக்கம் ஒதுங்காதவன்'. இப்போதோ அனல்காற்று வீசிக்கொண்டிருக்கும் இந்தக் கோடையின் புழுக்கம் மிகுந்த நாளொன்றில் அவனது எரிச்சல்களைப் போலவே வழிந்து கொண்டிருக்கும் வியர்வையைத் துடைத்துக் கொண்டு இந்த வரிசையில் பலர் முன் நிற்க கடைசிக்கு முதல் ஆளாய் நின்றுக் கொண்டிருந்தான்.

அப்பா இருந்தவரை ஒருநாளும் அவன் அங்காடி பக்கம் வராததற்குப் பாசமோ செல்லமோ காரணம் இல்லை. பலமுறை அவர் கேட்டிருக்கிறார். இவன்தான் போனதில்லை. ஒருகட்டத்தில் சலித்துப்போய், அங்குப் போனாலும் இவனால் பொறுக்கமுடியாது எனும் உண்மையை உணர்ந்தவர் அதன் பிறகு இவனிடம் சொல்வதையே விட்டிருந்தார். தனியார் கல்லூரி ஒன்றில் ஓரளவு நல்ல

சம்பளத்துடன் வேலைப் பார்த்து வீட்டிலிருந்தவருக்கு அதற்குப் பின் இதுபோன்ற சிறு சிறு பணிகளைச் செய்வதில் எந்தச் சிக்கலும் இருக்கவில்லை. ஆங்கிலப் பேராசிரியரான அவர் மீது அறிவுக்கு ஒரு மரியாதை இருந்தாலும் அப்பா என்றாலே வழக்கமாக வயசுப் பையன்களுக்கு இருக்கும் அலட்சியமும் சேர்ந்தே இருந்தது. அப்பாவிற்கும் அறிவுமீது அளவுக்கடந்த அன்பு இருந்தது. அவனைப் பெரிய ஆளாக்கிவிட கனவுக் கண்டு அவர்வைத்த பெயருக்கு ஏற்ப அவனும் 'அறிவுடை'யவனாகவே வளர்ந்துவருவதாக நம்பினார். பள்ளிப் படிப்பு முடிக்கும்வரை பெரும்பாலும் ஒவ்வொரு வகுப்பிலும் முதல் மூன்று மாணவர்களுள் ஒருவனாகத் தேறினான். பள்ளிப் படிப்பிற்குப் பின் வளர்ந்துவரும் தொழில்நுட்ப உலகில் அவனை உலாவவிட விரும்பிய அவன் அப்பா அவனுக்கு ரோபோடிக்ஸ் பொறியியல் எனும் சாளரத்தைத் திறந்து காட்டினார். சினிமாவிலும் தொலைக் காட்சியில் கண்ட அத்தகைய உலகின் வசீகரத்தால் ஈர்க்கப் பட்டிருந்த அவனுக்கு அத்தகைய உலகின் வடிவமைப் பாளர்களுள் தன்னை ஒருவனாக நினைத்துப் பார்ப்பது பிடித்திருந்ததால் அதற்கு இசைந்தான். தொடக்கத்தில் படிப்பில் சில சிக்கல்கள் இருந்தாலும் சீக்கிரமே அதில் தன்னை நிலைநிறுத்திக் கொண்டான். அவன் அறிவுடைய வனாக திகழ, தான் சூட்டிய பெயரே காரணம் எனத் திடமாக நம்பினார் அவனது அப்பா. அப்பெயரை அவர் போராடியே சூட்டியிருந்தார். அதற்கு அது தூயத் தமிழ்ப் பெயர் எனும் ஒரு காரணம் போதுமானதாக இருந்தது. ஆங்கிலப் பேராசிரியராக இருந்தாலும் தமிழ்மேல் பற்றுக் கொண்டவர். தனக்கென ஒரு தமிழ்ப் பேராசிரிய நண்பர்கள் கூட்டத்தைக் கொண்ட அவர், அவர்களது பிள்ளைகள் அனைவருக்கும் வாயில் நுழையாத தஷ் புஷ் எனும் பெயர்களை வைத்திருந்ததைக் கண்டு அவர்களையும் பலமுறை எள்ளியும் திட்டியும் உள்ளார். வைராக்கியத்தோடு தன் மகனுக்குத் தமிழில் பெயர் வைத்தார்.

இளநிலைப் படிப்பு முடித்து அடுத்து என்ன எனும் யோசனை நாட்களில் அவன் நடமாடிக் கொண்டிருந்தபோது

கனவுக் காண அவனது அப்பா இல்லாமல் போயிருந்தார். அவரது கனவுலகின் படிகளில் சில அடிகள் மட்டுமே முன்னேறியிருந்த அவனுக்கு அதற்குள் பின்னால் சறுக்குவது போல இருந்தது. இனி எல்லாவற்றையும் எப்படி சமாளிக்கப் போகிறோம் என்பது அவனுக்குப் புரியாத புதிராக இருந்தது. தலைமாணக்கனான அவனுக்கு வாழ்வின் கணிக்கவியலா நுணுக்கங்களை எண்ணி தலைசுற்றியது. சற்று நிதானிப்பதற்குள் எல்லாக் கடமைகளும் ஒரே பிள்ளையான அவனது தலைமேல் வந்து தொப்பென்று விழுந்திருந்தது.

எத்தனையாவது முறையாகவோ வியர்வையைத் துடைத்து தரையில் தெளித்த அவனுக்கு அப்பா இறந்த இந்த வருடம் புழுக்கம் கூடுதலாக இருப்பதாகத் தோன்றியது. வரிசை சற்று முன் நகர்ந்திருந்தது ஆறுதலை அளித்தாலும் அதிகமான கூட்டத்தின் இரைச்சலால் எரிச்சல் கூடியது. வீட்டிலிருந்து வரும்போது ஹெட்செட் எடுத்துவந்திருக்க வேண்டுமென நினைத்துக் கொண்டான். பொறுக்க முடியாதவனாய் நிமிடத்திற்கு ஒருமுறை தனக்கு முன்னால் எத்தனைபேர் இருக்கிறார்கள் என எட்டிப் பார்த்துக் கொண்டான். இவனைத் தவிர கூட்டத்தில் நின்ற அனைவரும் குறைந்தது 45 வயதிற்கு மேலானவர்களாய் இருந்தது சுடர்விட்டிருந்த பொறுமையின்மையைக் கொழுந்துவிட்டு எரியச் செய்யப் போதுமானதாய் இருந்தது. பத்தாததிற்கு, இவனது பொறுமையை மேலும் கொஞ்சம் மேய முயற்சிப்பதுபோல அங்காடியில் படுத்துக்கிடக்கும் ஆடுகளுள் ஒன்று அவன் கையில் வைத்திருந்த பையை வந்து முகர்ந்துகொண்டிருந்தது. அந்த இடமே ஆடுகளின் புழுக்கைகளால் நிரம்பியிருந்தது. வருவோர் போவோரின் கால்கள் நசுக்கி நசுக்கி அவை அத்தருணத்தின் கோரத்தைப் பட்டைத் தீட்டிக்கொண்டிருந்தன.

ஒருவழியாக இரண்டாவது இடத்திற்கு வந்து சேர்ந்திருந்தான் அறிவுடைநம்பி. புழுக்கம் தாங்காதவனாய்ச் சுற்றி முற்றி இருந்த மரங்களை நோட்டமிட்டுக் கொண்டிருந்தான். ராணுவ அணிவகுப்பில் நிற்பவைபோல ஓரசைவும் இன்றி

நின்றுகொண்டிருந்தன அம்மரங்கள். அப்போது பூவரசம் மரத்திற்குக் கீழே நின்றுகொண்டிருக்கும் வீரம்மாளைப் பார்த்தான். தோலில் புதிதாகப் படரத் தொடங்கியிருந்த சுருக்கங்களுக்கு மத்தியில் விட்ட வியர்வையும் சில மனிதத் தலைகளை ஓவியங்களாகக் கொண்டிருந்த புடவையுமாக வருவோர் போவாரைப் பார்த்தவாறு நின்றுகொண்டிருந்தாள்.

"தம்பி, பச்சரியா புழுங்கலா உனக்கு?" என அங்காடியம்மா கேட்கும்வரை அந்தப் பக்கத்திலிருந்து தலையைத் திருப்பவில்லை அவன்.

*****

திருவாரூரிலுள்ள மாவட்ட ஆட்சியர் அலுவலகத்திலோ அல்லது வேறு ஏதோவொரு அரசு அலுவலகத்திலோ துப்புரவுப் பணியாளராக வேலைபார்க்கிறாள் வீரம்மாள். காலை 7 மணிக்குப் பேருந்துநிறுத்தத்தில் சரியாக நிற்பாள். ஏழு பத்து மணிக்குள் திருத்துறைப்பூண்டியிலிருந்து வரும் ஐந்தாம் நம்பர் நகரப் பேருந்திலோ திருக்கொள்ளிக்காட்டி லிருந்து வரும் பன்னிரண்டாம் நம்பர் நகரப் பேருந்திலோதான் அவளது வாடிக்கையான பயணம். ஒரு வருடத்திற்கு முன்புகூட இந்தப் பேருந்துகளை விட்டுவிட்டு வேறு பேருந்துகளில் போயிருக்கிறாள். ஆனால், வேறு நகரப் பேருந்து இல்லாத அந்த வழித்தடத்தில், மகளிர்க்கு இலவச பயணம் அறிவிக்கப்பட்டதிலிருந்து ஒரே நேரத்தில் போட்டிப் போட்டுக்கொண்டு திருவாரூர் நோக்கி வரும் அந்த இரண்டு பேருந்துகளில் ஏதாவது ஒன்றில் ஏறி ஓட்டுநருக்குப் பிந்தைய இருக்கையில் அமர்ந்துவிடுவாள்.

கணவன் விட்டுவிட்டு போனதால் ஒண்டிக்கட்டையாக வாழ்ந்துகொண்டிருக்கும் வீரம்மாள் கடந்த சில மாதங் களுக்குமுன் நிகழ்ந்த விபத்தால் இடுப்பெலும்பு முறிந்து ஒழுங்காக நடக்க முடியாத நிலைக்கு வந்திருந்தாள். ஒரு பக்கம் சற்று சாய்ந்தவாறு இழுத்து இழுத்துதான் அவளால் நடக்க முடியும். அதனுடன் தினந்தோறும் தனது பணிக்குச் சென்று வந்தாள். துப்புரவுப் பணி இல்லாமல் தான் வளர்த்துவந்த பசுமாடு கொடுக்கும் பாலை சில வீடுகளில்

விற்று கொஞ்சம் காசு சேர்த்து வந்தாள். பெரும்பாலும் அமைதியாகவே இருக்கும் அவள் யாரேனும் சண்டையென வந்தால் எரிமலையாகிவிடுவாள். ஆனால், இவளது மாடு யாருடைய வயலிலாவது மேய்ந்துவிட்டதென உரியவர் வந்து வசவுச் சொற்களை இவளது வாசலில் வீசும்போது எதுவும் பேசாமல் அமைதியாக வீட்டினுள் அமர்ந்திருப்பாள். அவளது அமைதியினால் கடுப்பானவர்களாகவோ அல்லது யாருமில்லாத ஒற்றைப் பெண்ணாக இருப்பதால் கொஞ்சம் கூடுதல் வாய்ப்புள்ளவராகவோ இன்னும் மோசமான சொற்களைப் பயன்படுத்திப் பார்க்க கிடைத்த வாய்ப்பாக அதைக் கருதி தமது மனத்தின் அடியாழத்திலிருந்து அம் மிருகச் சொற்களை இவள் மீது மேயவிடுவர்.

அறிவுடைநம்பியின் வீட்டில் பின்புறமுள்ள ஞானசேகரன் வீட்டில் பால் வாங்கி வந்தனர். அவர்கள் வீட்டு மாட்டிற்குக் கறவை நின்றுவிட்டதால் வீரம்மாளிடம் பால் வாங்கத் தொடங்கியிருந்தனர். முதலில் அப்பா அதற்கு ஒத்துக்கொள்ள வில்லை என்றாலும் டீ வேண்டுமென்றால் இதைதவிர வேறுவழியில்லை என அறிவின் அம்மா விளக்கியிருந்ததால் இறுதியில் ஒத்துக்கொண்டார்.

ஒருநாள் பால் கொடுக்க வந்த மாலை வேளையில் வீரம்மாள் தயங்கித் தயங்கி நிற்பதை அப்பா பார்த்தார். அவளாகச் சொல்லட்டும் என அவர் எதையும் கேட்க வில்லை. அடுத்த நாளும் அவள் வந்து தயங்கி நிற்பதைக் கண்ட அவர், என்ன வேணும் என்றார் அதிகாரத் தொனியுடன்.

"இல்ல தம்பி... கூட வேல பாக்குற பொம்பளயோட பையனுக்கு அடுத்த வாரம் கல்யாணோம்.."

"சரி அதுக்கு என்ன பண்ணனும் இப்ப.."

"நம்ப பாப்பாவோட பழைய பட்டுப்பொடவ எதாவது இருந்துச்சுனா.."

"எடு செருப்ப...பாப்பாவோட பழைய பொடவ எத்தன உனக்குக் கொடுத்திருக்கு... அதுல எதாவது ஒன்னு கட்டிட்டு போனா எந்த நாயி உன்னப் பாத்து கொரைக்குது..?"

“இல்ல தம்பி... நம்ப ஊரு கல்யாணோம்னா பரவால்ல... கூட வேல பாக்குறவங்க வூட்டு கல்யாணோங்குறதால கொஞ்சம் நல்ல பொடவயா இருந்தா நல்லாருக்கும்... அதான்...” என இழுத்தாள்.

“கொஞ்சோம் எடத்தக் கொடுத்தா மடத்தப் புடுங்குவியே... இனி எந்தப் பொடவயும் கேட்டு வீட்டுப் பக்கம் வந்துடாத... கெளம்பு...”

“என்ன தம்பி... பழக்கப்பட்டவங்க வீடுனுதான வந்து கேக்கறன். கொஞ்சோம் மனசு வைங்க தம்பி” என அவள் கேட்டதுதான் தாமதம். படித்துப் பேராசிரியராக இருந்தாலும் தனக்கும் சில வசவுச்சொற்கள் தெரியும் என ஊருக்கு அறிவிப்பதைப்போல சிலவற்றைக் கொட்டினார். அதனால் அவளது முகம் கோணிப்போவதைப் பார்த்து எப்படியும் திரும்ப வந்து கேட்பாள் என்ற நம்பிக்கையில் மீண்டும் பொடவை கேட்டு வந்து அவள் கெஞ்சும்போது இன்னும் மோசமாகத் திட்டிப் பார்த்துவிட வேண்டும் என நினைத்துக்கொண்டிருந்தார். ஆனால் அவருக்கு ஏமாற்றமே மிஞ்சியது. அடுத்த ஐந்தாறு நாட்கள் கழித்து ஒரு மதியவேளை பட்டுப்புடவை சகிதமாக வீடுநோக்கிப் போய்க்கொண்டிருந்தாள். அவரை எரிச்சலும் ஏமாற்றமும் ஒன்றையொன்று முந்திக்கொண்டு தாக்கின. வேகமாக வீட்டிற்குள் சென்ற அவர், தனது மனைவியிடம் இன்று முதல் அவளிடம் பால் வாங்குவதை நிறுத்திவிடுமாறும் தனக்கு இனிமேல் தேநீர் வேண்டாம் என்றும் சொல்லி அதுவரை வாங்கியதற்கான தொகையையும் உடனடியாகக் கொடுத்துவிடுமாறு ஒரு 200 ரூபாய் நோட்டை நீட்டினார். என்னாச்சு எனக் கேட்டபடி வந்த அறிவுடைநம்பியிடம், “நல்லா தெரிஞ்சுக்க... பறச்சிய வக்கிற இடத்துல வைக்கனும் இல்லனா தலமேல ஏறி உக்காந்துப்பாளுவோ” எனப் பாடமெடுத்தார் வாத்தி.

*****

பத்து கிலோ புழுங்கலரிசியையும் சர்க்கரையையும் பாமாயிலையும் வாங்கிக்கொண்டு வரிசையிலிருந்து அப்பால் வந்தபோது பெரும் சுதந்திரக் காற்றை உணர்ந்தான்

அறிவுடைநம்பி. கொண்டுவந்திருந்த சணலைக் கொண்டு மூட்டையைக் கட்டி அதை முதுகில் தூக்கியவாறு மற்றதை ஒரு பையில் போட்டு கையில் எடுத்துக்கொண்டு வண்டியை நோக்கி நகர்ந்தான். ஆடுகள் மாறி மாறி மே மே வெனக் குர லெழுப்பிக் கொண்டிருந்தன. அவை இவனுக்குப் பிரியாவிடை கொடுப்பதுபோல இருந்தது. மூட்டையை வண்டியில் வைத்துவிட்டு ஏறி அமர்ந்தபோது கண்ணாடியில் வீரம்மாள் தன்னை நோக்கி நகர்வதைப் பார்த்தான். அப்போதுதான் அவள் கட்டியிருந்த புடவை இவனுடைய அம்மாவினுடையது என்பதைக் கவனித்தான். அவள் இவனை நெருங்கி வரும்போது எப்படியும் மூட்டையைக் கொடுத்து எடுத்துப்போகச் சொல்லதான் வருகிறாள் எனக் நினைத்தான்.

"ஏன்ம்பி... கொஞ்சம் என்னயும் அப்படியே அலைச்சிட்டு போயி வுட்டுடுறியா?"

அவனுக்குப் பகீரென்றது. இதை அவன் எதிர்பார்க்க வில்லை. அவன் நிதானத்திற்கு வருவதற்குள் அடுத்த அதிர்ச்சியை விதைத்தாள்.

"என் வீட்டுக்குலாம் வந்து வுடவேணாம். நம்ப வீட்டுகிட்ட நான் இறங்கி போயிக்கிறன்."

தான் வண்டியில் ஏற்றுவதைக் குறித்தே இன்னும் யோசிக் காதபோது இவள் இறங்குமிடம் வரை யோசித்துவிட்டது அவனுக்கு எரிச்சலை உண்டாக்கியது. அப்பா இருந்தவரை குடும்ப கௌரவம் குறித்து அலட்டிக் கொள்ளாதவனிடம் அவரது இறப்பு அவனது எல்லைக்குள் அதைக் கொண்டு வந்திருந்தது. அவள் கேட்ட அடுத்த நிமிடம் தனது நினைவு வண்டியில் அவளை ஏற்றி ஊர் வரைக்கும் சென்றுபார்த்து வந்தான். எல்லாரும் இவனையே வெறிக்க வெறிக்கப் பார்த்துக் கொண்டிருந்தனர். அவை கோபமான பார்வையா இழிவான பார்வையா அல்லது சாதாரணப் பார்வையா என இவனால் உணரமுடியவில்லை. உண்மையாக ஏற்றிப் போனால் உணர்ந்துவிடலாம் என்றாலும் அதை எதிர் கொள்ள அவனது மனம் தயாராக இல்லை. ஒருபுறம், அவளது ஒடிந்த எலும்புகள் அவளை வண்டியில் ஏற்றிக்

கொள்ளச் சொல்லி அவனிடம் கெஞ்சின. மறுபுறம், அப்பா வாய் நிறைய கெட்ட வார்த்தைகளுடன் நின்றுகொண்டிருப்பது மனக்கண்ணில் தெரிந்தது. அந்த ஒரு நிமிடத்தில் மாபெரும் ஒரு போராட்டம் அவன் மனதில் நிகழ்ந்துகொண்டிருந்தது.

*****

இன்னும் இரண்டு நாட்களுக்குத் திருவாரூர், நாகை, காரைக்கால் மாவட்டங்களில் கனமழை நீடிக்கும் எனும் செய்தி தொலைக்காட்சியில் ஓடிக்கொண்டிருந்தது. வழக்கமாக மழைக்காலத்தில் காலை முதலே விடுமுறை அறிவிப்பை எதிர்பார்த்து தொலைக்காட்சி முன் அமர்ந்திருக்கும் அறிவுடைநம்பியின் வீட்டில் அன்று தொலைக்காட்சி அணைத்து வைக்கப்பட்டிருந்தது. இரவு முதல் தீவிரமான காய்ச்சலும் வயிற்றுப்போக்கும் அவனைத் துவண்டுபோகச் செய்திருந்தன. அறிவை மடியில் கிடத்தியிருந்த அவனது அம்மா ஏதோ நினைவு வந்தவளாக அவனைக் கீழே கிடத்திவிட்டு எழுந்துபோய்ச் சாமிப்படம் முன்பு நின்று கைக்கூப்பிக் கொண்டிருந்தாள். பின் பழுப்பேறி தூசிப்படிந்த ஒரு தினமணி செய்தித்தாள் பொட்டலத்திலிருந்து கொஞ்சம் திருநீறை எடுத்துவந்து அவனது நெற்றியில் பூசிவிட்டாள். அம்மா அளவுக்குப் பதட்டமில்லையெனினும் விடிவதற்காகக் காத்திருப்பதைப் போல் வானத்தை எட்டி எட்டிப் பார்த்துக்கொண்டிருந்தார் அப்பா. விடிந்தவுடன் மருத்துவர் வீட்டிற்குப் போய்விட தயாராக இருந்தாலும் அதிகாலை தொடங்கிய மழை விட்டபாடில்லை. பேரம் பேசுவதைப் போலக் கொஞ்சம் கொஞ்சமாகப் பொழுது இரக்கப்பட்டு புலர்ந்து கொண்டிருந்தபோது வீரம்மாள் தெருவில் நடப்பதைப் பார்த்தார். சிறிதும் யோசிக்காமல்,

"ஏ... வீரம்மா... இங்க வா... எங்க போயிட்டிருக்க?"

"பால் கறந்துட்டுவர போயிட்டிருக்கன்யா"

"அதெல்லாம் அப்பறம் கறந்துக்கலாம்... தம்பிக்கு நொம்ப முடியல... போயி நம்ம சட்டநாதன் டாக்டர்ட்ட சொல்லி அழைச்சிட்டு வா"

எவ்வித மறுப்பும் சொல்லாமல் தலையில் போட்டிருந்த சாக்கைச் சரிசெய்துகொண்டு மருத்துவர் வீட்டை நோக்கி ஓடினாள். ஓடும்போது அவளது வெள்ளைநீல ஓட்டைச் செருப்பிலிருந்து பின்னால் எழுந்த நீர் கீழே முட்டி உயரத் திற்கு அவள் தூக்கிய கட்டியிருந்த பாவடையில் தெளித்தத் தடங்கள் அந்தப் புலர் வெளிச்சத்திலும் தெளிவாகத் தெரிந்தன.

*****

அந்த ஒரு நிமிடப் போராட்டத்திற்கிடையில் தான் பார்க்காத அல்லது தனக்கு நினைவில்லாத சிறுவயதின் இந்தக் கதையின் காட்சிகள் திட்டுத் திட்டாக நினைவில் ஓட மனதில் ஒருவித பாரத்தை உணர்ந்தான். அப்பா இருந்திருந்தால் இந்நேரம் எவ்வித யோசனையும் இல்லாமல் மறுத்திருப்பான். இப்போது மட்டும் ஏன் தன்னால் மறுக்க முடியவில்லை என அவனுக்குக் குழப்பாக இருந்தது. சாதிய மனநிலைக்கு எந்த ஊறும் நேராமல் ஒரு பிள்ளையைப்போலப் பார்த்துக்கொண்ட அப்பாவின் இடம் வெற்றிடமாகிப் போனது காரணமா அல்லது இரக்கம் எனும் போர்வை சாதிய மனநிலையை மறைப்பது காரணமா என யோசித்தான்.

"நேத்து பேஞ்ச மழையில வாசலு முழுக்க சேரு தம்பி. கால நேரா ஊனி நடக்க முடியாததால காலைல வழுக்கி விழுந்துட்டன். அதப் பாத்துட்டு இருந்தா சோத்துக்கு என்ன பண்றது. அதான் வந்தன். இப்ப இந்த மூட்டையைத் தூக்கிட்டு எப்படி போறதுனு தெரியாம நின்னுட்டுருக்கன்."

நேரடியாக வலியுறுத்தாமலும் அதேநேரத்தில் தன்னுடைய அவல நிலையை வெளிப்படுத்தும் விதத்திலும் அவளுடைய பேச்சு இருந்தது. எதுவும் சொல்லாமல் வண்டியைத் திருப்பினான் அறிவு. வண்டியில் உக்காந்தவாறே மூட்டையை எடுக்கப் போன அவன் பின் தயங்கி அவளை அதை வண்டியில் எடுத்துவைக்கச் சொன்னான்.

அவனைப் பேசவைக்க எத்தனிப்பவள்போல்,

"ஏறட்டுமாயா" என்றாள்.

"ம்ம்" என்றான்.

வீரம்மாளைத் தான் ஏற்றிப் போவதை எப்படியும் யாராவது பார்ப்பார்கள். யாரும் பார்க்காதவாறு வீடுவரை சென்றுவிட்டாலும் வீட்டுவாசலில் இறக்கிவிடுமாறு யாராவது அல்லது அம்மாவேகூட பார்க்க நேர்வதற்கு வாய்ப்பு அதிகம் எனத் தோன்றியது. வீரம்மாளைத் தான் வண்டியில் ஏற்றிப் போவதை அப்பா உயிருடன் இருந்து பார்த்திருந்தால் என்ன நினைப்பார் என அவனுக்கு நினைக்கும்போதே பயமாக இருந்தது. கண்ணாடியில் வீரம்மாவைப் பார்த்தான். வாழ்க்கை மீதான எவ்விதக் குற்றச்சாட்டும் இல்லாதவளாய், எந்த நம்பிக்கையும் இல்லாதவளாய்க் கம்பியை இறுக்கமாகப் பிடித்தவாறு அமர்ந்திருந்தாள். யாரும் பார்ப்பதற்குள் அவர்கள் நிற்கும் அந்தக் குறிப்பிட்ட இடத்தைக் கடந்துவிடவேண்டும் என அவன் செல்லும் வேகத்திலும் அவளது விரல்கூட இவன்மீது படாதவாறு ஒடுங்கி அமர்ந்திருந்தாள் வீரம்மா. காற்று அவளது புடைவையை இசைத்துக் கொண்டிருந்தது. சாலையின் ஒரு திருப்பத்தில் திரும்பியபோது தூரத்தில் தனது நண்பர்கள் கிரிக்கெட் பேட், குச்சிகளுடன் வந்து கொண்டிருப்பது கண்ணில் பட்டது. எங்கே பார்த்துவிடப் போகிறார்களோ எனப் பதறினான். எந்தவித மறுயோசனைக்கும் இடங்கொடுக்காமல் வண்டியை நிறுத்தினான்.

"வீரம்மா... கொஞ்சோம் எறங்கு" என்றான்.

ஒன்றும் புரியாதவளாய் ஆனால் அவனது குரலில் இருந்த அவசரத்தை உணர்ந்துகொண்டவளாய்க் கம்பியின் மீது மேலும் அழுத்தத்தைக் கொடுத்து பத்திரமாகத் தனது காலைத் தரையில் வைத்தாள். அந்த நுண்நொடிக்காகக் காத்திருந்தவன்போல வண்டியைச் சட்டென எடுத்தான். அப்பா அவனுக்காக விட்டுச்சென்றிருந்த சொத்துகளுள் ஒன்றான அந்த வண்டியின் புகை வீரம்மாளின் முகத்தில் மோதியபோது அது எந்தப் போர்வையும் போர்த்தாத ஒரு கெட்ட வார்த்தையைப்போலத் தோன்றியது அவளுக்கு.

34

வலிக்குது

தீசன்

“மகமாயி குண்டாத்தா வந்துரக்கூடாது.. குண்டாத்தா வரக்கூடாது” வீட்லேந்து இத சொல்லிட்டே பொறப்பட்டது தான் ஞாவகம் எப்படி ஸ்கூலு போயி சேந்தேனே தெரியல. வெள்ள சட்டையும் நீல டவுசரையும் மாட்டிவுட்டு அம்மா என்ன கெளப்பிகிட்டு இருந்தப்ப நா ஸ்கூலுக்குப் போமாட்டேன்னு அழுதுட்டு இருந்தேன்.

“அம்மா முடியலம்மா ரொம்ப வலிக்குதும்மா நா போம்மாட்டேன்.. எத்தன தடவ சொல்லுவேன் நீ வாம்மா கேளும்மான்னு”

“ஒத விழும் சீக்கரம் கெளம்பு”

“அம்மா அஅ வலிக்குதும்மா அஅஅ.....”னு தேம்பி தேம்பி அழுதேன்.

அப்ப அம்மா என் பாக்கெட்ல வாசல்ல இருக்குற வேப்பங் கொழுந்து ரெண்ட கிள்ளிப் போட்டு மகமாயி இருக்கா பயப்புடாதேனு சொன்னாங்க..

டீச்சர் வந்திருந்தாங்க.. “மகமாயி ஏமாத்திப்புட்டாளே..” ரொம்ப எரிச்சலா இருந்துச்சு. ஒடம்பு நடுக்குச்சி. ஒன்னுக்குப் போகயில சிலநேரம் சிலுத்துக்கிட்டு நடுக்குமே அப்புடி நடுக்குச்சு. ப்ரேயர் வராததுக்கு அடிவிழுமோனு ரொம்ப பயந்தேன். ஆனா டீச்சர் எதுவுமே சொல்லல.

அம்மா வச்ச வேப்பலைய பாத்துக்கிட்டேன். உள்ள பாயில உக்காந்தப்போ கொஞ்சம் பதட்டம் தணிஞ்சிருச்சி.

எலிசபத்து டீச்சர் பக்கத்து கிளாஸ் டீச்சரு. ரெண்டாம்ப்பு டீச்சர். கட்டயா கறுப்பா இருப்பாங்க. வரும்போது கொடப்புடிச்சிட்டே வருவாங்க போம்போதும் கொடப்பு டிச்சிட்டே போவாங்க. அவங்க புள்ளைங்களுக்குப் பந்து எடுத்தாந்து வெளாட வப்பாங்க. யாரயும் அடிக்க மாட்டாங்க. ரொம்ப நல்லவங்க.

வரவழில எலிசபத்து டீச்சர பாத்தேன்.

“குட் மார்னிங் டீச்சர்”

“குட் மார்னிங்.. எத்தனாது?”

“ஒன்னாது டீச்சர்”

“சீக்கரம்போ லேட்டாயிடுச்சில”

“சரி டீச்சர்”

எனக்கு எலிசபத்து டீச்சர ரொம்ப புடிக்கும். குண்டாத்தாவ எனக்கு சுத்தமா புடிக்கலே. மொகமெல்லாம் மஞ்சப் பூசி அவங்க பல்லும் முடியும் பெரியாச்சியாட்டம். “நா சீக்கரம் ரெண்டாம்ப்பு போவனும் ஒன்னாம்ப்பு புடிக்கலே”னு அப்பப்போ மனசுல சொல்லிப்பேன்.

அன்னிக்கி அம்மா எனக்குச் சோறூட்ட வந்திருந்தாங்க. பள்ளியோடத்து தூங்குமூஞ்சி மரத்த ஓடி தொட்டார ஒருவாயி அதான் கணக்கு. கூடப்படிக்குறவனு தட்டெடுத் தாந்து சத்துணோ வாங்கிட்டு எங்கூட சாப்புடுவானுவோ.

“சாப்புடகூடத் தெரியாதா ஒனக்கு” அஜய் கிண்டல் அடிப்பான்.

“நல்லா சொல்லுடா தம்பி” அம்மாவும்.

எப்பவும் அம்மா வந்துட்டு போறமாரிதான் ஆனா அன்னிக்கி ஈஸ்வரி டீச்சர் அம்மாவ பாத்துட்டாங்க.

“உங்க பையன் சுத்தமா படிக்கமாட்டேங்குறான். கிளாஸ்லே இருக்க மாட்டேங்குறான். பத்து வார்த்த டிக்டேசன் வச்சா பத்துக்கு ஒன்னு வாங்குறான். சுத்த மக்கு”

எங்க அம்மா அவங்க கணக்குக்கு, “ஒழுங்காவே சாப்புட மாட்டேங்குறான் டீச்சர் கொஞ்சம் சொல்லுங்க.. வாரா வாரம் செருப்பு வாங்கியா தரமுடியும்.. நீங்க வெள்ளயே கழட்டி போட்டுட்டு வரச்சொல்றீங்களாம். காணா காணா போய்டுது.. எத்தன மொற வாங்கி தரது..”

“பாயி போட்டு இருக்குல.. செருப்பு போட்டுட்டேவா ஒக்கார வைக்க முடியும். இத்தன புள்ள படிக்குது. இதுவோளு எதுக்காது காணா போவுதா.. உங்க புள்ள சமத்து இல்ல”

அம்மா என்னய செருப்பு கண்ணுல படுறமாதிரி உக்காந்துக்கோனு சொல்லிட்டுப் போய்ட்டாங்க. அவங்க போனப்றம் ஈஸ்வரி டீச்சர், நாக்க துருத்திக்கிட்டே வந்து என் காத திருகி,

“உன் அம்மாவா அது….”

“ம்ம்”

“ஓவரா பேசுது..”

நா அழுதேன். வீட்டுபெல்லு அடிக்குற வரைக்கும் அழுதேன். “குண்டாத்தா செத்துப்போனும் சாமி..” அழுவுறப்ப வேண்டிக்கிட்டேன்.

ஜனனி அக்கா எனக்கு சொந்தமானு தெரியல. ஆனா அடியக்கமங்கலத்துல அவங்கள ரெண்டு மூனு மொற எங்க வீட்டுலயே பாத்து இருக்கேன். வெள்ளையா உயரமா இருப்பாங்க. திருஷ்டி பொட்டு வச்சாப்ல சரியா கன்னத்துல அவங்களுக்கு ஒரு மச்சம் இருக்கும். திருவாரூர் வந்த பிற்பாடுதான் அவங்களும் என் ஸ்கூல்லே படிக்குறது எனக்குத் தெரிஞ்சிது. அது எப்படினா.. ஒருநா மதியம் எங்கள பாத்துக்க ஜனனி அக்கா வந்தாங்க.

சாப்பாட்டுபெல்லு அடிச்சோன மொதல்ல நாங்க சாப்ட்டு முடிச்சிடுவோம் அப்பறந்தான் ஒன்னாம்ப்பு டீச்சருங்க எல்லாம் ஒன்னுகூடி சாப்புட ஆரமிப்பாங்க.. ஊருகத பேசிட்டே அவங்க சாப்புடும்போது ஒருசத்தம் வந்துடக்கூடாது. அவங்க வர வரைக்கும் வாயில வெரலு வச்சிகிட்டு கம்முனு உக்காந்துருக்கனும். இதுக்காண்டியே எட்டாம்ப்பு பொண்ணுங்க எங்கள பாத்துக்க வருவாங்க. யாராச்சும் பேசுனா டீச்சர்ட்ட மாட்டிவுட்டுட்டு போய்டு வாங்க. அவங்கள டொக்கு டொக்குனு நல்லா சத்தம் கேக்குறகணக்கா குண்டாத்தா கொட்டி கொட்டி அழ வைப்பா. இதான் தெனம் மதியம் நடக்கும்.

அன்னிக்கி ஜனனி அக்கா வந்தோன எனக்கு ரொம்ப சந்தோசமாய்ட்டு, "ஏ.. இவங்க எங்க அக்காடா.. எனக்கு தெரிஞ்சவங்கடா"

ஜனனி அக்காவும் என்ன பாத்து நல்லா இருக்கீயானு கேட்டாங்க. எனக்கு ரொம்ப பெருமையா இருந்துச்சு. வகுப்பே என் கட்டுப்பாட்டுல வந்ததாட்டம் நெனச்சிக் கிட்டேன். வேணும்னே அஜய்கிட்டயும் நவீனுகிட்டயும் குச்சி கொடுடா, சிலேட்ட எடுடானு பேசி வம்பிழுத்தேன். அவனுங்க பேச முடியாம உக்காந்திருக்கறது எனக்கு சிரிப்பா இருந்துச்சி. எல்லாரும் வாயிமேல வெரல வச்சிட்டு ஒக்காந்திருக்குறப்ப நாமட்டும் எந்திருச்சி நெலுவெடுத்தேன். ஜன்னல் பக்கம் ஓடிப்போயி வேடிக்க பாத்தேன். ஜனனி அக்கா என்ன ஒன்னுமே சொல்லல.

"நாளைக்கும் வருவீங்களாக்கா" நா இப்படி கேக்குறப்போ வெண்ணிலா டீச்சர் என்னய பாத்துட்டாங்க

"உங்க புள்ளங்கதான் டீச்சர் பேசுதுங்க"

சாப்ட்டுகிட்டு இருந்த ஈஸ்வரி டீச்சர் எழுந்துருச்சு வந்து என்னய பத்துக் கையோடே கொட்டுனாங்க. மொத கொட்டுலே என் கண்ணு கலங்கி போச்சி. அப்பறமும் விடாம கிளாஸ் நடுவுல என்ன முட்டிபோட வச்சிட்டாங்க. டவுசர் கால் முட்டி சுல்லுசுல்லுனு குத்திச்சு. ஜனனி அக்கா

போகுறவரைக்கும் நா முட்டிபோட்டே இருந்தேன். அவங்கள பாக்க பாக்க எனக்கு அவமானமா இருந்துச்சு. தொண்டேல நிக்குற அழுகைய எவ்ளோ நேரம் அடக்கிட்டே இருக்க முடியும்? ஜனனி அக்கா போக போக தொண்டேல அடக்குனது தேம்பலாகிட்டு. அழுதேன்.

அம்மா பாக்கெட்ல வச்சுட்ட வேப்பலய ரொம்ப நம்புனேன்.

“ப்ரேயருக்கு வராம இருந்தும் டீச்சர் அடிக்காதது மகமாயினால தான். அவளவுட பெரிய சாமி வேற என்ன.. இந்த வேப்பல நம்மள்ட்ட இருக்குறவரை நமக்கு ஒன்னும் ஆகாது”

மனசுக்குள்ள தைரியம் சொல்லிகிட்டேன். டீச்சரு ஆனா டிக்டேசனுக்கு உக்கார சொன்னோன ஒடம்பு நடுங்க ஆரம்பிச்சிட்டு. அவுங்க இங்கிலீஷ் வார்த்த சொல்ல சொல்ல எழுதனும். அன்னிக்கி சொன்ன பத்துல ஒன்னுகூட எனக்குத் தெரியல.

திருத்த எல்லாம் வருசேல நின்னோம். ஒரு தப்புக்கு ஒரு அடி அதான் கணக்கு. நாந்தான் உள்ளத்துலே அதிக அடிவாங்க போறேன். பயத்துல ஒடம்பு நடுக்குச்சு.. நெஞ்சோட சிலேட்ட அணச்சி வச்சிக்கிட்டு நகந்தேன். படபடப்புல வியர்வை ஊத்துது.

டீச்சர் என் சிலேட்ட வாங்கி பாத்து சட்டுனு ஒரே வீசா வீசி எறிஞ்சாங்க. நாக்க துருத்திகிட்டு அக்குள் தோல சட்டையோட புடிச்சி நரநரனு கிள்ளிகிட்டே இருந்தாங்க.

வலி பொறுக்காம “ஐயோ டீச்சர். ஆ.. டீச்சர்..”னு நா அங்கயும் இங்கயும் குதிச்சேன். அதுவரை சதையால கிள்ளுனவங்க நல்லா நகத்த வச்சி நறுக்குனு கிள்ளிட்டாங்க

“வேணா டீச்சர். வலிக்குது டீச்சர்”னு கெஞ்சுனேன்.

“ஏன்டா பத்து வார்த்தேல ஒத்த வார்த்தக்கூட ஒனக்குத் தெரியாதா” அப்படினு சொல்லிகிட்டே என்கால இழுத்து கவட்ட தோலு வயண்டு போற அளவுக்கு நகத்தால திருகி

எடுத்தாங்க. டக்குனு என்அதுல அவங்க நகத்தால கிள்ளுனப்ப தான் வலிபொறுக்க முடியல. துடிதுடிக்க ஆரம்பிச்சிட்டேன். கண்ணுலேந்து தண்ணியா ஊத்த ஆரமிச்சிட்டு.

"ஐயோ டீச்சர் வேணா டீச்சர்.. வுட்டுடுங்க டீச்சர்.. ஐயோ அம்மா காப்பாத்தும்மா"னு வலி தாங்க முடியாம தரைல அடிச்சிகிட்டு கத்தி அழுதேன். பக்கத்து கிளாஸ் டீச்சர்லாம் எனக்கு வந்து பேசுனாங்க. கொஞ்ச நேரத்துலயே கேவ ஆரம்பிச்சிட்டு.

"ஐயோ டீச்சர்... நடிக்குறான் டீச்சர் இவன்"

ஆனா உண்மையிலே என்னால வலிய தாங்க முடியல. டவுசர்ல லேசா ஒன்னுக்கு வேற உட்டுருந்தேன். நகத்தால கிள்ளுனதால நல்லா கடுக்க ஆரம்பிச்சிட்டு. நாள் பூரா அழுதேன். பாக்கெட்ல வேப்பிலை இருந்தா அடிக்க மாட்டாங்கனு அவ்ளோ நம்புனேன். ஆத்தா நம்மளோட இருக்குறதால அடி உழுந்தாலும் வலி தெரியாதுனு நெனச்சேன். மகமாயிமேல இருந்த நம்பிக்கையே போச்சு. சிலேட்டும் ஒடஞ்சு போச்சு.

புள்ளைக்கு ஒன்னு தெரியலனா டீச்சருங்க ஏன் இப்படி அடிக்குறாங்கனு நா ரொம்ப நாள் யோசிச்சிருக்கேன். சில டீச்சருங்களோட சொந்த புள்ளைங்களும் அதே ஸ்கூல்ல தான் படிச்சாங்க. அந்தப் புள்ளிங்க என்ன பண்ணாலும் அதுங்களுக்கு அடியே உழாது. ஊரான் வூட்டு புள்ள மேலதான் சகட்டுமேனிக்கு அடிவிழும்.

மறுநாள் குளிக்கும்போது அக்குள்லயும் கவட்டகிட்டயும் அச்சா பதிஞ்சி போயிருந்துச்சு நகம். அக்குள் சேரும் போதெல்லாம் வின்னுவின்னுனு வலிச்சுது. கவட்டகிட்ட இரத்தம்கட்டுன மாதிரி வீங்கிட்டு.

"அம்மா நா போம்மாட்டேன்மா.. அடிக்குறாங்கம்மா.. நீயும் வாம்மா"

"ஒன்னு ஆகாது"

“கிள்ளுறாங்கம்மா.. கிள்ள வேணானாவது சொல்லிட்டு போம்மா.. வாம்மா என்னோட”

“இன்னொரு நாள் வந்து சொல்றேன். இன்னிக்கி போ”

திரும்பி ரெண்டு வேப்பிலை பாக்கெட்குள்ள வந்துச்சு. ஸ்கூல் போகவே பிடிக்கல. வூட்லயும் புரிஞ்சிக்கல. அண்ணன் இப்பலாம் முன்னாடியே போய்டுறான். ரோடு கிராஸ் பண்ண தெரிஞ்சதுலேந்து நா தனியாதான் போறேன்.

என்னால அழுகைய அடக்க முடியல.. ஈஸ்வரி டீச்சர நெனக்க நெனக்க பயமா வந்துச்சு.. கேவி கேவி அழுதுட்டே ஸ்கூலுக்கு நடந்தேன். கையும் காலும் அப்படி வலிச்சுது. வழியில இருக்குற ஆட்டோ ஸ்டாண்டுகிட்ட ஒரு வீட்டு வாசல்ல உக்காந்துட்டேன். கொஞ்சம் கொஞ்சமா அழுக உட்டுது. ஆனா நேரம் ரொம்ப ஆகிருக்கும். இன்னிக்கும் ப்ரேயருக்கு போவல. போன உடனே டீச்சர் கிள்ளுவாங்களே.. குச்சால அடிப்பாங்களே. அதுதான் என்மனசுல ஓடிட்டே இருந்துச்சு.

அப்பதான் பாஸ்கர் அண்ணன பாத்தேன். எங்க ஸ்கூல்லே வேல பாக்குற ஜோதி டீச்சரோட வூட்டுகார். ஆனா அப்போ அவரை எனக்கு மிட்டாய் அண்ணனாத்தான் தெரியும். எங்க ஸ்கூல்ல அவர் மிட்டாய் கடை போட்டிருப் பார். ஒன்னுக்கு உடும்போதெல்லாம் அவர்கடைக்குப் போயி காருவா முட்டாய் வாங்குவேன்.

நம்ம ஸ்கூல் பையன் ஒருத்தன் இந்த நேரத்துல இங்க ஒக்காந்து இருக்கானேனு என்ட வந்திருப்பார்போல.

“என்னப்பா ஆச்சு.. ஏன் இங்க உக்காந்துருக்க...”

அவ்ளோதான். விம்ம ஆரம்பிச்சிட்டு. ஸ்கூல் வேணாம்னு திரும்பி திரும்பி சொல்லிகிட்டே அழுதேன்.

அவரு என்னய தூக்குனார். சைக்கிள் கம்பி நடுவுல இருக்குற குட்டி சீட்டுல ஏத்திவச்சி ஸ்கூலுக்கு கூட்டிப் போனார். கடைக்கு வாங்கியாந்திருந்த முட்டாய்கள

வச்சிட்டு எனக்குத் தண்ணி தந்தார். அப்போ என் விம்மல் தணிஞ்சிருச்சி.

"ஸ்கூல் புடிக்கலயா"

"ம்ம்..."

"எத்தனாது"

"ஒன்னாது"

"ஈஸ்வரி டீச்சர் கிளாஸா"

"ம்.."

"சரி வா..."

அவர் என் கையப் புடிச்சார். ஏன்னு தெரியலை அவர் என்னை ரெண்டாம்ப்புக்கு கூட்டிப் போனார். எலிசபத்து டீச்சர்ட்ட ஏதோ சொல்லிட்டு, "இனி நீ ஒன்னாது இல்ல ரெண்டாதுன்னார்"

போகும்போது என்கையில ரெண்டு முட்டாய திணிச்சார். நா அத படக்குனு பாக்கெட்டுல போட்டு கிட்டேன். எலிசபத்து டீச்சர் கிளாஸ்ல போயி உக்காந் தோன்னே பாக்கெட்ட பாத்தேன்.

அது நா அவரு கடையில எப்பவும் வாங்குற எனக்குப் புடிச்ச ஆசைமுட்டாய். வேப்பலையோட சேந்துகிட்டு கெடந்துச்சு.

கதையாசிரியர் அறிமுகக் குறிப்புகள்

01 கலைஞர் மு.கருணாநிதி (1924–2018)

நாகப்பட்டினம் மாவட்டம் திருக்குவளையில் பிறந்த கலைஞர் மு.கருணாநிதி அங்கு தொடக்கக்கல்வி முடித்து திருவாரூரில் பள்ளிக் கல்வியைத் தொடர்ந்தார். திருவாரூரில் மாணவநேசன் கையெழுத்து இதழ் முதல் பிற்காலத்தில் முரசொலி வரை பத்தரிக்கையாளராகவும் எழுத்தாளராகவும் விளங்கினார். நாடகம், புதினம், கவிதை, சிறுகதை, தன்வரலாறு, இலக்கியக் கட்டுரை, உரை, கடிதம், திரைக்கதை, வசனம், வரலாற்றுக் கதைகள், தொலைக்காட்சித் தொடர் என எழுதிக் குவித்தார். சங்கத்தமிழ், குறளோவியம், நெஞ்சுக்கு நீதி, தொல்காப்பியப் பூங்கா போன்றவை இவரது பெரிய நூல்களுள் சில. ஒரே ரத்தம், இரத்தக் கண்ணீர், புதையல் போன்ற நாவல்களையும் எழுதினார். இவரது படைப்புகள் பரிவுத் தொகையின்றி அரசுடைமையாக்கப் பட்டுள்ளன. சுமார் 50 ஆண்டுகள் தி.மு.க.வின் தலைவ ராகவும் 5 முறை தமிழ்நாடு முதலமைச்சராகவும் பதவி வகித்தவர். தான் போட்டிட்ட அனைத்து தேர்தல்களிலும் வெற்றிப் பெற்றார். இருமுறை திருவாரூர் சட்டமன்ற உறுப்பினராக இருந்தவர்.

02 ராஜகுரு (1946–2011)

மயிலாடுதுறை மாவட்டம் சீர்காழி கொள்ளிடக் கரையிலுள்ள பனங்காட்டாங்குடி எனும் கிராமத்தில் பிறந்து, திருவாரூரில் வாழ்ந்து மறைந்தவர். திருவாரூர்

நிலைய தீயணைப்பு அலுவலராகப் பணிபுரிந்தவர். ஜெ.ஜெயராமன் என்ற இயற்பெயர் கொண்ட இவர் 'ராஜகுரு' என்னும் புனைபெயரில் சமூக, சீர்திருத்தக் கருத்துகள் கொண்ட கதைகளையும் வரலாற்று நாவல்களையும் எழுதியவர். மாமன்னன் உலா, சோழ ராணி, சோழனின் காதலி போன்ற வரலாற்று நாவல்களையும் காதலாகிக் கரைந்து, இனிய விடியல்கள், மயக்கங்கள், நியாயங்கள், பெண் மனம் ஒரு பூவனம் போன்ற சமூக நாவல்களையும் படைத்தார். தாமரை, கல்கி, கலைமகள், குங்குமம், தேவி, தினமணி கதிர், மங்கையர் மலர் போன்ற இதழ்களில் கதைகள் எழுதினார். காக்கைக் குருவி எங்கள் ஜாதி என்ற சிறுகதைத் தொகுப்பில் நிதர்சனங்கள் சிறுகதை இடம் பெற்றுள்ளது. இவரது மகன் ஜெயகாந்தன் ஒரு எழுத்தாளர்; இதழியலாளர். இவர் திருவாரூரில் பேசும் புதியசக்தி எனும் கலை, இலக்கிய மாத இதழையும் பொம்மி எனும் சிறுவர் மாத இதழையும் நடத்தி வருகிறார்.

03 சோலை சுந்தரபெருமாள் (1953–2021)

திருவாரூர் அம்மையப்பனுக்கு அருகிலுள்ள காவனூர் என்னும் ஊரில் பிறந்தவர். அரசுப்பள்ளியில் தொழிற்கல்வி ஆசிரியர் பணியில் சேர்ந்து, தமிழாசிரியராக பதவி உயர்வு பெற்றார். இடதுசாரி அரசியல் ஈடுபாட்டால் தமிழ்நாடு கலை இலக்கியப் பெருமன்றத்திலும் பின்னர் தமிழ்நாடு முற்போக்கு எழுத்தாளர் கலைஞர்கள் சங்கத்திலும் இணைந்து பணியாற்றினார். த.மு.எ.க.ச.வின் மாநில செயற்குழு உறுப்பினராக இருந்தார். அவரது வாழ்காலத்தில் சிறிது பெரிதுமாக *11* நாவல்களையும் சுமார் *80* சிறுகதைகளையும் சில குறுநாவல்களையும் எழுதினார். உறங்க மறந்த கும்பகர்ணர்கள் *(1990)*, ஒரே ஒரு ஊர்ல... *(1992)*, நஞ்சை மனிதர்கள் *(1998)*, செந்நெல் *(1999)*, தப்பாட்டம் *(2002)*, பெருந்திணை *(2005)*, மரக்கால் *(2007)*, தாண்டவபுரம் *(2011)*, பால்கட்டு *(2014)*, எல்லைப் பிடாரி *(2015)* ஆகியவை சோலையின் நாவல்களாகும். மண் உருவங்கள் *(1991)*, வண்டல் *(1993)*, ஓராண்காணி *(1995)*, ஒரு ஊரும் சில

மனுசர்களும் (1996), வட்டத்தை மீறி (2000), மடையான்களும் சில காடைகளும் (2006), வெள்ளாடுகளும் சில கொடியாடுகளும் (2010), கப்பல்காரரர் வீடு (2014) ஆகிய சிறுகதைத் தொகுப்புகளில் சுமார் 80 சிறுகதைகளை எழுதினார். மனசு (1994), குருமார்கள் (2006) ஆகியன இவரது குறுநாவல் தொகுப்பாகும். வண்டல் எழுத்தை முன்மொழிந்தார். வண்டல் உணவு, சொல்லகராதி, சொல் கதைகள், எழுத்தாளர்கள் என வண்டல் பண்பாட்டைத் தொகுக்கும் பெருமுயற்சிகளில் ஈடுபட்டார்.

04 ம. இராசேந்திரன் (1951)

திருவாரூர் மாவட்டம் குடவாசலில் பிறந்து மன்னார்குடி எட அன்னவாசலில் வளர்ந்தவர். தமிழ்ப் பேராசிரியர்; உலக தமிழாராய்ச்சி நிறுவனம், மொழிபெயர்ப்புத் துறை, தமிழ் வளர்ச்சித் துறை போன்றவற்றில் இயக்குநராக இருந்தார். தஞ்சை தமிழ்ப்பல்கலைக் கழகத்தின் துணைவேந்தராகப் பணியாற்றி ஓய்வு பெற்றார். தமிழ்நாடு பொதுநூலகச் சட்டத்திருத்த உயர்நிலைக்குழுவில் தலைவராகவும் திராவிடக் களஞ்சியக் குழுவில் உறுப்பினராகவும் செயல்பட்டார். நவம்பர் 2024இல் தமிழ் வளர்ச்சிக் கழகத் தலைவராக நியமிக்கப்பட்டுள்ளார். கணையாழி இதழின் வெளியீட்டாளர். காலின் மெக்கன்சி வரலாறும் சுவடிகளும், மெக்கன்சி சுவடிகளில் தமிழகப் பழங்குடி மக்கள், ஓம நதி, சிற்பியின் விதி, நின்ற சொல் போன்றவை இவரது நூல்களாகும். கலைஞர் மு. கருணாநிதி செம்மொழித் தமிழ் விருது, முத்தமிழ்க் காவலர் கி.ஆ.பெ. விசுவநாதம் விருது ஆகியவை இவருக்கு வழங்கப்பட்டுள்ளன. ‘காலப் பிசாசுகள்’ எனும் இவரது மொத்தச் சிறுகதைகளின் தொகுப்பை யாவரும் பதிப்பகம் வெளியிட்டுள்ளது.

05 உத்தம சோழன் (1944)

நாகப்பட்டினம் மாவட்டம் வேதாரண்யம் வட்டம் வாய்மேடு எனும் ஊரில் பிறந்து திருத்துறைப்பூண்டி

அருகிலுள்ள வெள்ளங்கால் என்ற ஊரில் இளமைப்பருவத்தில் வசித்தார். இவரது இயற்பெயர் அ.செல்வராஜ். வட்டாட்சியராகப் பணியாற்றி ஓய்வு பெற்றவர். துணை என்றொரு தொடர்கதை, ஆரம்பம் இப்படித்தான்!, வாழ்க்கையெங்கும் வாசல்கள், வல்லமை தாராயோ!, சிந்து டீச்சர், மனிதத் தீவுகள், குருவி மறந்த கூடு, பாமரசாமி, ஒரே ஒரு துளி, உத்தமசோழன் சிறுகதைகள், சில தேவதைகளும் ஒரு தேவகுமாரனும்... போன்ற சிறுகதைத் தொகுதிகள் வாயிலாக சுமார் 200 சிறுகதைகள் எழுதியுள்ளார். தொலை தூர வெளிச்சம், கசக்கும் இனிமை, பூ பூக்கும் காலம், உயிர் உருகும், அவசர அவசரமாய், மனசுக்குள் ஆயிரம், தேகமே கண்களாய், கனல் பூக்கள், சுந்தரவல்லி சொல்லாத கதை போன்ற 11 நாவல்களையும் எழுதியுள்ளார். ஆனந்த விகடன், குமுதம், குங்குமம், கல்கி, தினமணிகதிர் போன்ற இதழ்களில் இவரது படைப்புகள் வெளியாயின. கிழக்கு வாசல் உதயம் என்ற மாத இதழை நடத்தினார். த.மு.எ.க.ச.வின் திருத்துறைப்பூண்டி கிளைத் தலைவராகவும் செயல்பட்டார்.

06 இரா.காமராசு (1970)

திருவாரூர் மாவட்டம் மன்னார்குடி அருகே மேலவாசல் என்னும் ஊரில் பிறந்தவர். பள்ளி ஆசிரியராக சிலகாலம் பணிபுரிந்தார். தஞ்சாவூர் தமிழ்ப் பல்கலைக் கழக இலக்கியத்துறையில் பணியாற்றி, தற்போது நாட்டுப்புறவியல் துறைத் தலைவராகப் பணிபுரிகிறார். கவிதை, சிறுகதை, கட்டுரைகள், மார்க்சிய விமர்சனம், ஆய்வுநூல், தொகுப்பு என பல்வேறு நூல்கள் வெளியாகியுள்ளன. கணவனான போதும் (1993) கவிதை நூல்; மகளுக்குச் சொல்ல (2000) சிறுகதைத் தொகுப்பு. நா. வானமாமலை, தனுஷ்கோடி ராமசாமி, அறிஞர் அண்ணா, சு. சமுத்திரம், தனிநாயகம் அடிகள், கால்டுவெல், பேரா. ந.சுப்புரெட்டியார், தமிழ்ச் செம்மல் வ.சுப. மாணிக்கனார் போன்ற பலர் பற்றிய ஆய்வுகளையும் தொகுப்புகளைக் கொண்டு வந்தவர். தாமரை, உங்கள் நூலகம், தமிழ்க் கலை, நா.வா.வின்

ஆராய்ச்சி ஆகிய இதழ்களின் ஆசிரியர் குழுவில் பங்கு வகிக்கிறார். நியூ செஞ்சுரி புக் ஹவுஸ் பதிப்பாசிரியராகவும் உள்ளார். தமிழ்நாடு கலை இலக்கிய மன்றப் பொறுப்பிலும் உள்ளார். புகையிலை வரலாறும் வழக்காறும் என்ற இவரது நூல் புகையிலை குறித்த விரிவான ஆய்வாக வெளிப்பட்டுள்ளது.

07 மானா பாஸ்கரன் (1962)

திருவாரூர் மாவட்டம் நன்னிலம் அருகில் உள்ள முடிகொண்டான் என்ற ஊரைச் சேர்ந்த எழுத்தாளர் மானா பாஸ்கரன் 30 ஆண்டுகள் பத்திரிகையாளராக உள்ளார். ஆனந்த விகடன், தமிழ் இந்து போன்ற இதழ்களில் ஆசிரியர் குழுவில் பணியாற்றியவர். தற்போது குமுதம் இதழில் பணிபுரிந்து வருகின்றார். சிறுகதைகள், கட்டுரைகள், இதழியல் என இவரது எழுத்துப் பணிகள் தொடர்கின்றன. நிலா முற்றம், மழையின் சொற்கள் நனைவதில்லை, வானத்தைக் குழைத்து, அல்லி வட்டம் புல்லி வட்டம், சென்னையிலிருந்து 400 கிலோமீட்டர், சந்திப்போம் சிந்திப்போம், அணி நிழற்காடர் நம்மாழ்வார், தோழர் நல்லகண்ணு, புத்தரின் டூத் பேஸ்டில் உப்பு இல்லை, நலம் தரும் மருத்துவம் போன்ற பல்வேறு நூல்களை எழுதியிருக்கிறார்.

08 சு.தமிழ்ச்செல்வி (1971)

திருவாரூர் மாவட்டம் முத்துப்பேட்டை வட்டத்திலுள்ள கறபகநாதர்குளம் எனும் கிராமத்தில் பிறந்தவர். திருமணத் திற்குப் பிறகு விருத்தாசலத்தில் வசிக்கிறார். கடலூர் மாவட்டத்தின் ஊராட்சி ஒன்றியப் பள்ளி ஒன்றில் தலைமையாசிரியராக உள்ளார். தனது அனுபவத்தில் கண்ட கீழத்தஞ்சை கடலோரக் கிராமங்களின் வாழ்வியலும் களஆய்வு மூலம் பெற்றவையும் இவரது படைப்புகளில் பிரதிபளிக்கின்றன. மாணிக்கம் (2002), அளம் (2002), கீதாரி (2003), கற்றாழை (2005), ஆறுகாட்டுத் துறை (2006), கண்ணகி

(2008), பொன்னாச்சரம் (2010), தொப்புள்கொடி (2019), சிலாவம் (2022) ஆகியன இவரது நாவல்களாகும். சாமுண்டி (2006), சு.தமிழ்ச்செல்வி சிறுகதைகள் (2010) ஆகியவை இவரது சிறுகதைத் தொகுப்புகள். இவரின் முதல் படைப்பான 'மாணிக்கம்' நாவலுக்கு தமிழக அரசின் விருது கிடைத்தது. மேலும் த.மு.எ.க.ச. விருது, கலைஞர் பொற்கிழி விருது, SPARROW விருது, விளக்கு விருது 2023 என பல விருதுகளைப் பெற்றுள்ளார்.

09 ஐ.கிருத்திகா (1976)

திருவாரூர் மாவட்டம் மணக்கால் அய்யம்பேட்டை கிராமத்தில் பிறந்தவர். திருமணத்திற்குப் பிறகு கோயம் புத்தூரில் வசிக்கிறார். 1998 முதல் சிறுகதைகள் எழுதி வருகிறார். காலச்சுவடு, கணையாழி, கல்கி, காமதேனு, மங்கையர் மலர், கனவு போன்ற பல இதழ்களில் சிறுகதைகள் பிரசுரமாகியுள்ளன. இவரின் முதல் சிறுகதைத் தொகுப்பு 'உப்புச்சுமை'யை (2020) தேநீர் பதிப்பகம் வெளியிட்டது. அடுத்து நாய்சார், திமிரி, கற்றாழை, புள்ளிகள் ஆகிய சிறுகதைத் தொகுப்புகள் வெளியாகியுள்ளன. கோவை ஞானி நடத்திய பெண் எழுத்தாளர்கள் சிறுகதைப்போட்டியில் பரிசும் நாய்சார் சிறுகதைத் தொகுப்பிற்கு வாசகசாலையின் சிறந்த சிறுகதைத் தொகுப்பிற்கான பரிசும் கிடைத்தது.

10 சிவகுமார் முத்தய்யா (1978)

திருவாரூர் தண்டலையில் பிறந்தவர்; அருகிலுள்ள தாழைக்குடி என்ற ஊரில் வசித்து வருகிறார். இதழ்களில் செய்தியாளராகப் பணியாற்றுகிறார். அடித்தட்டு மக்களின் வாழ்க்கையைக் களமாக்கி எழுதுகிறார். செறவிகளின் வருகை, செங்குருதியில் உறங்கும் இசை, கிளிகள் வரும் போது, இளையராஜாவின் காதலிகள் ஆகிய சிறுகதைத் தொகுப்புகளும் குரவை (2023) என்ற நாவலும் ஆற்றோரக் கிராமம், தூண்டில் முள் வளைவுகள் (2022) போன்ற குறுநாவல்கள் தொகுப்புகளையும் நினைவுகளின் நாட்குறிப்பு

என்ற கட்டுரைத் தொகுப்பையும் எழுதியுள்ளார். குரவை நாவலுக்கு தமிழக அரசின் விருது கிடைத்தது. கணையாழியின் ஜெயகாந்தன் விருது திருப்பூர் கனவு இலக்கிய விருது போன்ற விருதுகளையும் பெற்றுள்ளார். கல்கி வார இதழ், அனைத்திந்திய தமிழ் எழுத்தாளர்கள் சங்கம், தமிழ்நாடு கலை இலக்கிய பெருமன்றம் ஆகிய நடத்திய போட்டிகளில் பங்கேற்றுப் பரிசுகள் பெற்றுள்ளார்.

11 நக்கீரன் (1964)

மயிலாடுதுறை மாவட்டம் குத்தாலம் மாதிரிமங்கலத்தில் பிறந்த நக்கீரன் திருவாரூர் மாவட்டம் நன்னிலத்தில் வசிக் கிறார். சூழலியலை அரசியல் புரிதலுடன் அணுகும் எழுத் தாளர். சூழலியர் மட்டுமின்றி, கவிதை, நாவல், குறுநாவல், சிறுகதை, குழந்தை இலக்கியம் என பலதுறைகளிலும் ஆளுமை மிக்கவர். போர்னியோ தீவில் காடுகளை வெட்டும் நிறுவனத்தில் பணியாற்றியவர். அதுவே காடோடி நாவல் உருவாகக் காரணமாக அமைந்தது. என் பெயர் ஜிப்சி என்பது இவரது கவிதை நூல்; வண்ணத்துப் பூச்சிகளின் விடுதி குறுநாவலாகும். தட்டான்கள் பறக்கும் மழைக்காலம் (சிறார் கதைகள்), பசுமைப் பள்ளி போன்றவை சிறந்த சிறார் இலக்கியமாக அமைபவை. கண்ணுக்குத் தெரியாமல் களவுபோகும் நீர், அலையத்திக் காடு, மழைக்காடுகளின் மரணம், உயிரைக் குடிக்கும் புட்டிநீர், எறும்புகள் ஆறுகால் மனிதர்கள், பால் அரசியல், கார்ப்பரேட் கோடரி, சூழலும் சாதியும் போன்ற குறுநூல்கள் சூழலியலையும் அதன் அரசியலையும் ஒருங்கே வெளிப்படுத்துபவை. நீர் எழுத்து, தமிழ் ஒரு சூழலியல் மொழி, இயற்கை 24X7 என குறிப் பிடத்தக்க, அதிகம் பேசப்பட்ட நூல்களை எழுதியுள்ளார்.

12 இரா.மோகன்ராஜன் (1969)

திருவாரூர் மாவட்டம் முத்துப்பேட்டை மருதங்கா வெளியைச் சேர்ந்தவர். கவிஞர், சிறுகதையாளர், விமர்சகர், எழுத்தாளர். 'இருள் என்பது குறைந்த ஒளி' இவரது

சிறுகதைத் தொகுப்பு. காக்கைச் சிறகினிலே, உயிர் எழுத்து, பேசும் புதியசக்தி, மானுடம் வெல்லும், கண்ணாமூச்சி போன்ற பல்வேறு இதழ்களில் சமூக, அரசியல், இலக்கிய, கலை விமர்சனக் கட்டுரைகளைத் தொடர்ந்து எழுதி வருகிறார். அத்துடன் சிறுகதைகள், கவிதைகளையும் எழுது கிறார். 'ஈழத்தமிழருக்கு கருணாநிதி என்ன செய்தார்?, என்ற அரசியல் தொடரை 'காக்கைச் சிறகினிலே' இதழில் எழுதினார். அவை நூலாக்கம் பெறவில்லை. இதைப் போல நூலாக்கம் பெறாத இவரது சமூக, கலை, இலக்கிய, அரசியல், விமர்சன ஆக்கங்கள் நிறைய உள்ளன. எழுது கோலைக் கொல்லும் அரசியல், கடவுளின் படையும் குழந்தைப் போராளிகளும் என்ற இரு கட்டுரைத் தொகுப்புகளை 'பன்மை' 2020 இல் வெளியிட்டது.

13 தேன்மொழி (1974)

திருவாரூக்கு அருகிலுள்ள பிலாவடி மூலையில் பிறந் தவர். வேதியியலில் முதுகலைப்பட்டம் பெற்று, வணிகவரித் துறையில் துணை ஆணையராகப் பணியாற்றி வரும் இவர் விருப்பார்வத்தினால் வரலாறு படித்து வரலாற்று ஆய்வுகளில் ஈடுபட்டு வருகிறார். காரைக்கால் அம்மையார், சைவ நாயன்மார்கள் புடைப்புச் சிற்ப சித்தரிப்புகள் குறித்த ஆய்வுகள் குறிப்பிடத்தக்கவை. கவிதை, சிறுகதை, கட்டுரை, மொழிபெயர்ப்பு, நாவல் என இவரது படைப்புகள் விரிகின்றன. சாகித்திய அகாடமியின் (தமிழ்) பொதுக்குழு மற்றும் ஆலோசனைக் குழு உறுப்பினராக உள்ளார். நெற்குஞ்சம் (2009), கூனல் பிறை (2014), பேச்சி மரம் ஆகிய சிறுகதைத் தொகுப்பு நூல்களும் துறவி நண்டு, திணைப்புனம் ஆகிய கவிதை நூல்களும் அணுக்கி எனும் நாவலும் வெளியாகியுள்ளது. கடந்துவரும் குரல், நீலவானை நெய்தல் ஆகிய மொழிபெயர்ப்புகளும் கேட்கப்படாத குரல்கள் எனும் நேர்காணல் தொகுப்பும் இவருடையது. பாரதிதாசன் பல்கலைக்கழகத்தில் 2015 இல் சிறந்த பெண் சாதனையாளர் விருது, த.மு.எ.க.ச.வின் சிறந்த சிறுகதைக்கான விருது (கூனல் பிறை), 2019 ஆண்டிற்கான SPARROW விருது ஆகியவற்றைப் பெற்றுள்ளார்.

14 விஷ்ணுபுரம் சரவணன் (1979)

திருவாரூர் மாவட்டம் விஷ்ணுபுரம் என்ற ஊரில் பிறந்தவர். கவிஞர், கட்டுரையாளர், கதைச்சொல்லி, சிறார் எழுத்தாளர், இதழாசிரியர் எனப் பல தளங்களில் இயங்கி வருகிறார். ஆழி, ஆனந்த விகடன் ஆகிய பத்திரிகைகளிலும் நியூஸ் தமிழ் எனும் செய்தித் தொலைக்காட்சியிலும் பணியாற்றிய இவர் தற்போது தமிழக அரசின் பள்ளிக் கல்வித்துறையின் ஊஞ்சல், தேன்சிட்டு, கனவு ஆசிரியர் இதழ்களின் ஆசிரியர் குழுவில் உள்ளார். வாத்து ராஜா (2013), கதைகதையாம் காரணமாம் (2017), வித்தைக்காரச் சிறுமி (2017), ஒற்றைச் சிறகு ஓவியா (2019), வானத்துடன் டூ (2019), நீலப்பூ (2021), கயிறு (2022), சாதனாவின் தோழி போன்ற நூல்களை எழுதி சிறார் இலக்கிய உலகிற்கு பங்களித்து வருகிறார். ஆனந்த விகடன் சிறார் விருது, த.மு.எ.க.ச. விருது, வாசகசாலை விருது, சமயபுரம் எஸ்.ஆர்.வி. கல்விக்குழுமத்தின் சிறார் இலக்கிய விருது ஆகியவற்றைப் பெற்றுள்ளார்.

15 நேஹா (1991)

திருவாரூர் அருகேயுள்ள தியானபுரம் எனும் சிற்றூரைச் சேர்ந்த திருநங்கை நேஹா. சக தோழர் ரிஸ்வானுடன் (திருநம்பி) இணைந்து Love is Love (காதல் என்பது காதல்) என்ற தொகுப்பை வெளியிட்டுள்ளார். திருநர் வாழ்வின் வலிகள், காதல், இருப்பு, வாழ்வியல் ஆகியவற்றை இத்தொகுப்பு வெளிப்படுத்துகிறது. திருநர் மற்றும் குயர் மக்கள் ஒடுக்கப்படும் அநீதிக்கு எதிராக உரத்த குரலாகவும் ஒலிக்கிறது. இந்நூலை Queer Publishing House வெளியிட்டுள்ளது. நேஹா ஏற்கனவே RIP என்றொரு கவிதைத் தொகுப்பையும் எழுதியுள்ளார். மேலும் இவர் திரைக் கலைஞராகவும் வலம் வருகிறார். 'அந்தரம்' (Antharam) என்ற மலையாளத் திரைப்படத்தில் நடித்து கேரள மாநில அரசின் விருது பெற்றுள்ளார். இதுவே திருநங்கைக்கு வழங்கப்பட்ட முதல் சினிமா விருதாகும்.

16 துவாரகா சாமிநாதன் (1978)

திருவாரூர் மாவட்டம் முத்துப்பேட்டை - பேட்டையில் பிறந்தவர். புதுக்கோட்டையில் வசித்து வருகிறார். கல்லூரி பேராசிரியராக 18 ஆண்டுகளாக பணியாற்றி வருகிறார். மனிதவள மேலாண்மைத் துறையில் முனைவர் பட்டம் பெற்றுள்ளார். 2010ஆம் ஆண்டு முதல் வேதா அறக் கட்டளையை நிறுவித் தொண்டாற்றி வருகிறார். 2022ஆம் ஆண்டு முதல் கற்பி கல்விப் பேரியக்கத்தின் தலைமை அலுவலராக இருந்து வருகிறார். புடுதுணி கவிதைத் தொகுப்பு (2018), வாத்து மூக்குத்தி சிறுகதைத் தொகுப்பு (2019), ஆய்வாளன் (2023) மற்றும் சப்த கன்னிகள் நாவல் (2024) ஆகிய படைப்புகளை தந்துள்ளார். 2005 ஆண்டிலிருந்து தொடர்ந்து இலக்கிய, மின்னிதழ்களில் கவிதை, சிறுகதை, கட்டுரைகளும் எழுதி வருகிறார். கற்பி அலைவரிசை (Karpichannels) என்ற பெயரில் யூ டியூப் சேனலை நடத்தி வருகிறார்

17 ஆசை (1979)

மன்னார்குடியில் பிறந்த இவரின் இயற்பெயர் தே. ஆசைத்தம்பி. க்ரியா அகராதியில் (2008) துணையாசிரியராகப் பணியாற்றியவர். 2013-2022-வரை 'இந்து தமிழ்' நடுப்பக்க ஆசிரியர் குழுவில் இருந்தார். 11 வயதிலிருந்து கவிதை எழுதிவருகிறார். சித்து (2006), கொண்டலாத்தி (2010), அண்டங்காளி (2021), குவாண்டம் செல்ஃபி (2021) ஆகியவை இவரது கவிதைத் தொகுப்புகளாகும். பேரா. தங்க. ஜெயராமனுடன் இணைந்து ஓமர் கய்யாமின் 'ருபாயியத்' (2010), திக் நியட் ஹானின் 'அமைதி என்பது நாமே' (2018) ஆகிய மொழிபெயர்ப்புகளைச் செய்துள்ளார். ப. ஜெக நாதனுடன் இணைந்து 'பறவைகள்' (2013) என்ற நூலை வெளியிட்டார். 'இந்து தமிழ் திசை'யால் வெளியிடப்பட்ட 'என்றும் காந்தி' (2019), என்ற நூலும் 'இந்த பிரபஞ்சமே பேபல் நூலகம்தான்' (2022) என்ற தலைப்பில் இலக்கியக் கட்டுரைகளும் வெளியாகியுள்ளன. பபாசியின் கவிதைக்கான

'கலைஞர் பொற்கிழி விருது-2022'; சமயபுரம் எஸ்.ஆர்.வி. பள்ளியின் 'படைப்பூக்க விருது-2023'; சென்னை லிட்டரெரி ஃபெஸ்டிவல் அமைப்பின் 'Emerging Literary Icon' விருது (2014) ஆகிய விருதுகளைப் பெற்றுள்ளார். எதிர் வெளியிட்ட 'உயரத்தில் ஒரு கழுவன்' என்ற சிறுகதைத் தொகுப்பில் இடம்பெற்ற கதை இந்நூலில் உள்ளது. மாய குடமுருட்டி என்ற காவியமும் வெளியாகியுள்ளது.

18 மீனா சுந்தர் (1975)

இவரது இயற்பெயர் மாரிமுத்து மீனாட்சிசுந்தரம். மன்னார்குடி அருகே ஆதிச்சபுரம் ஓவர்ச்சேரி கிராமத்தைச் சேர்ந்தவர். தமிழில் முனைவர் பட்டம் பெற்று, பழனியில் கல்லூரிப் பேராசிரியராகப் பணியாற்றி வருகிறார். இதுவரை பதினெட்டு நூல்கள் வெளியாகியுள்ளன. அவற்றுள் நான்கு சிறுகதை நூல்கள். தினமணி, தினமலர், அமுதசுரபி, பேசும் புதியசக்தி, கலைமகள் (நாவல்) போன்ற பல்வேறு போட்டிகளில் பரிசு பெற்றுள்ளார். நீலம் வேர்ச்சொல் வழங்கும் 2024 ஆம் ஆண்டு நாவலுக்கான பரிசை வென்றவர். சென்னைப் பன்னாட்டுப் புத்தகக் கண்காட்சி 2025இல் ஆறு மொழிகளில் மொழிபெயர்க்க இவரது படைப்புகள் தேர்வாகியுள்ளது.

19 ஆரூர் புதியவன் (1976)

ஆரூர் புதியவன் என்கிற பேரா. முனைவர் ஜெ. ஹாஜாகனி திருவாரூரைச் சேர்ந்தவர். இவர் சென்னை மேடவாக்கம் காயிதேமில்லத் ஆடவர் கல்லூரியில் தமிழ்த்துறைத் தலைவராக உள்ளார். தமிழகத்தின் அனைத்து பிரபல நாளிதழ்களிலும், ஊடகங்களிலும் எழுத்தாளராகவும், பங்கேற்பாளராகவும் இயங்கி வருகிறார். சூடு, துப்பாக்கி களுக்கு பதிலாக, சதிகாரங்களுக்கு எதிராக போன்ற கவிதை நூல்களையும், எழுவதற்காக எழுதியவை என்ற இதழியல் கட்டுரைத் தொகுப்பையும், ஒரு சிறுகதை தொகுப்பையும், அமெரிக்கப் பயணக் கட்டுரை நூலையும் வெளியிட்டுள்ளார்.

20 த.ரெ. தமிழ்மணி (1977)

திருவாரூர் வேலங்குடியைச் சேர்ந்தவர். முதுகலைத் தமிழாசிரியர், இயக்கச் செயல்பாட்டாளர், கவிஞர், தமிழ் உணர்வாளர். 'வெண்மணிச் சூழல்', 'கண்ணீர் சொற்கள்' உள்ளிட்ட ஏஜிகே வின் குறுநூல்களையும் 'வெண்மணி வினையும் விளைவும்' என்ற தோழர் கோ.பழனிவேல் நேர்காணல் நூலையும் வெளியிட்டவர். தமிழ் நிலா, நேசச்சாரல், அனிச்சம், மாணவன் ஆகிய சிற்றிதழ்களை நடத்தினார். தீயின் இருள், நிலவு தேசக்காரி போன்ற கவிதைத் தொகுப்புகளை கொண்டு வந்துள்ளார். கண்ணாமூச்சி இதழின் ஆசிரியர் குழுவில் உள்ளார். 'கொற்றவை சிறுவ' எனும் முருகன் வரலாற்று நூலைப் படைத்துள்ளார்.

21 மகேஷ்வரன் (1973)

திருவாரூர் மாவட்டம் திருத்துறைப்பூண்டி வட்டம் பின்னத்தூர் கிராமத்தில் வசிக்கிறார். குமுதம், கல்கி, ஆனந்த விகடன், கண்மணி, தேவி போன்ற வெகுஜன இதழ்களில் சிறுகதைகளும் நாவல்களும் எழுதி வருகிறார். இவர் எழுதிய 'வெள்ளையம்மா' என்ற சிறுகதை இலக்கியச் சிந்தனை விருது பெற்றது. மேலும் பல்வேறு நாவல், சிறுகதைப் போட்டிகளில் பரிசுகள் பெற்றுள்ளார். காந்தீயம் தோற்ப தில்லை, மயிலிறகு, குருவி மரம், தண்ணீர், அழகு, முதலை ஆகியன இவரது சிறுகதை தொகுப்புகளாகும். கிளிகளைப் பறக்க விடுங்கள், நீயே என் நிலா போன்றவை இவரது நாவல் தொகுப்புகளில் சில. இத்தொகுப்பில் இடம்பெறும் 'வதை' சிறுகதை தனுஷ்கோடி ராமசாமி நினைவுச் சிறுகதைப் போட்டியில் பரிசு பெற்று 'மூட்டம்' என்ற சிறுகதைத் தொகுப்பில் இடம்பெற்றுள்ளது.

22 சுரேஷ் பிரதீப் (1992)

மின்னணுப் பொறியியலில் பட்டம் பெற்ற சுரேஷ் பன்னீர்செல்வம் சுரேஷ் பிரதீப் என்ற பெயரில் எழுதி

வருகிறார். இந்திய அஞ்சல் துறையில் பணியாற்றும் இவர் சிறுகதை, நாவல், இலக்கிய விமர்சனம் என இயங்கி வருகிறார். நாயகிகள் நாயகர்கள் (2017), எஞ்சும் சொற்கள் (2019), உடனிருப்பவன் (2020), பொன்னுலகம் (2021), பத்துப் பாத்திரங்கள் (2022) ஆகிய சிறுகதைத் தொகுதிகள் இதுவரை வெளியாகியுள்ளன. ஒளிர்நிழல் (2017), கிளைக்கதை (2023) ஆகிய நாவல்களையும் தன்வழிச்சேரல் என்ற கட்டுரைத் தொகுப்பையும் எழுதியுள்ளார். நதிக்கரை இலக்கிய வட்டம் என்ற இலக்கிய அமைப்பை நடத்தி வருகிறார்.

23 அலையாத்தி செந்தில் (1990)

திருவாரூர் மாவட்டம் முத்துப்பேட்டை அலையாத்திக் காடுகளையொட்டிய தில்லை விளாகம் என்னும் ஊரில் பிறந்தவர். காவிரி டெல்டாவின் கடைமடைகளில் ஒன்றான இப்பகுதி தென்னை, நெல் பயிர் சாகுபடியும் கடல்சார் மீன்பிடித் தொழிலை வாழ்வியலாகக் கொண்டது. இவர் பணிநிமித்தம் வளைகுடா நாடுகளில் பத்தாண்டுகளாகப் பொறியாளராக உள்ளார். காவிரித் தென்படுகையின் இயற்கை வனப்பையும் உழைக்கும் மக்களையும் தனது இயல்பான மொழிநடையில் இவரது கதைகள் பதிவு செய்கின்றன. இவரது ஐந்து சிறுகதைகள் கொண்ட கோட்டவம் சிறுகதைத் தொகுப்பு அக்டோபர் 2024இல் வெளியானது. கீழத்தஞ்சையின் பிற பகுதியிலிருந்தும் வேறுபடும் இப்பகுதி மக்களின் வட்டார வழக்கு மொழியை இத்தொகுப்பு ஆவணப்படுத்தியுள்ளது.

24 தேவிலிங்கம் (1982)

திருவாரூர் மாவட்டம் முத்துப்பேட்டையில் பிறந்த இவர் திருமணத்திற்குப் பிறகு வேதாரண்யத்தில் வசிக்கிறார். பல்வேறு இதழ்களில் கவிதைகள், சிறுகதைகள் எழுதி வருகிறார். நெய்தல் நறுவி என்ற கவிதைத் தொகுப்பும் கிளிச்சிறை என்ற சிறுகதைத் தொகுப்பும் வெளியாகியுள்ளது. ஸீரோ டிகிரி இலக்கிய விருது 2024க்கான நெடும்பட்டியலில்

இவரது நெருப்பு ஓடு என்ற நாவல் தேர்வானது. இந்த நாவலை ஸீரோ டிகிரியின் பிறகு பிரசுரம் வெளியிட்டுள்ளது. கம்மாள சமூகத்தின் வாழ்வாதாரமாக விளங்கும் நெருப்பு ஓடு என்று பெயரிடப்பட்ட இந்நாவலில் அந்தச் சமூகத்தின் வாழ்வியலும் அவர்களது இன்றைய நசிவும் பேசப்படுகிறது. முதலாளித்துவ பெருநிறுவனங்களுடன் போட்டிபோட வழியின்றிப் பெருகும் சயனைட் தற்கொலைகள் பற்றி இந்நாவல் பதிவு செய்கிறது. தாணு பிச்சையாவின் 'உறைமெழுகின் மஞ்சாடிப் பொன்' கவிதைத் தொகுப்பிற்குப் பிறகு கம்மாளர் வாழ்க்கையைப் பேசும் படைப்பாக இந்நாவல் மலர்ந்துள்ளது.

25 கோ. அருணகிரி (1973)

மன்னார்குடியில் பிறந்தவர். தையல் கடை நடத்தி வருகிறார். கண்ணாமூச்சி இலக்கியச் சிற்றிதழின் ஆசிரியராக உள்ளார். கண்ணாமூச்சியில் மண்ணின் கதைகள் மக்கள் மொழியில் என்ற உள்ளடக்கத்தில் தொடர்ச்சியாக இவர் கதைகள் எழுதி வருகிறார். வட்டார வழக்கில் அமைந்த வாழ்வியல் கதைகள் கூடுதல் கவனம் பெற்று வருகிறது. இப்பகுதி மக்கள் மொழியில் கிண்டல், எள்ளல், பகடியை வெகு இயல்பாகப் பதிவு செய்கிறார். இக் கதைகளில் ஒன்று தொகுப்பில் இடம் பெற்றுள்ளது.

26 மேரி சுரேஷ் (1974)

இவர் திருவாரூரில் பிறந்தவர். ஆங்கிலப் பட்டதாரி ஆசிரியராகப் பணிபுரிந்து வருகிறார். இதுவரை ஆங்கிலத்தில் ஐந்து கவிதை நூல்களும், தமிழில் 'நித்திரை நினைவுகள்', 'மனச்சிப்பாயின் நகர்வு' என்ற இரு கவிதை நூல்கள் வெளியாகியுள்ளன. 'அந்தரத்தில் நீர் மலர்கள்' என்பது இவரது ஹைக்கூ நூலாகும். சிறுகதை, கட்டுரை, நூல் திறனாய்வு போன்றவற்றை பல்வேறு இலக்கிய இதழ்களில் எழுதி வருகிறார். இதன்மூலம் ஆசிரியர், பேச்சாளர்,

எழுத்தாளர், கவிஞர், மொழிபெயர்ப்பாளர் என பலதுறைகளில் தடம் பதிக்கிறார்.

27 கலைபாரதி (1976)

திருவாரூர் மாவட்டம் கோட்டூர் ஒன்றியம் சித்தமல்லி கிராமத்தில் பிறந்த இவரின் இயற்பெயர் ரெ.கலைச்செல்வன். விவசாயக் குடும்பத்தில் பிறந்த இவர் தற்போது கருவாக்குறிச்சி அரசு மேல்நிலைப்பள்ளியின் தலைமை ஆசிரியராகப் பணியாற்றி வருகிறார். இவர் உயிர்ச்சூடு, துவக்கின் மொழி, தீட்டு, மண் விழுந்த மழைப் பாட்டு, கண்டது மொழிதல், கவிஞர்களும் களங்களும், பாட்டுக்காரச் சித்தப்பா போன்ற கவிதை மற்றும் கட்டுரை நூல்களை எழுதியுள்ளார். கண்ணாமூச்சி இலக்கிய இதழ் ஆசிரியர் குழுவிலும் இடம் பெற்றுள்ளார்.

28 ஆர். காளிப்ரஸாத் (1979)

திருவாரூர் அருகிலுள்ள வேளுக்குடியைச் சேர்ந்தவர். சென்னையில் தனியார் நிறுவனத்தில் பணிபுரியும் இவர் விமர்சனம், மொழிபெயர்ப்பு, சிறுகதை என தனது இலக்கியப் பயணத்தைத் தொடர்கிறார். யாவரும் பதிப்பகம் வெளியிட்ட ஆள்தலும் அளத்தலும் (2021) இவரது முதல் சிறுகதைத் தொகுப்பு. மராத்திய எழுத்தாளர் விலாஸ் சாரங் ஆங்கிலத்தில் எழுதிய The Dhamma Man என்ற நாவலை மொழிபெயர்த்தார். 'தம்மம் தந்தவன்' என்ற இந்நூலை நற்றிணை வெளியிட்டது. இது புத்தரின் வாழ்க்கையையும் தத்துவங்களையும் பேசும் நாவலாகும்.

29 லோகேஷ் ரகுராமன் (1990)

திருவாரூர் மாவட்டம் எரவாஞ்சேரியைச் சேர்ந்த இவர் தற்போது பெங்களூருவில் தகவல் தொழில்நுட்பப் பொறியாளராக உள்ளார். இவரது முதல் சிறுகதைத்

தொகுப்பு சால்ட் பதிப்பகம் வெளியிட்ட விஷ்ணு வந்தார் (2023). இந்நூலுக்கு 2024ஆம் ஆண்டிற்கான யுவ புரஸ்கார் விருது கிடைத்தது. அரோமா (2024) இவருடைய அடுத்த சிறுகதைத் தொகுப்பாகும். இவருடைய கதைகள் பெரும்பாலும் நெடுங்கதைகளாக அமைகின்றன.

30 மணி கணேசன் (1975)

திருவாரூர் மாவட்டம் மன்னார்குடியில் வசிக்கும் முனைவர் மணி. கணேசன் கோட்டூர் ஊராட்சி ஒன்றியம் மேலகண்டமங்கலம் நடுநிலைப் பள்ளியில் பட்டதாரி ஆசிரியராக பணிபுரிந்து வருகிறார். அமுதா ராம், மன்னை மகா ஆகிய புனைபெயர்களில் எழுதி வருபவர். தினமணி, தினபூமி, கலைமகள், உண்மை, கொலுசு போன்ற இதழ்களும் சில அமைப்புகளும் நடத்திய சிறுகதை, கவிதைப் போட்டிகளில் பங்கேற்றுப் பரிசு பெற்றுள்ளார். கல்வி சார்ந்த நூல்களையும் எழுதியுள்ளார். ஆசிரியரின்றி அமையாது கல்வி (2018), ஏன் இத்தனைப் பதற்றத்தை ஏற்படுத்துகிறீர்கள்? (2023) போன்ற நூல்கள் கல்விப் பிரச்சினைகளை ஆராய்கின்றன.

31 ம.செ.லோகநாதன் (1981)

திருவாரூரில் பிறந்து, திருச்சியில் வளர்ந்தவர். பள்ளி படிப்பை திருச்சியில் முடித்து, சேலத்தில் சட்டம் பயின்று, திருச்சியில் வழக்கறிஞராகப் பணியாற்றினார். 'வெயில் மரங்கள்' என்ற இவருடைய கவிதை தொகுப்பு முதல் நூலாகும். இரண்டாவதாக 'வாய்தா' என்ற சிறுகதைத் தொகுப்பு 2024 இல் வெளியானது. தற்பொழுது வகுள தேசம் என்ற அறிவியல் மற்றும் வரலாற்று புனைவு நாவல் நன்னூல் பதிப்பகத்தால் வெளியிடப்பட்டது. இந்த நாவல் அரபிக் மொழியில் விரைவில் மொழிபெயர்க்கப்பட உள்ளது.

32 அருணா சிற்றரசு (1987)

திருவாரூர் மாவட்டம் மன்னார்குடியில் பிறந்து அங்கேயே வசிப்பவர். அரசு உயர் நிலைப்பள்ளி ஒன்றில் ஆங்கிலப் பட்டதாரி ஆசிரியராகப் பணியாற்றி வருகிறார். திருவாரூர் மாவட்ட ஆங்கில ஆசிரியர்களுக்கான நட்சத்திரச் சாதனையாளர் விருதை 2017இல் பெற்றவர். இணைய இதழ்களில் சிறுகதைகள் எழுதி வருகிறார். எதிர் வெளியீட்டின் 'அருகன்' இவரது முதல் சிறுகதைத் தொகுப்பாகும்.

33 அஜய்சுந்தர் (1999)

இவர் திருவாரூர் வட்டம் திருக்காரவாசல் கிராமத்தைச் சேர்ந்தவர். தில்லியில் ஜவகர்லால் நேரு பல்கலைக்கழகத்தில் முனைவர் பட்ட ஆய்வு மேற்கொண்டு வருகிறார். கவிதைகள், சிறுகதைகள் என எழுதி வரும் இவர் மொழிபெயர்ப்புப் பணியிலும் ஈடுபட்டு வருகிறார்.

34 தீசன் (2001)

திருவாரூரைச் சேர்ந்த இவரது இயற்பெயர் ஜெகதீசன். தமிழ்நாடு மத்தியப் பல்கலைக் கழகத்தில் முதுகலைச் செவ்வியல் தமிழியல் படித்துள்ளார். படைப்பிலக்கியம், மொழிபெயர்ப்புகள், ஆய்வுகள் சார்ந்த தளங்களில் செயல்பட்டு வருகிறார்.

தொகுப்பாளர்:
மு. சிவகுருநாதன் (1973)

நாகப்பட்டினம் மாவட்டம், வேதாரண்யம் வட்டம், அண்ணாப்பேட்டை ஊராட்சிக்குட்பட்ட திருக்குவளைக் கட்டளை எனும் ஊரில் பிறந்தவர். இப்பகுதியில் அலையத்திக்காடுகளை உருவாக்கும் ஆறுகளில் ஒன்றான வளவனாற்றங்கரையில் அமைந்த மணல்வெளியான ஊர் இது. திருவாரூர் பகுதியில் அரசுப்பள்ளி ஆசிரியராக 29 ஆண்டுகள் பணியாற்றிவிட்டு, தற்போது தஞ்சாவூருக்குப் புலம் பெயர்ந்துள்ளார். 'சஞ்சாரம்' (2008) எனும் காலாண்டிதழ் ஆசிரியர் குழுவில் ஒருவர்; இதழின் பயணம் தொடராமல் பாதியில் நின்று போனது.

பாடநூல்கள், கல்வி குறித்த 'கல்விக் குழப்பங்கள்' (2017), 'கல்வி அறம்' (2018) என இவரது இரு நூல்களைப் பாரதி புத்தகாலயம் (புக் ஃபார் சில்ரன்) வெளியிட்டுள்ளது. ஏ.ஜி. கே. எனும் போராளி (தொ) (2020), கல்வி அபத்தங்கள் (2021), கலையும் கல்விக் கனவுகள் (2024) ஆகிய மூன்று நூல்களை 'பன்மை' வெளியிட்டது. பாடநூல்களில் வெறுப்பு அரசியல் (2021) என்ற குறுநூலை இலக்கியச் சோலை வெளியிட்டது. கல்விக் கொள்கையா? காவிக் கொள்கையா? (2023), விளிம்புநிலை மக்களின் வாழ்வும் கலையும் 2023), மொழி - சமூகம் - அரசியல் (2024) போன்ற கல்வி மற்றும் இலக்கிய விமர்சன நூல்களை நன்னூல் பதிப்பகம் வெளியிட்டுள்ளது. இவரது நூல்களில் இது பத்தாவதாகவும் தொகுப்பு நூல்களில் இரண்டாவதாகவும் வருகிறது. இணையர்: த.ரம்யா; சி.கவிநிலா, சி.கயல்நிலா என இரு குழந்தைகளுடன் தஞ்சையில் வசிக்கிறார்.